ያንዲት ምድር ልጆች

ታ ሪ ካ ዊ ል ብ ወ ለ ድ መ ፅ ሐ ፍ

በአማረ ተግባሩ በየነ (ዶ/ር)

ቅፅ ፩

ታህሣስ 2010

ያለደራሲው ፈቃድ መልሶ ማሳተም

በሕግ የተከለከለ ነው።

ISBN: 9780578199511

መታሰቢያነቱ በእሥር ሳይ እያለሁ
በሞት ስተለየው አባቴ ተግባሩ በየነ

መቅድም

በቀጣይነት ያቀረብኩት ሁለተኛው ቅጽ የሚያተኩረው በዘመናዊ ኢንዱስትሪና ጥቃቅን የማምረቻና ማከፋፈያ ድርጅቶች በሠራተኛው ላይ በተለይም በሴቶችና ሕፃናት ልጆች ላይ የሚፈፀመው በደልና መረን የለቀቀ ብዝበዛና ወዛደራዊ የሕይወት ተመክሮ ምን እንደ ሚመስል በመዳሰስ ነው። በዚህ ቅጽ በተጨባጭ ያየሁትንና በዚያን ዘመን ማስታወሻዬ ላይ አስፍሬ የነበረውን አሳዛኝ የጉስቁልና ሕይወት ምን እንደሚመስል ለማስጨበጥ ሞክሬያለሁ። ጥቃቅን የማምረቻና ማከፋፈያ ድርጅቶችና በተለይም እንደ ኢንዶ ጨርቃ ጨርቅ ፋብሪካ የመሳሰሉትን በተደጋጋሚ በመጎብኘት በጊዜው የወዛደሩን ብዝበዛና ጉስቁልና፡ በሙያ ማህበር ለመደራጀትና የመብት ጥያቄዎችን በማንሳት ወዛደሩ ያደረገውን እልህ አስጨራሽ ትግል፣ መውደቅና መነሳት፣ ጊዜያዊ ድልና መስዋዕትነት በዝርዝር በማቅረብ ከሞላ ጎደል የተሟላ ሥዕል ለመቅረፅ ሙከራ አድርጌአለሁ። ትረካውም በየካቲት 66 አብዮት ፍንዳታ ላይ ሲቋጭ በዝርዝርም ባይሆን በአብዮቱ ዋዜማ ገደማ የህብረተሰቡን አባላት ግራ መጋባት፣ ስጋትና ጭንቀት በመጠቆም ይደመድማል። በተረፈ ገና በ20ዎቹ አጋማሽ ዕድሜ ላይ እያለሁ የሞከርኩትን ይህንን ሥራ አንባቢ እንዲተቸውና ፍርዱን እንዲሰጥ በመተው፣ ላለውም ሆነ ለመጪው ትውልድ መማሪያ ሊሆን በሚችል መንገድ መወያያ ይሆን ዘንድ በትህትና እጠይቃለሁ።

አማረ ተግባሩ በየነ (ዶ/ር)

የሽፋን ሥዕል በዮሐንስ ደመላሽ፤
የመጽሐፉ ዲዛይንና ቅንብር በፈለቀ ደነቀ

ክፍል አንድ

ምዕራፍ አንድ

እመት ጌጤነሽ ወደ አቃቂ በሰቃ ተሰደዱ:: በዚያ የጠላ እንግዳቸውን ጀመሩ:: ሙሉነሽም የኢንዶ ኢትዮጵያ ጨርቃ ጨርቅ ፋብሪካ ወዝ አደር ሆነች:: ቀጭን ፈታይ መኪና ላይ ተመደበች:: የእጇ ልስላሴና የዕድሜዋ ልጅነት ታየና ለቀጭን ፈታይ ትሆናለች ተባለች:: የፋብሪካ ሕይወት ልትማር ኑሮዋን ለዚያ ዳረገች:: ኢንዶ በብዙ መቶ የሚቆጠሩ ወዝ አደሮች የሚሠሩበት ፋብሪካ ነው:: በአቃቂ ከሚገኙት ፋብሪካዎች የበለጠ ሴት ወዝአደሮች የሚገኙት እዚሁ ነው:: ባሎቻቸው ቃጫ ፋብሪካ፣ ኢትዮ ፋይበር፣ ሳቢያን ብረታ ብረት ሲሠሩ በኢንዶ ጨርቃ ጨርቅ የሚሠሩ ሚስቶቻቸው ቁጥር እየበረከተ ነው:: ትናንሽ ልጃገረዶችና ወንዶች ልጆችም በብዛት ይገኛሉ:: ወንዶች ብቻ ሊሠሩት በሚችሉ አካባቢም የወንዶቹ ቁጥር የዚያኑ ያህል ከፍተኛ ነው:: በአቃቂ ከሚገኙት ፋብሪካዎች ሁሉ አንጋፋው ይኸው ኢንዶ ሲሆን በወዝ አደሮች ቁጥር ብዛት የሚስተካከለው የለም:: በተለይም ደግሞ በጨርቃ ጨርቅ ፋብሪካነቱ የተነሣ የሴቶችና የሕፃናት እጆች በብዛት እንዲሾር አድርጎታል:: ከዚህ የተነሣ የሴቶች ቁጥር በአማካይ ከአንድ ሺህ በላይ ነው::

ከአቃቂ ወዝ አደሮች መሐል አልፎ አልፎ እመት ጌጤነሽ ቤት ጠላ ለመጠጣት በዕረፍት ቀናቸው ብቅ የሚሉና የሚያዘወትሩ ሞልተዋል::

«ስማ እንጂ!» አለው ደሜ እንደርሱ ብርጭቆ ጠላውን ይዞ ከጎኑ ለተቀመጠው ዲንቃ «እኔ እኮ እንዳንተ በሳንቲም መከፈል ሳይጀምር ከዳቦ ዘመን ጀምሮ ኢንዶ ተቀጥሬ የሠራሁ ነኝ:: ያኔ እኛ ፍራንክ የሚባል ነገር ዓይኑን አይተነው አናውቅም:: የሚሰጡን ሽልጦ ነበር:: ከጠዋት እስከ ማታ ለሠራንበት ያንን ሙልሙል የፈረንጅ ዳቦ በተርታ በተቀመጥንበት ያድሉንና እሱን እየያዝን ነበር ወደየቤታችን የምንገባው:: በገንዘብ መከፈል ሲጀመር፣ እናንተ ተቀጠራችሁ!»

«መቼስ ጊዜ የማይለውጠው ነገር የለም! አንተ ቅጥሬ ከዳቦ ዘመን

ጀምሮ ነው ስትል ጋሼ ሲማ ደግሞ ዘወትር የሚያነሣልኝ ቅጥራችን ቋሚ እንዲሆንልን ያደረግነው ትግል አይረሳኝም እያለ ነው። ታዲያ እኮ! እኛም በኋላ የተቀጠርነውም ብንሆን የሚከፈለን ስሙ ገንዘብ ይሁን እንጂ ከስንት ሽልጦ ያልፍ መሰለህ?» ሲል ዲንቃ መለሰለት።

«ምነው ተጫወት እንጂ! ጓዴ የድሮውን ታሪካችንን እኮ አንድ እሁድ እንደ ዋዛ እያነሣነው ነው!» አለና ራቅ ብሎ ተቀምጦ ከጠላው እየተጎነጨ የሚያዳምጣቸውን በአደጋ የተነሳ ኢንዶን የለቀቀውን በዕድሜው የገፋ አንጋፋ ወዛደር አናገረው።

«እኔማ ምኑን እጫወታለሁ? የኢንዶን ታሪክ የእኔን ጨምራ ልጄ ታውራ እንጂ! እኔ አብቅቼአለሁ። ያው ልጄ ተተክታበታለች። የእሷ ቢቀር ደሜ ታውቀኛለህ። ቅጥራችን አንድ ላይ ነበር። አንተ ካወራኸው፣ ያንተ ይበቃል። እኔ ምኑን እጨምርበት ብለህ ነው? ገና ያልደከምክ አንተ ነህ!»

«ኧረ ለመሆኑ ስንት ጊዜ እጠይቅሃለሁ ስል፣ ያኔ ጣትህ ቢቆረጥ ምንም ካሣ የሚባል ነገር ሳይሰጡህ አይደል ያባረሩህ?» ሲል ዲንቃ ይህንኑ ወዛደር ጠየቀው።

«አይ ያንተ ነገር! የሞተ፣ የተረሳ ነገር ምን ብለህ ዛሬ ታነሣዋለህ? የእኔ ጣት ቢቆረጥ ሕንዶቹ ከ30 ብር ሌላ ምን ሰጡኝ መሰለህ? ያውም በስንት ጭቅጭቅ። ከዚያ በኋላ እንደው እንደ ሠባራ ገል ያው! አውጥተው ወረወሩኝ! እኔው ራሴ የእነርሱ ውለታ የቀረብኝ ይመስል እኔ ብቀር ይኸው ሚስቴንና ልጄን ሰጥቻቸዋለሁ። ልጄማ ከመሬት ብቅ ሳትል ከዚያ የተቀጠረች ይኸው የደረሰች ልጃገረድ ሆናለች።»

«እሱስ ዕውነትክን እኮ ነው! ልጅህ እንኳን ይኸው ሰውነቷ እዚያው ቀጭጮ ብዙም ከመሬት ከፍ አላለች። እንዳንተ ቁመቷ አልረዘመም እንጂ ለባል ደርሳለች።»

«ምን ታድርግ ብለህ ነው? የቱን እንጀራ በልታ መቀጨጭ ይነሳት? እንዴትስ ብላ እንደ ልጅ ትደግ? ኢንዶ የልጅ ማደጊያ ሳይሆን መቆርቆዥያና ቁልቁል መቀበሪያ ነው። እናቷም እንደ እሷው እኮ አጭር ነች። አንተስ መች አጣሃት ደሜ! ቀኑን ሙሉ ተገትራ ወገቧ ጎብጦ ነው ሲመሽ ከቤት የምትገባው!»

ሙሉነሽ የተቀጠረችበት ፋብሪካ ወዝ አደሮች ከቤቷ ጠላ እየጠጡ

የሚጫወቱትን ጨዋታ ቁጭ ብላ ታዳምጣለች:: በእነርሱ መሐል አንቱ መባባል ቦታ የለውም:: እመት ጌጤነሽ ከጎዳ ብቅ አሉ:: የጠላ ደንበኞቻቸው ያስቀዱትን ጠላ ካንገቱ ዝቅ ሳያደርጉት መቅረታቸው በወሬ ተይዘው መሆኑን አላወቁም::

«ጠጡ እንጂ! ምነው አልጥማችሁ አለ እንዴ?» አሏቸው::

«ኧረ እንኳን ያስቀዳነውን ሌላ ቢጋብዙን እንጠጣለን!» አላቸው ደሜ::

«ምነው አልጋብዛችሁ! እንዲያውም የህደር ጊዮርጊስን እዘክራለሁ የዚያን ቀን ካልቀራችሁ ግብዣው የእኔ ነው:: ባገሬ በዲማ ህዳር ጊዮርጊስ ትልቅ ክብር አለው» አሏቸው::

«ይቀልዳሉ መሰለኝ ወይዘሮ ጌጤነሽ?»

«ኧረ ጋሼ ዲንቃ! እማዬ ቀልዷንም አይደል የምሯን ነው! ህዳር ጊዮርጊስን ታዘክራለች:: እኔም የተወለድኩ የዚያን ቀን ነው!» አለች ሙሉነሽ::

«ታዲያ ዝክሩ ኢንዶ ፋብሪካ ድረስ ይመጣልን እንደሆነ እንጂ. በዚያን ቀን መች ይሆንልናል? እንኳንስ እኛ አንቺም የተወለድሽበትን ቀን የምታከብሪው እዚያው ፊትል ክፍል ቀጭን ፊታይ ላይ እንጂ. መች እናትሽ ቤት ነው? ይልቁንስ ይህንኑ የተቀዳልንን እስቲ እንጠጣው ጎበዝ!» አለ ደሜ::

በዕድሜ የገፋው የቀድሞው ወዝ አደር በተነሣው ጨዋታ ከስንት ዓመት በፊት ጣቱ ተቆርጦ ከፋብሪካው ተባሮ መቅረቱ ያለፈ ትዝታ ቀስቅሶበት እንደ መተከዝ አደረገው::

«ያኔ እንደዛሬው ማህበር የሚባል ነገር አናውቅም:: ሕንዶቹ ቅጥራችንን ቋሚ ቢያደርጉልን ሌላ አንፈልግም ስንል ኖረን ይኸው ዛሬ በእናንተ በወጣቶቹ ጊዜ ማህበር እስከ ማቋቋም በቃችሁ:: ሐሳባችሁማ ከኢንሹራንስ ለመድረስ ነው አሉ:: እኔ ያው በማህበር ጊዜ ሳልደርስ ጣቴ ቢቆርጥ ድጎማ ተብሎ የተሰጠኝን 30 ብር ይዤ በዚያው ቀረሁ:: ታዲያ ጨዋታን ጨዋታ ያመጣዋል፣ ያዝልቅለት እንጂ ለእዚህ ሁሉ ሲታገል የኖረ ሲማ ነው:: አሁንም ደህና መርጣችሁታል ለማህበር የሚሆን እንዲህ በጥቅም በቀላሉ የማይታለል ሰው ነው!» ሲል ይኸው ሽሜ እያሉ አንዳንዴ የሚቀልዱበት አንጋፋ

ወዝ አደር ተናገረ:: ሲማ የኢንዶ ወዝ አደሮች ማህበር መሪ ነው::

«ሕንዶቹስ የሚጠሉት ኋላ ለምን መሰለህ? በኛ ወገን ቆሞ ስንት ዘመን የተከራከረልን እሱ ስለሆነም አይደል? አሁንም ብቻ እንደጠመዱት ናቸው:: እስቲ የሚያደርጉትን እናያለን! መቼም ዝም አንል!» አለ ዲንቃ::

«ቢጋሼ ሲማ የመጣ በኛ የመጣ ነው እያሉ የፈትል ክፍል ሴቶችም ሲናገሩ እኔም ሰምቻለሁ:: እኔ እንኳን በፋብሪካው ብዙ ጊዜ የቆየሁ አይደለሁም እንጂ ቅጥራችን ቋሚ እንዲሆንልን እንደ ጋሼ ሲማ የታገለ የለም ሲሉ ዘወትር ነው የምሰማው:: ይኸው ማህበር ለማቋቋም በቀተናል እያሉ ቀጭን ፈታዮች ያመሰግኑታል» ስትል ሙሉነሽ በወዝ አደሮቹ ጨዋታ መሐል ገብታ ተናገረች::

«ምን ፈትል ክፍል ብቻ! ሽማኔ ክፍል፣ ጥራት መቆጣጠሪያ ሆነ ማጠናቀቂያ ክፍል ከሚሠሩት ጋር ስላልተገናኘሽ ይሆናል እንጂ፣ የሲማ ነገር ሲነሣ ለብቻው ነው የሚያደርጋቸው! የሱን ክፉ አይወዱም::» በማለት ደሜ ለሙሉነሽ መለሰላት::

ኢንዶ ወደ 1940ዎቹ ዓመታት አጋማሽ ገደማ ሲቋቋም፣ ለፋብሪካው የሚያስፈልገው ወዝ አደር የተመለመለው ከዚያ አካባቢ ከሚገኘው አርሶ አደር ነው:: ከነዚህም መሀል አብዛኛው ኦሮሞ ነው:: አማራውና ትግሬው እንዲሁም ሲዳማውና ሐራሪው በቁጥር ይነስ እንጂ የገጠሩ ኑሮ እየከበደውና ከሚያርሰው መሬት እየተነቀለ በፋብሪካ ወዛደርነት ኢንዶን የተቀላቀለው ቁጥር ከጊዜ ወደጊዜ መጨመሩ አልቀረም:: በእነዚያ 1940ዎቹ ዘመናት በፋብሪካው ውስጥ እየተመለመሉ ይሠሩ የነበሩት ወንዶችና ሴቶች የሚከፈላቸው ጥሬ ገንዘብ አልነበረም:: በቀን ከ10 እስከ 12 ሰዓት ድረስ እየሠሩ የሚታደላቸውን ዳቦ እየያዙ ነበር ወደ መጡበት የሚበተኑት:: በሚቀጥለው ቀን ፋብሪካው እነኛኑ መልሶ ላያሠራ ስለሚችል «ትናንት የነበራችሁ በአንድ በኩል ሁኑ፣ አዲስ የመጣችሁ ደግሞ በሌላ በኩል ሁኑ» ይልና የፈለገውን አስገብቶ ያልፈለገውን ከበር ይመልስ ነበር:: ይህንን ዘመን ወደ ኋላ ተመልሰው የሚያስታውሱ በኢንዶ ኢትዮጵያ ጨርቃ ጨርቅ የቅጥር ዘመናቸው ከዳቦ ዘመን ጀምሮ መሆኑን የሚናገሩ ወዝ አደሮች በፋብሪካው ይገኛሉ:: በእርጅናም ሆነ በሞት የተለዩትም ሚስትና ልጆቻቸው በፋብሪካው ስለተተኩ እነርሱ ያባቶቻቸውን ቅጥር ከዳቦ ዘመን እንደ ነበር ዘወትር ያነሱታል:: ቋሚ ሠራተኛ ለመሆን የተደረገውን ትግል የማይረሱና

ትዝታው ከልባቸው የማይጠፋ ወዝ አደሮች ጥቂት አይደሉም።

ኢንዶዎች ጨዋታቸውን እንዳደሩ ሁለት የቃጫ ፋብሪካ ወዝ አደሮች ከእመት ጌጤነሽ ቤት ገቡ።

«ኖር ቃጫዎች! እንኳን ደህና መጣችሁ!» አላቸው ደሜ።

«እንኳን ደህና ቆያችሁን!» ሲል የቃጫው ግርማ መለሰ።

«ደሜ! ዛሬ ደግሞ ቃጫ አልከን? ዕውነትክን እኮ ነው! እኛስ ከፋብሪካችን ምርት በምን ተሻልን? እኛው ሠርተነው ከኛ የተሻለ ክብርና ማዕረግ ያለው ሸቀጥ ይሠፈርበታል። ያንድ አሥሩ ጆንያ ዋጋ ከኛ የሣምንት ደመወዝ በልጦ እያየነው ምኑን ከቃጫ የበለጠ ማዕረግ አለን ብለህ ነው?» ወዲያው ወደ ሙሉነሽ ዞር አለና «አሮጊቷ የሉም እንዴ ወይስ አንቺው ጠላ ታቀርቢልናለሽ?» ሲል ጠየቃት።

ሙሉነሽ የቃጫ ወዝ አደር ማኅበር መሪ ሆኖ በድጋሚ የተመረጠው ግርማ ለደሜ በሰጠው መልስ ተገርማ ኖሮ ለጠየቃት ባግባቡም ሳትመልስለት እሱ መቀመጫ ፈልጎ ተቀመጠ። ለካስ እሷ «ከቃጫ ምን ተሻልን» የሚለው አነጋገሩ እውነትነት ያለው አድርጋ ቆጥራው ኖሯል። የአያቷን መኖርና አለመኖር ሳትናገር እሷው ጠላ ልታቀርብላቸው ከመቀመጫዋ ተነሣች። ሌላው የቃጫ ወዝ አደር ሙሉነሽን «አንቺ በሰንበትም ቀን ዕረፍት የለሽ?» አላት። ሳቅ ከማለት በስተቀር መልስ ሳትሰጠው ቀረች። ሙሉነሽ ጠላውን ከእንሥራው በሁለት ጣሳ ቀድታ ከታጠቡ ሁለት ብርጭቆዎች ጋር አድርጋ ቁጭ አለች።

«እንዳው እኮ ጓዴ ስልህ እየጠፋህ አስቸገርክ! ግርማ በዕድሜ እንኳን መቼም እበልጥሃለሁ። ብቻ እንዳው በዚች በተቆረጠችው ጣታችን እንመሳሰላለን ብዬ ነው እኔማ!» ሲል አንጋፋው ወዛደር የጣቱ ጉዳይ እንደ አዲስ መከንከኑን አልተወው ኖሮ እንደ እሱም ባይሆን ከመሐል ጣቱ ለጥቆ የቀለበት ጣቱ የተቆረጠውን ሦስተኛውን የቃጫ ፋብሪካ የአናጢ ክፍል ወዛደርና የማህበር መሪ ግርማን ነካ አደረገው።

«እንግዲህ በየቀኑ ከአንተ ጋር ለመዋል ገና ብዙ ይቀረኛል። አንተ ከጣትህ መቆረጥ ሌላ በግብርናው ያሳለፍከው ዘመን ሳይታሰብ ቢቀር ኢንዶ ስንት ዓመት ሠርተህ ዕድሜህም ከእርጅናውም ሳይቀርብ ሕንዶቹ የፋብሪካው ባለቤቶች አስወጥተው ጣሉህ። አንተ ምን

ታደርግ! ሥራ ፈተህ የትም ውለህ ብትገባ ባንተ አይፈረድም:: እኔም እንዳንተው ጣቴም ቢቆረጥ ባንተ የደረሰው ገና አልደረሰብኝም:: ጉልበቴን እንደቸረቸርኩ ነው:: በዕደሜም ቢሆን ገና ነኝ!»

«ዕውነት እርሶም ይኸ አደጋ የደረሰብዎት እዚህ እኛ ፋብሪካ ዱሮ ይሠሩ ነበር እንዴ?» ስትል ሙሉነሽ ግርማን ጠየቀችው:: እሱም እንደነ ደሜ ኢንዶን የቆረቆረ የዳቦ ቅጥር መሆኑን ስላልሰማች::

«አይ ያንቺ ነገር አደጋ ያለው ኢንዶ ብቻ መሰለሽ? በየፋብሪካው አደጋ መች ይጠፋ መሰለሽ? አናጢ ክፍል መስራቱ በጀው እንጂ እንደ እዚህ እንደ ደሜ የሽማኔ ክፍል ሠራተኛ ቢሆን ኖሮ ዛሬ ውሎው ሽሜጉጉ እያልን ከምንቀልድበት ከነደሜ ጋር ይሆን ነበር!» በማለት ወደ ደሜ እያመለከተ ዲንቃ ተናገረ:: ሁሉም ሳቁ:: እመት ጌጤነሽ ብቻ የጣት መቆረጥ «ኩንትሽ» መሆን የሚያስቅ ሆኖ ስላላገኙት «ኧረ ይቅር ይበላችሁ! እእናንተዬ በዚህ ምን ይሳቃል? ይታዘናል እንጂ! ቱፍ ቱፍ ይቅር በለኝ፣ እእናንተንም ይቅር ይበላችሁ፣ ቱፍ ቱፍ ይቅር በለኝ ጌታዬ!» ብለው ወደ ሰማይ እያንጋጠጡ አማተቡ፡፤

«ሰዎቹ ወደ ቀልድ አዞሩት እንጂ. እኔስ ካገሬ ወጥቼ የቀረሁት በዚችው በተቆረጠችው ጣቴ ምክንያት ነው!» አለና ግርማ ታሪኩን ባጭሩ ለማውራት ዳር ዳር አለ::

«እንዴት?» ሲል ደሜ ጠየቀው::

«ሳይቸግረኝ የአካል ጉዳት ካሣ በፍርድ ቤት አስፈርጄ እከፈላለሁ ብዬ! ጌታዬን ከስሼ በዚያው ባገሬ አልሆንልኝ ቢል አዲሳባ ሕዝባዊ ኑሮ ዕድገት አቤት እላለሁ ብዬ ያኔ የዛሬ ስንትስ ዓመት ወጣሁ:: እዚያም አስማሚ ክፍል የሚባለው ዘንድ ቀርቤ አቤት ብል የሚሰማኝ አጣሁ:: ስንት ጊዜ ከተመላለስኩ በኋላ እኔም ተስፋ ቆርጬ አገሬም ሳልገባ ቀረሁ:: ሥራ ፈትቼ ስቀር ከስንት ዓመት በኋላ ቃጫ ፋብሪካ አናጢ ክፍል ተቀጠርኩ እላችኋለሁ::»

«ይገርማችኋል እኮ እእናንተው! አቃቂ ያልሰበሰበውና ያላደባለቀው ሰው የለም:: ኦሮሞው ከዚሁ ከቅርቡ ካቃቂ፣ ከለገዳዲና በቾ፤ አንተን ደግሞ ከሲዳሞ አመጣህ! ዓሊጋዝ ደግሞ ከጣርማ በር መጣሁ ይላል:: በዚያ ሰሞን ደግሞ ግደይ ከተምቤን ወጥቼ ሳልመለስ እዚሁ አቃቂ ቀልጬ ቀረሁ ሲል ነበር:: ድህነትና ችግር ያባረረው ሁሉ እዚህ አቃቂ መጥቶ ሲደበላለቅ ሲጋባና ሲዋለድ ማየቱ ሲገርመኝ የሚኖር እኮ ነው!

እናንተው!» ሲል ኢንዶ ጣቱ የተቆረጠው አንጋፋው ወዝ አደር ደሜ አከለበት፡፤

እመት ጌጤነሽም ቀበል አደረጉና፡፡

«የእኔ አገር ሰዎችም እኮ በርክተዋል ይባላል እዚህ አቃቂ በሰቃ!»

«ኧረ እንዴ ሞልተው! ኢትዮ ጋርሜንት ብትሉ፣ ኢንዶስ ቢሆን አንድ ሁለት አይባሉም እኮ ጎጃሞች! በዚህ ላይ ልጅዎስ ብትሆን መደቧ ከዚያው ነው! ጎጃሞችን ባንድ ቁጥር ከፍ አድርጋቸዋለች፡፡ አቃቂ የትውልድ አገርነቱ ለነጋሼ ደሜ ነው፡፡ የቀረው እንጀራ ፍለጋ እያለ ነው ፋብሪካዎቹ ሲቋቋሙ ከያለበት የመጣነው» ሲል የቃጫው ግርማ ተናገረ፡፡

«አይ! እኔስ የኖርኩበት ሁሉ አገሬ ነው፡፡ በእናት ባባቴ እንደሆነ እንጂ እኔ የተወለድኩት አዲስ አባ ነው፡፡ እንጀራ እስከወሰደኝ ድረስ ፍቅር እስካገናኘኝ ድረስ አገሩ ኢትዮጵያ ይሁን እንጂ ሁሉም አገሬ ነው፡፡ ጎጃምን የት አውቀዋለሁ?» አለች ሙሉነሽ ዝም ብላ ስታዳምጥ ቆይታ፡፡

«እዩዋት ይቺን ቁም ለቁም! ነገር ማሳመር እኮ ያለችው ነው፡፡ አንቺ የት የምታውቂውን የኢትዮጵያ ምድር ነው ፍቅርና እንጀራ ያለበት ሁሉ አገሬ ነው የምትይ? አይ ጅሊት! ጎጃምን የመሰለ አገር የት ባገኘሽው? የስንት ጀግና አገር! አንድ አንቺ አገሬ አይደለም፣ የት አውቀዋለሁ አልሽና ምን ይቀርበት መሰለሽ? ስንቶቹ ይመኙታል አዬ ጉድ! ሥልጣኔ ብላው እኮ ነው እእናንተው!» ሲሉ እመት ጌጤነሽ ሙሉነሽን እንደ መቆጣት አሉ፡፡ ተቀምጠው ጠላ የሚጠጡት ሁሉ ይስቁ ጀመር፡፡ እሳቸውም ያሳቁባት መሰላቸው፡፡

እመት ጌጤነሽ አገሬ የሚሉት ጎጃምን ነው፡፡ ያገራቸው የጎጃም ነገር ሲነሣ አያስችላቸውም፡፡ ብዙ ትዝታ ይቀሰቅስባቸዋል፡፡ ረስተውት የኖረው ሁሉ፣ ያገራቸው ስም ሲነሣ ይታወሳቸውና ዓይነ ውሃቸው ይለወጣል፡፡ ካገራቸው ወጥተው መቅረታቸው ዘወትር ያስተክዛቸዋል፡፡ የበለጠ ሆዳቸው የሚባባው ከድህነት ኑሮአቸው የባሰ የባላቸው እንደወጡ መቅረት ነው፡፡ «በሰው አገር ሆኖ ነው እንጂ! ባገራቸው ቢሆን ባሻዬ ይህ ሁላ አይደርስባቸውም ነበር» ይላሉ፡፡ ሲመራቸውማ እመት ጌጠነሽ «ሸዋ ክፉ አገር ነው» ብለው ይረግሙታል፡፡ ከባላቸው ያለፈ ባንድ ልጃቸው በበላይነሽ የደረሰው ትዝ ባላቸው ቁጥር አባይን

ሳይሻገሩ እዚያው ዳሞት ቀርተው ቢሆን ኖሮ ይህ ሁሉ የሚደርስባቸው አይመስላቸውም::

ሙሉነሽ ከቤት ወጥታ ከወዛደር ጓደኞቿ ጋር ከጠዋቱ 12 ሰዓት ከሩብ ድረስ ባለው ጊዜ ኢንዶ በር ላይ ትደርሳለች:: የጠዋቱ 12 ሰዓትና የማታው 12 ሰዓት ተኩል የኢንዶ፣ የቃጫ፣ የኢትዮ ጋርሜንት፣ የሳቢያን ወንድ ሴት፣ ልጅ አዋቂ ወዝ አደሮች አቃቂን እንደ ጉንዳን የሚወሩበትና የሚርመሰመሱበት ሰዓት ነው:: ሁሉም በየአቅጣጫው በረድፍ በረድፍ ሆነው ጅብ ብለው ይታያሉ::

የኢንዶ ኢትዮጵያ ጨርቃ ጨርቅ ፋብሪካ በር የሚከፈተው ከንጋቱ ልክ 12 ተኩል ነው:: የመጀመሪያው ፈረቃ መሆኑ ነው:: እስከዚያ ድረስ ቀደም ብለው የመጡት ወዝ አደሮች ከበሩ ላይ ይኮለኮላሉ:: ቆጠራ ተጀምሮ ወደግቢው እስከሚገቡ ድረስ እርስ በርሳቸው ማውራትና መጫወታቸው የተለመደ ነው:: ሁሉም ለጊዜ በጣም እንቁ ናቸው:: ደቂቃ አያሳልፉም:: ባይሆን ቀደም ብለው ይደርሳሉ እንጂ ማርፈድ የሚባል ነገር ከእነርሱ ውጭ ነው:: በሰዓቱ ከቤታቸው ወጥተው፣ በሰዓቱ ከሥራ ቦታቸው ሲደርሱ ሰዓት ዓይተው፣ ጠይቀው ወይም በሌላ ሰዓት ነጋሪ ኃይል የተቀሰቀሱ ይመስላሉ:: እነርሱ ግን ተዋሕዷቸዋል:: የገዛ ሰውነታቸው ይነግራቸዋል:: ከመኝታቸው ቀስቅሶ ያመጣቸዋል:: ሙሉነሽም ይህንን የመጀመሪያ የፋብሪካ ዲስፕሊን ተቀብላለች:: ክርስትናዋ በሱ ከሆነ ውሎ አድሯል የሚያሰኝ ነው:: እንዲህማ ባይሆን ኖሮ ከፋብሪካው ቅፅር ድርሽ አትልም ነበር:: እንደ ተኮነነች ነፍስ ከውጭ ትቀራለች:: እንኳን እሷ ከእሷም ያነሱት ልጃገረዶችና ትናንሽ ወንዶች ልጆች ይህንን ዲሲፕሊን ያከብራሉ:: ሁሉም ከኛ ይለፍ፣ የዕንቅልፍ ሰዓታችንን ሳንጠግበው ይቅር ብለው ራሳቸውን ለፋብሪካው ሥራ መሥዋዕት አድርገው ቀድመው ይገኛሉ:: ሳይወዱ ይገደዳሉ:: ራሳቸውን ያስገድዳሉ:: በዚያው ይፀናሉ:: ኢንዶም አላሰበላቸውም እንጂ ከተሠራበት ጉብታ ላይ ሆኖ ባናቱ ላይ ትልቁን የፓርላማ ሰዓት ዓይነት ቢሰቅለውና ቀድም አድርጎ ቢደውለው ካካባቢው የሚመጡት ወዝ አደሮች ከዕንቅልፋቸው ደህና መቀስቀሺያ ሆኗቸው «ባመሰገኑት» ነበር::

ሠራተኞቹን ወደ ሥራ ግቡ የሚለው የፋብሪካው ሰዓት ልክ በ12 ሰዓት ተኩል ጮኸ:: ከኢንዶ በር ላይ ተኮልኩለው ሰዓት ደርሶ እስኪገቡ ሲያወሩና ሲጫወቱ የነበሩት ሁሉ የሰዓቱን ጩኸት ገና

ሲሰሙ አንድ ጉድ የመጣ ይመስል ረጭ አሉ:: ፊታቸው ፈካ ብሎና ፈገግታ እየታየባቸው እርስ በርሳቸው ያወሩና ይቃለዱ እንዳልነበር ሁሉ የሰዓቱ ድምፅ ገና መጮህ ሲጀምር ሁሉም ከፍተኛ ሀዘን የወደቀባቸው ይመስል ፊታቸውን አጠቆሩ። አንገታቸውን አቀረቀሩ:: ድምፃቸውን አጠፉ:: እርስ በርሳቸው የተኳረፉ መሰሉ:: በሁሉም ላይ አንዳች መዓት የወደቀባቸው ወይም መርዶ የተረዱ ሀዘነተኞች መስለው በረድፍ በረድፍ ሆነው በተከፈተው በር እየተቆጠሩ ይገቡ ጀመር:: ሰዓት ተቆጣጣሪዎች ረድፋቸውን ይዘው የየክፍላቸውን ሠራተኞች ትከሻ መታ፣ ገፍተር እያደረጉ ሲቆጥሩ ሠራተኞቹ በድናቸውን የሚገፈተሩ እንጂ ሕይወት ያላቸው አይመስሉም:: ለተመለከታቸው ለቅጣትና ለእስራት የሚገቡ እንጂ የዕለት እንጀራ ወደሚያገኙበት የሥራ ምደብ እየተቆጠሩ የሚያልፉ ናቸው የሚል የለም::

ሙሉነሽ ከፋብሪካው ዋና ዋና ክፍሎች አንደኛው ወደ ሆነው ፈትል ክፍል ተቆጥራ አመራች:: አብዛኛውቹ ሴቶችና ወንዶች ልጆች የሚሠሩበት ፈትል ክፍል ከጥሬ ዕቃ መጋዘን እስከ ቀጭን ፈታይ ድረስ ያለውን ያጠቃልላል:: በመደባለቂያው ሞተር ላይ የሚሠሩ ወንዶች ቢኖሩም አልፎ አልፎ ሴቶችም ተመድበው ይሰራሉ::

በማባዘቻውና አመልማሎ ፈታይ፡ በወፍራም ፈታይና ቀጭን ፈታይ መኪናዎች ላይ የሚሠሩት ሴቶችና ወንዶች ልጆች ናቸው:: ከሴቶችም በዕድሜያቸው ከአሥራ አንድ እስከ አሥራ ስምንት ዕድሜ ክልል ውስጥ ያሉ ትናንሽ ልጃገረዶች ይበዛሉ:: በዚህ ዕድሜ ክልል ውስጥ ያለችው ሙሉነሽም ከምትሠራበት ቀጭን ፈታይ ላይ ደርሳ ቦታዋን ያዘች::

በወፍራም ፈታይና በቀጭን ፈታይ መኪናዎች ላይ በተለይ ወጣት ልጃገረዶችና ትናንሽ ወንዶች ልጆች ይመረጣሉ:: መኪናው በቀሰሞች ላይ እያከረረ የሚያጠነጥነው ክር ብዙ ጊዜ ስለሚበጠስ የተበጠሱ ክሮችን ለመቀጠል አነስ ያሉ የለሰለሱ ጣቶች ስለሚመረጡ የጣት ልስላሴ ያላቸው ወንዶችና ሴቶች ልጆች ከአዋቂዎች የበለጠ ፍጥነት ስላላቸውና ቶሎ ቶሎ ስለሚንቀሳቀሱ ክሮችን የመቀጠሉን ሥራ እንደ ጨዋታ ተመልክተውት ሊሠሩት ስለሚችሉ ሥራው እንዳይቆም ያደርጉታል:: በዚህ ላይ ደግሞ ለሴቶችና ለሕፃናት ክፍያው አነስተኛ በመሆኑ የፋብሪካው ባለንብረቶች ጥቅም ይዳብራል እንጂ አይጓደልም::

ከዚህ በተጨማሪ ልጃገረዶችም ሆኑ ትናንሽ ወንዶች ልጆች በነዚህ መኪናዎች ላይ ረዘም ላለ ጊዜ በሥሩ መጠን የእጃቸው ልስላሴ እንደተጠበቀ አብሯቸው ስለሚቆይ ካደጉም በኋላ በነዚሁ መኪናዎች ላይ ተቆራኝተው እንዲቀሩ አሠሪዎቹ የፋብሪካ ባለቤቶች ደህና ዘይደዋል:: እንደፋብሪካው የምርት ውጤት የልጆቹም እጅና ጣት ለፋብሪካው ምርት የተተከለው መኪና የሚፈልገውን ቅርፅ እንዳመረተ ያህል ያንኑ ቅርፅ በገላቸው ላይ ያኖርባቸዋል:: የእነርሱ ተፈጥሮ በፋብሪካ መኪና ከመገራት ያለፈ ዕድገቱም እንደተፈለገው ይገታል::

በረድፍ በረድፍ የተተከለው ቀጭን ፈታይ መኪና ቁጥሩ ሃምሣ ያህል ይደርሳል:: አንዱ ቀጭን ፈታይ መኪና ባንድ ወገኑ 80፣ በሌላኛው ወገኑ 80 ማጠንጠኛዎች አሉት:: በአንድ ተርታ በሚተከሉት ቀጭን ፈታይ መኪናዎች በሁለቱ በሁለቱ አንዳንድ ወገን ላይ አንድ መቶ ስድሳ ማጠንጠኛዎች ይገኛሉ:: አንድ የቀጭን ፈታይ ሠራተኛ በሁለት መኪና አንዳንድ ወገን ላይ ላሉት በጠቅላላው ለአንድ መቶ ስድሳዎች ማጠንጠኛዎች ይመደባል:: ሙሉነሽም ምድቧ እንዲህ ስለሆነ በአንዱ መኪና አንድ ወገንና በሌላው መኪና አንድ ወገን መሐል ትገኛለች:: የቀጭን ፈታይ ሥራ ወፍራም ፈታይ መኪና በወፍራሙ እየፈተለ በቀሰም ላይ ያጠነጠነውን ፈትል ወደ ክርነት መለወጥ ነው:: በ160ዎቹ ማጠንጠኛዎች ላይ ቀሰም ማስገባት ወፍራሙን ፈትል በቀስሙ ላይ ማያያዝ፣ ከተያያዘ በኋላ መኪናውን ማስነሣት መቶ ስድሳዎቹ ማጠንጠኛዎች በፍጥነት ሲሽከረከሩ ቀሰሙ ወደ ላይ ወደ ታች እያለ በቀጭኑ የተፈተለው ክር በላዩ ላይ ሲጠመጠምበት አተኩሮ መመልከት፣ እያንዳንዱ ቀሰም ከመሙላቱ በፊት ከአራት አምስት ጊዜ በላይ ሊበጠስ ስለሚችል አንዱ ሲበጠስ በፍጥነት ለመቀጠል መጣደፍ እንዲያ እያሉ መቶ ስድሳዎቹን ቀሰሞች በዓይን መጠበቅ፣ ቀኑን ሙሉ አንድ ቦታ ተገትሮ መዋል፣ ዓይኖቻቸው እስኪደክም ድረስ አተኩሮ መጠበቅ፣ ቀሰሞቹ ሲሞሉ አውልቆ ሌላ መቀየር፣ ወፍራሙን ፈትል በቀስሙ ላይ ማያያዝ፣ ሞተር ማስነሣት፣ በዓይን መጠበቅ፣ ክር መቀጠል፣ ወገብ እስኪበጠስ ተገትሮ መዋል በቀጭን ፈታይ መኪና ላይ የምትሠራው የሙሉነሽ ዕጣ ነው:: እስከመቼ እንደምትገፋው የሚለየው እያደር ነው::

ምዕራፍ ሁለት

ከጠዋቱ ልክ ባንድ ሰዓት እየተፈተሹ ገብተው በየሥራ አካባቢያቸው ከሚገኙ የጋራዥ ሠራኞች መካከል በለማጅነት ከተቀጠሩት ልጆች መሐል ፈጠነንም ይጨምራል። በዕድሜያቸው ልጆች ቢሆኑም ሥራቸው ከመላላክ፣ ዕቃ ከማቀበል፣ ለዋነኞቹ የጋራዥ ሙያተኞች ረዳት እስከመሆን ድረስ ያለው ቢሆንም፣ ሰዓት በማክበር በኩል ከማንም አይተናነሱም። ፈጠነም በሰዓት መውጣት የሚባለውን «አቢይ የፋብሪካ ና የጥቃቅን ማምረቻና ማከፋፈያ ቁም ነገር» ለመማር፣ እንኳን ወር ሣምንት አልወሰደበትም። እነኛ ለስላሳ የነበሩ የሕፃንነት እጆች ለመቆርፈድም የወሰደባቸው ጊዜ ከዚሁ ቢያንስ እንጂ፣ አልበለጠም። ወ/ሮ አገኙሁሽ ያለበሱት ጃኬት፣ ሱሪና ጫማ በተቃጠለ የሞተር ዘይት ግሪስና በቤንዚን ለመልኮስኮስና በአሲድ ለመበላት የሁለትና የሦስት ቀን ጊዜ ብቻ ነበር ያስፈለገው። የሥራ ልብስም የሌሊትና የሰንበት ልብስም የሆነው ግን ከመጀመሪያው ቀን ጀምሮ ነው።

ፈጠነ ወ/ሮ አገኘሁሽ ቤት በኖረበት ዓመታት ውስጥ የቋጠረው ጥሪት ቢኖር ፋፍተው የሚታዩ ጉንጮቹና እንደ ጌታ ልጅ በደንብ የተያዘ የሚመስለው ሰውነቱ ነበር። እነርሱም ባዳ ሆኑበት። ወር ባልሞላ ጊዜ ውስጥ ፀሐይ እንደመታው በረዶ ሟሙተው ጠፉ። መከሣትና መጠቋቆር በተራቸው ተተክተውበት ውርጭ ላይ ያደረ አሮጌ ጫማ መሰሉ። ነገር ግን ፈጠነ በውስጡ ነፃነት የሚሰማው ይመስላል። በወ/ሮ አገኘሁሽ ዘመዶች፣ በጎረቤቱና በቤት ሠራተኞቻቸው ጭምር በባዳነቱ ካደረሱበት ፍዳና መሠቃየት ነፃ የሆነ «ከመንገድ ወድቆ የተገኘ» እያሉ ከሚኮረኩሙት ዘመዶቻቸውና «የዚያች የሸርሙጣ ልጅ» እያሉ ከሚያበሽቁት የመንደር ልጆች የተገላገለ እየመሰለው ነው መሰል እንቁነት ይታይበታል። በተለይም የወ/ሮ አገኘሁሽ የቅርብ ዘመድ በገባች በወጣች ቁጥር የምታቀምሰው ኩርኩም፣ እርግማንና ግልምጫዋ ስለቀረለት የሰውነት ክብሩን ከድህነት ጋር መልሶ ያገኘው መሰለው። ምንም እንደልቡ ጠግቦ ባይበላ፣ የሚቀይረው ልብስና ጫማ ባይኖረው፣ የልጅ ጉልበቱን በአቶ በላይ ጋራዥ ሲጨርስ ቢውል፣ ቢከሳ ቢጠቁር የበለጠ እንደቁስል የሚሰማው በሰው ቤት የደረሰበት መከራ ስለሆነ በቀን አንድ ሽልንግ ደመወዘተኛነቱን እንደ ከፍተኛ

ማካካሻ ቆጥሮታል፡፡ ከወ/ሮ አገኘሁሽ ቤት ከጠፋ ወዲህ በአካሉ ላይ የሚታየውን መጎሣቆል ልብ አላለውም፡፡ ደስ ደስ እንዳለው ውሎ ደስ ደስ እንዳለው የሚገባ የመሰለው የጉልበቱን በሥራ መድከም በጨዋታ ከመድከም የተለየ አድርጎ ሳይመለከተው ፈጠነ ወራት አለፈው፡፡

የጋራዡ ባለቤት አቶ በላይ በግሪስ ቦይነት ለቀጠራቸው ለማጅ ልጆች በቀን ሃምሣ ሳንቲም ያስብላቸዋል፡፡ እንደ አብዛኞቹ የጋራዥ ባለቤቶች እንደሚያደርጉት እሱም «ሙያ ከተማራችሁ መች አነሳችሁ?» እያለ በነፃ ሲያሠራ የኖረ ነው፡፡ «ቁጥራቸው ከአምስት ለማይበልጡ ግሪስ ቦዮች በቀን ሃምሣ ሳንቲም ባስብላቸው ለእኔም አይጎዳኝም፡፡ ለእነርሱም የሣሙና መግዣ ይሆናቸዋል» በማለት ይህንኑ ይከፍላቸዋል፡፡ በችሮታውና በደግነቱ፣ ሌላው የማያደርገውን እንዳደረገ ለአፉ ያህል ይናገር እንጂ እነኚህ ልጆች የጋራዥነት ሙያ ጠንቅቀው ካወቁ በኋላ በመደበኛ ደመወዝ ለመቀጠር ሌላ ቦታ እንዳይሄዱበት ረዘም ላለ ጊዜ በአነስተኛ ክፍያ ለማሠራት በዘዴ መያዝ ያለበት መሆኑን ጠንቅቆ ያውቀዋል፡፡ ዘመን ለማርዘምም «እኔ እንደሌሎች አይደለሁም! በነፃ አላሠራም! ግን ራስህን ችለህ በሜካኒክነት፣ በቀለም ቀቢነት፣ በኤሌክርትሪሽያንነት ለመሥራት ገና ነህ፣ ለማጅ ነህ!» እያለ ብዙዎቹን እዚህ ግባ በማይባል ደመወዝ እንደሚያሠራ የጋራዡ ሠራተኞች ብስጭት እያሉ ሲናገሩ ፈጠነ ሳይቀር ሰምቷቸዋል፡፡ ከቀን ወደ ቀን ባለገንዘብ እየሆነ በሄደ ቁጥር ከሀብት ጋር ብልጠት፣ ከርህራሄና አዛኝነት ይልቅ ጭካኔና ስግብግነት እያየለበት መምጣቱን የጋራዡ ባለቤት ልብ አላስተዋለውም፡፡

የጋራዡ ባለቤት ሠራተኞቹን ደመወዝ የሚከፍለው በሣምንት ነው፡፡ ሁሉም የተቀጠረበትን፤ ከተቀጠረበት ላይ የተቆረጠበትን እየተቀበለ የሚሰናበተው ቅዳሜ ምሽቱ ላይ ነው፡፡ ፈጠነም የጋራዡ ባለቤት የወሰነለትንና ያልተደራደረበትን ሃምሣ ሳንቲም በስድስት ቀን ተባዝቶ ሦስት ብር ይቀበልና ወደ ማደሪያው ይሄዳል፡፡ የሱ ዕኩዮችም ይህንኑ ያህል ይቀበላሉ፡፡ የሠለጠነ የእጅ ሙያ ያለው በቀን እስከ አምስት ብር ድረስ ያገኛል፡፡ ከዚያም በቀን ከአሥር ብር የበለጠ የሚያገኘው የጋራዡ ባለቤት ታናሽ ወንድም ወርቅነህ ብቻ ነው፡፡በዚህ ላይ ዋናው ሜካኒክና የጋራዡ ኃላፊ እሱ ነው፡፡

ሠራተኞች ያጠፉት፤ የሰበሩት፤ ያባከኑት፤ ያጣመሙት መፍቻ ይሁን ብሎን ካለ፤ ቆጥረው ያላስረከቡት የጎደለ ዕቃ ከተገኘ ከደመወዛቸው ላይ መታሰቡ አይቀርም፡፡ በቀን የሃምሣ ሳንቲም ደመወዝተኞችም

የሆኑት ግሪስ ቦዮችም ቢሆኑ ከዕዳ ከፋይነት ነፃ አይደሉም:: ባጠፉት፣ በሰበሩት ይጠየቃሉ:: የጋራዡ ባለቤት በዚህ በኩል «በሥራ ላይ የሚያጋጥም ነው» የሚል ርህራሄ የለውም:: በሌላ በኩል ደግሞ ደህና የጋራዥ ሙያ ላላቸው በሣምንት፣ በወር ወይም በበዓል ከደመወዛቸው ሌላ ጉርሻ ጨምሮ ይሰጣቸዋል:: ሌላ ቦታ ብልጫ ደመወዝ አግኝተው እንዳይሄዱበት አንዳንድ ማባበያዎችም ያደርግላቸዋል:: ሲመጣበትም ደግሞ «ባፋን ኩሉ!» ከማለት አልፎ «ካቻን ኩሉ!» ከማቅመስ አይመለስም:: በተረፈ ደንበኞቹን በዘዴ መያዝ ያውቅበታል:: የተገለበጠ፣ የተጋጨ፣ ሞተሩ የሚታደስ፣ ቀለም የሚለወጥለት፣ ባትሪ የሚሞላለት ተሽከርካሪ ሳይቀር የጋራዡን ግቢ ያጣበበው ባላቤቱ አቶ በላይ ለሙያው እንከን የለሽ በመሆኑ ብቻ አይደለም:: ቀጠሮ አክብሮ ማድረስ እንኳ ቢያቅተው በዋጋ ስለማይጎዳ ነው:: ከበድ ያለ ጥገና ላደረገላቸው ደንበኞቹ ደግሞ የሰራበትን ለመቀበል አይቻኮልም:: ቀነ ቀጠሮ ይሰጣቸዋል:: «እንዳገኙ ይከፍሉኛል!» ማለትን የደንበኝነት ማጥበቂያ ዘዴ አድርጎ ይጠቀምበታል:: ባጭር ጊዜ የወር ገቢው ሞቅ ብሎ፣ እሱም ከብሮ በዚያው በደብረ ዘይት መንገድ ደህና ቪላ ቤት ለመሥራት የበቃው እንግዱን በየፈርጁ ደህና ስላወቀበት ነው::

የጋራዡ ሠራተኞች ከደመወዛቸው ሌላ፣ ከደንበኞች ጉርሻ ያገኛሉ:: መኪኖቻቸው ቶሎ እንዲደርሱላቸው፣ በደህና ሁኔታ እንዲጠገኑና እንዲሠሩላቸው ሲሉ ለሙያተኞቹ እንደየአቅማቸው ጉርሻ የሚቸሩ የጋራዡ ደንበኞች ጥቂት አይደሉም:: የእዚህ የጉርሻ ዕድል ብዙ ጊዜ የሚገጥማቸው ለማጅ ልጆች ናቸው:: አንዳንዱ የጋራዡ ደንበኛ ለተወሰኑ ሠራተኞች ተካፈሉ ብሎ በዋናው ሜካኒክ በኩል ጠቀም ያለ ጉርሻ ከሰጠ ለነፈጠነም ትንሽ ይወረወርላቸዋል:: የጋራዥ ባለቤቶች በሠራተኞቻቸው ላይ ያላቸው ኃይል የበረታ በመሆኑ፣ ሙያቸውና ያገልግሎት ዘመንና ደመወዛቸው አይመጣጡኑም:: ለጌቶቻቸው የሚያስገኙት ከፍተኛ ገቢና የእነርሱ ደመወዝ ይነፃፀር ያልንማ እንደሆን ልናነፃፅረው ከምንችለው በላይ ነው::

ፈጠነ እንደቀሩት «ግሪስ ቦይ» በመባል እንደሚታወቁት የጋራዥ ተለማማጅ ልጆች በየሣምንቱ ሆነ በየወሩ ካንዱ ወዳንዱ እየተዘዋወረ ይመደባል:: ከተቀጠረ ጀምሮ አንድ ሁለት ቦታ ተመድቦ ሠርቷል:: ለጋራዡ ኃላፊና ዋና ሜካኒክ ለሆነው ለባለቤቱ ወንድም ዕቃ አቀባይ ሆኖ ሁለት ሣምንት ቆይቷል::

«ፈጠነ!» ሲል ጠራው ጠዋት ባንድ ሰዓት ከጋራዡ ቅፅር ግቢ ደርሶ

ድልድሉን ሲጠብቅ የጋራዡ ኃላፊውና የባለንብረቱ ወንድም ወርቅነህ:: ለማጆችን የሚደለድል እሱ ነው:: ፈጠነም ጥሪውን ሰምቶ እጅ ደጋግሞ እየነሳና ሁለት እጆቹን ወደ ኋላው እንዳደረገ ወደ ወርቅነህ ተጠጋ፤

«ከዛሬ ጀምሮ የምትሠራው ከስቱኮ ጋር ነው!» አለውና ስቱኮ! እያለ ድምፁን ከፍ አርጎ ተጣራ:: ስቱኮም እንደተጠራ ፈጥኖ ወደ ጋራዡ ኃላፊ መጣ:: ስቱኮ በመባል የሚታወቀው ሰው አባት እናቱ ያወጡለት ስም ክፍሌ ነው:: ስቱኮ የተባለው በስቱኮ ሥራው የተራቀቀ ስለሆነ በዚያው ባቶ በላይ ጋራዥ የወጣለት ስም ነው:: እሱም ሙያውን አስመልክቶ የተሰጠው ስልሆነ ተቀበሎት ወላጆቹ ያወጡለትን ስም እስከመርሳት ደርሷል:: ትልቅ ትንሹ ከክፍሌ ይልቅ ስቱኮ እያሉ ሲጠሩት አቤት ይላል::

«ፈጠነ አንተ ዘንድ ይሥራ!» ሲል አዘዘ ወርቅነህ::

«እኔ ዘንድ ያለውስ ልጅ?» አለና ስቱኮ ጠየቀ::

«ወደ እኔ ላከውና ሞተር ክፍል እመድበዋለሁ!»

ስቱኮ ፈጠነን ይዞት ወደ ምድቡ ሄደ:: እንደደረሰም ስለ ሥራው ዓይነት ገለፃ ያደርግለት ጀመር::

«እነኚህ መኪናዎች እንደምታያቸው የቅጠቀጣና የብየዳ ሥራ ካለቀላቸው በኋላ ወደዚህ የተላኩ ናቸው:: ስቱኮ ከመደረጉና ቀለም ከመቀባታቸው በፊት በብረት ብርጭቆ ወረቀት ውሃ እየተነከረ መፈግፈግና መላ ቦዲያቸው፣ ካሮሴሪያቸውና ፈረፋንጓቸው ሳይቀር መለስለስ አለበት:: ከዚያ በኋላ፣ ስቱኮ ይደረጋሉ::»

ፈጠነ ስቱኮን አቋረጠው::

«ጋሼ ስቱኮ አሁን የተናገሩት የፈረንጅ ቃል ነው መሰለኝ አልገባኝም ምን አሉ? እንደገና ምን እንደሆነ ቢነግሩኝ?»

«ግድየለህም እያደር ምን ማለት እንደሆነ ይገባሃል:: ያው ባጭሩ የመኪናዎቹ መላ አካል ኀማዎቹ መደበቂያ ድረስ ያለውን ሁሉ ለማለት ነው»

«እሺ ጋሼ ስቱኮ አሁን ገባኝ እርሶ እንዳሉት ወደፊትም ብዙ ይገባኛል» ስቱኮም ማስረዳቱን ቀጠለ::

«... ስቱኮው እስከ ሦስት ጊዜ ያህል በተቀጠቀጠውና በተበየደው የመኪናው አካል ላይ ከተለሰነ በኋላ ሲደርቅ እንደገና ብርጭቆ ወረቀቱን በውሃ እየነከሩ በመፈግፈግና በማለስለስ ለቀለም ብቁ ማድረግ ነው:: ቀለምም እንዲሁ ሁለት ወይም ሦስት ጊዜ ከተነፋበት በኋላ «ፖሊሺንግ» አለ:: እንግዲህ የእዚህ ክፍል ሥራ እስከዚህ ድረስ ነው:: ታዲያ ስቱኮና ቀለም የእኔ ሥራ ሲሆን፣ የቀረው ደግሞ ያንተ ይሆናል» አለና ስቱኮ በመባል ስለሚታወቀው ክፍል ገለፃውን አገባደደለት::

«እስከ አሁን ያሉኝን ሁሉ ሥራ ሁለታችን ብቻ ነን የምንሠራው?» ሲል ፈጠነ የመጣለትን ጥያቄ አቀረበ::

«አዎን! ሁለታችን ብቻ ነን የምንሰራው:: ባላቤቱ ተጨማሪ ሠራተኛ መቅጠር አይፈልግም:: በጣም ገንዘብ ይወዳል::»

ፈጠነ ሥራ ስለሰጡት እንደ አምላኩ የሚያያቸው የጋራዡን ባለቤት በተመለከተ የተሰጠው መልስ አስደነገጠው:: ስለ አቶ በላይ የማያውቀውንና ያልጠረጠረውን ጉዳይ ያሳወቀው መሰለው:: የስቱኮ አነጋገር ዕውነት መሆኑን ተመራመረና አልመሰለው አለ:: ከነጭራሹ ስቱኮን ፈራው:: ሌላም ጥያቄ ለማቅረብ ስጋት ገባው::

«ጋሼ ስቱኮ የምሠራው እንዴት እንደሆነ አንዴ ያሳዩኛል?» ሲል ብዙም ሳይቆይ አንደበቱን ዓይኖቹንም ጭምር ተለማማጭ በማድረግ ጠየቀው:: ስቱኮም ራሱ ሠርቶ በማሳየት አስረዳው:: «በል እንግዲህ እኔ እንዳሳየውህ መሥራት ጀምር!» አለው::

ፈጠነ የተገለበጡና የተጋጩ መኪናዎች የቅጠቀጣና የብየዳ ሥራ አልቆላቸው፣ ካሮሴሪያቸው፣ ፈረፋንጋቸው፣ ጣሪያቸው፣ በራቸው፣ የላይ ኮፈናቸው አንድም ሳይቀር በብርጭቆ ወረቀት ፈግፍጎ የማለስለስ ሥራውን ድምፁን አጥፍቶ ጀመረ:: ለብረት መፈግፈጊያ የተሠራውን የብርጭቆ ወረቀት በቁራጭ ማዕዘን እንጨት ጠቅለል እያደረገ አጠገቡ ባላው ባሊ ውሃ ውስጥ እየነከረ ክፍሌ ስቱኮ እንዳሳየው የአንዱን የተጋጨ መኪና መላ ሰውነት እስከ ፈረፋንጎው ድረስ የመፈግፈግና የማለስለስ ሥራውን ተያያዘ::

ፈጠነ አዲሱ ሥራውን አልቻለውም:: የብረቱ ብርጭቆ ወረቀት በቁራጭ ማዕዘን መጠቅለሉ ለአያያዝ እርግጥ ረድቶታል:: ነገር ግን የብርጭቆው ወረቀት በቁራጩ ማዕዘን ጠቅለል ሲደረግ መፈግፈጊያው

ብርጭቆ የሚፈገፍገው የመኪናዎቹን አካል ብቻ ሳይሆን የፈጠነንም የውስጥ እጅ ጭምር ሆነ፡፡ ለመፈግፈግ እጁን ወዲያና ወዲህ ባንቀሳቀሰ መጠን የሱም የውስጥ እጅ ጭምር አብሮ መፈግፈጉ፣ መሞረዱ፣ መላጡ አልቀረም፡፡ የሰው ገላ አብሮ እየተፈገፈገ፣ ሳይሰማው ለመቆየት አልቻለም፡፡ በግራና በቀኝ እጁ እያፈራረቀ ለመሥራት ሞከረ፡፡ ሁለት እጆቹን እያፈራረቀና ከወዲያ ወዲህ እያወዛወዘ መኪናዎቹን በፈገፈገ ቁጥር ክንዱ የተገነጠለ ያህል ከሚሰማው ስሜትና ድካም የከፋ ችግር ገጠመው፡፡ እነኚያ ገና ከልጅነት ያላለፉ የውስጥ እጆቹ የመላላጥ፣ የመገሸለጥና ቆዳው እየተነሣ የውስጥ ሥጋው ወደ ውጭ ብቅ እያለ መሄድ የሰውነት ቁስል ከሚፈጥረው የስቃይ ስሜት የላቀ መከፋት አሳደረበት፡፡

«ጋሼ ስቱኮ እጄን አዩት እንዴት እንደሆነ?» ሲል የውስጡ ወደ ውጭ የሆነውን በብርጭቆ ወረቀት ከመፈግፈግ ብዛት የተገሸለጡትን የውስጥ መዳፎቹን ዘርግቶ አሳየው፡፡ የፈጠነ እጆች እንኳንስ የብርጭቆ ወረቀት ሊጨብጡ ቀርቶ የገዛ ልብሱን ሊታከኩ አልቻሉም፡፡ ሽልጦ ቆርሶ ለመብላት እንኳ ሊያገለግሉት አልቻሉም፡፡ ቆጠቆጡት፡፡ ምናምን ሲፈስባቸውና ሊጨብጥባቸው ሲሞክር እንደ እሳት ሲነዱ ተሰማው፡፡ እነኛን በወ/ሮ አገኘሁሽ ቤት እንጀራ ለመቁረስና ጥሬ ለመቸርፈስ ያገለገሉትን የሚያሳዝኑ እጆች ለቅርብ አለቃው ዘርግቶ፣ ጣቶቹና መዳፉ የሆኑትን እንዲመለከትለት እንደዘረጋቸው እሱም እዚያው ዕንባው ቅርር ብሎ ፈዞ ቀረ፡፡

«እኛም እዚህ የደረስነው እንዲህ ሆነን ነው!» አለው፡፡

«ታዲያ እርሶ ትልቅ ሰው ሆነው ነው፣ እኔን ሲያክሉ ይህን ሥራ መቼ ሠሩ?» ሲል ብሽቅ ብሎ መለሰለት፡፡

«እሱስ ካንተ ዕድሜ ብዙም አልበልጥም፡፡ በጋራዥ ሥራ ተቀጥሬ ስሠራ ይህንን እንደ ስም የምጠራበትን ሙያና ቀለም ቀቢነት ተምሬ እዚህ የደረስኩት አንተ የምትሰራውን ሥራ ሠርቼና ስንት አበሳ አይቼ ነው፡፡»

የስቱኮ ነገር ፈጠነን ምንም የሚረዳው ስላልመሰለው «ታዲያ እኔም እንደርሶ ብዙ አበሳ ማየት አለብኝ እንዴ? ዋናው ሚካኒክ ጋ ስሠራ ሥራው እኮ ቀላል ነበር፡፡ እንግሊዝ መፍቻ አቀብለኝ ሲሉኝ ማቀበል ነው፣ አሥራ ሰባት ቁጥር መፍቻ ወይም ዘጠኝ ቁጥር መፍቻ ሲሉኝም ፈጥኜ መስጠት ነው፡፡ ግሪስ መቀባትና የሞተር ዘይት

መለወጥና መጨመር ሁሉ ሳይቀር ነበር የምሰራው:: እርግጥ አንድ ቀን ያዘዙኝን እሳቸው ረስተው ያላዘዙኝን ያመጣሁላቸው መስሏቸው በኩርኩም መተውኝ «ባፋንኩሎ» ብለውኛል:: በተረፈ ግን እሳቸው ጋ መሥራት ተስማምቶኝ ነበር!» ሲል ፈጠነ መለሰለት::

«ደንበኛውን የጋራዥ ሥራ ገና ስላልጀመርክ ነው የቀለለህ የመሰለህ:: የጨዋታ ያህል የቆጠርከው መሰለኝ የጋራዥ ሥራን:: አሁን ገና እኔ ዘንድ ነው ሥራ የጀመርከው ማለት ይቻላል:: የሜካኒክ ሥራም እንዴት ከባድና አድካሚ እንደሆነ ቆይተህ ታየው ይሆናል!» ሲለው ፈጠነ ክው አለ:: አቶ በላይ ጋራዥ መሥራት ከጀመረበት ቀን ጀምሮ ያላስተዋለውንና ያላሰበውን ጉዳይ ስቱኮ ነገረው:: ለካስ የምታዘዘውን ሥራ ሁሉ እንደ ጨዋታ እየቆጠርኩትና ድካሜን በሥራ ሳይሆን በጨዋታ የደከምኩ ያህል የቆጠርኩት ለእዚህ ኖሯል የሚል ይመስል በብርጭቆ ወረቀት ተፈግፍገው፣ ተሞርደውና ተገሸልጠው ቆዳው የተገፈፈና ብልቱ የወጣለት የበግ ሙክት የሚመስል የውስጥ እጁን እያገላበጠ ተመለከተው:: የወይዘሮ አገኘሁሽ ቤት ፊቱ ላይ ድቅን አለበት:: በሳቸው ቤት ከመረረው የበለጠ የመረረ ኑሮ የሚገጥመው መሰለውና ሥጋት ተሰማው:: ግን ደግሞ ተመልሶ እንዲቆጨው እንዳልፈለገ ከፊቱ መለዋወጥ አስታወቀበት:: የወ/ሮ አገኘሁሽን ቤት ቶሎ መርሳት ፈለገ:: ወዲያው በሐሳቡ የመጣበትን ጉዳይ ማንገዋለል ትቶ ስቱኮ በሥራው ላይ እንዴት እንደሚሆን፣ ቅልጥፍናውንና ፍጥነቱን አትኩሮ ለመመልከት ወደዚያ ጭራሹን ተሳበና ፈዞ ቀረ::

ስቱኮ ሁለት የተዳመጠ የቆርቆሮ ቁራጭ በሁለት እጁ ይይዝና ባንደኛው የቆርቆሮ ቁራጭ ስቱኮውን ይዝቅና ወደ ሌላው የቆርቆሮ ቁራጭ ያጋባና እዚያው እርስ በርስ ይለዋውስና ካንዱ የቆርቆሮ ቁራጭ በሌላኛው የቆርቆሮ ቁራጭ መልሶ ስቱኮውን ይገለብጥና እየመጠነ ያነሣና ከቅጥቀጣና ከብየዳ በኋላ ወደ እሱ በተላኩለት መኪናዎች ላይ ሲለስን፣ ልስኑ በአንድ እጅ እንዲሄድለት የሚያደርገውን ሲያደርግ እነዚያ ስቱኮ የሚዝቅባቸውን የቆርቆሮ ቁራጭ ወዲያ ወዲህ ሲያደርጋቸው የጠረጴዛ ኳስ መጫወቻ ራኬት በሁለት እጁ የጨበጠና እየነጠሩ ወደሱ የሚመጡትን የጠረጴዛ ኳሶች በቁንጥና በፍጥነት የሚመልስ እንጂ ስቱኮ ካንዱ እየዛቀ ወደ መኪናዎቹ ፈረፋንጎ የሚለጥፍና ልስኑን በስሱ የሚያስኬድ አይመስልም:: እንዲያው ልዩ ትርዒት የሚያሳይ ይመስላል:: በተለይማ የስቱኮ ማድረጊያዎቹን የቆርቆሮ ቁራጮች እርስ በርስ እንዴት እንደሚያፋጫቸው ለተመለከተ

ጥሬ ሥጋ ለመቁረጥ ቢላ የሚስል ይመስላል። ፈጠነን ያፈዘዘውና ሐሳቡን ያስረሳው የስቱኮ የእጁ አሠነዛዘር፣ አለሳሰን በቆርቆሮው ላይ ያለውን የተቦካ ሊጥ የሚመስል ስቱኮ የሚባል ነገር ለማንሳት የሚያሳየው እንቅስቃሴ ነበር። ስቱኮ ተብሎ መጠሪያ ቢወጣለት የሚገርም አልመሰለውም። እሱም ራሱ ከቀለም ሥራ ይልቅ በተራቀቀበት የስቱኮ ሥራ የሚደሰት ይመስል ስቱኮ ማድረግ ሲጀምር የሚጠራውና ሥራውን የሚያስተወው ሰው ሲገጥመው ብልጭ ይልበታል። ለምን አቶ በላይ የጋራዡ ባለቤት ራሱ አይሆንም «ሥራ ላይ ነኝ አልመጣም ነው የሚለው!»

ፈጠነ በአድናቆት የሚመለከተውን የስቱኮ ሥራ ተወት አድርጎ ወደ ራሱ ችግር መለስ አለ።

«ጋሼ ስቱኮ እጄ እንዲህ ሆኖ እንዴት አድርጌ የብርጭቆ ወረቀቱን ይዤ ልፈገፍግ እችላለሁ?» ሲል አስተዛዝኖ ጠየቀው።

«ከነገ ጀምሮ ፖሊሺንግ ትሠራለህ!» ብሎ ስቱኮ ገና መናገር ሲጀምር ፊቱን መከራ አስመስሎት የነበረው ልጅ ወዲያው ፈገግ ማለት ጀመረ።

«ያ የምታየው ኦፔል ቀለም አልቆለት ፖሊሺንግ ብቻ ነው የሚጠብቀው።»

ስቱኮ ለአዲስ ሰው ሲሆን አነጋገሩ ድርቅ ያለ፣ ፊቱ የማይፈታና እቅጩን ሲናገር የሚያስደነግጥ፣ ርህራኄ የሌለው ሰው ይመስላል። ሰው በተግባባው መጠን ግን ቀልደኛና ግድ የለሽ ነው። እእርግጥ የልቡን የሚናገር፣ ለማንም ቢሆን ደንታ የሌለው ነው። ክፋት የሚባል ነገር አያውቅም። የሠራበትን ለማንም የሚበትን እንጂ ቁጥብ አይደለም። ለነገ ማለት አያውቅም። በዚህ ላይ ለስራ ጓደኞቹ ፍቅር አለው። ፈጠነም የስቱኮን ሁኔታ ተመለከተና « እስኪሻልህ ፖሊሺንግ ትሠራለህ!» ሲለው አለቅጥ ተደሰተ።

«እንዲያው ነው እንጂ ሲናገሩ የሚያስደነግጡት ለካስ ጋሼ ስቱኮ ያዝኑልኛል!» አለ ለብቻው።

ፈጠነ ቀለም የተለወጠላቸው፣ የየራሳቸውን ዓይነት ቀለም የተነፋባቸው መኪናዎች ቀለም እንዲዋሐዳቸው እንዲለሰልሱና እንዲያብለጨልጩ የሚቀቡትን ሰም የሚመስል ቅባት በንጹህ ጨርቅ እያደረገ መኪናውን መቀባትና ከቀባ በኋላ በውሻ ቆዳ ማሸትና መወልወል ያዘ። የውስጥ

እጁ ቁስል ባለመዳኑ የመወልወያ ጨርቁን ሙሉ በሙሉ መያዝ እያቃተው እጁ የተቆረጠ ይመስል ወደ ክንዱ አስጠግቶ ለማሸት ሞከረ፡፡ ከውስጥ እጁ ቁስል ተንፌስ ያለ ቢሆንም ቶሎ እየደከመውና ሰውነቱ እየዛለ የሚያደርገው እየጠፋው ተቸገረ፡፡ ያም ሆኖ ለጊዜው «ፖሊሺንግ» በወረት የሚሠራው ሥራ ሆነለት፡፡

በደብረ ዘይት መንገድ ከበላይ ጋራዥ ሳይደርስ ከዋናው አስፋልት ፊት ለፊት ወደ ጨርቆስ ከሚወስደው መታጠፊያ ከሁለቱ መንታ መንገዶች መገናኛ ላይ ሁለመናው ከሣጥን እንጨት ተሠርቶ ከውስጥ በጋዜጣ የተለጠፈው የናስር ሻይ ቤት ይገኛል፡፡ ናስር ቀን ፓስታና ሣምቡሣ እንዲሁም ከዕርድ ይልቅ በብጫ ቀለም የተቀቀለ የሚመስል «ፓስታ ሹታ» እና አልፎ አልፎም ባለ 10 እና ባለ 15 ሳንቲም እንጀራ በወጥ ይሸቅላል፡፡ ማታ ማታ ደግሞ ማደሪያ ለሌላቸው ጋራዥ ሲሠሩ ለሚውሉ ልጆች፣ ሱቅ በደረቴዎችና ሊስትሮቸዎች ሻይ ቤቱን አልቤርጎ አድርጎ ይነግድበታል፡፡ በዚያች ጠባብ የሻይ ቤት ወለል ላይ ተረፍርፈው ሌሊቱን ነፍሳቸውን ሳያውቁ ከሚነጋላቸው አንዱ ፈጠነ ነው፡፡ ፈጠነም የሚያድረው ቀን በአቧራ ተሞልቶ የሚያገኘውን የሻይ ቤት ወለል በቀን 10 ሳንቲም ሒሳብ ተከራይቷል፡፡ እንደፈጠነ ለአንድ ቀን አዳር ናስር የሚያስከፍለውን ከፍለው የሚያድሩት የናስር ያገር ልጆች ጭምር ናቸው፡፡ ናስር ነገሩን እንደ እንግድ ስለሚያየው አንድም ቀን ቢሆን ያገሩን የእነሞር ልጆች እንኳ በነፃ አያሳድርም፡፡ ያም ሆኖ እሱው ዘንድ በሳምንት 10 ሳንቲም እየከፈሉ የሚያድሩ ልጆች ገንዘብና ልብስ አደራ አስቀማጭ ነው፡፡ አንድ ሳንቲም ሳይጎድልባቸው በፈለጉ ጊዜ መልሶ የሚያስረክባቸው በመሆኑ እንኳን የእነሞር ልጆች እነ ፈጠነም ቢሆኑ የመንዝ፣ የወሎና የአድዋ ልጆች ጭምር ያምኑታል፡፡ ከማመንና ከመውደዳቸው የተነሣ ፓስቱ፣ ሣምቡሣና ሽልጦውን እያነሱለት እሱው ዘንድ እንጂ ሌላ ሻይ ቤት ሳይቀለቡ ዱቤ እየሰጣቸው በየሥራቸው እየዋሉ ሲመሽ ይኮለኮላሉ፡፡

«ወላሂ ለአዚብ! የሰው ገንዘብ ሜዞ አያልፍብኝም! ከእኔም ቢሆን ሜዞ አላሳልፍም! የሰው ገንዘብ ሜዞም ቢሆን የበላህ እንደሆነ እንጀራ አይወጣልህም ብላ እናቴ ነግራኛለች፡፡ እኔም ሰው ሜዞ ቢበላኝ ዝም አልልም፡፡ ጨርቁን ያ.ገፍ ማስቀረት ቢያቅተኝ ሕግ ያለበት እወስደዋለሁ! በገንዘቤ የመጣ ነገር የእነሞር ሆነ የቸሃ፣ የስልጤ ይሁን የእዣ ቀልድ መቀለድ አይሰጠኝም፡፡ ደም ተፍቼ ያገኘሁት ያልደከመበት ሰው ከሚበላው አዋሽ ይብላው» ይላል ናስር ስለልፋቱም

ሆነ ከሰውም አምስት ሣንቲም ብትሆን እንደማይፈልግና ከራሱም እንደማያሳልፍ ሲናገር፡፡

ፈጠነ «ባግዳድ» በመባል ከሚታወቀው ከጨርቆስ አሮጌ ጨርቅ ተራ የገዛውን ካሊምና ሰሌን የጋራዡ ባለቤት በሰጡት ካርቶን ጠቅልሎ ካስቀመጠበት ሥርቻ ያወጣና ከናስር ሻይ ቤት ወለል ላይ በተንጣለለው አቧራ ላይ ይዘረጋና ቀን የለበሰውን ልብስ ከገላው ሳያወልቅ ካሊሙን ከላዩ ላይ ይደርብና ባቶ በላይ ጋራዥ የደከመ ሰውነቱን ለማሳረፍ ይቻኮላል፡፡ የሻይ ቤት ገበያ አብቅቶ እስኪዘጋለት ድረስ የሚሆነው ይጠፋዋል፡፡ ሌሊቱን በዕንቅልፍ ለማሳለፍ መች ሰዓቱ በደረሰልኝ ነው የሚል፡፡ ማለዳ ተነሥቶ ሽልጦውን እየገመጠ፣ ከጠዋቱ ባንድ ሰዓት ከጋራዡ መገኘትን ግን አንዴ ልምድ አደረገው እንጂ አርፍዶ ለመተኛት ቢፈልግም የማይሆን ጉዳይ ነው፡፡ ጠዋት በማለዳ የሚጀምረው የናስር ሻይ ቤት ገበያ አርብ እሁድ አይልም፡፡ ናስር ገበያ ካገኘ እስከ እኩለ ሌሊት ሻይ ቤቱን ባይዘጋ ደስ ይለዋል፡፡ የሰንበትም ቀን ያው ነው፡፡ ፈጠነ በቀን አሥር ሳንቲም እየከፈለ የሚያድርበት የናስር አልቤርጎ በዕረፍት ቀኑ እንኳ አረፋፍዶ የመነሣት መብት የለውም፡፡

«ምናልባት በየቀኑ አሥር ሳንቲም መክፈሌ ቀርቶ ደመወዝ የምቀበለው ያው ቅዳሜ ነውና የሳምንቱን ወይም የወሩን አንዴ ብከፍልህ!» ሲል ፈጠነ ናስርን ጠየቀው፡፡

«በቅድሚያ ያመት ብትከፍለኝ ደስ ይለኛል እንጂ ናስር ይጠላል ያለህ ማነው?» አለና መለሰለት፡፡

«አይ ትጠላለህ ብዬ ሳይሆን ለእኔም ይቀለኛል ብዬ ነው!» ብሎ ሲናገር ናስር አቋረጠውና «ለማንኛውም ዕቃህን ታሲዛለህ!» አለው፡፡

ፈጠነ ዕቃው ያው ሠሌንና ካሊሙ እንዲሁም ትንሽ ሳንቲም ያጠራቀመበት የእንጨት ባንክ ስለሆነ እሱን ለናስር በመያዢያ መልክ ሰጠና በየቀኑ ያደረበትን ያልቤርጎ ሒሳብ 10 ሳንቲም በወር ለመክፈል ተስማማ፡፡

ፈጠነ በሣምንት የሚያገኘው በቀን 50 ሳንቲም በስድስት ቀን ተባዝቶ የሚደርሰው ሦስት ብር የወር የመኝታ ሒሳብ ይከፍልና የሚቀሩትን ሣንቲሞች ደግሞ ለሆዱ ያደርጋቸዋል፡፡ ከሆዱ የሚተርፉ ሳንቲሞች ከተገኙ ደግሞ በእንጨት ባንክ ውስጥ ያስቀምጣል፡፡ አደራ

አስቀማጭውም ናስር ነው፡፡ ከእንጨት ከተሠራው ትንሽ ሣጥን መሳይ ባንክ ፈጠነ ሳንቲሞች የሚያጠራቅመው መቀየሪያ ልብስ ለመግዛት እንዲሆነው ነው፡፡ እሱም አንድ ቀን ካስቀመጠው በላይ ተጠራቅሞ የሚያገኘው እየመሰለው ስንት ሳንቲም እንደጨመረበት ለማየትም ሆነ ለማስታወስ አይፈልግም፡፡ ናስር ሻይ ቤት አብረውት የሚያድሩት የጋራዥ ሥራ ጓደኞቹ እንዲሁም ሱቅ በደረቴዎችና ሊስትሮዎች ስንት አጠራቀምክ ብለው ሲጠይቁት አይመልስላቸውም፡፡ እነርሱ ያጠራቀሙትን ፍራንክ ለማወቅ በየጊዜው የእንጨት ባንካቸውን እየሠበሩ ይቆጥሩና እንደገና ሌላ የእንጨት ባንክ እየገዙ መልሰው ያስቀምጣሉ፡፡ ፈጠነ ግን በየጊዜው እንደ ጓደኞቹ ማድረግ እያማረው ነገር ግን እንጨት ባንክ በተሠበረ ቁጥር አዲስ መግዛት ፍራንኩን ማባከን እየመሰለው እሱ ሳያደርገው ሌሎችን ዝም ብሎ ይመለከታቸዋል፡፡

«መቼ ነው ፍራንኩን የምትቆጥረው?» አለው እሁድ ዕለት ከናስር ሻይ ቤት በርከት ብለው ከፈጠነ ጋር አብረው ከተቀመጡት ጓደኞቹ መሐል አንደኛው፡፡

«የሚመጣው እሁድ!» ሲል መለሰለት ፈጠነ፡፡

«ውሸትክን ነው። ስንት ጊዜ እቆጥረዋለሁ ስትል እስከ ዛሬ መች እንደኛ ቆጥረኸው ታውቃለህ?» አለው ደግሞ ሌላው፡፡

«እእናንተ ምን አገባችሁ!»

«ስላልቆጠርከው የሚወልድልህ መሰለህ?» ሲል ፈጠነን ለማብሸቅ ሦስተኛው ጨመረበት፡፡

«እስከ ቅዱስ ዮሐንስ ድረስ አልቆጥረውም፡፡ እስከዚያ አንድ ሱሪና ሸራ ጫማ የምገዛበት ገንዘብ ይጠራቀምልኛል፡፡»

«እኔ ክርስትና አባቴ ለቅዱስ ዮሐንስ ልብስ እገዛልሃለሁ ብሎኛል!» ሲል ፈጠነን ለማስቀናት የመጀመሪያው ተናገረ፡፡ እንደዚያ እያሉ ሲበሻሸቁ አንዱ ሌላውን ለማስቀናት መላ ሲፈጥር ቆዩና ፈጠነ ልብሱን ማጠብ ስለነበረበት ከመሐላቸው ተነሥቶ ያሉትን ጨርቆች ሰብስቦ ወደ ፍል ውሃ ወንዝ ወረደ፡፡

ፈጠነ እሁድ እሁድ የዕረፍት ቀኑ በመሆኑ የፍል ውሃን ወንዝ ይጎበኛል፡፡ ገላውንና ልብሱን ከናስር ሻይ ቤት ጎን ካለው ኪዮስክ ባምስት ሳንቲም

የገዛውን ሞራ ሣሙና ይይዝና በፍል ውሃ ወንዝ የሰንበት ተረኞች ከሆኑ ጭቁን ልብስ አጣቢዎችና ታጣቢዎች አንዱ ይሆናል:: ገንዘብ እየተከፈለ ሰው ከታጠበበት በኋላ በሚለቀቀው እድፍና ጭቅቅት በሚንሳፈፍበት፣ ያካባቢውን ቆሻሻና ሌላም እየጠራረገ በሚመጣው የወንዝ ውሃ በሰንበት ቀንም ቢሆን አጣቢው ለቁጥር ይታክታል:: ሴቱ፣ ወንዱ፣ አሮጊት፣ ሽማግሌውና ሕፃኑ ሳይቀር እዚያው ልብሱን አጥቦ ከወንዙ ዳር ባለው ጨፌ አድርቆ፣ ራሱም ታጥቦ፣ ያጠበውን ለብሶ ወደመጣበት ከሚመለሰውና ሌላ መቀየሪያ ከሌለው አጣቢ መሐል ሕፃናቱም ይገኙበታል:: ከእነኚህ መሐል አንዱ ፈጠነ ነው:: እንደ ጋራዥ ሠራተኛ ቱታ የሌሊት ልብስና የሰንበት መዘነጫ የሚጠቀምበት አንድ ልብሱ ታጥቦ እስኪደርቅለት ድረስ ሀፍረተ ሥጋውን በካሊሙ ይሸፍናል:: ካሊሙን ደግሞ በተራው አንጨፍጭፎ ያሰጣና እስኪደርቅለት ድረስ እሱም እዚያው ፍል ውሃ ከመንገዱ ዳር ካለው የልብስ ማስጪያ ጨፌ ላይ ይሰጣል::

ፈጠነ ልብሱ እስኪደርቅለት ገላውን ከወንዙ ገብቶ ከታጠበ በኋላ በካሊሙ ተጠቅልሎ ፀሐይ ሲሞቅ እንደርሱ ልብሳቸው እስኪ ደርቅላቸው ድረስ ፀሐይ የሚሞቁ ልጆች ከፈጠነ ፈንጠር ብለው ተቀምጠው አገኛቸው:: የፈጠነ በግሪስና በተቃጠለ ዘይት መልኩን የለወጠ ልብሱን አውልቆ ማጠብ ሲጀምር እነርሱም ካጠገቡ ሆነው የየራሳቸውን ልብስ ሲያጥቡ ደህና ተያይተዋል::

«ጋራዥ ነው የምትሠራው?» ሲል አንደኛው ልጅ ፈጠነን ጠየቀው::

«አዎን!»

«መኪና መንዳት ትችላለህ?» አለና ሌላው ልጅ ደግሞ ጥያቄ አቀረበለት:: ስለ መኪና መንዳት ጉዳይ ከእነርሱ የተሻለ ሐሳብ እንዳለውና በዕድሜው ከእነርሱ ትንሽ ከፍ እንደሚል ተሰማውና ልጆቹ ባቀረቡለት ጥያቄ ፈጠነ ፈገግ አለ::

«ምነው ትስቃለህ? መኪና መንዳት አትችልም እንዴ?» ሲል ሌላው ልጅ ተደርቦ ጠየቀው::

«አልችልም!»

«እንዴት አትችልም? እኔ እንደ አንተ ጋራዥ ብሠራ መኪና መንዳት እችል ነበር!» በማለት ሦስተኛው ልጅ ጨመረበት::

ፈጠነ መልስም አልሰጣቸው:: የመጀመሪያው ልጅ « እኔ እኮ መኪና መንዳት እችላለሁ!» አለና ተናገረ::

«ሂድ ውሸታም! ምን ትዋሻለህ!» አለና ሌላው ሊያሳፍረው ሞከረ::

«እኛ ቤት ፊት ለፊት የቆመው መኪና ውስጥ ገብቼ:: መሪዋን ይዤ እንዲህ ሳደርገው፣ ስጠመዝዘው ስንት ቀን አይተኸኝ የለም?» ሲል ከቤቱ በራፍ ወላልቆ ከቆመ ዘመን የሌለውን፣ በውስጡ ሳር ያበቀለበትንና ከመሪው በስተቀር ሌላ ምንም የሌለውን የተንኮታኮተ የኢጣልያን ቶፖሊኖ እንዴት እንደነዳ እጁንና እግሩን ጭምር እያንቀሳቀሰ በስሜት አወራ:: ፈጠነ ግን ጠጠር ቢጤ ከመሬት እያነሣ ወደ ፍል ውሃ ወንዝ እየወረወረና ቀስ እያለ የሚፈሰው የወንዝ ውሃ አዙሪት እየፈጠረ መልሶ ግጥም ሲል እየተመለከተ ያዳምጥ እንጂ. መኪና መንዳት ማለት ካጠገቡ የተቀመጡትና ከሱም በዕድሜ የሚያንሱት ልጆች ከተናገሩት የተለየ መሆኑን ስለሚያውቅ ተኩራራባቸው:: በውይይቱና ክርክሩ እሱም ገባበት:: የተሟሟቀ የመኪና መንዳት ችሎታ የሚጠይቀውን ምላሽ መስጠት ቀጠለ:: ክርክሩ ተፈፈመ:: በመሐሉ ሌላ ጨዋታ ለመጀመር አልተቻለም:: ፈጠነ ክርክሩ ሰልችቶት ካሊሙን በሰውነቱ ላይ አስተካክሎ ወዳሰጣው ልብሱ ዞር ቢል ከቦታው አላገኘውም::

«ወይኔ ልብሴ!» ብሎ ጩኸ:: ሌሎችም ልጆች ደንግጠው ልብሳቸውን ወዳሰጡበት ቀና ቢሉ የእነርሱም ልብስ እንዲሁ ከነበረበት አልተገኘ ም:: ጩኸትና ለቅሶ ነገሠ:: ከብሽቀት የተነሣ ፊቱን ከሰል አስመስሎ በካሊሙ እንደተጠቀለለ ልብሱን ካሰጣበት ጨፌ ቆሞ ቀረ:: እንደቀሩት ልጆች ዕንባ አይውረደው እንጂ በውስጡ ምርር ብሎ አልቅሷል:: ወዲያው ባካባቢው ልብስ የሚያጥቡ ሰዎች ልብሳቸው ከተሰጣበት ተሰርቆባቸው ወደሚያለቅሱት ልጆች ተጠግተው ያባብሉ ጀመር:: ከፈጠነ በስተቀር የቀሩት ልጆች ኃፍረተ ሥጋቸውን እንኳ የሚሸፍኑበት አልነበራቸውም:: ልጆቹ ግን ዝም አላሉም:: የባሰ ዕልህ ያዛቸው:: ዕርቃነ ሥጋቸውን ወደ ቤታቸው እየሮጡ ለመሄድ ዕንባቸውን ከሚጠራርጉላቸው ሰዎች ተመናጨቁ::

ፈጠነም ካሊሙን በዕራቁት ገላው ላይ ሸፍኖ እሱም ወደ መሿለኪያ የሚወስደውን መንገድ ተያያዘው:: ናስር ሻይ ቤት እንደ ደረሰ የደረሰበትን ለጠየቁት ሁሉ ተነገረ:: ለቅዱስ ዩሐንስ አዲስ ልብስ ለመግዛት ሳንቲም ያጠራቀመበትን የእንጨት ባንክ መስበር ግድ

ሆነበት፡፡ ከእሁድ እስከ እሁድ አሮጌ ልብስ ከሚሸጥበት «ባግዳድ» በመባል ከሚታወቀው ጨርቆስ አንድ አሮጌ ሱሪና ሸሚዝ ለመግዛት የሚበቃ ያህል ተጠራቅሞለት እንደሆነ ናስር ቆጥሮ አረጋገጠለት፡፡ ወዲያው «አንተ ልጅ ነህ ብለው ያጭበርብሩሃል፡፡ እኔ ገዝቼልህ መጣሁ፣ አንተ ከዚሁ ቆይ!» አለና ከጨርቆስ አሮጌ ጨርቅ ተራ በርካሽ ሊገዛለት የሻይ ቤት እንግዱን ትቶ ሀቀኛው ናስር ከሻይ ቤቱ በስተቀኝ ወጥቶ ወደ ጨርቆስ ሄደ፡፡

ምዕራፍ ሦስት

ቀጭን ፈታይ ብናኝ የሚበዛበትና እንጹሕ ዓየር የሌለበት እጅግ የታፈነ አካባቢ ነው፡፡ ባፍና አፍንጫ ላይ ለመከላከያ የሚሆን ጨንበል የፋብሪካው ባለሃብቶች ገዝተው ለሠራተኛው ለማደል ግዴታ የለብንም ባዮች ናቸው፡፡ ብናኝ መጠጣት፣ መታፈንና መሳል በዚህ ቀጭን ፈታይ መኪና ላይ የሚሠሩት ሁሉ የተዳረጉበት ስለሆነ ሙሉነሽም ብናኝ እንደጠጣች፣ እንደታፈነችና እንደሳለች አመድ የተነፋባት መስላ ትውልበታለች፡፡ እንጹሕ ዓየር የማግኘት ችግር በፈትል ክፍል ብቻ ሳይሆን በሽማኔም ክፍል ያለ ከፍተኛ ችግር ነው፡፡

ወፍራም ፈታይ የሚያጠነጥነው ቀሰም ሲሞላ፣ ይመጡና ቀሰሙን አውልቀው በጋሪ ይጭኑና ባዶ ቀሰም ወፍራም ፈታይ ላይ ተክለው ፈትሉን ቀሰሙ ላይ አያይዘው ጋሪያቸውን እየገፉ በወፍራም ፈታይ ወደ ቀጭን ፈታይ ለመሄድ አሥር የሚሆኑ፣ ብናኝ ያለበሳቸው አመድ የተነፋባቸው የሚመስሉት ሴቶች ብቅ አሉ፡፡

«ኡፍ እቴ! ቁም ስቅል ማየት! ... አይ እንጀራ! ... ኧረ ባይበላ አፈር ይበላ!» አለች አንዷ ከወፍራም ፈታይ ጋሪውን እየገፋች ከመጣችው መሐል የወፍራም ፈትል ቀሰም የሞላችባቸውን የክርታስ በርሜሎች ከጋሪው ላይ እንደቀሩት ጓደኞቿ እያወረደች፡፡

«ኧረ ያንቺ ይሻላል! ቀላል ነው፡፡ ጋሪ መግፋት መመለስ ለእኔ ባረገው፡፡ መንቀሳቀሱ መች እዚህ ተገኘና! ቀኑን ሙሉ ተገትሬ የቆምኩበት እግሬን ብታይ የእኔ አይደለም፡፡ ከአሁን አሁን አንድ ክር ተበጠሰ ብዬ ያፈጠጥኩበት ዓይኔ፣ ከማንባቱ ውስጡን እየወጋኝ ተቸግሬልሻለሁ፡፡ የወገቤማ ነገር ምን ብዬ ልንገርሽ! ብጥስ እኮ ነው ያለልሽ!» ስትል ቀጭን ፈታይ ላይ የምትሠራው ሴት መለሰች፡፡

«ኧረ ብናኙም ያስመርራል፡፡ እኔንም ለክፉ በሽታ ሳይዳርገኝም አይቀር ብዬ እንደሰጋሁ ነው፡፡ እፍን እኮ ነው! የሚያደርገኝ፡፡ ዓየር የት ባገኘሁ? ነው የሚያሰኝ፡፡ ወደዚያ ወደበሩ ሄጄ አልናፈስ ነገር፣ የኛን ካቦ እትዬ እልፍነሽን እንዳላስወቅስ እፈራለሁ፡፡ ያ የሳቸው አለቃ ማድባቱን ያውቅበታል፡፡ ያየኝ እንደሆነ መች ሃዘኔታ አለው መሰለሽ? እትዬ እልፍነሽ አዛኝ ናቸው፡፡ ያ ግን ክፉ ሰው ነው፡፡ እንኳን እንፋስ

ፍሊጋ ወደ በር ሄጄ ይቅርና 160 ቀሰም በዓይን መጠበቁ ድክም እያለኝ አንዱን ክር ቀጥዬ ወደ ሌላው ስጣደፍ ሞተሩ ብዙ ሰዓት የቆመ እየመሰለው ሥራ ተበደለ ብሎ ሊከሰኝ ምን ይቀረው መሰለሽ!» አለች ሌላዋ የቀጭን ፈታይ ሠራተኛ፡፡

ሙሉነሽ ክሩ ሲበጠስ ለመቀጠል፣ ቀሰሙ ሲሞላ ለመቀየር ባይኗ እየጠበቀች አዳመጠቻቸው፡፡

«እንዴ! ደሞ! መቶ ስድሳ ቀሰም ላይ የሚጠነጠን ክር አንዱ ብቻ አሥር ጊዜ ይበጠሳልና አንዱን ቀጥዬ ወዳንዱ ስል በራሱ አውቆ የሚቆመው ሞተር ለምን እንደቆመ አይቀርም፡፡ ሲደክመኝ ሳልጣደፍ ቀስ ብዬ እቀጥለዋለሁ፡፡ እስቲ ሥራ ተበደለ ብሎ የሚናገረኝ ሰው ይምጣ ዝም አልለውም! እንዴ! ... ሆ...! እስከዚህ ድረስ፣ ሰው ነኝ እእንጂ ሞተር አይደለሁ!» ስትል ቆጣ ቆጣ፣ ቸኮል ቸኮል እያለች የሚመስላትን ተናገረች፡፡

«አዬ ልጄ! የልጅነት ነገር ሆኖብሽ ነው! እንኳንስ የልባችንን ተናግረን እንዳደረጉን ሆነን እህል ውሃችን በረዘመ! አንቺን አባሮ ሌላዋን ለመቅጠር ምክንያት የማያጡ፣ ይህንን ያህል መናገርማ የት ባደረሰ!» በማለት ባዶ ክርታስ በርሜላቸውን ጋሪያቸው ላይ ጭነው ወደ ወፍራም ፈታይ ለመመለስ ጋሪያቸውን ከሚገፉት መሐል አንዷ መለሰችላት፡፡

ሙሉነሽ ክሩ ቶሎ ቶሎ እየተበጠሰ፣ እሷም ወዲያው ወዲያው ስትቀጥለውና አንድ ክር ሲበጠስ ቀጥ የሚለውን ሞተር ስታስነሳው እንደገና ሲበጠስ መልሳ ስትቀጥል ትዕግሥቷ እልቅ አለባት፡፡

«ምናባቱንስና አሁንስ!» ስትል ጮክ ብላ ተናገረች፡፡

«ምን ሆንሽ ሙሉነሽ?» አለቻት ካጠገቧ ሌላው መኪና ላይ የምትሠራው አሚና፡፡

«አሥር ጊዜ እየተበጠሰ ቢያስቸግረኝ ተናድጄ ነው!»

«መልሰሽ መቀጠል ነው እእንጂ! መቼስ ምን ታደርጊያለሽ?»

«እሱማ ወድጄ ነው፣ የግዴን ነው እእንጂ!»

ከወዲያ ማዶ ባለው መኪና ላይ የሚሠራው ወንድ ልጅ መሳል ጀመረ፡፡ ደጋግሞ ያሳለው ታሪኩ የሚባለውን ልጅ ነው፡፡ ላቡን

በካናቴራው ሲጠርግ፣ አክ ቢል መልሶ ጥቀርሻ በመሰለው ካናቴራው ሲናፈጥ፣ መልሶ ሲያስለው ሙሉነሽ ዞር ብላ አይታው እስክትመለስ ድረስ ክሮቹ ተበጥሰው አገኘች:: እነርሱን ቀጥላ ሞተሩን ስታስነሣ ሌላዋ ካጠገቧ የምትሠራዋ ሴት ልጅ ደግሞ እንዲሁ ማሳል፣ ማስነጠስ፣ መልሳ መሳል፣ መናፈጥና ላብ መጥረግ ጀመረች:: ለካስ ጋዲሴ ነች:: የእሷ ደግሞ ከታሪኩም የባሰ ሆነ:: ቀጭን ፈታይ አካባቢ ያለው የብናኝ ብዛትና ወበቅ የፈጠረው ሁኔታ ሙሉነሽን አሳሰባት:: የታሪኩ እንደዚያ ማሳልና ማስነጠስ፣ አክ! ማለት፣ ላብ ማስመጥ ሲገርማት ካጠገቧ ቀጭን ፈታይ ላይ አብራት የምትሰራው ጋዲሴ እንዴት እንደሚያደርጋት ስታይ ተጨነቀች::

«ሆሆ እናትዬ! የእኔንም እናት እንዲህ ማሳል ጀምሯት በኋላ አስምና ሳንባ ነው ብለዋት በመጨረሻም ለሞት ያበቃት ይኸው እንደትክትክ የጀመራት አስም ነው ሲባል እኮ ሰምቻለሁ!» አለች ሙሉነሽ::

«አስምና ሳንባ የሚበዛው የት መሰለሽ ሙሉነሽ? ስንቶቹ በዚህ በሽታ እየተለከፉ መሰለሽ እዚሁ ኢንዶ ሲሠሩ! መደባለቂያ ብትይ፣ ማባዘቻ ብትይ፣ አመልማሎ ፈታይ ብትይ፣ ወፍራም ፈታይ ብትይ በእነዚህ ሁሉ ላይ ከሚሠሩት መሃል በሳል ያልተለከፈ ያለ እንዳይመስልሽ:: ሳንባ ነው ያልተባለ ብትፈልጊ በቁጥር አታገኝም!» ስትል መለሰችላት አሚና፣ የሞላውን ቀሰም አውልቃ በሌላ ቀሰም አስገባችና ፈትሉን በቀሰሙ ላይ እያይዛ ሞተሩን እያስነሣች::

በሰውነታቸው ክሳት የሚቀራረቡት ታሪኩና ጋዲሴ ማሳል፣ ማስነጠስና አክ ማለት አልተዋቸውም:: እንደዚያ እየሆኑ፣ ተገትረው ቆመው ዓይኖቻቸውን በ160 ማጠንጠኛዎች ላይ እንደተከሉ የቀጭን ፈታይ የሴት ካቦ እልፍነሽ ወደ እነርሱ ቀረበች:: በአገልግሎትና በመሳሰሉት አሠሪዎች የሴቶች ካቦ ይሾማሉ:: የሴቶቹ ካቦ የበላይ ሁልጊዜ ወንድ ካቦ ይሁን እእንጂ እነኚህም መጠነኛ ሥልጣን አላቸው:: ለአሠሪው ወገንም ሆነ ለሠራተኛው የሚያደሉ ከመሐላቸው አይጠፉም:: የሚያሳብቁ፣ የሚያስቀጡና ሠራተኛ ከሥራ እንዲባረር የሚያደርጉ እንዳሉ ሁሉ ለሠራተኛው የሚያዝኑ፣ የሚቆረቆሩና ወገናዊነታቸውን ባመቻቸው ሁሉ የሚገልጹም አሉባቸው:: በወንድ ካቦዎችም በሴት ካቦዎችም ያለ ባሕርይ ነው::

«ሰማህ! ሰማሽ!» አለችና ጠራቻቸው ካቦዋ « እስቲ ትንሽ እንጹሕ ዓየር ይምታችሁና ተንፍሳችሁ ብትመለሱ:: ምናልባት ሳሉ

ያልፍላችሁ ይሆናል:: ግን ከዚያ ከበሩ እንዳታልፉ፣ አለቃዬ ካያችሁ የሚቀጣው እኔን ነው::» ስትል ታሪኩንና ጋዲሴን ጠርታ ነገረቻቸው::

እልፍነሽ በቅርቡ ነው ካቦ የሆነችው:: ከዚያ በፊት እሷም እንደ እነርሱ ቀጭን ፈታይ ላይ ትሠራ ነበር:: አገልግሎቷ የረጅም ጊዜ ስለሆነ ነው ካቦ የሆነችው:: የሠራተኞቹ ማህበር መሪ ሲማ ደህና ይግባባታል:: አሠሪዎች እንድታሳብቅላቸው ከሾሚት የወፍራም ፈታይ ካቦ ይህችኛዋ ለሠራተኛው ታዝናለች:: ዕድሜዋ ከፍ ያለ ገና ለአቅመ ሄዋን ከመድረሷ በፊት ጀምሮ ኢንዶ ተቀጥራ የሠራችና፣ በሠራተኛውና በአሠሪው መሐል ያለውን አለመግባባት ደህና አድርጋ የተመለከተችና፣ ብዙ ነገሮች ያየች ስለሆነች ካቦ መሆኗ የጠቀመው ሠራተኛውን ነው::

ጋዲሴና ታሪኩ እንጹሕ ዓየር ተቀብለውና ትንሽ ተናፍሰው ተመለሱ:: የጋዲሴ ሁኔታ ግን እየባሰ ሄደ:: ብዙም ሳይቆዩ ዝልፍልፍ ብላ ከመሬት ተዘረረች:: መጮህና ማቃሰት ጀመረች:: ጋዲሴ ላብ አጥምቋታል:: «ኣ! ኣ! ኣ! ... » እያለች እዚያው ተዝለፍልፋ ከወደቀችበት እያቃሰተች ትጮሃለች:: ዕንባዋ ከመቅፅበት ባይኗ ጥግ ጥግ መውረድ ጀምሯል:: ሙሉነሽ የምትሠራው ካጠገቧ ስለነበር ቶሎ ደርሳ ከመሬት በእቅፏ ልታነሣት ብትሞክር አልሆነላትም:: እንደተዘረጋች መጮህ፣ ዕንባዋ መፍሰስ፣ ላቧ መንቆርቆር ብቻ ሆነ የጋዲሴ ነገር:: ካቦዎች እየተጠራሩ ቀረቧት:: ወዲያው ወሳንሳ ይዘው የደረሱት የፋብሪካው የመጀመሪያ ዕርዳታ መስጫ ሰዎች አንስተው ወሰዷት:: ለካስ ወደ በሩ አካባቢ ቀዝቃዛ ዓየር ለመቀበል ተፈቅዶላት ወጣ ስትል ብርድ ከወገቧ በላይ በሆነው ሰውነቷ ላይ በሰያፍ መቷት ውጋት ቀስፎ ይዟት ኖሯል::

ሙሉነሽ የሥራ ጓደኛዋ ጋዲሴ እንዴት እንደሆነች አየች:: የእሷም ዕንባ በዓይኗ ላይ ቅርር ብሎ ፍዝዝ ብላ ቀረች::

«ወደ ሥራሽ ተመለሺ፣ ምን ፈዞ ያስቀርሻል!» ሲል የሴት ካቦዋ እልፍነሽ አለቃ ሙሉነሽን ተቆጣት::

ፊቷን አጠቆረችበት::

«ምን ፊትሽን ታጠቁርቢኛለሽ! ደሞ ይቺ ከየት የመጣች ነች?»

«እንዴ ሰው ለጓደኛው ላያዝን ነው እንዴ? አትተዛዘኑ የሚል ደንብ ስቀጠር የነገረኝ የለም:: ደሞኮ ከዚህ ሁሉ ሰው የተለየ ምን ስሆን

አዩኝ?» አለችውና የምትሠራበት መኪና ላይ ያለውን ቀሰም ልትቀይር ወደዚያ አመራች። እሷ እንደሆን ከመሰላት ማንንም የምትፈራ አይደለችም። የካቦ ግልምጫና ማስፈራሪያ፣ ከዚያም አልፎ አለንጋና የደመወዝ መቆረጥ ለሙሉነሽ አዲስ አይደሉም። በአቶ በለጠ የሥጋጃ ፋብሪካ የደረሰባትንም አትዘነጋውም፣ ሩቅም አይደል ጊዜው። ካቦው በሙሉነሽ ላይ ዝቶባት ሄደ።

ጋዲሴ ከሩብ ሰዓት በኋላ ወደ ሥራዋ ተመለሰች። እንዳቃሰተች መጣች። «ውጋት አልተወኝም ትላለች። በቀኝ ጡቴ በኩል ቀሥፎ እንደያዘኝ ነው ትላለች። ላላስተነፍስ ብሎኛል» እያለች ድምጿ ቁርጥ ቁርጥ እያለ ትናገራለች። አልፎ አልፎ «ኣ!... ኣ!... » ትላለች። ያችን ግማሽ ሰዓት እንኳ ዕረፍት እንድታደርግ የፈቀደላት የለም። ሙሉነሽ «ፈቃድም አልሰጡሽ?» ስትላት የመለሰችላት ጭንቅላቷን በመወዝወዝ እእንጂ፣ ቃል አውጥታ መናገር አቅቷታል። እያቃሰተች እጆቿን ወደሚወጋት የሰውነቷ ክፍል አስጠግታ፣ ወደ ላይ ይዛ የምትሠራበት ቀጭን ፈታይ መኪና ወዳለበት ደረሰች። ክሩ ተበጥሶ እንደቆመ ነው። እንደምንም አንዱን ክር ቀጥላ ሞተሩን አስነሣች። ሌላው ቀሰም ላይ ያለው ክር ወዲያው ተበጠሰ። መቀጠሉንም ትታው ዕዝን ብላ ከቆመችበት ቀረች። ዕንባዋ በዐይኗ ጥግ ዱብ ዱብ አለ።

የኢንዶ ሰዓት ልክ በሰባት ሰዓት ጮኸ። ሠራኛው ለምሳ ግማሽ ሰዓት ዕረፍት አለው። ልክ በሰባት ሰዓት ተኩል ሥራ ስለሚጀመር የፋብሪካው ወዝ አደሮች ከፋብሪካው ዋና በር አጠገብ በሚገኙት የዛፍ ጥላ ሥር ሆነው ቋጥረው ያመጡት ሽሮም ይሁን እንጀራ፣ ቂጣም ይሁን ቆሎ ይቀመማምሳሉ። ከፋብሪካው በር ላይ ቂጣና ቆሎ ከሚሸጡ ሴቶች ገዝተው ባፋቸው ያደርጋሉ። ያለው የሌለውን ይጋብዛል። ከሽሮው፣ ከድቁሱ፣ ከቂጣው ከቆሎው ይዞ ወደ ሌለው ይቀርባል። ዕድሜ፣ ፆታ፣ ሃይማኖትና ዘር አይለይም መገበባዙ።

ለሙሉነሽ ምሳ ቋጥረው ኢንዶ በር ላይ ልክ በሰባት ሰዓት እመት ጌጤነሽም መጥተዋል። ሙሉነሽ እንጀራ በሽሮም ይሁን በጎመን እያቷ ያመጡላታል። ሣህን ተቀብላ ወደ ቀጭን ፈታይ ወዝ አደሮች ሄደች። ወንድና ሴት ልጅ አዋቂ አንድ ላይ ሆነው ተቃመሱት። ተመልሰው ወደ ሥራቸው የሚገቡበት ሰዓት እስኪደርስ በተለያየ የሥራ ምድብ ከሚሠሩት ጋር ተደባለቁ።

ሰዓቱ እስኪደርስ በየክፍሉና በተለያዩ መኪናዎች ላይ የሚሠሩት

ሴቶችና ወንዶች ልጆች ጨዋታ ቀጠሉ::

«አንቺም ያስልሽ ጀመር እንዴ ገና ትናንትና ገብተሽ?» ስትል አንደኛዋ ሙሉነሽ እንደማሳል ሲያደርጋት አይታ ጠየቀቻት::

«ምናለ! እንዳንቺ ወፍራም ፈታይ ላይ አይደለም እኮ ሙሉነሽ የምትሠራው! ቀጭን ፈታይ ብትፈልጊ ማን በነገረሽ ወይም ተዛውረሽ ባየሽው! የጥጡ ብናኝ እንዴት ባንድ ቀን በሽታታ እንደሚሆን:: በዚህ ላይ ወበቁ!» ስትል በሙሉነሽ ፋንታታአሚና መለሰችላት::

«አንቺ ወፍራም ፈታይ ላይ የጥጥ ብናኝ የለም ያለሽ ማነው? የት ታውቂውና? መች ሠራሽበትና ነው? እንዳህ የሚትይው? ክር ሲበጠስ መቀጠሉ የእናንተን የቀጭን ፈታዮችን ያህል መጠንጠኛው 160 ሆኖ አይብዛብን እእንጂ ብናኙ እንደሆን አያድርስ ነው:: እንኳን እኛ ጋ ቀርቶ አመልማሎ ፈታይ የሚሠሩትም እንኳ ከጥጥ ብናኝ አይድኑም!» አለች ሌላዋ ወፍራም ፈታይ ላይ የምትሠራዋ ሴት::

«የጥጥ ብናኝ የሌለውስ ድርና ማግ ማዘጋጃና ማጠናቀቂያ ክፍል ነው!» ሲል ቀጭን ፈታይ ላይ የሚሠራው ትንሹ ልጅ ታሪኩ ተናገረ:: የጓደኛውን ትከሻ እንደተደገፈ ከሴቶቹ እንግግር መሐል እሱም የበኩሉን ለማድረስ ብሎ::

«ጥራት መቆጣጠሪያስ ቢሆን ጽዳቱ ሌላ ነው:: ሽማኔ ክፍልም ቢሆን የጥጥ ብናኝ ይበዛል:: ከመደባለቂያ፣ ማባዘቻን ይዛችሁ እስከ ቀጭን ፈታይና ሽማኔ ክፍል ድረስ ያለው ችግር ሁሉም ጋ ያለ ነው:: ወፍራም ፈታዮች ዓይናችን ብትሉ እርግጥ ያምርባችኋል:: ተገትሮ በመዋሉም ቢሆን ያው እንደኛው ናችሁ!» ስትል ማባዘቻው ላይ የምትሠራው ተናገረች::

«አይ የእኔ ይብሳል ወይም ይሻላል ለማለት ሳይሆን እንዳው እኔን እንደማፈን እያደረገ ሲያስለኝ ጊዜ በጨዋታ ተነሣ እንጂ፣ የአንዳችንም ከማንኛችንም አይሻል:: እኔ ስቀጠር የእናንተን ክሳትና አንዳንዶችም ሲስሉ አይቼ ወይ ዕድሌ፣ ክርስቶስዬ እንዳው አደራህን የናቴንስ በሽታ እንዳትሰጠኝ ብዬው ነበር:: ይኸው እኔም ብዙ ሳልቆይ የሰውነቴን መክሳትና እንደሳልም ሲሞክረኝ ሳየው ጊዜ ለካስ ቀጭን ፈታይ ሆነ ወፍራም ፈታይ የሚያከሳና ለሌላ በሽታ የሚዳርግ እንጂ ለማንኛችንም የሚበጅ ነገር ኢንዶ ውስጥ እንዳልተተከለ ተሰማኝ!» ስትል ሙሉነሽ ተናገረች:: ሁሉም ዕውነትሽን ነው! ዕውነትሽን ነው!

እያሉ ከንፈራቸውን መጠጡ:: ወዲያው ሰዓት ጮኸ:: እንደተለመደው ሁሉም ፀጥ አሉ:: ወሬና ጨዋታው ተቋረጠና እየተቆጠሩ ወደ ሥራ መደባቸው ለማምራት በረድፍ ገቡ:: ሙሉነሽ ኢንዶ ከገባች ጀምሮ ሰውነቷ ከሳ ብሏል:: አንዳንዴም እንደ ደረቅ ሳል ይሞክራታል:: ብን ብን ይልባታል:: ከሁሉም የገደላት ሥጋቱ ነው:: የወለደቻት እናቷ በላይነሽ መጨረሻዋ እየታወሳት፣ ሙሉነሽ ብን ብን ባለባት ቁጥር በማይድን በሽታ የተለከፈች ይመስላታል:: ዓይኖቿም እንደተጨናበሱ፣ ወገቧ እንደተቆረጠና አንገቷ እንደጎበጠ ነው:: ውላ በገባች ቁጥር ድካሟን እንደ ሕመም እንደ አቅም ማጣት ትቆጥረዋለች:: እመት ጌጤነሽ ግን በጣም ስለሚጠነቀቁላት ሥጋቱ ባሰባት እእንጂ የጤና መታወክ ቢሆን ከሌሎች ቀደሞ እሷን የሚጥላት አይደለችም:: በተረፈ መላ የኢንዶ ወዝ አደር ከጥጥ ብናኝ የሚከላከልበት ባፍና ባፍንጫው የሚያደርገው ጨንበል፣ ዓይናቸው ከመድከምና ከመታወክ የሚከላከሉበትን ያሰበላቸው የለም:: የሕክምናም ነገር ቢሆን ከመጀመሪያ ዕርዳታ አያልፍም:: በሕመም፣ በወሊድ፣ በሀዘንም ሆነ በሌላ ፈቃድ ለማግኘት ያለው ችግር አያድርስ ነው:: ለስሙ ኢንሹራንስ አላችሁ ይባላሉ እእንጂ በሥራ ላይ የደረሰ፣ ያልደረሰ፣ ከጥንቃቄ ጉድለት፣ ከሠራተኛው ቸልተኝነት በሚል አደጋ ቢደርስ፣ አካል ቢጉደል፣ መቁሰል፣ መፈንከት ቢያጋጥም ኩባንያውን አይመለከትም ይባላል:: ለእዚህ ሁሉ ትግሉ ገና ነው:: ከዳቦ ጊዜ ጀምሮ የተደረገው ትግል ገና ነው:: አሁንም ቢሆን በኢንዶ ጨርቃ ጨርቅ ቋሚ ቅጥር የሌላቸው ወዝ አደሮች ሞልተዋል:: በዚህ ላይ አሠሪው የፈለገውን ሠራተኛ እንደፈለገው ያባርራል:: የመብት ትግሉ ተጀመረ እእንጂ ገና ብዙ ይቀረዋል:: የሠራተኛው ቅጥር በደመወዝ እንዲሆንና ውሎ አደርም ቋሚ ለማደረግ በእነ ሲማ መሪነት የተደረገው ትግል ያስገኘው ድል የመጀመሪያው ቢሆንም ወዝአደሩ በሚያምርተው ምርትም ሆነ ፋብሪካው በሚያስገኘው ትርፍ እኩል ተካፋይ በመሆን የውሳኔ መብትና ሥልጣን አግኝቶ ባለ ሙሉ ድል ለመሆን ገና ብዙ ይቀረዋል:: የመሳካቱ ነገር ሲታሰብ የሚያሰጎመጀውን ያህል ድንገት የተጨናገፈም እንደሆን ስንቱን መከራና ስቃይ ላይ እንደሚጥል ትግሉንም እንደገና ሀ ብሎ ባሠሪው ላይ ለመቀስቀስ የሚጠይቀውን ድካም ገና ካሁኑ ያሰበው የለም::

ምዕራፍ አራት

ፈጠነ ቀለም ያለቀላቸው መኪናዎች ፖሊሽ ማድረግ ሁለት እጁን፣ ሁለት ክንዱን ሲያዝለው ለማረፍ ስቱኮ አይከለክለውም:: እንዲያውም የተገኘውን ወሬ አንድ ላይ ማውራት የሚጀምሩት ያኔ ነው:: ሁለቱ ከመስማማታቸውና ከመግባባታቸው የተነሣ ፈጠነ ስቱኮን አንቱ ማለቱን ትቶታል:: ቁም ነገርም ሆነ ቀልድ ማውራት ጀምረዋል::

«ይሄ ሁሉ መኪና ስቱኮ ተደርጎ፣ ቀለም ተቀብቶ ፖሊሺንግ ተደርጎለት ለመቼ ይደርሳል ጋሼ ስቱኮ?» ሲል ሥራውን እየሠራ ክፍሌን ጠየቀው::

«እንኳን ለኛ የተመደቡልን መኪናዎች ቀርቶ ሞተርና ኤሌክትሪክ ሲስተማቸውን ለመሥራት ጊዜ የሚወስዱትም ቢሆን ቶሎ ቢደርሱ ባይደርሱ በጋራዡ ባለቤት ላይ የሚፈጥሩት ችግር የለምኮ!»

«ከደንበኞቻቸው ጋር አይጣሉም ጌቶች?»

«አይ የልጅ ነገር!» አለና ስቱኮ መልስም ሳይሰጠው ሳቅ እያለ ሥራውን ቀጠለ:: ፈጠነም የማያስፈልግ ጥያቄ የጠየቀ መሰለውና እንደማፈር ብሎ «ፖሊሽ» ማድረግ የጀመረውን መኪና በውሻ ቆዳ ማሸት ቀጠለ:: ሁለቱም ሳይነጋገሩ ሥራ ሥራቸው ላይ አተኮሩ:: ፈጠነም እንደ አቅሙ በጆሮ ግንዱ የሚንቆረቆር ላቡን እየጠረገ በስራው ላይ ተጣደፈ::

«የኦፔሉ ባለቤት መጥተዋል፣ ሥራውን ቶሎ ቶሎ የምናጣድፍላቸው እንዲመስላቸው ፈጠን እያልክ ፖሊሽ አድርግ!» ሲል ስቱኮ ወደ ፈጠነ ተጠግቶ በጆሮው ቀስ ብሎ ነግሮት ወደ ሥራው ፈጥኖ ተመለሰ:: ፈጠነ የመወልወል ፍጥነቱን ቀጥሎ አልፎ አልፎ እየተገላመጠ እሱ «ፖሊሽ» የሚያደርጋት ኦፔል መኪና ባለቤት የትኛው እንደሆኑ ለማየት ቢሞክር ምንም ሰው ባካባቢው ሳያይ ቀረ:: ወዲያው የጋራዡ ባለቤት አንድ መልከ መልካም፣ ወፈር ብሎ ዘለግ ያለና ሙሉ ሱፍ ከለበሰ ሰውዬ ጋር እያወሩ ወደ መኪናዋ አካባቢ መጡ:: ፈጠነም መገላመጥ ሥራ መፍታት እንዳይመስልበት ዞር ብሎም ሳይመለከት እንግግራቸውን ብቻ እያዳመጠ ሥራውን ቀጠለ::

«ጌታዬ ሥራ በዝቶብን ነው እንጂ ችላ ብለን አይደለም!» አለው አቶ በላይ ለመኪናው ባለቤት::

«ሦስት ወር ሊሆን እኮ ምን ቀረው? ዛሬ ነገ ስትለኝ:: አላንተ ሌላ ደንበኛ እንደማይሆልኝ የልቤን አውቀህ ነው መሰለኝ ነገ ዛሬ እያልክ ያመላለስከኝ»

«ኧረ! ለእዚህ አይደለም ጌታዬ!»

«አዬ እባክህ! አንዴ ጋራዥ የገባ መኪና ባለቤቱ ተሠርቶለት እስኪረከብ ድረስ ይመላለሳል እንጂ መልሶ ጎትቶ ሌላ ጋራዥ አይወስድ ነገር! አንተም ይህንኑ አውቀህ ቀጠሮ አክብሮ ማድረሱን ችላ እያልከው እንደምናውቃቸው የጋራዥ ባለቤቶች ሆነህ ነው መሰለኝ!»

«እባክዎ እንዲህ አይመረሩ!» አለና ድምፁን ከፍ አድርጎ አቶ በላይ ከመኪናው ባለቤት ራመድ አለና ሠራተኞቹ ወዳሉበት ዞሮ ስቱኮ እያለ ተጣራ::

«ይቺ ፈጠነ የሚሠራት ኦፔል ከ «ፖሊሽንግ» ሌላ ምን የቀራት ነገር አለ?» ሲል ስቱኮ አጠገቡ እንደደረሰ ጠየቀው::

«ምንም የቀራት ነገር የለም!» አለው ስቱኮም::

«ታዲያ መች ትደርሳለች?»

«ከነገ ወዲያ ትደርሳለች! ልጁም እንደምታየው እሷው ላይ እየሠራ ነው» ሲል ስቱኮ መለሰ:: ፈጠነ ይህ ሁሉ ሲሆን ገልመጥ ብሎ ሰዎቹን ሳይመለከት በያዘው ሥራ ላይ ይጣደፋል::

«አቶ ታደሰ! ... » ብሎ የጋራዡ ባለቤት የኦፔሏን መኪና ጌታ መናገር ሲጀምር ፈጠነ ምን አደናግጦ ፊቱን እንዲያዞር እንዳደረገው፣ ለራሱም ሳያውቀው ከጋራዡ ባለቤት ጋር የሚነጋገረውን ሰው ትክ ብሎ ቢመለከተው የወለደው አባቱ ጣቃ ነጋዴው ታደሰ መሆኑን ከመቅፅበት ታወቀው:: ሥራውን ትቶ እንደፈዘዘ እዚያው ድርቅ ብሎ ቀረ:: አቶ ታደሰም ሆነ የጋራዡ ባለቤት ወደ ፈጠነ ሳይመለከቱ እርስ በርሳቸው ሲነጋገሩ የፈጠነን ተደናግጦ እንዲያ መሆን ልብ ያለው የለም:: እንዲያው ፊትና ኋላ ሆነው መንገዳቸውን ቀጠሉ:: እሱ ግን መለስ ብሎለት የ«ፖሊሽንግ» ሥራውን ለመቀጠል አልቻለም:: ሰውነቱ ፍስስ አለ:: የመወልወያው ጨርቅ ከጁ ወደቀ:: መላ ሰውነቱ እንክትክት አለበት:: ሁለመናውን ወረረው:: ላብ ስምጥ አደረገው:: የልቡ ምታት

እያየለበት ጭው እንደ ማለት አደረገው። ብጣሽ ጨርቅ መጨበጥ ተስኖት ሰውነቱ ዝሎ መኪናውን እንደተደገፈ እያዘቀዘቀ፣ እየተንሸራተተ ወረደና ከጋራዡ የንጣፍ ድንጋይ ላይ ዘፍ አለ። እንዲህ ተዝለፍልፎ ድንገት ውድቅ ሲል ስቱኮ ተመለከተው።

«ምን ሆንክ ፈጠነ? ምን ሆንክ? አመመህ? አዞረህ? ቁርስ አልበላህም እንዴ?» ብሎ ስቱኮ ተጠግቶ ጠየቀው። «ምንም አልሆንኩ» እያለ ራሱን እየነቀነቀ መለሰለት።

«እንዴት ምንም አልሆንክ? ጠኔ ይሆን እንዴ? ምንም ሳትበላ ነው ከቤት የወጣኸው» እያለ መልሶ ጠየቀው።

ፈጠነ ለተጠየቀው መልስ ከመስጠት አቀርቅሮ ሲቀርበት ስቱኮ የፈጠነን አንገት ቀና ቢያደርገው መንታ መንታ የሚያህል ዕንባ በጉንጮቹ መሐል ሰንጥቆ ሲወርድ ተመለከተና ጭራሹን የራሱ ሰውነት ስቅጥጥ አለበት። ለጊዜው ምንም ሳይጠይቀው ስቱኮ ካጠገቡ ቆሞ ቀረ።

«ለምን አትነግረኝም ምን እንደሆንክ ፈጠነ!»

«አአአ ... ይይይ ... እኔ ... በበበ ... ልል ... ጅነቴ የሞተውን አአአ ... ባቴን የሚመስሉ ሰውዬ የእዚህ መኪና ባለቤት መሆናቸውን አይቼ ነው!» አለና እንደ ልጅ በልቡ ያለውን አውጥቶ ሳይናገር እንደ አዋቂ አስቦና አስመስሎ ዕውነተኛውን ደብቆ ከዕውነተኛው ታሪክ ጋር አመሳስሎ ነግሮት ፈጠነ መንሰቅሰቁን ቀጠለ።

አቶ ታደሰ በቀጠሮው መኪናውን ከጋራዡ ለማውጣት መጣ። ከጋራዡ ባለቤት ጋራ ቀለም የተቀባላትንና ሌላም ጥገና የተደረገላትን ኦፔል ውጭና ውስጥ ከተመለከተ በኋላ መኪናውን እየነዳ ከጋራዡ ወጥቶ ሲሄድ ፈጠነ ጀርባውን ሰጠው። ከመጨከኑ የተነሳ ያቶ ታደሰን ዓይን ለማየት ተንገሸገሸ ከራሱ ጋር ከፍተኛ ትግል እንዳደረገና ለዕድሜው የሚበዛ ውሣኔ እንደወሰደ አስታወቀበት። እንኳንስ አባቴ ብሎ ጓግቶ ዓይኑን ሊያየውና ጠጋ ማለት ሊሞክረው ቀርቶ ገና ታደሰ ከጋራዡ ሲደርስ ፈጠነ ሁለመናው በጥላቻ ተመረዘ።

«ጋሼ ስቱኮ!» አለው ፈጠነ ደከም ሲለው ዕረፍትም፣ ወሬም ፈልጎ፣ ግን የሚያወራለት ወሬ ኖሮ ሳይሆን ባፉ በመጣለት ባንዱ ጀመረና

«እኚያ በልጅነቴ የሞተውን አባቴን ይመስላሉ ብዬ ያለቀስኩት ሰውዬ ከትናንት ወዲያ መኪናቸውን ሊወስዱ የመጡ ዕለት ባያቸው እንኳን

ላለቅስ ዞር ብዬም ሳላያቸው ቀረሁ!»

«የዚያን ዕለት አልቅሰህ ወጥቶልህ ነው?»

«አዎን! የዚያን ዕለት አልቅሼ ወጥቶልኝ ነው!» አለና ፈጠነም ድምፁን አጥፍቶ ለቀለም የምትዘጋጀውን መኪና መስተዋት፣ መብራትና ፍሬቻ ቀለም ሲነፋ እንዳያገኘው በጋዜጣና በክርታስ የመሸፈኑን ሥራ ቀጠለ። ወዲያው ኮረንቲ እንደያዘው ሰው የያዘውን የመኪና መስተዋት መሸፈኛ ክርታስ ጥሎ ካለበት ድርቅ ብሎ ቀረ። ከስቱኮ ጋር የጀመረው ጨዋታና እሱም የሰጠው መልስ እንደገና ከነከነው። የተመለሰለት መልስ አንድ ምሥጢር ያዘለ መሰለውና ተጠራጠረ። «የዚያን ዕለት አልቅሰህ ወጥቶልህ ነው ሲለኝ ጋሼ ስቱኮ ምን ማለቱ ነው? ልጠይቀው ይሆን? ምን ማለትህ ነው ብዬ ወይስ ስለእኔ የሚያውቀው ነገር ይኖረው ይሆን?» እያለ ለብቻው አወጣ አወረደ። በዚያ የብረታብረት ቅጥቀጣ፣ የሞተር ድምፅና ጬኸት ቀኑን ሙሉ ነግሦ በሚውልበት ጋራዥ፣ በባለቤቱ አቶ በላይ እና ግደይ በሚባለው የጋራዥ ሠራተኛ መሃል የተፈጠረው ጠብ ሃሳቡን አቋረጠበት።

የጋራዡ ባለቤት እና ግደይ እንደ ቀጠሪና ተቀጣሪ ሳይሆን፣ እንደ ዕድሜ ዕኩዮች አንዳንድ ሲመላለሱና ግደይም የጋራዡን ባለቤት ከፍ ዝቅ አርጎ ሲሰድብ፣ ፈጠነ ከገባበት ሐሳብ፣ ከዕንቅልፉ ድንገት እንደባነነ ሰው የጌታውንና ያሸከርየውን ጠብ ወደማዳመጡ አተኮረ። የጋራዥ ሠራተኛ የተባለ ሁሉ ሥራውን አቁሞ ያዳምጥ ጀመር።

«አንተ እከካም የድሃ ልጅ! ሁለተኛ እዚህ እንዳትደርስ! ሂድ ውጣ ነው የምልህ!»

«እስከዛሬ የሠራሁብትን ደመወዜን ሳትከፍለኝ ከዚህ ግቢ አልወጣም! ደግሞ እከካም ብለህ አትስደበኝ! አንተ ሀብታሙ ትብቃናለህ!»

«አንድ ሳንቲም እኔ ላይ የለህም! ትወጣ እንደሆነ ውጣ ነው የምልህ! ምናለ እከክህን አራግፌህ ለእዚህ እንድትበቃ ባደረኩህ ትሰድበኝ ጀመር? አንተ የባለጌ ልጅ!»

«ትናንት አንተ ምን እንደነበርክ ረስተህ፣ ዛሬ ገንዘብ አፍንጫህ ድረስ ደረሰና የልብህን ያናግርሃል! ደመወዜን ካልሰጠኸኝ ከዚህ አልሄድም!»

«ዲስክስራሲያቶ!» አለና ወደ ግደይ እየተንደረደረ ሲመጣ፣ ግደይ ወደ ኋላው ሸሽት እያለ «እኮ! ዱሮስ የጣልያን አሽከር አልነበርክ? ተሳደብ

እንጂ!» ብሎ ተናግሮ ሳይጨርስ ባለቤቱ በቡጢ ሰንዝሮ ደረቱ ላይ አሳረፈበት። ግደይም መልሶ ቡጢ ቢሰነዝር ባለቤቱን ወደ ማጅራቱ ላይ ሊለው እእግዜር አወጣው። ይባስ ብሎም ግደይ ጩኸቱን አቀለጠው። አቶ በላይ እንደዚህ ተደፍሮ ባለማወቁ ሃፍረት አሸማቀቀው። ሳይወድ በግድ ስሜቱን ተቆጣጠረ። በጋራዡ የተፈጠረውም ግርግር ብዙም ሳይቆይ የውጭ ተመልካችን ሳይጋብዝ ወዲያው በረደ። አቶ በላይ የጋራዡን ዘበኛና አንድ ሁለት ጠብደል የጋራዥ ሠራተኞችን ጠርቶ ግደይን አንከብክበው ከጋራዡ ቅጽር ግቢ እንዲያስወጡት አደረገ።

የግደይና ያቶ በላይ ነገር እዚሁ ላይ ማብቃቱን የተመለከተው ሠራተኛ ወደ ሥራው ተመለሰ። የሚቀጠቅጥ ወደ ቅጥቀጣው፣ ሞተር የሚጎረጉረው ወደሚጎረጉርበት ጉድጓድ፣ ፈጠነና ስቱኮም በሥራቸው ላይ ያሉ መሰሉ። ነገር ግን ፈጠነና ስቱኮ ስለ ግደይ ወዲያውኑ ለመነጋገር ቀስቃሽ አላስፈለጋቸውም።

«አንዳንድ ጊዜ ደፍሮ እንዲህ ልክ ልኩን የሚነግርልንና ለማቅመስም የማይመለስ እንደ ግደይ ያለ ጀግና ቢኖር ጥጋቡ ትንሽ በረድ ይል ነበር!» ብሎ ስቱኮ መናገር ሲጀምር ፈጠነ የሚመልሰው ጠፋው። የጋራዥ ባለቤት ጥጋብ ብሎ ነገር ሊዋጥለት አልቻለም። ባይሆን የድሃ ጥጋብ ተብሎ ሲነገር ሰምቷል። የጌታ ጥጋብ ብሎ ነገር ሊገባው አልቻለም። ፈጠነ ከስቱኮ አፍ የሰማው የጋራዡ ባለቤት ጥጋብ የሚባል ነገር፣ የጋራዡ ሠራተኞች አስተያየት አልመሰለው አለ። ፈጠነም ቢሆን «የጋራዡ ባለቤት ቢሳደቡ አይበዛባቸውም። በዚህ ላይ ስድብ እንደሆነ አይለጠፍ የሚል ሐሳብ መጣበት። ደሞወዝ ከልክለው ግን እንከመማታት ደርሰው ይኸ ሳይበቃቸው በዘበኛና በጋራዥ ሠራተኞች ከግቢ ማባረራቸው ግን ልክ አይመስለኝም» ሲል ከራሱ ጋር አወራ። ግደይም መልሶ ለመማታት መቃጣቱ ቢያስደነግጠውም አደላለት። ይህንን ስሜቱን ግን ማንም ሳያውቅበት በሆዱ አምቆ ይዞ ሳለ ስቱኮ በድንገት በጋራዡ ባለቤት ላይ ያለውን ጥላቻ ገልጥልጥ አድርጎ ሲነግረው ፈጠነ ሰምቶ እንዳልሰማ ለመሆን ብቻ ሳይሆን ካጠገቡ ሸሽቶ ለመሄድ ከጅሎት ነበር።

«ምነው ድምፅህ ጠፋ ፈጠነ?»

«አይ እንዲሁ ነው ጋሼ ስቱኮ!»

«እንዴት እንዲሁ?»

«እንዲሁ ነው!»

«ለመሆኑ ዕድሜህ ስንት ነው?»

«አስራ ሦስት ነው መሰለኝ፣ በደንብም አላውቀው!»

«ታዲያ እንደ አስራ ሦስት ዓመት ልጅ ሁና!»

ፈጠነ ድምፁን አጠፋ፡፡

«ይህ ከጋሼ የተጣላው ልጅ!» ሲል ስቱኮ በጋራዡ ባለቤትና በግደይ መሐል ስለታየው ትርዒት ከቅድመ ታሪኩ ጀምሮ ባጭሩ ለመተረክ ሥራውን ጣል አድርጎ ጀመረለት፡፡

«እዚህ ጋራዥ ሲመጣ ካንተም ያንስ ነበር፡፡ ታዛዥ ቀልጣፋና አንዴ ያየውን የማይረሳ ልጅ ነበር፡፡ አሪፍ ሞተሪስት ለመሆን ሁለት ዓመት አልወሰደበትም፡፡ የመኪና ሞተር ሰምቶ ብልሽቱን ባንዴ ያውቀዋል፡፡ ፓምፔታ ሲገጥም፣ ብሮንዚና ሲያስተካክል ዕድሜ ልኩን ጋራዥ የሰራ ይመስላል፡፡ አምስት ዓመት እዚህ ሲሠራ በቀን ከሁለት ብር በላይ ባለቤቱ አላሰበለትም፡፡ ሌላ ቦታ እጁን ስመው ሁለት እጥፍ እንወሰድህ የሚሉት ሞልተዋል፡፡ እሱም የልብ ልብ ተሰምቶት ባለቤቱን ለመማታት የቃጣው በችሎታው ተማምኖ እንጂ አያደርገውም ነበር፡፡ ባጭሩ ባለቤቱንና ግደይን ያጣላቸው ዋናው ጉዳይ የደመወዝ ጥያቄ ነው፡፡ ሁላችንም ዝም ያልንበትን ጥያቄ እሱ ማንሳቱ ደግ አድርጓል፡፡»

«ጌቶችን መስደቡ ግን ደግ አላደረገም፡፡ እሳቸው እኮ ቢቆጡ ያምርባቸዋል፡፡ ባለቤትነታቸው ለመቼ ነው!»

«አይ የልጅ ነገር! ታሪኩ የሚገባህ መስሎኝ ቁም ነገሩን ሳወራልህ አንተ ጌቶችን ሰደባቸው የሚል ነገር ታመጣ? ነገ አንተም የግደይ ዕድል ቢገጥምህ እንኳን መሳደብ ልማታ ትላለህ!» ብሎ ስቱኮ ሲናገር ፈጠነ ሳቀ መጣበት፡፡ «እስከ መማታት የምትደርስበት ጊዜ ይመጣል» ሲለው ሊያስቀው ፈልጎ እንጂ፣ የምሩን የተናገረው ሳይመስለው ቀረና የተኮረኮረ ያህል መላልሶ ተንከተከተ፡፡

ስቱኮም መልሶ መላልሶ «አይ የልጅ ነገር!» እያለ የመገረም አነጋገሩን ቀጠለ፡፡

«እኔ ጌቶች ከዚህ ሂድ ቢሉኝ እግራቸው ላይ ወድቄ እለምናቸዋለሁ እንጂ፣ የት እሄዳለሁ!»

ከደቂቃ በፊት ሲስቅ የነበረው ልጅ ወዲያው ፊቱ ተለዋወጠ:: ዕውነትም መግቢያ መውደቂያ የለሽ መሆኑ ከልብ የተሰማው መሰለ:: ስቱኮ ግን ፈጠነ ምን ታስቦት ይህን እንደተናገረ አልገባውም::

«ነገ አድገሽ፣ ትልቅ ሆነሽ፣ ስትጎረምሺ፣ ጡንቻ ስታወጪ እናይሽ የለም!» አለና ቀለደበት:: ብዙም ሳይቆይ ከጋራዥ የመውጫው ሰዓት ደርሶ ተለያዩ::

ፈጠነ ከጋራዡ በ12 ሰዓት ወጥቶ ናስር ሻይ ቤት እስኪደርስ «ጌቶች አንድ ነገር አጠፋህ ብለው ቢያባርሩኝ፣ የት እደርሳለሁ?» እያለ አስቦትና ታይቶት የማያውቀው ሐሳብ ከጭንቅላቱ አልወጣ አለው:: ሌሊቱንም ቢሆን ይኸው ሐሳብና ሥጋት በቅዠት መልክ እየመጣበት ሲያባንነው አደረ:: ላንድ ሰሞን ያልተለየውና ቶሎ የማይረሳው ጭንቀት አደረበትና በክሳቱ ላይ ሌላ ተጨማሪ ክሳት አደረሰበት::

የፈጠነ ክሳት በዕድሜ እየጨመረና እያደገ የሚሄድ ልጅ የሚታይበት ዓይነት አይደለም:: የናስር ሽልጦና ሻይ ከሆዱ ጠብ ሳይል ከብረት ጋር መታገል ይጠብቀዋል:: ፈጠነ ቀርቶ ለሰውነት የሚሆን የተመጣጠነ ምግብ የሚዘጋጅለት ልጅ ካቅሙና ከዕድሜው በላይ የሆነ ሥራ ሲገጥመው ዕድገቱን ይሰብረዋል፣ ይቀጨዋል እንጂ ሰውነት እንደማይሆነው የታወቀ ነው::

ፈጠነ የናስር ሻይ ቤትን ትቶ ከበቅሎ ቤት ደጀኔ፣ ስሜነህ ዲባባና ሁነኛው ከሚባሉ ወዝ አደሮች ጋር መኖር ከጀመረ ሰንብተ:: ይሁን እንጂ፣ ከደባሎቹ ጋር አምስት ሆነው ባንድ ቤት ሲኖሩ በሰንበት ቀን ካልሆነ በስተቀር አብረው ሲወጡና ሲገቡ አይታዩም:: አንድ ቀን ከሁለቱ ደባሎቹ የፋብሪካ ወዝ አደሮች ሁነኛውና ዲባባ ጋር ሆነው ከደብረ ዘይት መንገድ ዳር ቆመው የቀሩትን ደባል ጓደኞቻቸውን ይጠብቃሉ:: ወሬያቸውን ጨርሰው ዝም ተባብለዋል::

«አይ መኪና ጎማዋ ጆኮ ይመታል! አያችሁ ሾፌሩ መሪው ላይ ካልታወቀው ጎማው ይፈናጠርና አደጋ ሊደርስበት፣ ሊገለበጥ ይችላል!» በማለት ባጠገባቸው ያለፈችውን የቤት አውቶሞቢል ለደባሎቹ እያሳየ ፈጠነ ተናገረ:: የዲያባኮ ጥጥ ፋብሪካ ወዛደሮች ስለመኪና ጉዳይ የሚያውቁት ነገር ባለመኖሩ ግራ ገብቷቸው እርስ በርሳቸው ተያዩ::

«ጆኮ ይመታል ማለት ምንድነው?» ሲል ዲባባ ፈጠነን ጠየቀው::

«ጎማው ይጫወታል ማለት ነው!»

«ታዲያ ይጫወት እንጂ!» አለና ሁነኛው ደገመ።

ፈጠነ ስለ መኪናው ጆኮ መምታት ለማስረዳት ቢሞክር፣ ቢወድቅ ቢነሣ ሊግባቡ አልቻሉም። የጀመረውን ገለፃ በምን እንደሚያስረዳቸው ቸግሮት ሳለ ሌላ የቤት መኪና ደግሞ ካጠገባቸው ደርሶ ፍሬን በድንገት ሲይዝ የተፈጠረው «ሽጥጥጥ ...» የሚል ድምፅ ሲያሰማ የፈጠነ ደባሎች ሲደናገጡ፣ የተጀመረው «የጆኮ መምታት» ጉዳይ ተረሳ። አንዲት ሴት ካስፋልቱ መሐል ገብታ በመኪናው ልትገጭ እእግዜር አወጣት። መንገደኛው ደግሞ የደንቡን ስድብ አወረደባት «ዓይን የለሽም! እያየሽ አትሄጂም! ይድፋሽ! የሰው ጎማ ለማበላሸት! ሰበብ ለመሆን!» ሲላት ፈጠነን ግን የቆረቆረው ሴትየዋን ሊገጫት የነበረው መኪና የፍሬን ሸራው የተበላ መሆኑና ምልክቱም ይህን ያህል መንሸራተቱ ነበር።

«ይህንን ያህል መንሸራተት አልነበረበትም» ሲል

«የምን መንሸራተት ደሞ አመጣህ ፈጠነ?» ሲል ከደባሎቹ አንዱ ዲባባ በመገረም ጠየቀው

«የፍሬን ሸራው ተበልቶ ነው»

«እንዴ ታዲያ እንክት ይበል እንጂ! ሴትዮይቱን እኮ ገጭቷት ነበር» ሲል ሁነኛው አከለበት

«ወየው ጉድ! ምነው ሌላ ጨዋታ ብታመጣ? ይልቁንስ እነዚህ ተከታትለው የሚሄዱትን ሸራ የለበሱ የጭነት መኪናዎች ተመልከት። የሚሄዱት እኛ ፋብሪካ ነው። አንተ የሀብታም መኪና የፍሬን ሸራ ተበላ ትላለህ! ነገ የእኔን ወገብ በልቶ የሚጨርሰው በዚህ ትሬንታ ላይ የተጫነው የጥጥ ኩንታል ነው» እያለ በዚያው መንገድ እየተግተለተሉ የሚያልፉትን ከባድ መኪናዎች እያሳየ ዲባባ ተናገረ።

«ፈጠነም እኮ ጥፋት የለውም። ሁላችን የምንመስል ኑሮአችንን ነው። በቋንቋም መግባባት ያቃተን ለእዚህ ይመስለኛል። ቢሆንም ከእኔና ከአንተ ይልቅ ፈጠነ የተሻለ ዕውቀት አለው» ሲል ሁነኛው ቀጠለበት።

«ምን ያረጋል የእጅ ሙያ ቢኖረው? የጋራዡ ባለቤት እንደ ልጃቸው ነው የሚያዩኝ፣ ይወዱኛል ሲለን ይኸው ዓመት አለፈው። ነገር ግን እንደኛው፣ እንኳን የጋራዥ ሙያ ቀርቶ ቀለም ከማንለየው ዕኩል

በቀን አንድ ብር እንጂ፣ ሙያው እንጀራ ሲሆነው አላየንም።»

ፈጠነ እንደተቆጨ ሰው አንገቱን አቀረቀረ። በጨዋታው መሐል ገብቶ እሱም የበኩሉን ከመናገር ይልቅ በእግሩ መሬቱን ደበደበ። ጨዋታው ቢቀጥልና ቢሰማው ግን አልጠላም። ሁነኛውና ዲባባ ግን አርዕስታቸውን ወደየራሳቸው ኑሮ ለውጠው ኖሮ አንድ አንድ መባባላቸውን ቀጠሉ።

«እሱስ ዕውነትክን ነው። እኔም ካባቴ ሳልሻል ይኸው አለሁ!» ሲል ሁነኛው እንደ መቆጨት ያለና ከንፈሩን እየነከሰ ተናገረ፣ መለሰለት።

«አንተስ ካባትህ ትሻላለህ። እሳቸው የሳንቲም ደመወዝ እንደ አንተ ሳያዩ የዳቦ ደመወዝተኛ ሆነው ኢንዶ እንደ ባሪያ ሲገዛቸው ኖረው አንተ ግን ቢሆንም ባይሆንም ዲያባኮ የቀጠረህ በሽልጦ ሳይሆን በሳንቲም ነው።»

«ዕድሜው እስከ ዛሬ ቢያቆየውማ የሳንቲም ደመወዘተኛነቱን መች ያጣው ነበር? ሞት ቀደመው እንጂ!»

ፈጠን በሁነኛውና በዲባባ ጨዋታ መሃል ገባ

«ታዲያ መካካሻ ይሆናቸዋል ያለህ ማነው? አባትህ ዕድሜ አግኝተው ኖረው ቢሆንና የሳንቲም ደመወዝተኛ ቢሆኑ፣ ስንት ዓመት ሙሉ በሽልጦ ለተገዙበት ካሣ እንደማይሆናቸው ዕወቅ ነው» ብሎ ሲናገር ሁነኛውና ዲባባ ደንገጥ አሉ። ትክ ብለው ተመለከቱት። ከዚያ በፊት «ከመኪና ጆኮ መምታት» እና «ከፍሬን ሽራ መበላት» ያለፈ ይህን በመሰለ ጉዳይ ሐሳብ ሲሰጥም ሆነ ሲጫወት ሰምተውት ስለማያውቁ አዲስ ነገር ሆነባቸው። ፈጠነም በራሱ አነጋገር እሱም ጭምር ግራ ተጋባ። እንዴት እንደመጣለትም አልታወቀህ አለው። ራሱን በራሱ ፈራው። የራሱ አነጋገር ምሥጢሩ ከራሱ አልፎ ደባሎቹ ላይ የፈጠረው ሁኔታ፣ ከገፃቸው የሚነበብ ሆኖ ሲያገኘው ተጨማሪ ቃል ላይተነፍስ ወሰነ። በተረፈ ግን እሱ የጀመረው የመኪና ጎማ «ጆኮ መምታት» እና «የፍሬን ሽራ መበላት» ወዴት እንደወሰዳቸው ለራሱም ገረመው።

ፈጠነ ሌላ ሐሳብ መጣበት። የሱ ሐሳብ ወደ አቶ በላይ ጋራዥ ተመለሰ። ደባሎቹ ስለዳቦ ቅጥር ያነሱት ጉዳይ ከነከነው። ወደ 1940ዎቹ አጋማሽ ገደማ በአቃቂ የሚገኘው የኢንዶ ኢትዮጵያ ጨርቃ ጨርቅ ፋብሪካ ሥራውን ሲጀምር ያካባቢውን ሕዝብ በቀን ሁለትና

ሦስት ሽልጦ ዳቦ እየሰጠ ጉልበታቸውን ይበዘብዝ እንደነበር እንደ ታሪክ ማንሳታቸው ፈጠነና እርሱን የመሳሰሉት «ግሪስ ቦዮች» ያለ ምንም ክፍያ በለማጅነት በየጋራገዡ የሚያሳልፉት ሕይወት መለስ ብሎ ታየው:: ፈረንጁ፣ የውጭው ዜጋው፣ ሀብታም የፋብሪካ ባለቤቶች እእግዜር የመረቃቸውና ሥራ ፈጥረው ህዝብ ሊጠቅሙ ወዳገር የገቡ እንጂ በቀን አንድ ዳቦ እየሰጡ የሚበዘብዙ አልመሰለውም:: በሰው ጉልበት መጠቀም የማይገዳቸው አሽከርና ገረድ በየቤታቸው እየቀጠሩና የሰውነት ክብራቸውን እያዋረዱ የሚያባረሩ፣ በሥጋ እንደወለደው አቶ ታደሰ የመሳሰለው ጨካኝ አረመኔ ደግሞ የቀጠራትን ሴት እየደፈረና ዲቃላ እያስታቀፈ የሚያባርር ይመስለው ነበር እንጂ የሠራተኛውን ጉልበት በነፃ የሚወስዱ እንደ አቶ በላይ የመሳሰሉትን የጋራዥ ባለቤቶች የሚጨምር አልመሰለውም ነበር:: ፈጠነ ብዙ ነገር በአእምሮው ተመላለሰ:: ፈረንጅ ዘንድ፣ የውጭ ሀገር ተወላጅ ባለበት ተቀጥሮ መሥራት ብዙ ደመወዝ የሚገኝበት፣ የሚከብሩበት እንጂ ሽልጦ እየተከፈለ ከድህነት ሳይወጡ ሕይወታቸው የሚያልፍበት ሕይወት መኖሩን ባለማወቁ አዲስ ነገር ያወቀ ያህል ተሰማው:: በአቶ በላይ ጋራዥ እሱና ሌሎች «ግሪስ ቦዮች» እንደ ደመወዝ ሊቆጠር በማይችል ክፍያ መሥራታቸው ብዙም የሚገርም አይደለም ሲል ራሱን ለማሳመን ሞከረ:: ይህንን በሆዱ ሲያስብ፣ የሚጠብቋቸው ሁለቱ ደባሎቻቸው ደጀኔና ስሜነህ መጥተው ተደባለቋቸውና ወደቤታቸው ተመልሰው ለሰኞ ስራቸው ደህና ተኝተው ለማደር በየሳር ፍራሻቸው ተረበረቡ ::

በማግስቱ ጥዋት ፈጠነ አቶ በላይ ጋራዥ ደርሶ በመደበኛ ስራው ላይ ደፋ ቀና ሲል ባለቤቱ የሕንፃ ተቋራጭ ይዞ ከጋራገዡ ቅጽር ግቢ ሲነጋገር ከፈጠነ ጆሮ ጥልቅ አለ:: ፈጠነ ብቻ ሳይሆን ክፍሌ ስቱኮም፤ ሶልዳቱራ በመባል የሚታወቀው ኃየልዬና ሞተሪስቱ ይርጋ እንዲሁም ሌሎችም ጆሮአቸውን ጣል አድርገዋል::

«አጥሩ ጥግ ያሉትን ድንጋዮች እባክህ ፈጠነ አነሳሳቸው!» ሲል አቶ በላይ ጠርቶ አዘዘው::

«ማናችሁ? እስቲ ሌሎቻችሁም እነኚህን ባሌስትራዎችና አሮጌ ባትሪዎች ዞር ዞር አድርጓቸው!» አለና ሌሎችንም አዘዘ::

የሕንፃ ሥራ ተቋራጮች ሜትራቸውን ይዘው በአራቱ ማዕዘን ጋራገዡ ያለበትን መሬት ለኩት:: ሁለቱ ሲለኩ ማስታወሻ የያዘው ከጆሮ ግንዱ

ላይ እርሳሱን እያነሣ ይጽፋል፤ ያባዛል፤ ያካፍላል፡፡

«እስቲ እርሶ የራሶን ሐሳብ ይንገሩን» ሲል አንደኛው አቶ በላይን ጠየቀ፡፡

«የእኔ ሐሳብማ እንጣፉ በሙሉ በብሎኬት ሆኖ ሁለት ሜትር መሠረት ተቆፍሮ ጣራው ድረስ በአርማቱራ እንዲወጣና ልክ እንደ ሠፈሪያን ጋራዥ ከተሠራ በኋላ፣ በወዲያ በኩል በሩን ይዞ ሦስት ክፍል በመደዳ በድንጋይ ጥሩ ሆኖ እንዲሠራ ሲሆን ጋራዡ አራት ጉድጓድ እንዲኖረው፤ አሁን ከምታዩት ሰፋ ሰፋ ያሉ አንድ አስራ አምስት የመኪና ማቆሚያ ከተደረገ በኋላ አጥሩም በግንብ እንዲሆን ነው» በማለት የጋራዡ ሠራተኞች እስኪሰሙት ድረስ ድምፁን ከፍ አድርጎ ሐሳብ ሰጠ፡፡

«ይህማ ከሆነ ከ50 እስከ 60 ሺህ ብር ሳያስፈልጎት አይቀርም፡፡ 800 ካሬ ሜትር በብሪክ እንጣፍ ለማንጠፍና ሁለት ሜትር ወደ መሬት ቆፍሮ በአርማቱራና በብሎኬት ማውጣቱ ራሱ ከፍተኛ ወጪ ይጠይቃል፡፡ በዚህ ላይ ገና ቢሮዎች ይሠራሉ» አለና ሁለተኛው ሕንፃ ተቋራጭ ጨመረበት፡፡

«የኛ ግምት እዚህ ድረስ ነው፡፡ ከዚያ ሊያንስም ሊበልጥም ይችላል» ብሎ ደግሞ ሦስተኛው አከለበት፡፡

«በገንዘቡ በኩል ችግር የለም፡፡ ያሰብኩት ያው ጋራዤን እንደ ሴፈሪያን ኩባኒያ ጋራዥ ዘመናዊ ለማድረግ ነው!»

የጋራዡ ሠራተኞች እርስ በርሳቸው ተያዩ፡፡ ሥራ ሥራቸውን የያዙ ይምሰሉ እንጂ የጋራዡ ባለቤትና የሕንፃ ተቋራጮች ውይይት አንዱም አላመለጣቸው፡፡ አንዱ ጆሮውን ሰክቶ ከሚያዳምጡት መሐል ስቱኮ፣ ፈጠነ ወደሚሠራበት አካባቢ የሚያልፍ መሰለና «ምናለ እኛ የቤታችን ጣሪያና ግድግዳ እየተናደ የምንደርስበት አጥተን ኑሮ ጠብ አልል ብሎን ሳይሞላልን፤ እሱ ቤት ጉልበታችንን ጨርሰን እንነባለን፡፡ እሱ ሰማይና መሬቱን ሊገነባ በ30ና 40 ሺህ ብር ይዋዋላል!» አለ፡፡

ፈጠነ መለስ ብሎ ስቱኮን ተመልክቶ የቁጭት ፈገግታ አሳየው፡፡ እንኳን ያዋቂው የልጅ ጉልበት ሳይቀር እየተበዘበዘ አርማቱራና የንጣፍ ድንጋይ፣ የሸክላ ቤትና ግንብ አጥር ሲሆን የታወቀው መሰለ፡፡ ጋራዡ እንደ አዲስ ሲሰራ፤ አጥሩ ሲታጠርና ሦስት ክፍል መደዳ ድንጋይ ቤቶች ይሠራበታል የተባለው 30ና 40 ሺህ ብር ደግሞ የፈጠነ

የ30ና 40 ሺህ የሥራ ቀን ደመወዝ ነው። ይህን ያህል የሥራ ቀን በአቶ በላይ ጋራዥ ለማሳለፍ ከተወለደበት ዕለት ጀምሮ እስከ እርጅና ዕድሜው ድረስ መሥራት ይኖርበታል። ይህም ደግሞ መብላት መጠጣት ላይኖርበት ነው። ፈጠነ ወደዚህ ስሌት እንኳ ማምራት ባያስፈልገው የደመወዙ ዝቅተኛነት ይሰማው ጀመር። ላለው የጋራዥ ሥራ ችሎታ በቀን አንድ ብር በወር 26 ብር ተመጣጣኝ ሊባል እንደማይችል አለቅጥ አመነበት።

«ጋሼ ስቱኮ!» አለው ፈጠነ ለሥራ ጉዳይ ከሞተር ሥራ አካባቢ ወደ ስቱኮና ቀለም ሥራ አካባቢ ሄደና «ያኔ ዱሮ እዚህ ጋራዥ ሥራ ስጀምር የተናገረከው ቃል ትዝ እያለኝ ነው!»

«ደግሞ ምን ነገር ተናግሬ ዛሬ በስንት ዓመቱ ትዝ አለህ?»

«ያኔ አቶ በላይ፣ ግደይ ከሚሉት ሠራኛቸው ጋር በደመወዝ ምክንያት ተጣልተው፣ ተሰዳድበው እስከ መደባበደብ ሲደርሱ እኔን ምን እንዳልከኝ ትዝ ይልሃል?»

«አንተ አስታውሰኝ እንጂ፣ እኔ አላስታውሰውም!» አለውና ስቱኮ ያንኑ የስቱኮ ሥራውን እያጣደፈ ከመኪናው ፈረፋንጎ የጀመረ በተለመደ ፍጥነት ከበሩ አካባቢ ደረሰ።

«አይ! ብቻ እኔና ጋሼ አንድ ቀን በደመወዝ ምክንያት ሳንጣላ አይቀርም!»

«ብዬህ አልነበር?»

«ታዲያ ማስታወስ ያቃተህ እኮ ይህንኑ ነው!»

«ሠራተኛው ሁሉ በሆዱ የሚያጉረመርመው ሌላ ምን ነገር ያለ መሰለህ? ይህንኑ ነው። እኔ ራሴ ወንድማማቾች ጋራዥ ደመወዝ ጨምረው እንደሚወስዱኝ አውቃለሁ። አንተም ምንም ልጅ ብትሆን በረዳት ሞተሪስትነት ሌላ ቦታ ቢያንስ በቀን ሦስት ብር የሚቀጥርህ አታጣም!» አለው ስቱኮ ፈጠነን።

ፈጠነ በቀን ብር እየተከፈለው መሥራቱን እስከ መቼ እንደሚቀበለው እያሰላሰለ ከሥራው ወደ ቤቱ፣ ከቤቱ ወደ ሥራው ሲመላለስ የወላጅ አባቱን መኪና የምትመስል ኦፔል ባጋጠመው ወይም በመንገድ ውልብ ሲል ባየው ቁጥር ልቡ ስንጥቅ እያለ ተቸገረ። አቶ ታደሰ የበላይ ጋራዥ ደንበኛነቱን ካቋረጠ ሰንብቷል። ፈጠነ ግን አባትነቱን በመሻትና ባለመሻት መሐል የያዘውን ትግል ማሸነፍ አቅቶታል።

ቢሆንም ካቶ ታደሰ ጋር እንደ አባትና ልጅ ለመተዋወቅ የነበረውን ሐሳብ ለመለወጥ ትግል ያዘ:: እንደሚያውቃቸው ልጆች «አባት አለኝ፤ እሱም ዕከሌ ነው!» ለማለት እንዳይደፍር እያደረጉትን የቂምና ጥላቻ ስሜቶች ለማሸነፍ አንድ ሃይል እንደሚገፋው ይታወቀውና መልሶ ደግሞ በወላጅ እናቱና በርሱ ላይ ለተፈጸመው ግፍና በደል ተጠያቂው ታደሰ መሆኑን ሌላ ሃይል ከፊቱ አምጥቶ ድቅን ሲያደርግበት፤ በጭንቅላቱ ሲደውልበት ታደሰን ይረግማል:: ዓይኑን አያሳየኝ ይላል:: ከራሱ ጋር ትግሉን ያፋፍማል:: የሚሸነፍ የመሰለው ገና 15ኛ ዓመቱን የያዘ ልጅ መሆኑን ይረሳና «በልጅነቱ ሞኝ የነበረ ሲያድግ ብልጥ ይሆናል ይባላል:: በልጅነቱ ብልጥ የነበረው ሲያድግ ሞኝ ይሆናል የሚባለው ሐሰት አይደለም:: እኔም በልጅነቴ ቆራጥ የነበርኩት ዛሬ ትልቅ ስሆን ምን እንዲህ አደረገኝ? በሥጋ የወለዱኝን አባቴን ምን አስፈለገኝ? የት አውቃቸዋለሁ? ከሳቸው ይልቅ ወይዘሮ አገኘሁሽ ይቀርቡኛል:: እሳቸውን መፈለግ ይቀለኛል:: ለእኔ ግን እናቴም አባቴም ደብሪቱ ነበረች:: የት ደርሳ ይሆን? እስከ አሁንማ የትም ሞታ ቀርታ ይሆናል:: ግን መቼም አልረሳትም» እያለ የታደሰን ዓይን እግዜር እንዳያሳየው ይለምነዋል:: አምላኩ ለደካማ ሥጋው ጥንካሬ እንዲሆነው ይማፀነዋል::

«ሰው እንዴት አዲሳባ ተወልዶ፤ አድጎ አንድ ዘመድ ያጣል?» ሲል ሁሉም በየሳር ፍራሻቸው ሆነው ቂጣቸውን እየገመጡ እንደተቀመጡ ስሜነህ ዲባባን አናገረው:: ለራታቸው የሚሆን ቂጣ ከጉልት ገዝቶ ለማምጣት ፈጠነ ዓይን ያዝ እንዳደረገ ወጣ ብሎ ነበር:: ፈጠነም እንደተመለሰ ስሜነህ ተቋርጦ የነበረውን ጨዋታ ከቆመበት ለመጀመር ብሎ «ኧረ እንዳው! እኔስ ግርም የሚለኝ ሰው አዲሳባ ተወልዶ አድጎ አንድ ዘመድ ያጣል?» ሲል ያንኑ ጉዳይ አነሣው:: ስሜነህ በዕድሜው ከፈጠነ ብዙ አይበልጥም:: በጠባዩ ግን ነገር የሚወድ፤ ነገር ማኘክ ስራዬ ብሎ የያዘና ከዚያም ያለፈ ተንኳሽና ጠበኛ በመሆኑ ከደባሎቹ ስምም አይደለም::

«አሁንም እኔው ላይ ነህ መሰለኝ! ምነው ሌላ ወሬ ብትለውጥ! ዘመድ የተትረፈረፋቸውስ ምን ሲያገኙ አየህና ነው? ዘመድና ዘር ሃብት ቢሆንህ ስሜነህ አንተስ ብትሆን እዚህ አዲሳባ ላብህን አንጠፍጥፈህ በድህነት ከመኖር ምን የተሻለ ነገር አገኘህ?» አለና ፈጠነም ቆጣ ብሎ መለሰለት::

«መቼም ከወላጅም ሆነ ከዘመድ መለያየው ብዙ ነው:: አንዴ

ከተራራቁ ለመገናኘትም ሆነ ለመጠያየቅ ልብ አይከጅልም። በዚህ ላይ ፈጠነ ያዲሳባ ልጅ መሆኑን ነገረን እንጂ፣ ዘመድ ይኑረው አይኑረው የነገረን ነገር የለም!» አለና ሁነኛው አከለበት።

«ሰው ያለ ዘመድ ይፈጠራል የሚል ጨዋታ ልታመጣ እንዳይሆንና እንዳታስቀን!» በማለት ሌላው የዲያባኮ ወዝ አደር ዲባባ ተቀበለ።

«ሌላ ጨዋታ የላችሁም ወይ? ዘመድ ይኑረኝ አይኑረኝ ምን አስጨነቃችሁ? ለምን ሌላ ወሬ አታመጡም?» አለ ፈጠነ ተኮሳትሮ። ድምፁን አጥፍቶ ከሳር ፍራሹ ላይ ተቀመጦ ቂጣውን ከመግመጥ በስተቀር ከንግግራቸው መሐል መግባት አለመፈለጉን የተነዘበው ሌላው ደባል ደጀኔ፤ ብዙም ሳይቆይ ሌላ ወሬ ላምጣ ብሎም ይሁን ወይም አልሰሙም ብሎ ገምቶም ይሁን «ዛሬ መርካቶ ቃጠሎ ተነሥቶ ብዙ ሱቆች መቃጠላቸውን ሰማችሁ?» ሲላቸው ከሁሉም ይልቅ ፈጠነ ተደናግጦ ከተቀመጠበት ተፈናጠረ። ሁሉም መርካቶ ምኑ ጋ? ብለው ሲጠይቁ አጥብቆ ጠያቂው ፈጠነ ሆነ።

«እኮ! መርካቶ ምኑ ጋ ነው ስልህ ለምን አትናገርም?» ሲል ፈጠነ ደግሞ ጠየቀው።

«ከሁነኛው መራ ሳይደርስ ከመንገዱ ፊት ለፊት በስተግራ ይሁን በስተቀኝ እርግጠኛ አይደለሁም፣ ወደ ውስጥ ገባ ብሎ ጣቃ ተራ ከሚባለው አካባቢ ያሉት ሱቆች ናቸው አሉ፣ የተቃጠሉት»

ፈጠነ መጨቅጨቁን ቀጠለ።

«ጣቃ ተራ ወይም ማለቴ ጣቃ ተራ ሲሉ ሰምተሃል?»

«እንደዚያ መሰለኝ! ሌላም ሊሆን ይችላል።እኔም እኮ ቅድም ወደ ቤት ልገባ ስል ሰዎች ቆመው ሲያወሩ ጆሮዬ ጥልቅ ብሎ ነው የሰማሁት። ጣቃ ተራ ይሁን ምን ይሁን ብቻ ከሁነኛው መራ ሳይደርስ፣ ከበስተቀኝ እያሉ ሲነጋገሩ ነው ጆሮዬ የገባው። ሱቆች መቃጠላቸው እርግጥ ቢሆን ነው። አንተ ምነው ጣቃ ተራ ሲባል እንዲህ ቆረቆረህ? ጣቃ ተራ ዘመድ አለህ እንዴ?»

«አይ ... የለኝም!»

«ታዲያ ለሀብታም ሱቅ መቃጠል እንዲህ ስትደነግጥ ጊዜ እኮ ነው ግራ የገባኝ!» በማለት ስሜነህ ተናገረ።

ፈጠነ በማለዳ ወደ መርካቶ ገሠገሠ:: ምን እንደገፋፋው ለራሱም ሳያውቀው በአሥራ ዘጠኝ ቁጥር አውቶቡስ ተሣፍሮ መርካቶ ደረሰ:: ድንገት ሳያስበው እግሩ ጣቃ ተራ ወሰደው:: እዚያም ሲደርስ ቃጠሎው ጣቃ ተራን በከፊል እንዳወደመው ተመለከተ:: ሌላ ጉዳይ ጣቃ ተራ ድረስ ያመጣው ይመስል ሰተት ብሎ በሥጋ የወለደው አባቱ ሱቅ ደረሰ:: የአቶ ታደሰ ሱቅ በጠዋት ተከፍቶ ደጁ ሲጠረግ፤ ውሃ ሲርከፈከፍበት፤ የጠዋት ደንበኛ ሲጠበቅ አገኘው:: ፈጠነ ምን እንዳደፋፈረው ሳያውቅ ከሱቁ ዘው ብሎ ገባ::

«ምን ነበር?» አለው አንዱ ሠራተኛ::

«ባለቤቱ የሉም?» ሲል ጠየቀ::

«በዚህ ሰዓት አይገቡም! በጠዋት መጥተው ሱቁን ከከፈቱ በኋላ ለቁርስ ቤታቸው ይመለሱና ወደ ሦስት ሰዓት ገደማ ነው የሚመለሱት!»

«ቢኖሩ መኪናቸው ከዚህ ቆሞ ታየው አልነበር?» አለና ደግሞ ሌላው ሠራተኛ ተጨምሮ ተናገረ::

ፈጠነ ከሱቁ በገባበት እግሩ ተመልሶ ወጥቶ ብዙም ሳይርቅ በረጋ መንፈስና በሰከነ ልቦና ድርጊቱን ማሰላሰለል ያዘ:: ከበቅሎ ቤት ተነስቶ ጣቃ ተራ እንዴት እንደደረሰ ሲያስተውለው በበረንዳ አዳሪነቱ ጊዜ እንኳን አድርጎት የማያውቀውንና ያላደረገውን ተንደርድሮ ካባቱ ሱቅ ዘው ማለቱ ለምን እንደሆነ መልስ ማግኘት አቅቶት እዚያው እንደተገተረ አቶ ታደሰ ሚስትና ልጆቹን በ404 ፔጆ መኪና ይዞ ከሱቁ በራፍ ከች አለ:: ከሱቁ በራፍ የቆመውን ልጅ ልብ ሳይል ወደ ውስጥ እየተቻኮለ ገባ:: ፈጠነ ከሱቁ ገና እግሩን ወጣ እንዳደረገ ካባቱ ጋር ሲያገጣጥመው ጭራሽ እግሩ ተሣሰረበት:: አላላውስ አለው:: የሚሠራው ጠፍቶት ጀርባውን ወደ ሱቁ ሰጥቶ ፊቱን ወደ ደጅ አድርጎ ቁና ቁና ከመተንፈስ በስተቀር ህሊናውን መልሶ መግዛት ተሣነው:: ዓይኑም ከፊቱ ያለውን አላይለት ብሎት እንዳፈጠጠ ለካስ በፔጆው መኪና ውስጥ ከፊት የተቀመጠቸው ያባቱ ሚስት ትመለከተው ኖሯል::

«ውይ በስመ አብ ወልድ! ያባቴ አምላክ ምነው ይህ ልጅ እንዲህ አስደነገጠኝ!» አለች ያቶ ታደሰ ሚስት:: ነገር ግን የሰማት ሰው የለም:: በመኪናው መስዋት ውስጥ አብረዋት ያሉት ላቶ ታደሰ የወለደችለት ሦስት ሕፃናትም በመኪናው መስተዋት ፊዘውና

አተኩረው የሚመለከቱት ካባታቸው ሱቅ በራፍ ላይ የቆመውን ፈጠነን ነው:: የእናታቸውን ተደናግጦ ማማተብና ስታየው ስለ ደነገጠችው ልጅ ለብቻዋ ስትናገር «ምነው እማዬ!» ብለው ጠየቋትና የሚያውቁትን ሰው ያዩ ይመስል ልጆቹ ፈዘው ቀሩ:: ድምፃቸው ለእናታቸው ጭምር ጠፋባት:: ዞር ብላ ስታያቸው ልጆቹም ከሱቁ በራፍ ቆሞ የቀረውን ልጅ አተኩረው ሲመለከቱ አገኘቻቸው:: ሴትዮዋ የባሰ ድንጋጤ ገባት:: የእሷ ዓይን አይቶ ሳይበቃ፤ አእምሮዋ ሊያመሳስል የከጀለውን ጉዳይ አምና ለመቀበል ተስኗት የምትሆነው የጠፋት አንሶ የአሥራ አንድ፤ የዘጠኝና የስምንት ዓመት ልጆቿም በፈጠነ ላይ ዓይናቸውን እንደተከሉ መቅረታቸው የበለጠ ፍርሀት ፍርሀት አላት:: የልጆቿን ስም ብትጣራም አፉቸው «አቤት!» ይበል እንጂ፣ ዓይናቸው ከፈጠነ ላይ አልተነቀለም:: ያቶ ታደሰ ሚስት ወደ ፈጠነ መለስ ስትል አቶ ታደሰ ከሱቁ ወጥቶ ወደ መኪናው ሊመጣ ሲል ከሱቁ በራፍ የቆመው ፈጠነ ወደ ባሏ ጠጋ ብሎ ማናገር ሲጀመር ስታይ ህሊናዋን እንደመሳት አደረጋትና በተቀመጠችበት ቀረች::

«ጌቶች ጤና ይስጥልኝ!» በማለት ፈጠነ አቶ ታደሰን አቁሞ ሊያነጋግረው ሲሞክር እሱ ድንገት ዞር ብሎ ሰላምታ የሰጠውን ልጅ ሲያየው ፊቱ እሳት የተቀጣጠለበት ይመስል ባንድ ጊዜ ፍም መሰለ:: ተለዋወጠ:: ከቆመበት ወደ ፊት አንድ ርምጃ መነቃነቅ አቃተው:: የሚናገረው ጠፋው:: የልጁ ማንነት ግን በትክክል ሊመጣለት አልቻለም:: ብቻ ክፉኛ አስደነገጠው:: ውሃ ሆነ:: ፈጠነ ከመቆሸሹ የተነሣ መልኩን ቀይሮ ጥቁር አፈር የመሰለ የጋራዥ ልብስ የለበሰ፣ የከሳና የጠቋቆረ ልጅ ነው:: ፀጉሩ ከማደጉም፣ አለመበጠሩና መንጨብረሩ ሌላ ነው:: አቶ ታደሰ በተወለደ በሦስት ዓመቱ የተለየውን ልጁን ከ12 አመት በኋላ፣ ደህና ለብሶ፣ ሰውነቱ ፀድቶና ተጠብቆ ቢያየው እንኳን ለድንገተኛ ግጥምጥሞሽ እእርግጥ ሊሳተው ይችላል::

አቶ ታደሰ እንደበቱ ተፍታቶለት ከድንጋጤው መለስ አለ:: የሚናገረውን ሳያውቀው የመጣለትን ለመናገር ሞከረ::

«ምንድነው የምትፈልገው? ፍራንክ ነው? የቸገረህ ነገር ምንድነው?» ሳንቲም ከሆነ እንካ!» አለና እየተርበተበተ እጁን ኪሱ ከተተ::

ፈጠነ በተራው ነፍስ ዘራ:: የሚያደርገውን ሳያውቅ ቢጀምረውም ከጀመረው በኋላ እያወቀውና የሚናገረውንም እያሰበ ቀጠለ::

«አይ ጌቶች እኔ ፍራንክ አልቸገረኝም!»

«ታዲያ ምን ጉዳይ አለህ ከእኔ? ...» እንደገና መርበትበት ጀመረው አቶ ታደሰ:: ከፊቱ የቆመው ልጅ ማንነት እየመጣለትና እየታወቀው ሄደ:: መንቀጥቀጥ ጀመረው:: በዚህ ላይ የሕግ ሚስቱና ልጆቹ ከሱና ከፊጠነ አሥር ሜትር እንኳ ርቀት የላቸውም::

«ከብዙ ዓመታት በፊት ምናልባትም ከ12 ዓመት በፊት እርሶ ቤት ግርድና ተቀጥራ ትሠራ የነበረች ደብሪቱ ስብሃት የምትባል ሴት ያስታውሱ እንደሆነ ልጠይቆት ብዬ ነው!»

«ደደደደ ...... ብሪቱ፤ ደብብብ ...... ሪቱ ስብሃት?

«አዎን:: ደብሪቱ ስብሃት»

«ትግሬ ነች?»

«እኔ ዘሯን አላውቅም:: የማውቀው እናቴ መሆኗንና አቶ ታደሰ ከሚባሉ ጣቃ ነጋዴ ቤት ግርድና ትሰራ እንደነበር ብቻ ነው»

«አላስታውስም! ... አአአ ... አላስታውስም! እንዲህ ዓይነት ሴት እኔ አላውቅም! ... አአአ ... አላውቅም ነው የምልህ! ተ...ሳስተህ እንዳይሆን?»

ታደሰ ከመንቀጥቀጡም ብሶ መላ ሰውነቱ ውሃ ሆነ:: ላብ አሰመጠው:: በገዛ ልጁ ለቀረበለት ጥያቄ የሚሰጠው መልስ ለመካድ የፈለገውን አስመስሎ መካድ እንዳቃተው አስታወቀበት:: ዘና ብሎ መመለስ ተሳነው::

«አይ! መሳሳት እንኳን አልተሳሳትኩም:: ስሟም ደብሪቱ ነበር:: አቶ ታደሰ አባትህ ናቸው፣ የወለድኩህ ከሳቸው ነው ብላ፣ በልጅነቴ ነግራኝ ስለነበረ አባቴ እርሶ እንደሆኑ ለማወቅ ብዬ ነው!»

«ውሸት ነው! ውሸት ነው! ... እንዲህ ዓይነት ሴት አላውቅም!» እያለ ታደሰ ከገዛ ልጁ ሸሸት አለ:: ቀና እያለ ከመኪናው የተቀመጠችውን ሚስቱን እየት እያደረገ ወደ መኪናው ራመድ አለ::

ፈጠነም ጠጋ አለው:: «እኔ ይህንኑ ለማወቅ እንጂ በሌላ ላስቸግሮት አይደለም:: አባቴ ከሆኑ አባትህ ነኝ እንዲሉኝ ብቻ ነው እንጂ ...» ብሎ ዕንባው ተናነቀው፣ ዱብ ዱብ እያለ እንግግሩን አላስጨርስ አለው:: ታደሰ ግን እርምጃውን አፋጥኖ ከመኪናው ደርሶ በሩን ከፍቶ ገባ::

ፔጆ 404 መኪናውን አስነስቶ ርቆ ከማይታይበት እስከሚደርስ ድረስ የፈጠነ ዓይን ሰበር አላለም:: አቶ ታደሰ ዞሮ እዚያው ተመልሶ ይመጣ ይመስል ፈጠነ እዚያው ከቆመበት ሳይነቃነቅ ድርቅ ብሎ ቀረ:: ቁርጡን ካወቀውና መንገዱን ወደመጣበት ማቅናት ከመጀመሩም በኋላም ቢሆን ጥሎት የመጣውን ያባቱ ጣቃ እንግድ ያለበትንና አባቱን ቆሞ ያነጋገረበትን ዞር እያለ ባይኑ መቃኘቱ አልቀረም::

ምዕራፍ አምስት

ቀጭን ፈታይ መኪና ላይ ጋዲሴ ጎድላለች:: ሌላ ሴት በቦታዋ ተተክታለች:: አንድ ቀን ቆይታ ጋዲሴ መጣች:: ከበር ተመለሽ ተባለች:: የሚያስገባት አጣች:: በሰያፍ የመታት ብርድ በቀኝ ጡቷ በኩል የወጋት ውጋት ላብ እያሰመጠ ትንፋሽ ቢያጥራትና አንድ ቀን አለፈቃድ ብትቀር በቦታዋ ሌላ ተቀጥሮበታል ተባለች:: ጋዲሴ ከበር ቆማ የሕንዶቹ መኪና በገባ በወጣ ቁጥር ከጎማው ላይ ወድቃ ለመለመን ብትሞክር ዘበኛው አላስደርስ አላት:: «አንቺ ሴት ከዚህ ሂጂ ነው» የምልሽ እያለ በያዘው ቆመጥ ቢያስፈራራት «ያንቺን እንጀራ ያጣሽው አንሶ የእኔንም ልታሳጨኚ ነው» እያለ ቢወርድባት ከዋናው በር ፈንጠር ብላ ከዛፎቹ መሃል ከጥላው ተጠግታ ታለቅስ ጀመር:: እስከ ሰአት ድረስ ከአንዱ በር ሌላ በር እየተንከራተተች በፀሐይ ስትንቃቃ ዋለች:: ከሰአት በኋላውንም ብትጨምር ወደ ሥራዋ አዝኖ የሚመልሳት አላገኘችም:: ሙሉነሽ ካጠገቡዋ ቀጭን ፈታይ ላይ የምትሰራዋ ጋዲሴ ከሥራ መባረሯ አበሳጫት:: በምሳም ሆነ ማታ ባስራ ሁለት ሰአት ተኩል ስትወጣ አግኝታ ያዋየቻትም ሙሉነሽ ነች:: በአቃቂ ድልድይ አድርገው በገበያው ሰንጥቀው ወደቤታቸው ሲሄዱም ጋዲሴ ውጋቱ እየተነሳ አላስተነፍስ፣ አላራምድ ሲላት ደጋግፋ ቤቷ ያደረሰቻት እሷው ነች::

ቀጭን ፈታይ መኪና ተንቀሳቀሰ:: የጥጥ ብናኝ አብሮ ተቀሰቀሰ:: መወበቅ ጀመረ:: የሁለት መኪና አንዳንድ ወገን ላይ ብቻቸውን የሚሰሩት ሴትና ትናንሽ ወንዶች ልጆች እየተጣደፉ በ160ዎቹ ማጠንጠኛዎች ላይ ቀሰሞች ሲያስገቡ፣ ወፍራሙን ፈትል በቀሰሙ ላይ ሲያያይዙ፣ የተበጠሱ ክሮችን ለመቀጠል በፍጥነት ሲንቀሳቀሱ፣ የለሰለሱ ጣቶች ካንድ ቀጭን ፈታይ ማጠንጠኛ ላይ የሞላ ቀሰም ለመቀየር ወደ ማጠንጠኛዋቹ ሲወረወሩ፣ ድንገት ሞትር ሲጠፋ ለማስነሳት ሲጣደፉ፣ የዕድሜ ልጅነት አታሏቸው እርስ በርስ መጫወቱና ማውጋቱ ትዝም አይላቸው:: ቀኑን ሙሉ እንደተገተሩ፣ አይናቸው ክሮች ላይ እንደተተከለ ድንገት ታሪኩ የሚባለው የ13 አመት ልጅ አንድ ወሬ አነሳ:: አጠገቡ የምትሰራውን ሴት ልጅ አናገራት::

«የጉልበቴ መጋጠሚያዎች ላይ በጣም ያመኛል! አንዳንዴ ልጠፍህ ብለውም እሺ አይሉኝም::»

«ቆመህ የዋልክበት ነው አንተ ብቻ አይደለህም:: የሁላችንም መጋጠሚያ መጋጠሚያችን ደህናም አይመስለኝ» አለችውና ይህችው ከጎኑ የምትሠራ ሴት የተበጠሱ ክሮችን ቀጥላ ሞተር አስነሳች::

«እኔስ የሚሰማኝ ወገቤን ነው:: አይኔም ቢሆን እንደተጨናበሰ ነው:: የጥጡ ብናኝ ይሁን ወይስ ባይኖቼ ይህንን ቀሰምና ክር ሲከተል ስለሚውል ነው መሰለኝ ውስጡን ያቃጥለኛል:: ግን ልቤ የእኔ አይደለም:: አሁንም አሁንም ሰውነቴ ፍስስ ይላል:: ትንሽ ደረጃ ልውጣ ያልኩም እንደሆነ ዘጠኝ እንደወለደች ሴት ወገቤን ካልያዝኩት ያመኛል» አለች አሚና፣ የነታሪኩ ጭውውት የእሷንም ህመም የቀሰቀሰው ይመስል:: እሷም ኢንዶ ከገባች ያፈራችው የመሰላትን፣ ጉዳት ለሙሉነሽ መንገር ጀመረች::

«እነግርሻለሁ ስል እኔም እኮ አጎንብሼ ስለምውል ነው መሰለኝ ቀና ማለቱ እየተሰማኝ በዚህ ሰሞንስ እንዳጎነበስኩ መሄድ አምጥቻለሁ:: ወገቤም ለሁለት ክፍል እያለብኝ ትንሽ ዳገትነት ያለው ቦታ ብትይ፣ ደረጃ ብትይ፣ ለመውጣት እንዴት መሰለሽ እምም የሚለኝ:: የጀማመረኝ ማሳልማ የት እንደሚያደርሰኝ እንጃ! እናቴን የገደላት የሳል በሽታ ነው ብየሽ የለ» ስትል ሙሉነሽ በኢንዶ ጨርቃ ጨርቅ ፋብሪካ ላይ ያላትን ብሶት ለአሚና ነገረች:: የሙሉነሽና የአሚናን ጨዋታ የሰማች የልጆች እናት ሴት በጨዋታቸው መሃል ገባች::

«ገና ምኑን አይታችሁ የወገብ ነገር ገና ካሁኑ አመመን ያላችሁ! አግብታችው አንድ ልጅ ከወለዳችሁ በኋላ እኔስ የምትሉትን በሰማሁ! በዚህ አይነት አምጣችሁም መውለዳችሁን እንጃ ልጆች!? የኛ የወላድ ሴቶች ችግር መቼ ሌላ መሰላችው፣ እዚህ ኢንዶ ስንት አመት እንጀራ ለማግኘት መገተሩና መጉበጡ አልበቃ ብሎ፣ መረገዙ አይቀርም:: በርግዝናው ጊዜ ያለብን ስቃይ በዚህ ላይ ምጡ፣ ያኔ ነው ሴት መሆን የሚያስጠላው:: አያስመኝም:: ከኛ ሆድ የሚወጡትም ልጆች ሰው መሆናቸው የእግዜሩ ተዐምር ተጨምሮበት ነው እንጂ፣ አንድም ቀን በህይወት የሚኖሩ አይመስሉም::»

«ውይ! እትዬ ማሚቴ ደግሞ! ምን ጉድ አመጣሽ?» አለች ሙሉነሽ::

«እኔስ እዚህ እስካለሁ ድረስ ባል አላገባም» ስትል አሚና ተቀበለች::

«እሱን እንኳን ተይው፣ የማይመስል ነገር። እኛም በዚህ እንጀራ ላይ እያለን አናደርገውም ስንል ነበር» ስትል ይችው ሁሉም እትዬ ማሚቴ የሚሏት የልጅ እናት ሴት ደግማ መለሰች።

«እኔም እኮ አርግዞ፣ ዘጠኝ ወር ድረስ እዚህ ተገትሮ መዋሉ ያለው ጭንቅ ይታየኛል። እሱስ እኮ አሚና ያለችው የሚቻል ቢሆን በኛ ኑሮ ሳይወልዱም ሳያገቡም ቢቀር ነበር የሚሻለው» አለችና ሙሉሽም አስተያየቷን ሰጠች።

«ካቦዋ መጡልሽ ሙሉነሽ» አለቻት አሚና።

«እትዬ እልፍነሽ ናቸው! ምንም አይሉ!»

«እኔስ ገና ብቅ ስትል የምታስፈራኝ ያቺ የወፍራም ፈታይ ካቦ መስላኝ» ስትል ሚልኮ ተቀበለች።

«እሷንስ እኔም ሳያት፣ እነቂያት! እነቂያት ነው የሚለኝ!» በማለት ሙሉነሽ ደገመች።

«የእትዬ እልፍነሽም የበላይ ከቦ አረሩም እኮ ሰው እንዳይመስልሽ አለች አሚናም። ከዚያም ቀጠለችና ...

«አንድ ቀን ጋዲሴ ብትታመም፣ ያለኝን ሰምተሽው የለ እንዴ ሙሉነሽ?»

«ሰምቼዋለሁ! እሱንስ ይንቀለው የሚነቅል ነገር! የክፋቱ ነገር ምነው እንደዚያች የዛሬ አመት አመልማሎ ፈታይ ላይ አደጋ ደረሰባት ከሞት የተረፈችው ሴት አይነት፣ እሱንም ከሞት ለማይመለስበት አደጋ በዳረገው የሚያስመኝ ነው የክፋቱ ነገር።።»

የቀጭን ፈታይ ሳላሞች ማሳል ጀመሩ። ከወዲህ ጥግ ያለው ወንድ ልጅ አስነጠሰው። ሙሉነሽ ተቀበለችው። አሚና ቀጠለች። የልጅ እናቷ ሴት ደ.ገግማ አሳለች። ከእሷ ወደሚቀጥለው ረድፍ ተዛመተ። በጥጥ ብናኝ አመድ የተነፋባቸው የሚመስሉት ቀጭን ፈታዮች በሳል ታፈኑ። በዚህ ላይ ወብቋቸዋል። ላባቸውን አስር አስር ጊዜ ይጠርጋሉ። በቀጭን ፈታይ አካባቢ ከዳር እስከዳር የሚታየው ትርኢት ይኸው ሆነ። ወዲያው የአደጋ ማስጠንቀቂያው የድምፅ ማጉያ ጮኸ። ቀጭን ፈታዮች ተደናገጡ። ሞተራቸው ጠፋ። መብራት ተቋረጠ። የአደጋ ማስጠንቀቂያው አሁንም ጮኸ። አንድ አደጋ እንደደረሰ ሁሉም ታወቃቸው። እንደደነገጡ እዚያው ደርቀው ቀሩ።

«ወይኔ የት ይሆን?» አለች ሙሉነሽ::

«ይኸኔ አንዱ ጋ ይሆናላ!» ሲል ትንሹ ታሪኩ መለሰላት:: «እንዳው ቀላል ባደረገው!» ስትል ሚልኮ ተቀበለች::

«ሽማኔ ክፍል ነው» ስትል አሚና ደገመች

«አይ የሽማኔ ክፍል ጉድ አያልቅ!» በማለት ሙሉነሽ ድንጋጤ በተሞላበት አነጋገር ተናገረች::

«የዛሬውስ የሚያስፈራ ይመስላል! ኧረ እንዳው ቀላል ባደረገው!» ስትል የልጅ እናቷ ሴት ማሚቴ ተቀበለች::

ከሽማኔ ክፍል የሚሰራ አንድ ሰው በወሳንሳ ወጣ:: ለካስ በኤሌክትሪክ ሃይል የሚሰራውና ጫፍና ጫፉ የሾለው የሽማ መስሪያ መወርወሪያ ከራሱ መንሸራሸሪያ ተስፈነጥሮ ወጥቶ እዚያው ከሽማ መስሪያው መኪና ላይ የሚሰራ ሌላ ወዛደር ድንገት ጎንበስ እንዳለ ከማጅራቱ አካባቢ ተሸጦበት ኖሯል:: አደጋውና በሠራተኛው ላይ ከሥራ ሁኔታው ጋር በተያየዘ መንገድ የሚደርሰው ስቃይ በዚያ አላበቃም::

«እውነትም፤ እውነትም የሽማኔ ክፍል ጉድ አያልቅም የተባለው ልክ ነው:: ሌላው ደግሞ ያውላችሁ፣ ተሸክመውት ወጡ አይታያችሁም!» እያለች ሙሉነሽ ሌላውን ጉድ አሳየቻቸው:: ይኸኛው ወዛደር ደግሞ በሽማኔ ክፍል ውስጥ ያለው ሙቀት ከሰሃራ በርሃ የሚብስ እንጂ የማያንስ ባለመሆኑ ከሙቀቱ የተነሳ ራሱን አዙሮት ከሚሰራበት የሽማ መስሪያ መኪና ስር ወድቆ ስለተገኘ ነበር:: አዙሮት ከሞተሩ ላይ የወደቀው ወዛደር በፋብሪካው ባለው ክሊኒክ የመጀመሪያ ርዳታ እንዲደረግለት እንደመውሰድ፣ ከደጅ ወጣ አድርገው ካራገቡለትና ካናፈሱት በኋላ ተመልሶ ስራውን እንዲቀጥል ነገሩት:: ወደፋብሪካው ሃኪም እንዲወስዱት ቢጠይቅ ካቦው በግልምጫ «ተመልስህ ሥራህ ቦታ ትገባለህ አትገባም? ደግሞ እንደ አዙሪት ያለ ቀላል ነገር ሰራተኛ ወደ ሃኪም እንዳትወስዱ ተብሎ በጥብቅ ተነግሮናል:: ወደሥራህ ትመለስ እንደሆነ ተመለስ!» ቢለው እሱም እንደምንም ግድግዳ እየታከከ ወደሽማኔ ክፍሉ ሄደ::

«መለሱት እኮ እእናንተዬ! ለመጀመሪያ እርዳታ ሳይወስዱት መለሱት እኮ! እዩት ግድግዳ ተደግፎ እየተንገዳገደ እኮ ነው ወደስራው የተመለሰው! አያችሁት! አቤት ጭካኔ! እንደገና ቢታመምስ» ስትል ሙሉነሽ ለስራ ባልደረቦቿ አሳየቻቸው:: ሁሉም ወደሽማኔው ክፍል

ወዛደር በሃዘኔታ ተመለከቱ::

የሽማኔ ክፍል ሙቀት ከበረሃ የሚስተካከል የሆነበት ምክንያት ጨርቁን ለመስራት ድርና ማጉ በክፍሉ ውስጥ በተተከሉት የእንፋሎት መርጫ «ቬንቲሌተሮች» አማካይነት እንፋሎት መርጨት ስላለበት ነው:: የጨርቁን ጥራት ለመጠበቅ ለድሩና ማጉ የሚያስፈልገው ሙቀት በእንፋሎት አዘሉ አየር አማካኝነት መስተካከል አለበት:: የእንፋሎት መርጫው «ቬንቲሌተር» የሽማኔ ክፍሉ ሙቀት የሚፈለገው መጠን ላይ ሲደርስ እንፋሎት መርጨቱን ያቆማል:: ይህንን የመሰለው ሙቀትና እንፋሎት አዘል አየር ቀኑን ሙሉ እንደተጠበቀ መቆየት በወዝአደሩ ላይ የሚፈጥረው ችግር አዙሮ በመጣል የሚያበቃ አይደለም:: ሰውነት አለቅጥ ይጨርሳል:: እንፋሎትና ወበቅ አዘሉ አየር በቀላሉ አስም ያሲዛል:: የሳንባ በሽታን ያስከትላል:: በዚህ ክፍል የሚሰሩት ወዝአደሮች በሙቀቱም በእንፋሎት አዘሉ አየር ሆነ በዚያ ያለው ከፍተኛ የሞተር ጩኸት የሚያደርስባቸውን የጤና መታወክ እንዲቋቋሙ የተሚላ የጥንቃቄ እርምጃም ሆነ እንክብካ ቤ እንዲያገኙ አልተደረገም:: እእግዜር እንደፈጠራቸው በዚያ ወበቅና እንፋሎት አዘል አየር እንደታመቁ ይውላሉ::

«ቀጭን ፈታይ መኪና በስንት ጣሙ! ይህንን ያህል አደጋ እኮ የለበትም» አለች አሚና፣ ይህንን ስትናገር ታሪኩ ሰምቶ ሳቀባትና ስራውን ቀጠለ::

«ምን አሳቀህ ታሪኩ?» አለችው::

«አይ! አደጋ እንደይዳርስብን ለኛ ብለው የሰሩት አስመስለሽ የተናገርሽ ስለመሰለኝ ነው» አላት::

«ለኛ አስበው ቀጭን ፈታይ አደጋ እንዳይደርስብን የሰሩት እኔም አይመስለኝም:: ግን ለምን እንደሆነ በትክክል አላውቅም:: ቢሆንም እንደ ማባዘቻው መኪና አደጋ የሚያደርስ ያለ አይመስለኝም» ስትል ሙሉነሽ ተናገረች::

«ተበጠሰለሽ» አለቻት ሚልኮ ሙሉነሽን::

«ይበጠስ ተይው! ያው እንደፈረደብኝ መቀጠሉ እንደሁ አይቀርልኝ» ስትል መለሰችላትና እጇን ወደ መኪናው ሰደደች::

እርግጥ ቀጭን ፈታይ መኪና የአደጋ መከላከያ ግርዶሽ ለወዛደሩ

ደህንነት ሲባል የተሰራለት ይመስላል:: ነገር ግን አይደለም:: ቢሆንም የሞተሩ የውስጥ ሆድቃ እንዳይታይ ግርዶሽ ተደርጎለታል:: የመኪና ማርሽ የመሳሰሉት ተንቀሳቃሽ የብረት ዘንጎች ተሸፍነዋል:: የግርዶሹ ጉዳይ ግን ለደህንነት ሳይሆን ቀጭን ፈታይ መኪና በቀሰም ላይ እያጠነጠነ ለሽማኔ ክፍል የሚያዘጋጃቸውን ክር አይነትና ጥራት ለመጠበቅ ሲባል ነው:: የቀጭን ፈታይ ሞተር ግርዶሽ የሌለው፣ ያልተሸፈነ ከሆነ የሚያቦነው የጥጥ ብናኝም ሆነ ያካባቢው አቧራ ከክሩ ጋር እየተደባለቀ ጥራቱን ያበላሻል:: ባገራችን እየገቡ የሚተከሉት የምርት መሳሪያዎች በሰራተኛው ላይ አደጋ ያስከትላሉ፣ አያስከትሉም ብሎ የሚጠይቅ መንግስት የለም:: ከሁሉም በላይ ባለስልጣኑ፣ ሃብቱንና አምራች ኢንዱስትሪ እንብረቱን ይዞ የሚመጣው የውጭ ባለንብረት የፈለገውን ያህል አትርፎ ለባለስልጣኑም እንደሚፈልጉት ለማካፈል መስማማቱንና በቀረጥም ሆነ ባገር ውስጥ ገቢ የማይጎዳበትን እንጂ የመፈብረኪያው መሳሪያ በሰራተኛው ላይ አደጋ ያመጣል አያመጣም ብሎ የሚጠይቀው የለም:: ባለሃብቱም ይህንን ስለሚያውቅ የሚፈልገውን ምርት በአይነት፣ በጥራትና በብዛት ከሌሎች ተመሳሳይ የምርት መሳሪያዎች በተሻለ ማግኘቱን እንጂ የሰራተኛው አካል መጉደልና ጤና መታወክ ጉዳዩ አይደለም:: ለሰራተኛው ደህንነት ጉዳይ እስከዚህ ከፍተኛ ግምት የሚሰጡ የምርት መሣሪያዎች አምራች ኢንዱስትሪ ባለንብረቶች መቼ? ባገራችን ብቅ ብለው እንደሚታዩ የሚያውቅ የለም:: ካ ፒታሊስቶችም ቢሆኑ ካልተገደዱ በስተቀር በዚህ በኩል ደንታም የላቸው:: አለዚያማ በዝባዥ ካፒታሊስትነታቸው ሊቀር ነው:: ለሰራተኛው ብሎ የሚያዝን ከበርቴ እስካሁን አልታየም:: ካፒታሊዝምና ስልተ ምርቱ በተፈጥሮው ለሚበዘብዘው ሰራተኛ ርህራሄ ያሳየበት ጊዜ የለም:: የደህንነቱን፣ የመብቱንና የህልውናውን ጉዳይ ሠራተኛው ራሱ የሚዋደቅለት እስካልሆነ ድረስ ባሠሪዎችና በዝባዦች ፊርሃ እግዚአብሔር ሠራተኛው ህዝብ የሚያገኘው ነገር የለም::

ከምሽቱ አስራ ሁለት ሰዓት ሲሆን ሥራ መውጫ መድረሱን የኢንዶው ሰአት በጩኸት በመተርከክ አበሰረ:: በኢንዶ ፋብሪካ ውስጥ በሥራ የደከሙት ወዛደሮች አንድ አይነት እፎይታ እንደተሰማቸውና ከቀኑ ሥራ እንደግልግል እንደቆጠሩት በገጽታቸው ተነበበ:: ጥዋት ለስራ ተቆጥረው አንገታቸውን ደፍተው ድምጻቸውን አጥፍተው በረድፍ ረድፍ ሆነው ወደምድብ ሥራቸው ሲገቡ የሚታይባቸው ዓይነት

መከፋት በፊታቸው አይታይም። ሴት፣ ወንድ፣ አዋቂና ልጅ ወዛደሮች ከሥራ በመውጫ ሰዓት ላይ ጉልበታቸው ደክሞ ሰውነታችው ቢዝልም ፈካ ለማለት ይሞክራሉ። ፈገግ ብለው እርስ በርሳቸው እያወሩና እየተጫወቱ ከፋብሪካው ወጥተው ወደየቤታቸው ለመሄድ ሲፈላለጉና ሲጠራሩ ይሰማሉ። ትናንሽ ልጃገረዶችም ሆኑ ወንዶች ልጆች ማሰሪያው እንደተፈታለት እምቦሳ እንደፈንጠዝያ ይሞክራቸዋል። ከሥራ በመውጫው ሰአት እንጣጥ፣ እንጣጥ ሲሉ ይታያሉ።

ሙሉነሽ ግንባሯ ፈካ ብላል። አረማመዷ ግን ድካም መላ ሰውነቷን ስብርብር እንዳደረገው ያስታውቅባታል። ውልግድግድ፣ ከወገቧ እጥፍጠጥፍ እንደማለት ያደርጋታል። አሚናንና አመልማሎ ፊታይ ላይ የምትሠራዋን ጓደኛዋን ሚልኮን በአይኗ ፈለገቻቸው።

«ምነው? አሚና፣ ሚልኮ? እእናንተን እኮ ነው የምጠብቀው። በጊዜ ቤታችን እንድንገባ ይልቁንስ ወንዶቹ ሳያመልጡን ከእነርሱ ጋር እየተጫወትን እንሂድ!» አለቻቸው ሙሉነሽ ጓደኞቿን አሚናንና ሚልኮን።

«እንዲያውም ጋሼ ተስፋዬ እኛውና እሳቸው ኮሚክ ናቸው። ወሬያቸው ደስ ይላል። አንዳንዴ ደስ ሲላቸው የሚያወሩት ወሬ አቤት ደስ ሲል! ይልቁንስ ሳይታወቀን ቤታችን እንድንደርስ ጋሽ ተስፋዬን እንድረስባቸው ስትል አሚና ቀጠለች።

«የቱ? ጋሼ ተስፋዬ እኛ የሽማኔ ክፍሉ?» በማለት ሚልኮ ጠየቀች።

«አዎን» ስትል መለሰችላት።

«አይ! ስራም አላጠሁ! እሳቸው ራሳቸው ሲያወሩ እንጂ አንቺ የምታወሪውን መች ያዳምጡ መሰለሽ? ጆሯቸው እኮ አይሰማም።»

«ሚልኮ ምን ነካሽ ጆሯቸው የማይሰማው መች ጋሼ ተስፋዬ ብቻ ናቸው! እነ ጋሼ ሲማስ ቢሆኑ ጮክ ብለሽ ካልተናገርሽ መች ይሰሙሻል። እዚያ ሽማኔ ክፍል ያለው የሞተር ጩኸት እኮ ነው ጆሯቸውን ያደነቆረው። ብትፈልጊ የሸማ መምቻው መወርወሪያ ባለፈ በተመለሰ ቁጥር ኳ! ኳ! ስለሚል የጆሮ ማጠንጠኛሽን እኮ ነው የሚበጥሰው። አንድ ቀን ሽማኔ ክፍል፣ ደረስ ብዬ ልምጣ ብል አይደለም እንዴ? ያ ሁሉ ሞተር ኳ! ቢልብኝ፣ ጆሮዬ ቀኑን ሙሉ ጭው እንዳለብኝ የዋልኩት። ይልቁንስ፣ ጋሽ ተስፋዬ እኛም

ባናወራላቸው ገና ሲያዩን አንድ ወሬ መጀመራችው አይቀርም::

«እኛ ምን ቸገረን እሳቸውን ብቻ እየሰማን እኛ ሳናውቀው ቤታችን እንደርሳለን» ስትል ሙሉነሽ ሚልኮንና አሚናን ለማስማማት ሞከረች::

«እባክሽ ሙሉነሽ ይልቁንስ እነዚያኞዎቹ ወንዶች ላይ እንድረስባቸው:: ጋሼ ተስፋዬ እኮ ሲራመዱ አይን የላቸውም:: በዚህ ድካም ላይ ማን ችሎ ከሳቸው እኩል ይራመዳል:: ከኋላ ኋላቸው እያልን እንደርስባቸዋለን ካላልን በስተቀር አንችላቸውም::»

«እኔ እናትዬ ቶሎ ገብቼ ውሃ ለመቅዳት አቃቂ ወንዝ መውረድ አለብኝ:: በዚህ ላይ እናቴ ታማለች:: ከስራ እንደመጣሽ ቶሎ እንድትመጪ ድስት የምትሰሪ አንቺ ነሽ ብላኛለች» በማለት ሙሉነሽ ደገመች::

ሁሉም ከሸማኔ ክፍሉ ወዛደር ተስፋዬ ጋር ከኋላው እየሮጡም ቢሆን እየተከተሉ ለመሄድ ተስማሙ:: ከድልድዩ ሳይደርስ ሮጠው ደረሱበትና እንዲሰማቸው ድምፃቸውን ከፍ አድርገው «ጋሼ ተስፋዬ» እያሉ እየተጣሩ መከተል ያዙ:: ደጋግመው ከመጥራታቸው በላይ ካጠገቡ ደርሰው ከጎን ጎኑ ፈጠን እያሉ ለመራመድ ሲሞክሩ እሱም አያቸው:: የጠበቁትን ቀልድ ግን አልጀመረላቸውም:: አለቅጥ የደከመው ይመስላል:: ዝም ብሎ መንገዱን ከመቀጠል በስተቀር ሊያወራላችም አልቻለም:: ፊቱ ከሰል መስሏል::

«ዛሬስ ጋሽ ተስፋዬ ደብሯቸዋል» አለች እንደማይሰማት ስለምታውቅ አሚና::

«አይ ምን ድብርት ብቻ! ጋሼ ተስፌዬ ዛሬስ ደክሟቸዋል:: አታዩዋቸውም አሥር ጊዜ እንቅፋት ሲያዳፈቸው! ራሳቸውን ተሸክመው መሄድ ያቃታቸው እኮ ነው የሚመስሉት!» ስትል ሙሉነሽ ተናገረች::

«እውነትም! እውነትም! እንቅፋቱን እየፈለጉ የሚመቱት እኮ ነው የሚመስሉት!» በማለት ሚልኮ አከለችበት::

እነሙሉነሽ ወዛደር ተስፋዬ እንደዚያ ድክምክም ብሎት ወትሮ ከሚራመደው ርምጃ ሃምሳ በመቶ የቀነሰ ቢሆንም የራሳቸውን ርምጃ ከሱ ጋር ማስተካከል አልቻሉም:: እነርሱም ቁና ቁና እየተነፈሱና ሮጥ

ሮጥ እያሉ ይከተሉት እንጂ ላስተዋላቸው የእነርሱ ድካም ከወዛደር ተስፋዬ የሚብስ ይመስላል:: የሱ ድካም ካገልግሎት ዘመን መርዘምና ከዕድሜ ጋር የተያያዘ በመሆኑ በዚህ ይለይ እንደሆን እንጂ የነሙሉነሽ ሚልኮና አሚና ድካም አሥርና አሥራ አንድ ሰዓት ተገትረው ከሚውሉበት የፋብሪካ ሥራ የመነጨ በመሆኑ ከወዛደር ተስፋዬ የሚለዩበት ምንም ተዐምር የለም::

ሙሉነሽ ከቤቷ ስትደርስ የኢንዶ ወዛደሮች ማህበር መሪን ከቤታቸው አገኘችው:: ሲማ ዘወትር በነሙሉነሽ ደጃፍ አልፎ ነው ወደቤቱ የሚሄደው::

«ጋሼ ሲማ የጋዲሴን ነገር እንዴት አደረጉት? እንዲህ አንድ ቀን ታማ ስለቀረች ከሥራ ወጥታ ልትቀር ማለት? እንዳው ይህማ ግፍ አይደለም እንዴ?!» አለች:: ይህን ስትናገር እመት ጌጠነሽ ከቤት ሆነው ሰምተዋት ኖሮ ድንገት ወደደጅ ብቅ አሉ

«እሱስ ዝም አላልንም:: ምን የጋዲሴ ጉዳይ ብቻ ሙሉነሽ፣ ያለፈቃድ ከሥራ ቀርታችኋል ተብለው የወጡት በሙሉ እንደገና ወደ ሥራቸው እንዲመለሱ ማድረግ ባንችል አዲስ ሠራተኛ በሚቀጠር ጊዜ ቅድሚያ ለእነርሱ እንዲሰጥና እንደ አዲስ እንዲቀጠሩ ለማድረግ እየታገለን ነው:: ይህንን ዘዴ ያሰብነው አሰሪዎቹ ያለፈቃድ ከሥራ የቀሩትን ለምን አስወጣችሁ ብላችሁ ልትጠይቁን አትችሉም ብለው ከኛ ጋር የመጋጨያ ሰበብ ለማድረግ አስበዋል ማለትን ስለሰማን ነው»

«ጋዲሴ እኮ ፊታችን ላይ ነው፣ ድንገት ውጋት ቀስፎ ይዟት ወዲያው እጥፍጥፍ ብላ ከመሃላችን ውድቅ ስትል፣ ከመሬት ብድግ አድርጌ ያነሳኋት እኮ እኔ ነኝ:: ፈቃድ ደግሞ አልሰጥሽ ቢሏት መስራት የምትችል መሰላትና እንደገና እዚያው ቀጭን ፈታይ ላይ እየሰራች ሳለ ድንገት ውድቅ አለች:: በማግስቱ ህመሙ ቢፀናባት ግድ ሆኖባት ነው የቀረችው:: ፈቃድ እየከለከሉ ከቤት ሰው ታሞ ሲቀር ከሥራ ማባረር ልክ አይደለም! አይደለም እንዴ ጋሼ ሲማ?»

እመት ገጤነሽ በመሃል ገቡ

«አቶ ሲማ ወደቤት ገባ በል እንጂ! ቅራሪ ብጤ ለውሃ ጥም የሚሆን አይጠፋም:: ከቤት ሆኖ መጫወት ይሻላል:: እንዳው ከመንገድ ዳር ማን ይስማን ብላችሁ ነው? ከቤት ሆኖ ነው መጫወት::»

«እቸኩላለሁ፣ ባለቤቴ ከሥራ ቀድማ ሄዳለች:: የቤቱ ቁልፍ ደግሞ

እኔ እጅ ነው:: መግቢያ አጥታ እዚያው ከበር ቆማ መጠበቅ ይሆንባታል እንጂ የርሶ ቅራሪስ ከጠላ ያስንቃል::

«እንግዲያስ ይህን የጀመራችሁትን ጨዋታ እዚያው ሥራ ቦታ ስትገናኙ ያደርሳችኋል ለማለት ብዬ ነው እኔስ ከመንገድ ዳርስ ሁኖ የሚጫወቱት አልመስሎኝ ብሎ ነው» ብለው ከሲማ ተሰነባበቱ::

እመት ጌጤነሽ ሙሉነሽን በደህና አልተቀበሏትም:: እንደማኩረፍ አላቸው:: እሷም አያቷ ዝም ሲሏት የሚጨንቃት ጭንቀት አይጣል ነው:: እሳቸውም ማኩረፍ የጀመራቸው እንደሆን ምርር ይላቸዋል:: ሙሉነሽም ጠባያቸውን ስለምታውቅ እስቲ እማዬ ይለፍላት፣ ኑሮ እያበሳጫት፣ የደረሰባት መከራ እየታወሳት ነው:: ደፋ ቀናው፣ የዕለቱን ኑሮ በመሸታ እንግዱ ለመግፋት መድከሙ ነው እማዬን እንዲህ ቶሎ ሆድ የሚያስብሳት:: እስቲ እስከሚያልፍላት ከወንዝ ወሃ ቀድቼላት ልምጣ ብላ እንስራዋን በጀርባዋ አዝላ ድንግዝግዝ ከማለቱ በፊት ከትንሹ አቃቂ አጠገብ ካለችው ምንጭ ወረደች:: እንደተመለሰችም የተዳፈነውን እሳት ቆስቆስ አድርጋ አነደደችና ድስት ለመጣድ ተጣደፈች::

«እማዬ ተሽሎሽ ዋልሽ?»

እሳቸው መልስም አልሰጡ:: ሙሉነሽ ድንገት ዞር ብላ ብታያቸው ፊታቸውን አጠቆሩባት::

«ምነው በጎ ነሽ ወይ? ስልሽ ዝም የምትይኝ?»

«ዋናው በሽታዬ መውለድ ነው:: ይኸው አንቺ ደግሞ ከመሬት ከፍ ብለሽ ነፍስ አወቅሽና ታቃጥይኝ ጀመርሽ::»

ሙሉነሽም ቁጣ ቁጣ አላት:: ሲመጣባት እሷም እልኸኛ ነች:: ቁጡነቱና እልሁ የበዛባት ኢንዶ ከገባች ወዲህ ነው:: ዱሮም ቢሆን ሲመጣባት እንደ ልጅ አይደለችም:: እእርግጥ አያቷ ሲቆጧት ክፉም ባትመልስላቸውም፣ ከመቆጣት ያለፈ የባሰባትም እንደሆነ፣ አልበላም አልጠጣም ማለት አምጥታለች:: ሥራም ይዛ እንደሆነ ወዲያ አሽቀንጥራ ጥላ ከደጃፉ ወጥታ ትቀመጣለች:: እመት ጌጤነሽ የጉርምስና እየመሰላቸው እሳቸውም ይገስሉባታል:: ለመቆጣትም ሆነ ለመበሳጨት ምክንያት ያላት ሳይሆን ጡቷ ካጎጠጎጠና እድሜውም፣ ሰውነቷም እየጨመረ ከሄደ ወዲህ የመጣባት ዓመል እየመሰላቸው «የኔ በሽታ መውለድ ነው! ልጅ ነው በሽታዬ!» እያሉ የበላይነሽን ነገር

ያነሳሉ፡፡ ያንድ ልጃቸው የበላይነሽ ሲበቃቸው የልጅ ልጃቸውን ሙሉነሽን ያስከትላሉ፡፡ ሙሉነሽ ከቀጭን ፈታይ መኪና ጋር ስትታገልና ስትራገም፣ የጥጥ ብናኝ ሲያፍናት፣ ሲያስላት፣ ሲያስነጥሳት፣ ጠባይዋ ልውጥውጥ ማለቱን፣ የቁጣና እልህ እየሆነ መሄዱን አያቷ አላወቁላቱም፡፡ የልጅ ጉልበቷ የፋብሪካ ምርት ለማሳደግ ማድከሙ ሆድ ሲያስብሳት፣ በካቦ ግልምጫ ልትከፋ፣ በሥራ ጓደኞቿ ላይ የሚፈፀመው በደል ምርር ሲላት እንደሚገባ አያቷ አላወቁላትም፡፡ አዲስ ያመጣቸው የዘመኑ ልጃገረዶች የጉርምሰና ጠባይ አድርገውታል፡፡

«ምን አደረኩሽ እስከዚህ ድረስ? ምን አጠፋሁና ነው እንዲህ የምትናገሪኝ? በቃ አላውቅልሽም!» አለቻቸው፡፡ ካነደደችው እሳት ከጣደችው ድስት ርቃ እግሯን በቀሚሷ ሰብሰብ አድርጋ ቁጭ አለች፡፡ ከአያቷ ብሳ እሷ ጠፋች፡፡

«አሁን ቅድም ከሲማ ጋር የያዝሽው ወሬ እንዳው በየመንገዱ የሚወራ ነው? ያ ካቦ ነው ኮቦ የምትሉት ሰው፣ ከሲማ ኋላ ሲመጣ ሳታይው ቀርተሽ ነው? አንቺ የራስሽን የዕለት እንጀራ አትጪ. እንጂ ማንስ ከሥራ ቢወጣ ምን አንቺን በሰው ጣጣ ያገባሽና ነው፡፡ ጥጋብና እንዳው አጉል ደረስኩ! ደረስኩ! ካልሆነ በስተቀር እንዲህ በሰው ጣጣ ጥብቅና ልሁን ይላል ሰው? ምን ታደርጊ አሁንማ አሳዳሪዋ አንቺ! እንደልብሽ ከቤት ወጥተሽ ትገቢያለሽ ምን ታደርጊ!» አሏት እመት ጌጤነሽ፡፡

ሙሉነሽ መልስም አልሰጠቻቸው፡፡ እልህኛ መሆናኂ እሳቸውም ያውቁታል፡፡

«ድስቱን ለማን ጥለሽ ነው? ደግሞ ከደጅ የወጣሽ? ለኔ ብለሽው እንደሆን፣ እኔ ጌጠነሽ አራት አምስት ቀንም ሳልበላ ባድር ግድ የለኝ፡፡ ይልቅስ ግቢ ነው የምልሽ፡፡ በናትነቴ ላልናገር ነው እንዴ? ሲመሽ ከደጅ የቀረሽ ነገር ምን አለ?»

«የኔም ሆድ ጦም ማደር ይችላል፡፡ ከጭቅጭቁ አይብስብኝም፡፡» የእዚህ ጊዜ እመት ጌጠነሽ በረድ አሉ፡፡ የልጅ ልጃቸው ለእልሁ ብላ ቀኑን ሙሉ የረባ ነገር ባፏ ሳይዞር በፋብሪካ ሥራ ስትደክም ውላ ጦሟን ለማደር እንደማትመለስ ተሰማቸው፡፡ እልኸኛ መሆኗን አልዘነጉትም፡፡ አላስቻላቸውም፡፡ እሳቱ ጠፍቶ ቤቱ በጢስ ታፍኗል፡፡ እሳቸው አይናቸው እየተጨናበሰ ቢሆንም ወደተጣደው ድስት ተጠጉ፡፡ ቆስቆስ አድርገው ስብርባሪ እንጨት ጣል አደረጉለትና ደጋግመው እፍ ቢሉት

ነደደላቸው:: ከዚያው ቁጢጥ ብለው ሙሉነሽ ልጣ የከተፈችውን ሁለት ራስ ሽንኩርት በድስቱ ጨምረው ማቁላላት ጀመሩ:: ውሃ ጠብ አደረጉበት:: በዘይቱ ጠርሙስ የቀረውን ጭላጭ አንጠፈጠፉበት:: ማማሰያውን በድስቱ እፍታ ላይ አድርገው እዚያው ቆዩ። ከፊት አድርገው አማሰሉት:: ሽሮና በርበሬ ከተቀመጠበት ለማምጣት ፎቀቅ አሉ:: ሙሉነሽ ብሽቀቷ አልፎላት ኖሮ እያቷ ለእሷ ሆድ ብለው እሳት ሲመታቸው ማየት አልሆንልሽ አላት:: ወደ ድስቱ ተጠግታ ማማሰያው ሳይቀር ተናንቃ ተቀበለቻቸውና ወጡን መስራት ቀጠለች:: እናትና ልጆቹ ኩርፊያቸው አበቃ::

«አሁን ልጄ ምን ክፉ ተናገርኩሽና ነው እንዲህ ያስቆጣሽ፣ ከመናገር አልፎ ብመታሽ እናት አይደለሁ? እኔ እኮ የዲማውን! ይህንን የመሰለ ጠባይ ከየት ብለሽ? እንዳመጣሽው ነው ግርም የሚለኝ!»

«እኔ እኮ! እማዬ! ጠባዬ ልውጥውጥ እንዳለና ቶሎ ቁጣ ቁጣ እንደሚለኝ ይታወቀኛል:: ግን ለምን እንዲህ እንደሚያደርገኝ ለኔም አይታወቀኝም::

«ጉርምስና ነዋ! ሌላማ ምንድነው? የመወርገጥ ዳርዳር ይኸው አይደል?»

«እማዬ ደሞ የምን ጉርምስና አመጣሽ? ወቸው ጉድ! እኔ ብቻ ኢንዶ ከገባሁ ጀምሮ እየሆንኩትን አላውቅም:: እኔ ብቻ ሳልሆን እዚያ የሚሠራ ሁሉ ብስጩ ነው:: ሳላውቀው ከእነርሱ ተምሬ ይሆናል:: አንቺ ደሞ ይህንን አጥፍተሻል ሳትይ ዝም ብለሽ ትቆጭኛለሽ:: እኔ እኮ በጥፋቴ መቆጣት ቀርቶ ብትመችኝም ደስ ነው የሚለኝ:: ከጋሼ ሲማ ጋር ያነሳሁት የጋዲሴ ጉዳይም ቢሆን ውሎ አድሮ እኔንም ስለሚመለከተኝ ነው:: መብታችንን እንዲያስከብሩልን እኮ ነው! እነ ጋሼ ሲማን የመረጥናቸው!»

«እንዲህ አርጎም መብት የለ! ደሞ በኢትዮጵያምድር መብት ኖሮ ያውቃል? ደሃ ደግሞ ምን መብት አለው? እኛን የመሰለ ደሃ በኢትዮጵያ ምድር ላይ የተኮነነ ነፍስ ማለት እንደሆነ አታውቂው እንደሆነ፣ እንገሩኝ ብለሽ ጠይቂ እንጂ ደርሶ የሳት ራት ለመሆን መዋከብ፣ መከራሽ የሚተርፍ ለኔው ነው::»

«እማዬ አንቺ እኮ ነገሩ አልገባሽም::»

«እኮ ምኑ ነው ያልገባኝ! ማን አልሻት ስሚን? ጋዲሴ ነው ያልሽ?

ታዲያ ጋዲሴ ከሥራ ብትወጣ አንቺ ምን ቤት ሆነሽ ነው ጥብቅና የቆምሽ? የናትሽ ልጅ ነች ወይስ ያባትሽ? በዘርስ ቢሆን በየት በየት ብሎ ትገናኙና ነው? እስቲ በይ እንገሪኝ?»

«እማዬ ጋዲሴ አብራኝ ቀጭን ፈታይ ላይ የምትሰራ ጓደኛዬ ነች:: ዘመዴስ ባትሆን እማዬ! አብሮ ከመስራትና ከመኖር ያለፈ የሚያቀራርብና የሚያስተሳስብ ምን ነገር አለ? አንቺስ ለስንቱ ላልተዛመደሽ ለነደብሪቱና የጎሳዬ እናት ሁሉ የናት ያህል አልነበርሽ? ብቻ እማዬ ጋዲሴን ብርድ ከቀኝ ጡቷ ስር መታትና፣ እንደብርድ ብርድ ሲላት አይቼ ገና ልደጋግፋት ካጠገቧ ከመድረሴ አቅም አጥታ ስልምልም ብላ እዚያው ሲሚንቶው ላይ ውድቅ አለች:: ውጋቱ ግን አላስተነፍስ ብሏት ማቃሰቱን እንኳ አልሆንልሽ ሲላት ዕንባዋ በአይኗ ጥግ መንታ መንታ እየወረደ ... »

«ውይ ልጄን እኔን እኔን» አሉ ከቁጣቸው መለስ ብለውና በምን እንደተቆጡም ረስተውት:: እመት ጌጤነሽ፣ ሙሉነሽ የጀመረችላቸውን የጋዲሴን ወሬ እንድትቀጥላለቸው «በጄ» ይሉ ጀመር:: ታዲያ በተፈጥሯቸው ሆዳቸው የማይችልላቸው አዛኝ ሴት በመሆናቸው የጋዲሴን ወሬ ከተቋረጠበት እስክትቀጥልላቸው ስፍስፍ አሉ::

«ታዲያ ይኸውልሽ እማዬ ለስሙ ያህል ክሊኒክ ከወደቀችበት አንስተው ወሰዷትና ወዲያው እያቃሰተች፣ በሁለት እጆቿ ወደሽንጧ አጠገብ ደግፋ፣ ዕንባዋ እየፈሰሰ ተመለሰች:: ለካስ ደቂቃም ሳይሰጧት ወደ ሥራሽ ተመለሽ ማለታቸው ኖሯል:: ከቀጭን ፈታይ ተመልሳ ገና አንድ ጊዜ የተበጠሰውን ክር ቀሰሙ ላይ ሳትቀጥል ውጋቱ እንደገና ቀስፎ ያዛትና እንደ አንድ ነገር ኣ! ብላ ጮኻ ቀጭን ፈታይ ላይ ውድቅ ስትል ሳያት እንዴት ያስችለኝ እማዬ? ... »

«እሱስ ነው ልጄ! እንዴት ያስችላል? ሰው ሆኖ ከሰው ተፈጥሮ እንዴት ያስችላል ልጄ?»

«ከዚያ ይኸውልሽ፣ ከሰአት በኋላ ታማ ቀረች:: በማግስቱም ሌሊቱን ታማ አድራ ኖሮ ከሥራ ብትቀር በቦታዋ ሌላ ተቀጥሮበታል:: አንቺ ወጥተሻል ሲሏት እንዴት እንደሆነች እማዬ ምን ብዬ ልንገርሽ::»

«ምን ታድርጊ ልጄ ነግ በኔ አይደል ... »

ሙሉነሽ የጋዲሴን ጉዳይ ከሲማ ጋር ያነሳችበትን ምክንያት ስትነግራቸው እመት ጌጤነሽ ቁጣና ኩርፊያቸው ካለማወቅ መሆኑን

ገለፁላት። ተወዲያ ማዶ ሲማን ተከትሎ ሲመጣ ያዩት የኢንዶ ወዛደሮች ካቦ እንዳይሰማችው ብለው ነው እንጂ፣ «ጉዳዩ የፍቅርና የመተሳሰብ መሆኑ መች ገብቶኝ» አሏት። የሁለቱ ኩርፊያ ተረሳና ራታቸውን በልተው እናትና ልጅ በሰላም ሌሊቱን አሳለፉ።

ምዕራፍ ስድስት

ፈጠነ የዋናው ሜካኒክና የጋራዡ ኃላፊ ረዳት ሆነ፡፡ ከስቶኮ ተለይቶ ሞተር ክፍል ተመድቦ ከዓመት በላይ በረዳትነት ከወርቅነህ ጋር ሲሠራ የሜካኒክና የሞተር ሥራ ዕውቀቱ ከቀን ወደ ቀን እየጨመረ ሄደ፡፡ ደመወዙም ለነገሩ ያህል በቀን ከአንድ ብር ወደ ብር ከ50 ሳንቲም ከፍ ብሎለታል፡፡ ለፈጠነ፣ የጋራዥ ሥራ የሚያድግበት ት/ቤት ሆነው፡፡ አቶ በላይ ጋራዥ ከገባ ወዲህ ከዕድሜው መጨመር ጋር የሰውነቱም ቅርጽ አብሮ ተለውጧል፡፡ ለእዚህ ምክንያቱ የዕድሜ መጨመር ብቻ አይደለም፡፡ ይህ ብቻ ቢሆን ባባቱ ቢቀር በእናቱ ወጥቶ ቁመቱ ረጅም በሆነ ነበር፡፡ የወንድነት ተፈጥሮው በአካሉም ሆነ በድምፁ መጎርነን ይታወቃል፡፡ ከልጅነት ወደ ጉርምስና በመሸጋገር ላይ በመሆኑ ጢም ማቀምቀም ጀምሯል፡፡ በሌላ በኩል ደግሞ ያቶ በላይ ከባድ የጋራዥ ሥራ ከዕድሜው ጋር ተመጣጣኝ የሆነ የሰውነት ቅርጽ እንዳላበጀለት ሁለመናው ይናገራል፡፡ የጋራዥ ሕይወቱ በሰውነቱ ቅርጽ ላይ የራሱን ማህተም አበጅቶበታል፡፡ የውስጥ እጁ እየነቃ ከመሰነጣጠቁና ከመሻከሩ የተነሣ ቢላ ሳይስል አይቀርም፡፡ ጣቶቹ ጠቁረዋል፡፡ ጥፍሮቹ ከመቀጥቀጥ ብዛት በልዘዋል፡፡ እነኚህ ከደረቀ ጠባሳ አንስቶ እስከ ትኩስ ቁስል ድረስ ተለይተው የማያውቁትና በዘይትና በግሪስ የጠቆሩ እጆቹ ለብቻቸው ያደጉ ይመስል ከሰውነቱ ጠቅላላ አቋም ጋር አይመጣጠኑም። የየራሳቸውን ስፋት ከጥንካሬ ጋር ይዘዋል፡፡ የትከሻው ስፋት ከቁመቱና ከቁመናው ጋር አይመጣጠንም፡፡ ጋራዥ ገብተው መለዋወጫ «በሞዲፊካ» እየተገጠመላቸው እንደሚወጡት መኪኖች ፈጠነም ለርሱ ባዳ የሆነ እጅና ትከሻ የተገጠመለት እንጂ የራሱን ዕደሜና ሰውነት የያዘ አይመስልም፡፡ ፊቱ ለብቻው ሲታይ ክስም እና ምጥጥ ያለ ነው፡፡ የመበጠር ጊዜ የሌለው በጥቁር አፈር ነጭ ጤፍ የተዘራበት ማሳ ይመስል በግራና በቀኝ የሚታየው ቅጫም ነው፡፡

ፈጠነ እሁድ እሁድ እስከ ሰዓት ድረስ ወደ ቂራ በሚወስደው መንገድ ዳር ለድንገተኛ የመኪና ብልሽት ጋራዣቸውን ከፍተው ከሚጠብቁት የጋራዥ ባለቤቶች ዘንድ እየሠራ ከጉርሻው በላይ የሚያስቡለትን እጥፍ ያህል እስከ ሁለት ሶስት ብር ድረስ ያገኛል፡፡ የወስፋቱን ጩኸት በመጠኑም ቢሆን ለመቋቋምና ገላውን የሚሸፍንበት ባለሁለት ልዋጭ

ጨርቅ የሆነው የስንበቱንም ሥራ እያሳደደ ነው። ብልሽቱ ቀላል የሆነ መኪና ካጋጠመውም ራሱን ችሎ ይሠራል። የመኪናዎችን መሪ መጠምዘዝ ብቻ ሳይሆን በጋራዡ ግቢ ወደ ኋላውና ወደ ፊት ማንቀሳቀስና ቦታ ማስያዝ ምንም አይቸግረውም።

«ስማ ፈጠነ!» አለው ወርቅነህ በጋራዡ ጩኸት መሐል ድምጹን ከፍ አድርጎ «የዚያችን ፊያት መኪና ካንዴላ ከለወጥክ በኋላ ብሩዚናውን ጠርገህ አቫንሱን አስተካክል ብዬህ አልነበረም?»

«ሠርቼ እኮ ጨርሻለሁ ጋሼ! ብቻ የተቃጠለውን ሁለት ካንዴላ ለውጬ፣ ብሩዚናውን ጠርጌ፣ አቫንሱን አስተካክዬ ጋሼ ይርጋ እንዲፈትሻት ነግሬዋለሁ። ማርሹ ይደበላቃል ብሎኛል።»

«ከይርጋ ጋር ማርሹን ፈታችሁ እዩት። አንተ ካምቢዮ ማርሽ መፍታት ትችል የለም እንዴ?»

«እችላለሁ ጋሼ!»

ፈጠነ ወርቅነህ እንዳዘዘው የመኪናውን ካምቢዮ ማርሽ ከይርጋ ጋር ፈትቶ ወደ አለቃው ወሰደለት።

«ጥርሱ ተበልቶ ስፓናቶ ሆኗል ጋሼ!» አለው ፈጠነ።

ወርቅነህ የመኪናውን ማርሽ ከነ አቃፊው ተቀብሎ እያገላበጠ ተመለከተው።

«መልሰህ ግጠመው። ባላቤቱ ይሠራልኝ ብሎ ካዘዘ ጥርሱ ይለወጣል!»

ያቶ በላይ የጋራዥ ደንበኛ የሆኑ አንድ አጭር ወፈር ያሉ ሰው ፈጠነ ከወዲያ ወዲህ ሲል ጠሩት።

«እባክህ ልጄ አቶ በላይ ይኖር ይሆን?»

«እሳቸው የሉም! ወንድማቸው አሉ!»

«ታዲያ ብትጠራልኝ!»

«ለምን ፈለጓቸው?»

«ይህች መኪናዬ» እንደ ማጎንበስ አሉና «አየህ ምን እንደሆነች አላውቅም። ዘይት ታፈሳለች። ይኸው ከነጋ እንኳን አንድ ሊትር ዘይት ጨመርኩባት እዚሁ እስክደርስ አፍሳ ጨርሳዋለች። ብልሽቱ ምን

እንደሆነ አላወኩም፡፡ አቶ በላይን የፈለግሁት ለእዚህ ነበር፡፡»

የመኪናው ባለቤት ከወርቅነህ ጋር ስለመኪናው ብልሽት ተነጋገሩ፡፡ ወርቅነህም ብልሽቱ ፈጠነ እንዳለው መሆኑን ለባለቤቱ አስረዳው፡፡

ፈጠነ ከተወሰነ ጊዜ ወዲህም የጋራዥ ሥራ ዕውቀቱ ፈጣን እርምጃ እያሳየ በመሄዱ አቶ በላይ ከሠራተኞቹ ሁሉ ለወደፊት ገበያው አስተማማኝነት ዓይኑን የሚጥልበት ልጅ ሆነ፡፡ በቀን በሚያገኘው አንድ ብር ከ50 ሳንቲም ላይ ሁለት ስሙኒ ጨምሮ 2 ብር ቢያደርግለት የበለጠ ተጠቃሚው እሱ ራሱ እንደሆነ ታወቀው፡፡

«ፈጠነ!» አለው የጋራዡ ባለቤት ለብቻው ጠርቶ፡፡ «አንተ መቼም ያው የልጅ ያህል እንደምወድህ ታውቀዋለህ! ከደመወዝ ይልቅ የኔ አባትነት እንደሚበልጥብህ አንተም አይጠፋህም፡፡ የዛሬ ሦስት ዓመት እንዴት እኔ ዘንድ እንደመጣህ ታስታውሰው የለም?

«አዎን!»

«እንግድያው ዘወትር የምታስታውሰው እንጂ የምትረሳው ጉዳይ አይደለም፡፡ ይሁንና ከዛሬ ጀምሮ ደመወዝህን በቀን 2 ብር አድርጌዋለሁ!»

ፈጠነ ጉልበት ለመሳም ከጀለው፡፡ ለጥ ብሎ እጅ ነሳ፡፡

«እኔ አለርስዎ ማንን አውቃለሁ? ምን ዘመድ አለኝ? የእጅ ሙያ ሊያስተምሩኝ የበቁ እርስዎ ነዎት። እርስዎ ባያስጠጉኝ የት እወድቅ ነበር?» ሲል ፈጠነም ተናገረ፡፡

«ስትኀረምስ ጠባይህ ካልተለወጠ ከዚህ የበለጠ የማደርግልህ ነኝ እኔ አባትህ! እስከ አሁን ደህና ልጅ ነህ፡፡ ለሙያው ደግሞ የአንተ ጠባይ ካማረ ከዚህም የበለጠ ትማራለህ» ብሎ የጋራዡ ባለቤት መልሶለት ወደ ሥራው አሠናበተው፡፡

ቅዳሜ በ12 ሰዓት ላይ የሣምንት ደመወዛቸውን ከተቀበሉት የጋራዥ ሠራተኞች መሐል ጥቂቶቹ የጀመሩትን ወሬ እስኪጨርሱ ድረስ ሳይበታተኑ አንድ ላይ ሰብስብ ብለው እንደቆሙ

«እንዴት ነው ኀበዝ!» አለ ኤሌክትሪሺያኑ ሣህሉ፡፡

«ምነው ምን አሰብክ?» አለው ሌላው ሰልዳቱራ ሠራተኛው ሀይልዬ፡፡

«አንዳንድ ሳንል እንዴት እንለያያለን?» ሲል ሣህሉ ደግሞ ተናገረ::

«የማሚቱን ቤት ሳንሳለመው የቤቱ መንገድ መች ይገፋልኛል?» አለና ይርጋ የሞተር ክፍሉ ሠራተኛ ጨመረበት:: ክፍሌ ስቱኮም ተስማማበት:: ፈጠነ ወደ በቅሎ ቤት በደባልነት ወደሚኖርበት ሠፈር ለመሄድ ሲሰናበታቸው ስቱኮ አለቀው አለ::

«ቢሆንስ ቤቱን ላሳይህና ከቤቱ ልጋብዝህ ይገባ ነበር:: አንድ አረንቻታ እንኳ ጠጥተህ ትደርሳለህ!» አለው::

«የለም በጊዜ ካልገባሁ የቤቱ ባለቤት አንድ ሰዓት በሩን ይዘጉታል፤ በኋላ ክፈቱልኝ ለማለት ችግር ነው::»

«ግድ የለም ትደርሳለህ!» ሲል አግባባውና ስቱኮ ፈጠነን ይዞ ከቀሩት የጋራዡ ሠራተኞች ጋር ተቀላቅሎ «ውሻ ገዳይ» በመባል በከተማው ወደሚታወቀው ማሚቱ ጠጅ ቤት አመሩ::

የማማቱ ጠጅ ቤት በጠጅ ሽታና በሰው ሁካታ ከበር ተቀበላቸው:: እንደ ገቡ ሁሉም የሚያውቋቸውን የጠጅ ደንበኞች፤ ጠጅ ቀጂዋንና ባለቤቷን ወ/ሮ ማሚቴን ሰላምታ እየሰጡ ባንድ ጥግ ከመደዳው ተቀመጡ::

ጠጅ ቀጂው ትዕዛዝ ሳይጠብቅ ባምስት ጣቱ በያዘው አምስት ብርሌ ጠጁን ከማንቆርቆሪያው የቀዳ በየፊታቸው ካለው አግዳሚ ጠረጴዛ ላይ እያሽከረከረ አደረሰላቸው::

«ፈጠነ ዛሬ የኔ እንግዳ ነው!» አለ ይርጋ::

«የለም የኔ እንግዳ ነው! እኔ ይገፌው መጥቼ እንዴት ይሆናል? ባይሆን ሌላ ቀን ትጋብዘዋለህ!» ሲል ስቱኮ መለሰ::

«እንግዲያው የሁላችንም እንግዳ ነው!» ብሎ ሃይልዬ ሁሉንም የሚያስማማውን ተናገረ:: ወዲያው ጠጅ ቀጂውን ጠርቶ ለፈጠነም ብርሌ ጠጅ እንዲቀዳለት አዘዘው::

«ኧረ ጠጅ አልጠጣም!»

«አንድ ምንም አይልህ!»

«ካሁኑ ካልቀመሰከው ኋላ ትቸገራለህ!»

«እኔ ይቅርብኝ!»

«አንዴ ተቀድቷል ሞከረው እንጂ!»

«የለም እኔ አልጠጣም!»

«መቼስ አልጠጣም ካለ አናስቸግረው!»

«ሊመለስ ይችላል!» ሲል ጠጅ ቀጅው መሐል ገብቶ ገላገላቸውና የቀዳውን ብርሌ ጠጅ ወደ ማንቆርቆሪያው መለሰው::

«እንግዲያው ብርዝ አምጣለት!» አለው ስቱኮ ጠጅ ቀጂውን::

«ብርዝ የለም! ለስላሳ መጠጥ ነው ያለው!»

«ጥሩ! ይሁን!»

ፈጠነ የተጋበዘውን ኮካ ብዙም ካንገቱ ሳያወርድ የሥራ ባልደረቦቹ ሦስት ብርሌ አውራርደው አራተኛውን ለማስቀዳት በብርሌ ቂጥ አግዳሚውን ጠረጴዛ መደብደብ ይዘዋል:: ግንባራቸው እየወዛ፣ ፊታቸው እየቀላ ሲሄድ እንደ ጥሩ ታዛቢ ተመለከታቸው:: ጨዋታና ቀልዳቸው የሚገለጽበት አንደበት መጎልደፍ ጀመረ:: ለብታና ሞቅታው እየተሰማቸው በመሄድ ላይ እንደሆኑ አስታወቀባቸው:: መደማመጥ እየጠፋ፣ መጯጯህ በቦታው ሲተካ ከመጀመሪያውም ቢሆን በጨዋታቸው መሀል ሳይገባ ዳር መያዙን ቢወደውም ሰዓት እየገፋ ሲሄድ አብሯቸው ማምሸቱ ጨነቀው:: እነርሱም የፈጠነን መኖር ረስተዋል:: የሱ መኖር ድንገት የታወሰው ስቱኮ ነው::

ስቱኮ ወደ ፈጠነ ዞር አለና እጁን ወደ አናቱ እየሰደደ አሻሸው:: ለብታ የተሰማው ምላሱን ያዝ ማድረግ ጀምሮታል::

«ይሄ ልጅ አቶ ታደሰን ይመስላል፣ አይመስልም እንዴ? ይመስላል እኮ!» አለና ስንት ዓመት የተረሳውን ጉዳይ የወይዘሮ ማሚቴ ጠጅ አስታውሶት ተናገረ::

«የማን ታደሰ አመጣህ? ይልቁንስ አንዳንድ በኔ ሒሳብ እንበል እንጂ!» ሲል ሃይልዬ በብርሌው ቂጥ አግዳሚውን ጠረጴዛ ደበደበ::

«አሁን ማ ይሙት? አይመስልም ለማለት ነው ወይስ እንዴት ነው?» በማለት ስቱኮ በዚያ በሚያተኩስ እጁ የፈጠነን ፊት ደባበሰ:: እጁን ዘርግቶ አንገቱን ለማቀፍ ሲሞክር እሱ ራሱን ለማራቅ ቢሞክር በደበሳም ቢሆን የስቱኮ እጅ ወደሱ ይመጣበታል:: ፈጠነ በነዚህ ሰዎች መሀል መቆየቱን አልወደደውም:: ወደ ቤቱ ተነስቶ መሄድ ፈለገ::

«እንኳን ታደሰን አንተን ራስክን ቢመስል ወንድምህ ነው!»

«ፈጠነ ለኛስ ቢሆን ወንድማችን ነው፤ ታናሻችን ነው! ግብዣችንን እንቆ ላንድ ብርሌ ጠጅ ነፈገን እንጂ!»

የፈጠነ የሥራ ጓደኞች ሞቅታ እየባሰ መናገሪያቸው እየተቆለፈና ሰውነታቸውም እየዛለ ሄደ::

«ሰንት ዓመት ጉርሻ ከሳቸው ስትበላ የኖርከው ሃይልዬ እኛን ባለ ቢጫ ኦፔል አሁን ባለ 404 ፔጆ አቶ ታደሰ የመርካቶውን ሀብታም ጣቃ ነጋዴ ትረሳቸው? ሞት ይርሳህና! አሁንስ ጠፉ፤ ብቅ ብለው አያውቁም:: ፔጆ መኪና መስራት አይችሉም ብለው ይሆናል፤ ማን ያወቃል::»

ፈጠነ ልውጥውጥ አለ:: በስካር መንፈስ የተነሣ ነገር አልመስል አለው:: ፊቱ በርበሬ መሰለ:: ደነገጠ:: እንዴትም ተጨመረበት::

«ቢጫ ኦፔል ለመንዳት አይደለም እንዴ የማሚቴን ጠጅ የምንጠጣው» አለና ጣልቃ ገብቶ የታዘዘለትን ብርሌ ጠጅ ከፍ አድርጎ ይርጋ ተጎለዳደፈ::

«ታዲያ ፈጠነ የማን ልጅ እንደሆነ እናቱን ይጠይቅ እንጂ፣ እኛ ምን አገባን? እንኳን የታደሰን የራሴንም ልጆች አላውቃቸው!» ሲል ሣህሉ ጨመረበት::

«ዕውነትክን ነው! አሁን ገና ጨዋታ አመጣህ! ... ከከከከ ... ዕውነትክን ነው! ... አከከ ከከከከ ... ውይ! ... እንዳንተው አቶ ታደሰ ዲቃላውን ሳይሰበስብ ቀርቶ ይሆናላ! አንተስ ድራሽህ ይጥፋ! የራሴንም ልጆች አላውቃቸው አልክ? አቶ ታደሰስ የራሳቸውን ልጅ ቢያውቁ ባያውቁ እኛ ምን አገባን? ...ከከከከ» እያለ ስቱኮ የስካር ማስካካት አስካካ::

ፈጠነ ፊቱ ተለዋወጠ:: ብሽቀት ተስማው:: ድንገት ተስቶት የሆዱን አውጥቶ ለማንም ያልተናገረውን ምሥጢር ጓደኞቹ የሚያውቁትና የሰሙት ይመስል፤ ሲዛበቱበት ሲሰማ ከእነርሱ ጋር መቆየቱን አልችል አለ:: ከራሱ በላይ የሚያምነው ባይኖረውም አንድ ቀን ተስቶት ለስቱኮ ስለ አባቱ ማንነት የነገረው ያህል ድንጋጤ ገባው:: ስለ ራሱ የሚሰማው የሱን ማንነት ከማያውቅ ሰው ነው ብሎ ማመን ተሳነው:: መዝናናትና ዘና ማለት ከመቸገሩም በላይ፣ ማንነቱን ከንግዲህ መሸሸግ የማይችል መሰለውና አንዳቸውንም ሳይሰናበትና ደኅና እደሩ ሳይል በሰዓቱ መምሸትና በቤቱ ርቀት አመካኝቶ ባግባቡም ሳይሰናበታቸው

ከጠጅ ቤቱ ወጥቶ ሄደ። ነገ በሥራ ገበታ ከማይገናኛቸው ሰዎች መሐል ተነሥቶ የሚሄድ መሰለ። ቤቱ እስኪደርስ ድረስ በአእምሮው የተመላለሰበት ነገር ቢኖር ሰኞ ተመልሰው ሲገናኙ ያንኑ ያቶ ታደሰን ነገር ያነሱብኛል የሚል ስጋት ነበር።

ፈጠነ በቅሎ ቤት በደባልነት ከሚኖርበት ቤት ደርሶ ከደባሎቹ፣ የጋራዡ ሠራተኞችና የፋብሪካ ወዝ አደሮች ጋራ የተኮራረፈ መሰለ። የሥራ ባልደረቦቹ ነገር፣ በዓይኑ ላይ እየመጣበት ዕንቅልፍ ነሳው። አንዴ በሆዱ፤ አንዴ በጀርባው፤ ሌላ ጊዜ በጎኑ ቢገላበጥ ዕንቅልፍ ሊወስደው አልቻለም። ኩርምትምት ለማለት ሞከረ። ቆርቁሮት የማያውቀው ሳር ፍራሹ፤ ኮስኩሶት የማያውቀው ባናው ዕንቅልፍ የነሣው ይመስል ብድግ፤ ቁጭ ቢል፤ ተመልሶ ቢንጋለል፣ ገና በአዕምሮው ሙሉ ቅርጽና መልክ ይዞ የራሱ ማንነት ሊታውቀው ያልቻለ ሐሳብና ጭንቀት አንገላታው እንጂ፣ ሳር ፍራሹም ሆነ ባናው ለፈጠነ፣ ፈጠነም ለሳር ፍራሹና ባናው አዲስ አይደሉም።

ተመልሶ እንደገና በሐሳቡ የመጣበት ነገር ቢኖር አባቱን ፍለጋ ጣቃ ተራ ሄዶ፣ ልጅነቱን ላቶ ታደሰ ነግሮ መተዋወቁ ነው። «ያን ጊዜ ድንገት ሆኖባቸው፤ ደንግጠውና እኔም እንደዛሬው ትልቅ ስላልነበርኩ፤ በዚህ ላይ ደግሞ ካዲሷ ሚስታቸው ጋር ስለነበሩ ይሆናል። ለብቻቸው ባገኛቸውና እንዲህ አድጌ ትልቅ ሆኜ ሲያዩኝ የሚጨክኑብኝ አይመስለኝም፤ ልጄ ብለው ይቀበሉኛል። እኔም አባቴ እላቸዋለሁ» የሚል ሐሳብ እየደጋገመ ሊያሸንፈው ሞከረ። ከወይዘሮ አገኘሁሽ ቤት እንደተሰደደ እናቱን ፍለጋ ቢሄድ ሳያገኛት መቅረቱ ሌላ ጥርጣሬ አምጥቶበታል። ደብሪቱ በሐሳቡ ብትመጣበትም፤ ባይኑ ላይ ብትሄድበትም፤ በሕይወት ትኖራለች ብሎ ለማመን አልፈለገም። ዓይኑንም ቢጨፍን በህሊናው እየመጣች የምታስቸግረው እናቱን እንዳያያትና እንዳያስባት ቢፈልግ አልሆነለትም። ተንገላታ። አቶ ታደሰ በላይ፣ ጋራዥ መጥቶ ባየው ጊዜ ያለቀሰው ዕንባ ትዝ ያለው፣ ከተኛበት ሳር ፍራሽ ላይ ሆኖ እንደገና ሲያቃስት፣ ምንም ሳያውቀው በጀርባው ተንጋሎ ዕንቅልፍ ሳይወስደው ዕኩለ ሌሊት አለፈ።

ሰኞ ወደ ሥራው ሲገባ ባለፈው ቅዳሜ አብረውት ያመሹት የጋራዡ ሠራተኞች እንኳንስ ከመሀላቸው ተነሥቶ ደህና እደሩ ሳይል ተለይቷቸው መሄዱን ሊያስታውሱ ይቅርና አብሯቸው ወይዘሮ ማሚቱ ጠጅ ቤት መኖሩም ትዝ አላላቸው። የፈጠነ ፍራቻ ያንኑ ያቶ ታደሰን ጉዳይ መልሰው ያነሱብኛል የሚል ሲሆን እንኳን ሊያነሱበት

በየሥራቸው ከመጣደፍ በስተቀር ሌላ ሁኔታ ስላላየባቸው ሽክም የቀለለው ያህል ቆጠረው። እያሸለቀ ከማየትና ስቱኮ ሲጠጋው ራቅ እያለ ዓይን ለዓይን ሳይገናኙ እሱም በሥራው ላይ አተኮረ።

ስቱኮ ግን ፈጠነ አብሯቸው እንደነበር ትውስ ብሎታል።

«ምነው? ከመሀላችን ያስቀየመህ ሰው ነበር እንዴ? ደህና እደሩ እንኳ ሳትለን መሄድህ ቆርቁሮኝ፣ መቼ ሰኞ ደርሶ ተገናኝተን በጠየኩህ ስል ነበር። ምነው ማን አስቀየመህ?» ሲል ሠራተኛው ለምሳ ሲለቀቅ ጠርቶ ጠየቀው።

«ኧረ ማንም ተናግሮ ያስቀየመኝ የለም! ሰዓት እየገፋ ሄዶ በመምጣቱ ቤቱን ያከራዩን የቤቱ ጌታ ከመሸ በሩን ይዘጉና እሺ ብለው ስለማይከፍቱ እእናንተም ጨዋታ ይዛችሁ ስለነበር ነው እንጂ! ጋሽ ስቱኮ ሙት! ማንም ያስቀየመኝ አልነበረም! » ሲል ፈጠነ መለሰለት።

«የኛ ነገር ሞቅ ሲለን የምንናገረውንና የምንሠራውን እኮ አናውቅም ብዬ ነው፤ በሆዳችን ያለውንም፣ ብሶታችንንም የምናወጣው ያኔ ነው!» ሲል ፈጠነ በአእምሮው ሽው ያለበት ያንኑ ነገር መለሶ ያነሳብኛል ብሎ ነበር።

«ታዲያ ምናለበት ብለህ ነው» አለውና የድንገጤ መልክ ሳያሳይ ፈጠነም መለሰለትና ለምሳ ተለያዩ።

የሚቀጠቀጠው ብረት ሲቀጠቀጥ፣ የሚበየደው ሲበየድ፤ ስቱኮ የሚደረግለት፤ የሞተር ብልሽት የሚስተካከልለትን በድምፅ ለመለየት ሞተር ሲነሳና ሲጠፋ፣ የጋራዥ ባለቤት አቶ በላይ ወደውጭ ከሄደበት ተመለሰና ከጋራዥ እንደገባ ይርጋ ሞተረስቱን ጠራው። ወድያው በመሃላቸው ጭቅጭቅ ተነሳ። ሠራተኛው ቀደም ሲል ጀምሮ በመሃላቸው ያለውን ያለመግባባት ስለሚያውቀው ስራውን እየተወ ማዳምጥ ያዘ።

«ወደኔ ማየቱን ትታችሁ ሥራችሁን ሥሩ ብያለሁ» አላቸው የጋራዥ ባለቤት።

ሠራተኞቹ ግን በሥራቸው ላይ ማተኮር አልሆነላቸውም። አንገታቸውን ቀና እያደረጉ ወደ አቶ በላይና ይርጋ ባይመለከቱም በመሃላቸው የተነሳውን እንትርክ ለማዳመጥ ጆሮቸውን ጣል አድርገዋል።

«አንተ ደሞ ከመቼ ወዲህ ነው ወሬ መውደድ የጀመርከው» ሲል

ፈጠነን ተቆጣው የጋራዥ ባለቤት:: እሱ ግን ጆሮውን ቀና አድርጎ ሥራውን የሚሠራ መስሎ በበላይና በሞተሪስቱ ይርጋ መሃል የተነሳውን የከረረ የሚመስል ጭቅጭቅ ማዳመጥ ቀጠለ::

«በእጅህ ያለውን መፍቻና ሌላም ዕቃ ጭምር አንድ ሳይቀር ለወርቅነህ አስረክብ:: ከዛሬ፣ ከሰአት በኋላ ጀምሮ እዚህ እንዳትደርስ» አለው ይርጋን ባለቤቱ:: ይርጋ እጢው ድብ አለ:: ወሬ የሚያደምጡት ሠራተኞች ሳይቀሩ ከድንጋጤያቸው የተነሳ ጆሮአቸውን ማመን አቃታቸው::

«ጋሼ ምነው እንዲህ ትጨቅንብኛለህ? ካንተ ጋር አብሬ ስንት አመት የኖርኩ ነኝ:: ምነው ጋሼ ሥራ ፈልግ ካልከኝ ገና ወር እንኳ አልሆነም:: እኔም እስካሁን አላገኘሁም:: እስቲ እንዳው ምን ጥፋት ተገኘብኝና ነው ስንት አመት አብሬህ ኖሬ እንዲህ ሂድ ውጣ አልፈልግህም የምትለኝ» ሲል ይርጋ እያስተዛዘነ ይለምን ጀመር::

«ሥራ ፈልግ ካልኩህ ወር አለፈው:: ያውም ይህንን ያህል ጊዜ የሥራ መፈለጊያ የሰጠሁህ እኔ ሆኜ ነው:: አንተ ግን አብረኸኝ ያፈራኸው እንብረት እዚህ ያለ ይመስል ሥራ ፈልገህ አልሄድም አልክ:: እስካሁን ታግሻለሁ:: ከዛሬ ወዲያ ግን ከዚህ ምንም ጉዳይ የለህም፣ ሌላ ነገር ሳይከተል የተረከብከውን ዕቃ ለወርቅነህ አስረክበህ፤ አለኝ የምትለውን ሂሳብ ገንዘብ ያዥ ይሰጥሃል ተቀብለህ ከዚህ ጥፋ!»

«ምነው ጋሼ ስለፈጣሪ ብለህ? እኔ እኮ አብሬህ ስንት አመት ኖሬ ማለቴ፣ ካንተ ጋር ያፈራሁት እንብረት አለ ለማለት አይደለም:: ባንድ ወር የት ብዬ ሥራ አገኝና ነው ጋሼ? ወርም እኮ አልሞላ ሥራ ፈልግ ካልከኝ፤ ልጆቼንስ ምን አበላቸዋለሁ፤ አንተም እኮ የልጆች አባት ነህ፤ እንዴት ትጨክናለህ:: በልጆችህ ይዤሃለሁ ጊዜ ስጠኝ፤ ሂድልኝ ካልከኝ እሄዳለሁ:: የምለምነህ ያስራ አምስት ቀን ጊዜ ተጨማሪ ጊዜ እንድትሰጠኝ ብቻ ነው:: ጋራዥስ ቢሆን ከአንተ ቤት ሌላ እንደማላውቅ መች አጣኸው? ፀዚህ ላይ አለ እሁድ በስተቀር ዕረፍት የለን፤ መቼ ብዬ ሥራስ ፈልጌ ላገኝ እችላለሁ?»

ሞተሪስታው ይርጋ ዕንባው ፈሰሰ:: ከባለቤቱ እግር ላይ መውደቅ ምንም አልቀረውም::

«በላይ ያሳድግልኛል ብለህ ነው ዲቃላህን የቀፈቀፍከው? ላንተ በወር መቶ ብር መክፈል አልቻልኩም፤ ውጣልኝ ነው የምለህ:: እምቢ ካልክ ደግሞ ጎትቶ የሚያስወጣ ያስወጣሃል:: ስማ ወርቅነህ የተረከበውን

ዕቃ ቆጥሮ ያስረክብሀ:: ከዛሬ ጀምሮ የይርጋን ቦታ ፈጠነ ሸፍኖ ይሥራ!» የሚል ትዕዛዝ ሰጠና ወደ ቢሮው ገባ::

ፈጠነ የይርጋን ቦታ ሸፍኖ እንዲሰራ መባሉ የሹመት ያህል አልቆጠረውም:: እንዲያውም ፊቱ ጭፍግግ አለበት:: እንዴት ልቡ ገባ:: ምንም እንኳን የይርጋን ያህል ደመወዝ ጌታው አቶ በላይ እንደማያስብለት ቢያውቅም ይርጋ የተባረረው እሱ በቀን ባለአንድ ብር ከሰባ አምስት ሳንቲም ደመወዝተኛው ሊተካው፤ በላይም ለይርጋ ይከፍለው የነበረውን መቶ ብር ለማትረፍ አስቦ እንደሆነ ፈጠነ ለመረዳት ጊዜ አልወሰደበትም:: ይርጋ ደመወዙን ቀንሶ ለመሥራት ያቀረበውን ልመና ባለቤቱ ሳይቀበለው ቀርቶ ሂሳቡን ተቀብሎ ለመሄድ ሲሰናበት ፈጠነ ከማዘኑ የተነሳ የይርጋን አይን ቀና ብሎ መመልከት አቃተው:: የሚደርስበት ችግር የታየው ይመስል፣ ወይም ከልጅነት ጀምሮ ሀዘን የሰበረው በመሆኑ ይሁን፣ ይርጋ ሁሉንም ተሰናብቶ እንደተነገረው ከጋራዥ ሊወጣ ሲል ፈጠነ ዕንባ ባይኑ ግጥም አለበት:: የቀሩትም የሥራ ጓደኞቹ የተሰማቸው ሀዘን በፊታቸው ላይ ተነበበ:: ቁጣና እንዴት አገረሸባቸው:: አንደኛው ሜካኒክ «በሱ ቤትማ የእዚህን የድሃ ልጅ ጉልበት መጠቀም ዘዴ ብሎት ነው» አለ:: እርግጥ ይርጋ ከበላይ ጋር አብሮ የኖረ ሠራተኛ ነበር:: ከስቱኮ፤ ሃይልዬንና ወርቅነህን ባይቀድምም አንድ ሰሞን የተቀጠረ ነበር:: ሰራተኛውን ያስቆጣው አብሮት ያንን ያህል ዘመን የኖረውን ሰው ለማባረር አቶ በላይ ርህራሄ ማጣቱ ነው:: የጋራዥ ባለቤቶች ይህንን የመሰለውን ድርጊት በየዕለቱ እንደሚፈፅሙና አቤት የሚልበት የሌለው፣ እጅግ ዝቅተኛ በሆነ ደመወዝ የሚበዘበዘው፤ ከሥራው የሚባረረው ሠራተኛ የሚደርስበትን ችግር የሚያውቅለት ስለሌለ በይርጋ የደረሰው እስኪደርስባቸው ድረስ እያዘኑና እየተበሳጩ ሥራቸውን ቀጠሉ::

«ከዚህ በፊት ሲያበሳጨን እንዳልኖረ፣ የዛሬው የባሰ ሆነ አይደል? ነገ ደግሞ ወይ እኔን ያባርራል:: የት ብለን አቤት እንላለን» አለ ስቱኮ፣ ፈጠነና ኤሌክትሪሽያኑ ሳህሌ ወዳሉበት ለሥራ ጉዳይ ሄድ ብሎ::

«አንተንማ ለሙያህ ሲል ያኖርሃል:: ልሂድም ብትለው ለምኖና ደመወዝ ጨምሮም ቢሆን ያስቀርሃል» ሲል ሳህሌ መለሰለት::

«ምናለ! ፈጠነን የሚያህሉ ውሪ ውሪዎች ከስር ከስራችን እያሰለጠነ እኛን እንዲተኩለት ያደርጋል:: ምን ያቅተዋል::» ሲል ፈጠነን ለመንካት ብሎ ሳይሆን የጋራዥ ባለቤቶችን ድርጊት የሚያውቀው ስቱኮ በቀልድ

አስመስሎ ተናገረ።

«አዬ ጋሼ ስቱኮ እኔስ ባሪያው ነኝ እንዴ ዕድሜ ልኬን በቀን አንድ ብር ከሰባ አምስት ሳንቲም የምገዛለት። የይርጋን ያህል ግማሹን እንኳ እንደማይከፍለኝ ስለሚያውቅ አይደል ሥራውን ደርቤ በሞተሪስትነት ሥራ ያለኝ። ካልክስ እንደ ይርጋ ያሳዘነኝ የለም። ያኔ ግደይን ሲያባርር የተሰማኝን ስሜት አልረሳውም። ግን ያሁኑ ባሰ ደሞ። ግደይ ግን ጀግና ነው። ከሥራ ቢወጣም እኩል ተደባድቦ፣ የልቡን አድርሶ ነው።»

«ግደይማ የተማመነውን ተማምኖ ነው። ብዙ ጋራዥ ያላቸው ዘመዶቹ ጋ ሄዶ ባንድ ቀን ተቀጠረ። ይርጋ ግን እንደ ዘመዶቹ ሽቀላ ይገባ እንደሆነ እንጂ የቱ ጋራዥ ሄዶ ይቀጠራል። የተለማመጠው አለምክንያት መሰለህ» ሲል ሰቱኮ ለፈጠነ መለሰለት።

ይርጋ ከሥራ የተባረረ ዕለት ሠራተኛው ከስራ ሰአት በኋላ ወደየቤቱ እንደመሄድ ማሚቴ «ውሻ ገዳይ» ጠጅ ቤት ጎራ አሉ። ያለው የሌለውን ሲጋብዝ፣ የሌለው ደግሞ በደንበኝነቱ ባለቤቲቱን ወይዘሮ ማሚቴን ስም በዋስትና እየጠራ ጠጁን እየገለበጠ ተሳክሮ ተለያየ። የብስጭት መወጫና የዋስትና የለሽነታቸው ማስረሻ የወይዘሮ ማሚቴ ጠጅ ነው። እውነትም «ውሻ ገዳይ» የሚያሰኝ ነው። በአንገተ ሰልካካና ሹርቤ በመባል የሚጠራውን ብርሌ ጨብጦ ገና ሁለቱን ላፍ አድርጎ ሦስተኛውን ሲጀምር እንደ ተናካሽ ውሻ ቡፍ! ቡፍ! ለማለት የሚቃጣው የጠጅ ደንበኛ መጠጥ ሱስ ያለባቸው ብቻ ሳይሆኑ በበላይ ጋራዥ የሚሰሩና በሚሰራባቸው ግፍ የተንገፈገፉት ጭምር ናቸው።

በማግስቱ አቶ በላይ ፈጠነን ከሥራው አስጠርቶ ለብቻው አነጋገረው።

«መቼም ፈጠነ ባልወልድህም ልጄ ማለት ነህ። ያው እንደ ልጄ አሳድጌሃለሁ። እውቀት እንጂ ገንዘብ ዋጋ እንደሌለውና ለገንዘቡም ቢሆን አንድ ቀን እንደምትደርሰበት ብዙ ጊዜ እንደነገርኩህ ታስታውሳለህ። አንተን እንደ ልጄ ባላይህ ኖሮ የይርጋን ቦታ ለሌላ በዕድሜም ሆነ በሙያ ካንተ ለሚበልጥ ሰው በሰጠሁት ነበር። አሁንም ሞተር ክፍል ገና ብዙ የምትማርበት ነው። ደሞወዝክንም ቢሆን በቀን ሁለት ብር አድርጌልሃለሁ። ደግሞ ልንገርህ ስማ። ከገንዘብ ይልቅ የኔ አባትነት ይበልጣል። ወደፊት ትልቅ ቦታ ስትደርስ ነው የኔን ያባትነት ውለታ የምታውቀው። እኔ የጋራዥ እውቀት ለመገብየት ባሬታ የሚባል ጣልያን ዘንድ ስሰራ ደመወዝ ሳያምረኝ፣ ልብስና ጫማ ሳያምረኝ ስንት አመት ጥሬ ግሬ እዚህ ለመድረስ በቃሁ። በል አይዞህ

ቤትም እሁድና በበዓል ቀን ብቅ በል:: ያው ቤትህ ነው:: ምሳህንና ራትክን ትበላለህ:: ገንዘብ ዋጋ የለውም:: የኔ አባትነት ይበልጣል» አለው::

ፈጠነ የጋራዥ አንሶ የቤቱ አሽከር ሊያደርገኝ ካላሰበ በስተቀር የበላይን እንጀራና ሳንቲም እንደሆነ ደም ተተፍቶ እንጂ በነፃ የማያገኙት እንደሆነ እንዳልጠፋውና ከተገለፀለትም ዓመታት እንዳለፉት ከራሱ ጋር ተነጋገረ:: የበላይን እንግግር እንደሰብከት ቆጠረው:: ቢሆንም እሺ እያለ ጥርሱን ነክሶ አዳመጠው:: ሲያናግረውም ፈጠነ አይኑ ላይ የሚመጣበት ይርጋ ነበር:: እንዴት ሆኖ አልቅሶ እንደተባረረና በፍቅራቸው ጊዜ ይርጋንም፣ በላይ ከቢሮው አስጠርቶ ለብቻው እንዲሁ «ልጄ ማለት ነህ፤ እእርግጥ አገራችን አንድ አይደለም:: ግን አብረን ኖረናል:: ገንዘብ ዋጋ የለውም የኔ አባትነት ይበልጥብሃል» ይለው እንደነበር ይርጋ ያጫውተው ታወሰው::

ኤሌክትሪሺያኑ ሳህሌ ግን ለይርጋ ከሥራ መባረር ምክንያት የሆኑት በለማጅነት ከጋራዥ የሚቀጠሩ «ግሪስ ቦይ» በመባል የሚጠሩት ልጆች ይመስል ረዳቱ የሆነውን ልጅ ቁም ስቅሉን እያሳየው እግረ መንገዱንም ፈጠነንም በአግቦ ይናገረው ጀመር::

«አንቺ ጭባ ህፃን፣ አንቺም ነገ ኤሌክትሪሺያን ትሆኛለሽ:: በላይ እኔንም እንደ ይርጋ አንድ ቀን ያባረረኝ ዕለት እኔን መተካትሽ አይቀርም አይደል?»

ፈጠነ ሞተር መኀርኀሩን እንደያዘ ሳህሉ ከረዳቱ ልጅ ጋር የያዘውን እንትርክ ያዳምጣል::

«ምናለ ትናንት «ግሪስ ቦይ» የነበረ ሁሉ ዛሬ የኛን ሥራ ሊያስለቅቅ ምን ቀረው?» ሲል ሳህሉ አሽሙሩን ቀጠለ:: ረዳቱን ልጅ የሚናገር እያስመሰለ:: መልሶ ደግሞ ለሚናገረው መልስ ከማንም አለማግኘቱ አበሳጨው::

«ዞር በል ከዚህ ምን እንደምሰራ አፍጥጠህ ከመመልከት የማዝህን ዕቃ ብታቀብለኝ ይሻላል ብዬሃለሁ::»

«የምታዘኝን ሁሉ መቼ እምቢ ብዬ አውቃለሁ፤ ካቻቢቴ አቀብለኝ አልከኝ አቀበልኩህ:: ሌላ እስከዚያ ድረስ ለትምህርት ብዬ የምትሰራውን ቆሜ ብመለከት እስከዚህ ድረስ ምናለበት» ሲል ረዳቱ ልጅ መለሰለት::

ሳህሉ ይባስ ብሎ በኩርኩም አቀመሰው ልጁን:: ፈጠነ ድንገት ያየውን አይቶ ኖሮ በሳህሉ ድርጊት ተናደደ::

«ምነው ጋሼ ሳህሉ ትልቅ ሰው አልነበርክም እንዴ? ከቅድም ጀምሮ የምትናገረውን እየሰማሁ፣ አነጋገርህ አሽሙር መሆኑ እየገባኝ በስም ጠርተህ እኔን አልተናገርከኝም ብዬ ዝም አልኩ እንጂ አነጋገርህ ካንተ የማይጠበቅ አብሻቂ እንግግር ነው:: ይህ ግሪስ ቦይም ቢሆን ምንም እያደረገህ ነገር እንደሌለ አያለሁ:: እኛም እኮ ድሆች ነን:: እንጀራ ለማግኘት ብለን ነው እንጂ፣ እንዳንተ አይነቱን ለመመቅኘት ብለን አይደለም እዚህ ጋራዥ የገባነው:: እኔ ይርጋን ስለተካሁና ይርጋ ከሥራ ስለተባረረ ደስ የሚለኝ እንዳይመስልህ:: እስከዚህ ድረስ ባለቤቱ ደግሞ ለምን ባለ መቶ ብር ደመወዙን አስወጥቶ እኔን ባለ ሁለት ብር በቀን ደመወዝተኛውን ለማሰራት እንደፈለገ ያልገባኝ እንዳይመስለህ:: ይልቅስ የእናንተ ጠላት እኛ ግሪስ ቦዮች ከመሰልንህ ተሳስተሃል» አለው ፈጠነ ኮስተር ብሎ::

«አሃ! ጥብቅና መቆም ያልከው ነው! ተረዳዱብና ምናለ አንተም ሞተሪስት ሆንክና ባለቤቱም ልጄ ሲልህ፣ ሰደበን እንጂ::»

«ጋሼ ሳህሌ ተው እንደ ልጅ አትሁን:: ሞተሪስት ብሆን ያው ያንተ ጓደኞች ናቸው ያስተማሩኝ:: ሁልጊዜም እንዳመሰገንኩዋቸው ነው:: እነርሱም ቢሆኑ እንደኔው ተምረው ነው:: አንተም ይህን አዲስ ግሪስ ቦይ ከመኮርኮም ይልቅ ዕውቀት ብታሳየው ዕድሜ ልኩን ያመሰግንሃል:: እንጀራ የሚወጣለት አንተን ካቶ በላይ ጋራዥ የገፋ ዕለት ብቻ ከመሰለህ ተሳስተሃል:: እኔ እዚህ ሰራሁ፣ ሌላ ቦታ ሄጄ ተቀጠርኩ፣ በሄድኩበት ጋሼ ስቴኩንና ጋሼ ወርቅነህን ማመስገኔ አይቀርም:: ዕድሜ ለእነርሱ እላለሁ::»

አዲሱ ግሪስ ቦይ ዕንባውን ጠራርጎ ከዚያው ከኤሌክትሪሽያኑ ሳህሉ ሳይርቅ እንደቆመ የባለቤቱ ወንድምና የጋራዡ ሃላፊ ወደ እነርሱ ተጠግቶ ምን እንደሚያስለቅሰው ጠየቀው:: ምንም እንዳልሆነ መለሰለት:: ወርቅነህን ግን ሳህሉ ባንድ ምክንያት አንድ ነገር ሳያደርገው እንዳልቀረ ጠርጥሮ ኖሮ «የድሃ ምቀኛው ደሃ ነው የሚባለው አንዳንዴስ ሀሰት አይደለም:: በላይ እንደሆን እከሌ ከእከሌ ብሎ እንደማያዝንላችሁ እያወቃችሁ የእናንተ እርስ በርስ መጣላት ደግሞ ምንድነው? ይኸው ትናንት ይርጋ ምን እንደደረሰበት አይታችሁ የል?» ሲል ገሰፃቸው::

«ጋሼ ወርቅነህ ልሙትልህ እኔ ምንም አላልኩትም:: ይልቅስ አልታዘዝ እያለ አስቸግሮኛል:: ደግሞ ምን ሆድ እንደሚያስብሰው እንጃ! ገና አንድ ቃል ስናገረው ዝም ብሎ ያለቅሳል» በማለት ሳህሉ ራሱን ለመከላከል ሞከረ::

«ምን ሆድ ይብሰዋል ደግሞ! እናት፣ አባት ናፈቁኝ አለህ? እኔ አንተን መቼ አጣሁህ የወጣልህ ምቀኛ ነህ:: ይኸው ይህ ልጅ አንተ ዘንድ ሲሰራ ስንት ጊዜው፣ አንድ ነገር እንኳን አላስተማርከውም:: ከሃይልዬ ጋ የሚሰራው ልጅ ዛሬ ራሱን ችሎ ሰልዳቱራ ያደርጋል፣ ሌሎችም እንደ ፈጠነ ያሉት ልጆች ብዙ ስራ ራሳቸውን ችለው ይሰራሉ:: አንተ ለምኑ ብለህ ነው? በላይ እንደሆነ ሊሸኝህ ከፈለገ ምክንያት አያጣልህም:: በዚህ በዚህ የምትቆይ በላይም አንተ ብትሄድ ኤሌክትሪሺያን የሚያጣ አይምሰልህ» አለውና አንድ የተገለበጠች መኪና ተጎትታ መጥታ ኖሮ እንዲገምት ተጠርቶ ሄደ::

ፈጠነ ለብቻው መሳቅ ጀመረ:: ከአግዳሚው ጠረጴዛ ላይ ያለውን የመኪና ሞተር አንድ ወገን ብሎንና በሌላኛው ወገን ያለውን ሌላ ቡሎን በተለያዩ ቁጥር መፍቻዎች ይዞ እያጠበቀ አለፍ አለፍ እያለ ኩፍ ማለቱን ቀጠለ:: ሳህሉ በሸቀ::

«ምንድነው የሚያንተከትክህ?»

«አይ እንዳው ነው::»

«እንግዲህ ብንከባበር ይሻላል!»

«እኔ እንደሆነ ጋሼ ሳህሉ ዘወትር እንዳከበርኩህ ነው::»

«ታዲያ ምን ያስቅሃል?»

«ጋሼ ስቱኮ የነገረኝ ነገር ትዝ ብሎኝ ነው::»

«ምንድነው ትዝ ያለህ» ሲል እንደመደንፋት እያደረገው ጠየቀው::

«ስለጋሼ ወርቅነህ የሚነግረኝ፣ የእናት ሆድ ዥንጉርጉር ነው እያለ፤ የጌቶችንና የጋሽ ወርቅነህን ነገር እያነሳ የነገረኝ ነዋ::»

«እኮ ምን ነበር?»

«ጋሼ ወርቅነህ ሁልጊዜ ለኛ ያዝናል:: እንደወንድሙ አይደለም የሚለኝ፣ ይኸው በቅድሙ ባንተና በግሪስ በዩ ልጅ መሃል በተነሳው ጠብ የተናገረው ነዋ!» አለውና የሞተሩን ቦሎን ማጥበቁን ቀጠለ::

የጋራዡ ባለቤት አቶ በላይ በዝቅተኛ ደመወዝ ከማሰራቱም ሌላ ሲያስፈልገው ከመሳደብና ሰራተኛውን ከመደብደብ አይመለስም:: ይህንን ግፍ ሲፈፅም የተመለከቱት ሰራተኞች «ምነው ጋሼ ወርቅነህ የወንድሜ ጋራዥ ነው ብሎ አንድ ቀን እንኳን ሰራተኛውን ክፉ ቃል ተናግሮ አያውቅ» እያሉ ያመሰግኑታል:: አንዳንዶች ግን «የራሱ ሀብት ቢሆን እሱም እንደወንደሙ ሰራተኛ መበደሉና እንዳስፈለገው ማባረሩ አይቀርም ነበር» እያሉ የጠባይ ቅምጥልነትንና ዕብሪተኛነትን ከመደብ የበላይነት፣ ከአሰሪና የጌትነት ባህርይ ጋር እያገናኙ ይናገራሉ:: እእርግጥ እንዲህ ባዩቹም ቢሆኑ ችግር ሲገጥማቸው የሚያዋዩትና አማላጃቸው አድርገው ወደ ባለቤቱ የሚልኩት ወርቅነህን ነው::

«ጋሼ ወርቅነህ» ለለው ፈጠነ አንድ ቀን ሁለቱ ብቻ ሆነው የእሳት ማቀባበያ መለዋወጫ አልተገኘለትም ለተባለው አንድ «አውስቲን» መኪና ሞተር ከሌላ መኪና ላይ ወስደው «በሞዲፊካ» ሰርተው ለማስገባት ሲመካከሩ::

«... ይኸው እኔ እናት አባት ሆነ ዘመድ የሌለኝ ልጅ መሆኔን ገና እዚህ ከመጣሁ ቀን ጀምሮ የምታውቀው ነው:: ታዲያ ጌቶች ዘመድ ይሆኑኛል ብዬ ነው እንጂ ይኸው ይህን ያህል አመት እዚህ እሳቸው ጋ ስሰራ ይኸ ኀደለኝ፣ ይኸ ይደረግልኝ ብያቸው አላውቅም:: እእርግጥ ነው እሳቸው ቤት ዕውቀት አግኝቻለሁ:: ቢሆንም በቀን የሚያስቡልኝ አልበቃኝም፣ ያንሰኛል:: ባለፈው ሰሞን ጠርተው በደመወዜ ላይ ስሙኒ ጨምረው ሁለት ብር ሲያደርጉልኝ ያንሰኛል ብዬ ለመናገር ፈርቼና ሁልቀን እንደ ልጄ ነው የማይህ ሲሉኝ ውለታ ቢስ መሆን ነው ብዬ ዝም አልኩ እንጂ የአንድ ስሙኒ ጭማሪ ይበቃኛል ብዬ አይደለም»

«ታዲያ እኔ ምን እንዳደርግልህ ነው ለኔ የምትነግረኝ?»

«አይ እኔማ ጌቶችን ስለምፈራቸውና እኔ ከምነግራቸው አንተ ፈጠነ ደሞወዝ አነሰኝ ይላል ብለህ እንድትነግርልኝ ብዬ ነዋ ... »

«በል ዝም በል፣ በላይ ወንድሜም ቢሆን በኔ ሆድ ውስጥ ምን እንዳለ የማውቀው እኔ ነኝ:: ከዚህ በፊት ይሄ ልጅ እናት አባት ሆነ የሚበላበትና የሚያድርበት የሌለው ልጅ ነው:: ይህች የምትሰጠው ፍራንክ አትበቃውምና እዚሁ ጋራዥ ውስጥ ይደር፣ ደመወዝም ጨምርለት ብለው ሲቆጣኝ እንደመቃጣት ብሎት ነው በኋላ የተወው:: አሁንም በሰራተኛ ጉዳይ እጄን ላላስገበና አማላጅ ላልሆን ምያለሁ::

እርግጥ አሁን አንተ የይርጋን ቦታ ሸፍነህ በሞተሪስትነት ስትሰራ ደመወዝ እንደሚያንስህ አውቃለሁ። ነገር ግን እኔ በራሴ የማደርግልህ ነገር ካለ አደርግልህ እንደሆን እንጂ አማላጅ አልሆንም» አለው።

ፈጠነ የቅርብ ወዳጁ ከሆነው ከስቱኮ ጋር ተማከረ። እሱም የሚከተለውን ሃሳብ አቀረበለት።

«ለጊዜው አሁን ባታደርገው ይሻላል። ትናንት ይርጋን ባባርር፣ ዛሬ እሱ ደመወዝ አነሰኝ ጨምርልኝ አለኝ ብሎ ሰበብ ያደርገውና ምናልባት ያላሰብከው ችግር ላይ ይጥልህ ይሆናል። እስከዛሬ ከኖርክበት ችግር የተንገዲሁ አይብስምና ለጊዜው ትንሽ ታግሰህ ብትቆይ ይሻላል» ሲል ቁምነገረኛነትም ሆነ ቀልድ የሚያውቅበትና ከመጣበትም የልቡን የሚነገረው ስቱኮ መለሰለት።

«እውነትክን ነው፤ መታገሱ ይሻለኛል። እእርግጥ እስከዛሬ ካሳለፍኩት ችግር የዛሬው ባሰብኝ ለማለት አይደለም። መጀመሪያ አንተጋ ስሰራ አንተም ታውቀዋለህ። ለሳሙና ካልሆነ በስተቀር ሌላ ምንም አይሰጡኝም ነበር። ሰሞኑንም ስሙኒ ተጨምሮልኝ በቀን ሁለት ብር አገኛለሁ፤ አንተ እንደልከው ይርጋ ትናንት ተባሮ ዛሬ እኔ ደመወዝ አንሶኛል ብል ደብድበው ቢያባርሩኝስ ሰውዬው እንደሆነ አያደርጉትም አይባልም። ስንቱን የኔ ብጤ ደሃ ረግጠው ሲያብራሩ አይቻለሁ። እኔ እንደምታውቀው መግቢያ የሌለኝ ደሃ ነኝ። ግን ብቻ እኔም አንድ ጊዜ እንዳጫወትኩህ አቶ በላይ ጋራዥ ብዙ እንጀራ ያለኝ አይመስለኝም። ከዛሬ ችግሬ የወደፊቱ ሊብስብኝ ቢችልም አንድ ቀን ምናልባት እሱኑ እመርጥ ይሆናል» አለውና ተለያዩ።

ምዕራፍ ሰባት

ቅዳሜ ማታ የደመወዝ ቀን ነው፡፡ ኢንዶ በየአስራ አምስት ቀኑ ነው ለሠራተኛው የሚከፍለው፡፡ የአብዛኛው ወዝአደር ደመወዝ ዝቅተኛ በመሆኑ በየአስራ አምስት ቀኑ ደመወዝ መክፈሉ ወዝአደሩም ቶሎ ለችግሩ የደረሰለት እየመሰለው ይደሰታል፡፡ ገንዘብ በእጁ የሚገባበት ጊዜ ሩቅ ስለማይመስለው ችግሩ ሳይሰማው ሁለተኛው ሳምንት የሚደርስ ይመስለዋል፡፡ ወዲያውኑ ለችግሩ ያውለዋል፡፡ ህንዶቹ የፋብሪካው ባለቤቶችና አማካሪዎቻቸው ይህንን ዘዴ ሆን ብለው እያደረጉት ነው፡፡ ሁለቱ ሳምንት ደርሶ እስከሚከፈለው ድረስ ወዛደሩ ጥርሱን ነክሶ ይሠራ እንደሆን እንጂ የደመወዝ ጭማሪ ለመጠየቂያ ጊዜ አይኖረውም የሚል እምነት አላቸው፡፡ በአስራ አምስት ቀን ደመወዝ የመክፈሉ ዘዴ አሰሪዎች እንደሚያስቡት ወዝአደሩን ለዝንተ ዓለም የሚያደነዝዘው አልሆነም፡፡ ክፍያው ዝቅተኛ፤ ከእጅ ወደ አፍ መሆኑን የተረዳውና ከደመወዝ ጥያቄ ያለፉ ጥያቄዎችን ከማንሳት የማይመለስ መሆኑን ምልክት እያሳየ ነው፡፡ በተለይም በቅርቡ ካሰሪው ወገን የሚደመሩ ወገኖች አንዳች በሚያህል ደመወዛቸው ላይ አዲስ ጭማሪ እንደተደረገላቸው ዜናው በሰፊው በመወራቱ ወዛደሩን እንዳስቆጣ አሰሪዎቹም እያወቁት ነው፡፡

የቀጭን ፈታይ፤ የአመልማሎና የወፍራም ፈታይ ሴት፤ ወንድ፤ አዋቂና ልጅ ወዛደሮች ደመወዛቸውን ተቀብለው ከኢንዶ በር ወጥተው ወደየቤታቸው ለመሄድ አንድ ላይ ሰብስብ ብለዋል፡፡

«እስቲ ለኔ ይቺን ብቻ የሚሰጡኝ ልጅ ነው ብለው አይደል፡፡ እስቲ አሁን እኔ ከማን አንሳለሁ» ሲል ቀጭን ፈታይ የልጅ ወዝአደር ታሪኩ በሁለት ሳምንት የሥራ ቀናት በቀን ሰባ አምስት ሳንቲም ተባዝቶ የተከፈለውን ስምንት ብር በጁ ይዞ ብስጭት ብሎ ተናገረ፡፡

«ለኛስ ቢሆን ሴቶች ናቸው ብለው አይደል! ሥራችንማ ከወንዶች መች ያንሳል? አመልማሎ ፈታይ ላይ የለፋነው ልፋት እንዲህ ቀላል ሆኖ ነው? ሥራው አቅቶን ስንለግም ያዩን ይመስል! ያው ከማባዘቻ ክፍል የሚመጣውስ በርሚል ሸክሙና ባምስት አምስት በርሚል ጥቅጥቅ አመልማሎ ማውጣት ቀላል ነው? ፈትል ማስገባቱስ ቢሆን ምኑ ቀላል ነው? እንዳው የሚያሳዝን እኮ ነው እእናንተው» ስትል

ሌላዋም ያስራ አምስት አመቷ ልጅ በነገሩ ቀጠለች።

ሙሉነሽና አሚና ተያዩ። የእነርሱም ደመወዝ ያው ካስራ ሶስቱ አመት ልጅ እኦርግጥ ባስራ አምስት ሳንቲም ከፍ ይላል። ሚልኮም ቢሆን የምታገኘው ከነሙሉነሽ እኩል በቀን ዘጠና ሳንቲም ነው።

«አሁን እስቲ የኔ እናት ጠላ እየጠመቀች ባትሸጥ ኖሮ የኔ ደመወዝ እንኳንስ ለእሷ ሊተርፍና ለኔም አንድ ጨርቅ አይገዛም። ከርሴንም ሞልቼ ማደሬስ እሷ በመኖሯም አይደል? ልጇም የልጅ ልጇም እኔው ስለሆንኩ ነው፣ እሷ ምንም ሳያምራት ሁሉንም ለኔ የምታደርገው። ደሞዛችንስ እንደ ድካማችን አይመስለኝም። እስቲ ሴትና ልጅ እያሉ መለያየት ምን ይባላል? ሁላችንም እኩል እስከሰራን ድረስ!። እኔ ሙሉነሽ እንደሆን ከማንም ወንድ አላንስም።»

«አንቺም ዕድሜ ለአያትሽ፤ እሳቸውን ያሰንብትልሽ እንጂ አንድ ልጃቸው አንቺው ነሽ። እኔ ነኝ እንጅ ባባት እንጂ በእናት ከማንገናኘውና አባቴ ነፍሱን ይማረውና ከሁለት ሚስቶቹ ከወለዳቸው ሦስት ወንድሞቼ ጋር የምቃመሰው ይቺኑ ነው። የእነርሱ እናቶች ሞተዋል። ሃላፊነቱ የኔና የናቴ ነው። በቀን አንድ ብር በሁለት ሳምንት ተባዝታ የምትከፈለኝ ለስንታችን ከርስ መሙያ ትሆናለች? አንዳንዴ ወዳንዱ አገር ጥፊ፤ ጥፊ ይለኛል» ስትል አሚና ለሙሉነሽ፣ ለማልኮና ለታሪኩ ነገረቻቸው።

ሁሉም ከእነርሱ ችግር አስበልጠው ለአሚና አሰቡላት፣ አዘኑላት። አይን አይኗን እያዩ፣ እነርሱም እርስ በርሳቸው ተያዩ።

«አይዞሽ አሚና ምን ታውቂያለሽ አንድ ቀን ያለፍልን ይሆናል። ደግሞ አታልቅሺ» እያለች ሙሉነሽ በነጠላዋ ጫፍ ዕንባዋን ጠረገችላት።

«ደግሞ እኮ አመትባላችን አረፋ ደርሷል። ለኔ ቢቀር ለትንንሾቹ እህቶቼና ወንድሞቼ ምን እንደማደርግላቸው አላውቅም። ቢሆንም ሰርቼ የምገባ እኔው ነኝ። ፋብሪካ መስራት ትልቅ ነገር ይመስል!»

«ታዲያ እስከዚህ ድረስ አንቺ ምን አሳሰበሽ? አንድ ጥብቆ ቢጤ መግዥያ ቢያወጣ አምስት ሽልንግ ነው። እኔ ለእማዬ እነግራትና እገዛልሻለሁ። ላንቺም ቢሆን አንድ ገላዬ ያልነካው ቀሚስ አለ። እሱን አመጣልሻለሁ። ከእማዬ ደብቄ አመጣልሽና ላመትባላችሁ ትለብሺዋለሽ። ደመወዝሽን ለእናትሽ ሰጫቸው» ስትል ሙሉነሽ አሚናን አፅናናቻት።

«በቃ ምን ያስለቅሰሻል፣ ዝም በይ እንጂ!» አላት ታሪኩም።

«እኔ ደግሞ ያመትባላችሁ ዕለት እንዳው ደግነቱ አሁድ ነው፣ ያንድ ብር ቴምር እገዛና ለወንድሞችሽና እህቶችሽ አመጣልሻሁ» ስትል ሚልኮም የበኩሏን እንደ አቅሟ ለማድረግ ቃል ገባች። ከቴምር የተሻለ ስጦታ ለነ አሚና አመትባል የምትወስደው ስላልታያት። በእሷ አቅምም ቢሆን ሽልንግም ቢሆን ትንሽ ገንዘብ አይደለም። የችግሯን ቀዳዳ ይሸፍንላታል። ከራሷ ችግር አስበልጣ ለአሚና አሰበችላት። ታሪኩ የአሚና ጎረቤት ሆኖ ሙሉነሽና ሚልኮ ላመትባልሽ ይህንን እናደርግልሻለን፣ ያንን እናደርግልሻለን ሲሉ እሱ ዝም ብሎ ማዳመጥ አልሆነለትም። ግን ምን እንደሚያደርግላት ግራ ገባው። በዕድሜውም ከሁሉም ማነሱ፣ ኢንዶ የሚከፈለውም እንደስራው ሳይሆን እንደ ዕድሜው ከሁሉም ያነሰ መሆኑ፣ ሳያስበው ከእድሜው ልጅነት ጋር የተያያዘ መላ መጣለት።

«አሚና!» አላት።

«ወይ!» አለችው።

«ወንድሞቼና እህቶቼ ብዙ ናቸው ብለሽ የል?»

«አዎን!»

«ታዲያ ለበአላቸው አንድ የሰድሣ ሳንቲም ፓሎኒ ኳስ ብገዛላቸው ወንድምችሽና እህቶችሽ የሠፈር እግር ኳስ ቡድን አቋቁመው መጫወት ይችላሉ።»

መጀመሪያው ላይ ችግሯን ስታነሳው ዕንባዋ እርግፍ እርግፍ እያለ ያስቸገራት አሚና ሳቋን ለቀቀችው። ሙሉነሽና ሚልኮም ይስቁ ጀመር።

«በየት አገር ነው ሴቶች እግር ኳስ ሲጫወቱ ያየኸው» ስትል ሳቅ እያወላከፋት ሚልኮ ጠየቀችው።

«እኔና እህቴ የሠፈራችንን ሴቶች ጨምረን እግር ኳስ እንጫወት ነበር። ምናለበት! እእናንተ ከወንዶች ጋር እግር ኳስ ተጫውታችሁ አታውቁም?»

«እኔ አውቃለሁ፣ ፖርቴሪ ሆኜ አውቃለሁ ወንዶች ጎል እንዳይገባብን በረኛ ፖርቴሪ ሁኚልን ሲሉኝ እሆናቸው ነበር» አለች ሙሉነሽ።

ታሪኩ ግን የዕድሜው ከሴቶቹ ያነሰ መሆኑ ብቻ ሳይሆን ከእሁድ በስተቀር ዕረፍት የሌለው በመሆኑ እንኳንስ ስለሴት ኳስ ተጫዋች ሊናገር ይቅርና በቂ የጨዋታ ጊዜ ያላቸው ወንዶች ልጆች ኳስ ሲጫወቱ ቆም ብሎ እስኪጠግብ ድረስ ያየበትና እሱም የተጫወተበት ጊዜ በቁጥር ነው። እሁድም ቢሆን አቃቂ ወርዶ ልብሱን ያጥባል። አሚናም ብትሆን የሴት ኳስ ተጫዋች የምታይበት ጊዜ የላትም። እሷም ብትሆን እንደ ቅብጠት ስለሚቆጠርባት ደፍራ ከወንዶች ተቀላቅላ ተጫውታ አታውቅም። በዕድሜዋም ቢሆን አሚና ከሙሉነሽ ታንሳለች። ከሁሉም ከሚልኮም ጭምር ሙሉነሽ ከፍ ትላለች። እእርግጥ በገጠር ቢሆን ሁሉም የደረሱ ልጃገረዶች ነበሩ። ተድረው መውለጃቸው ነው። ኢንዶ ኢትዮጵያ ጨርቃ ጨርቅ ፋብሪካ ሆነና ሰውነታቸው ሙሽሽ ያለ፤ ቅጭጭ ያሉና ጡታቸው እንኳን በቦታው ያለ የማይመስል ከሲታዎች ናቸው። በዚህ ላይ ሁሉም እንደሳሉ፤ እንዳስነጠሱና እንደተናፈጡ የሚውሉ ጎስቋላ ፍጥረቶች ናቸው። ታሪኩም ቢሆን እዚያው ቁርቁዝ አለ እንጂ አላደገም። አስራ አራት አመቱን የያዘ ሲሆን የሰባት አመት ልጅ ያህል ነው የሰውነቱ ዕድገት። ጥርሶቹን አይቶ ከሰባትና ከስምንት አልፎ አስር፣ አስራ ሁለት ያልፈዋል ይባል እንደሆን እንጂ በሰውነቱና በቁመቱስ ቢሆን ትክክለኛ ዕድሜውን የሚገምት ሰው ከስህተት ላይ መውደቁ አይቀርም። ቢበዛ ዘጠኝ አመት ቢገመት ነው። እዚያው ቆርቁዟል። የድሀ ልጅ ምልክቱን በሰውነቱ አስተዳደግ ገልፆታል። በዚህ ላይ ፊደል ከመቁጠር ያላለፈ ማንበብና መፃፍ የማይችል ልጅ ነው። ታዲያ ቀጭን ፈታይ ላይ መስራት ደህና እየተካነበት በመሄድ ላይ ነው።

በቀጭን ፈታይ ካሉት ወዝአደሮች ሁሉ ሻል ያለ ትምህርት ያላት ሙሉነሽ ነች። እሷም እስከ አራተኛ ክፍል የደረሰች ነች። ለስራ ባልደረቦቿ ሙሉነሽ ብዙ የተማረች ነች። ከሙሉነሽ በስተቀር የቅርብ ጓደኞቿ አሚናና ሚልኮም ማንበብና መፃፍ አይችሉም። ቀጭን ፈታዮችማ ስለራሳቸው ችግር «ሙሉነሽ አንቺ ተናገሪልን» ይሏት ጀምረዋል። የእነርሱ ችግር በእነርሱ አፍ ሲነገር ችግር መሆኑ የሚታወቅላቸው አይመስላቸውም። «እኛ ምን እናውቃለን አልተማርን ከኛ የተሻለ የምታውቅ ሙሉነሽ ነች። ትምህርት ቢኖራት ነው እንጂ፣ በዚህ ላይ ካያቷ ድፍረትን ተምራለች። የኢጣልያን ጊዜ አርበኛ ነበሩ አሉ። ታዲያ ሙሉነሽ ባያቷ ወጥታ በዚህ ላይ ትምህርት ቀመስ መሆኗ እንኳንስ ለራሷ ቀርቶ የኛ ችግር ሳይቀር የሚሰማትና በኛ ጠስ ለመግባት ቀደማ የምትገኝ ነች» ማለት ከጀመሩ ቆይተዋል፣ ቀጭን

ፈታዮች፡፡

«ትምህርት ድፍረት ይሰጣል ሲባል አንቺን አየሁ፡፡ እንደ ትምህርት አይን ገላጭ የለም፡፡ ክፋንና ደጉን ወለል አድርጎ ስለሚያሳይ ነው መሰለኝ ሃይልና ጉልበት ሲሆን ይኸው ባንቺ የምናየው ነው» አለቻት ሙሉነሽን የቀጭን ፈታይዋ ካቦ እልፍነሽ፡፡ ከዚህ በፊት በጋዲሴ ከሥራ መባረር የተነሳ ለዚያ አድርባዩ ካቦ አረሩ፣ የተናገረችውን እንግግር እልፍንሽ እያስታወሰች ሙሉነሽን አደነቀቻት፡፡ ከሞላ ጎደል ሁሉም መሃይም በሆኑበት የኢንዶ ሴት ወዝአደሮች መሃል እስከ አራተኛ ክፍል የተማረችው ሙሉነሽ መገኘቷ «በዕውራን አገር አንድ ዐይና ብርቅ» ነው እንደሚባለው ያህል ሆነ፡፡

አንድ እሁድ ቀን የኢንዶ ወዛደሮች ማህበር መሪ ሲማ ከስራ ጓደኞቹ ጋር እመት ጌጤነሽ ቤት ጠላ እየጠጣ ሲጫወት የሸማኔ ክፍሉ ደሜ ተቀላቀለው፡፡ ቀጥሎም ሌላው የማዘጋጃ ክፍሉ ዲንቃ ተከትሎ እመት ጌጤነሽ ቤት መጥቶ ተገናኛቸው፡፡ የቃጫ ፋብሪካ ሰራተኛ ማህበር መሪ ግርማም ለሲማ የቅርብ ወዳጁ ስለሆነ እሱም እዚያው ነበር፡፡ የሸማኔ ክፍሉ ደሜ በማህበር አመራር ውስጥ ባይኖርበትም ከዳቦ ዘመን ጀምሮ ኢንዶ ገብቶ ለቋሚ ቅጥር፤ ለደመወዝ ጭማሪና በሞያ ማህበር ለመደራጀት ከሲማ ጋር አብሮ ታግሏል፡፡ የኢንዶ ወዛደሮች ለህብረት ስምምነት ድርድርና ሕጋዊ ሰውነት ላለው የሞያ ማህበር ካበቁት መሃል ደሜ ይገኝበታል፡፡ በሕብረት ስምምነቱ ላይ የተደራደሩባቸው ነጥቦች በአሰሪዎች በኩል ሊከበሩ አለመቻላቸው፣ ማህበራቸውም ካሰሪዎች ከሚደርስበት ጥቃት ያላነሰ የኢሠአማና የማህበራዊ ኑሮ ዕድገት ሚኒስቴር ተፅዕኖ እያደረሰበት መብታቸውን ለማስከበር ሃይል ማጣቱ ከሚቆጭና ከሚያንገበግባቸው መሃል ሲማና ደሜ ናቸው፡፡ ዲንቃም ቢሆን የእነርሱን ያህል አይሁን እንጂ ለኢንዶ ሰራተኞች ማህበር ከአንድ ታጋይ ወዛደር የሚጠበቀውን አስተዋፅዖ አድርጓል፡፡ ከሲማና ከደሜ በምንም ተለይቶ አያውቅም፡፡

የኢንዶና ቃጫ ፋብሪካ ሠራተኞች ማህበር መሪዎች የየግል ችግራቸውን በሚመለከተው በጋር ይመካከራሉ፡፡ ሃሳብ ይለዋወጣሉ፡፡ በትግላቸው ለመረዳዳት ወደ ኋላ አይሉም፡፡ በዚህ በኩል የሁለቱ ሠራተኛ ማህበራት መሪዎች ግርማና ሲማ የአሰሪዎች፤ የኢሠአማንና ሕዝባዊ ኑሮ ዕድገትን በደል ሠራተኛው እንዲያውቀው እንደጣሩ ነው፡፡ እንኳንስ በማህበር ይቅርና በግል ጉዳያቸውም ቢሆን የማይለያዩ

ናቸው:: በዕረፍት ቀናቸውም አብረው ነው የሚውሉት::

የቃጫው ግርማ አናጢ ክፍል ከመቀጠሩ በፊት በአዋሳ እንጨት መሰንጠቂያ ሲሠራ በደረሰበት የአካል መጉደል አዲሳባ ለአቤቱታ መጥቶ፣ የሕዝባዊ ኑሮ ዕድገት ሚኒስቴር አስማሚ ክፍልም ሆነ ኢሠአማ መብቱን ሳያስከብሩለት በመቅረታቸው፣ በስራ አጥነት ተንከራቶ በመጨረሻ አቃቂ መጥቶ ከቃጫ ፋብሪካ የተቀጠረ ወዛደር ነው:: በቃጫ ፋብሪካ ብዙ አመት ከመስራቱም በላይ፣ ሰራተኛው በሞያ ማህበር ለመደራጀት ከአሠሪዎች ጋር የሕብረት ስምምነት ለመደራደር እንዲችል በግንባር ቀደምትነት የታገለ በመሆኑ ቃጫዎች ያከብሩታል:: ያምኑታል:: ምንም ቢሆን በጥቅም ተገዝቶ አሳልፎ እንደማይሰጣቸው ይወራረዱበታል::

«እንዲያው እባክህ ሲማ ያን ዓሊ.ጋዝን ምን ላድርገው? አንቱ እያለ እኮ አስቸገረኝ:: እኔ ዱሮ ከልጅነቴ ጀምሮ አዲሳባ ባሰኪን እንጨት መሰንጠቂያ ሰርቻለሁ:: ድሬዳዋ ኮቶኒ ሰርቻለሁ:: ወዛደር አንቱ ሲባባል የሰማሁት እዚህ አቃቂ ነው:: የሌላውስ እሺ ይሁን ዓሊ.ጋዝ የስራ ባልደረባዬና በዚህ ላይ አብሮኝ የሚታገል የማምነው ነው:: ጓደኛዬ ሆኖ ገና ለገና በዕድሜ በለጥከኝ ብሎ አይደል አንቱታውን አልተው ያለኝ» አለው ሲማ ግርማን እመት ጌጤነሽ ቤት ቁጭ ብለው ጠላ እየጠጡ ሲያወጉ እሳቸውና ሙሉነሽ ከፊት ለፊታቸው ተቀምጠው እያዳመጧቸው::

«አንተ ደሞ ያልቸገረው፣ ይቸግርሃል:: ነግረኸው አልሰማ ካለህ ምን ታደርገዋለህ?» ሲል ግርማ መለሰለት፤ ብርጭቆ ጠላውን አንስቶ ተጎነጨና መልሶ ፊቱ ካለው አነስተኛ ጠረጴዛ መሳይ ላይ አያስቀመጠ::

«የለመዱት ነገር መች እንዲህ በቀላሉ ይተዋል ብለው ነው ጋሼ ሲማ» ስትል ሙሉነሽ ጣልቃ ገብታ ተናገረች::

«እውነት ነው ሙሉነሽ፣ አብሮ የኖረ ልማድ እስኪሞቱስ ድረስ መች ይለቃል ብላችሁ ነው?» ሲል ደሜም ተናገረ::

«ወሎና የኔ አገር ሰው አንቱ ማለት ይወዳል:: ዓሊ.ጋዝ ማለት ይህ ተርሶ ጋር የሚመጣው ወሎዬው አይደል? ኧረገኝ! ባይወልዱት ታናሽ ይሆናል:: አንቱ ማለቱስ ደግ አርጓል:: እህ ታዲያ አንድ ፍሬው ሙጨውና ጉቡሉ ሁሉ እየተነሳ ታላቁን ይዘርጥጥ ነው የሚሉ! ኧረ

ተውት እእናንተው ማክበሩስ ደግ አርጓል» አሉ እመት ጌጤነሽም።

ሲማ የጨዋታውን አርእስት ለወጠው። ስለ ሙሉነሽ ለጓደኞቹ አንዳንድ ነገር ያወራላቸው ጀመር።

«ይልቅስ ስማኝ ግርማ፤ ደሜ እንኳን ያውቃታል። ይህች ሙሉነሽ የዋዛ እንዳትመስልህ። ብርቱ ልጅ ነች። ወደፊት እዚሁ ኢንዶ ከሰነበተች በማህበሩ በኩል ብዙ ሳትጠቀመን አትቀርም። ሴቱ ሁሉ ወዷታል። ችግራችንን እሷ ካልተናገረችልን ነው የሚሉት የቀጭን ፈትል ክፍል ሴቶች። ታዲያ እሷን የመሰለ ከስንት አንድ ቢገኝ ሴቱ ሁሉ የማኀበር ጥቅሙ ቶሎ ገብቶት ይተባበር ነበር።»

«ኸረ ልጄን ሰው አፍ ልታስገቡብኝ ነው መሰለኝ አንቱ ሲማ! ደግም አይደል እንዲህ አይበሏት። ማመስገንም ቢያስፈልግ ተመስጋኙ ፊት ባያደርጉት ይሻላል። እንዲያው የዚችን ልጅ እንዲህ በሁሉ ቦታ ቀደም ቀደም ማለቱን የኔ ሆድ አልወደደውም። እንኳን ለሴቱ ለወንዱም አልበጀው ዛሬ ጊዜ! አባቷም እንዲህ ቀደም ቀደም፤ ደፈር ደፈር ማለቱ ነው ለሞት ያበቃቸው። የሴት ድፍረት የትም አያደርስ» ሲሉ በሲማ እንግግር አለመደሰታቸውን እመት ጌጤነሽ ተናገሩ።

«ምን ነካዎ ጌጤነሽ?። የአርበኛ ልጅ መሆኗስ ለመቼ ነው? በዚህ ላይ ለደግ ነገር ማመስገን ምን ክፉ ነው? እኔ እንኳን ሚስቴ ኢንዶ ነው የምትሰራው። ታዲያ ከሴት ሁሉ የተማረች የእርሶ ልጅ ብቻ እንደሆነች ስትነግረኝ ፊደል የቆጠረ፣ በጥቂቱም ቢሆን የትምህርት ብርሃን ያየ ከእእናንተ መሃል መገኘቱ ጥሩ ነው ብዬ ያልኳት ትዝ ይለኛል። አሁን ደሞ ሲማ የሚናገረውም ቢሆን እርሶን ያኮራል እንጂ የሚያስከፋ አይደለም» አላቸው ግርማ።

«እኔማ እኮ፣ እሷ ለራሷ አንድ ፍሬ ልጅ ነች። ጎሽ! ጎሽ! ያሏት እንደሁ ከክፉ ላይ ትወድቃለች ብዬ ነው። ልጅን ደግሞ ፊቱ ማመስገን ኋላ እመሰገን ብሎ የሚያጠፋው ይበዛል ብዬ ፈርቼ ነው» ሲሉ መለሱላቸው እሳቸውም።

«አዬ የጌጤነሽ ነገር! ምነው የኔ ልጆች እንደ ሙሉነሽ በሆኑልኝ። ይኸው ሁለቱ ሴቶች ልጆቼ እዚያው ፈትል ክፍል ይሰራሉ። ወንዱም ቃጫ ይሰራል። እናታቸውም ያው ኢንዶ ነች። ታዲያ ወንዱ ሆነ ሴቱ የእርሶን ልጅ ያህል አስተዋይነትና ቆራጥነት ቢኖራቸው እንዴት ደስ ባለኝ። እናታቸው ትሻላለች። እሷ ይልቅ አስራ ስምንት አመት ኢንዶ ስለሰራች ነው መሰለኝ ለሠራተኛው የሚጠቅም፣ የሚጎዳውን

ለይታለች፡፡ አሠሪዎች የሚያደርሱብንን በደል ከልጆቹ ይልቅ የምታውቅ እሷ ነች፡፡ ሙሉነሽን ግን በዚህ በኩል ከሴት የሚያህላት የለምና ምነው የኔ ልጅ በሆነች እንዳልኩ ነው፡፡ ብቻ እኮ ባንወልዳትም ያው ልጃችን ነች» አለ ደሜም፡፡ እነርሱ ከጠላቸው እየተጎነጩ ሲያወሩ፣ ሙሉነሽ ምንም ሳትናገር አዳመጠቻቸው፡፡ ወሬውን የጀመረው ሲማ ድምፁን አጠፋ፡፡ ለወደፊቱ ያሰበው ነገር ያለ ይመስል በሃሳብ የተዋጠ መሰለ፡፡ እነርሱ ክርክራቸውን ከእመት ጌጤነሽ ጋር ሲቀጥሉ ሲማ ብርጭቆ ጠላውን እንደያዘ መፍዘዙ፣ በሃሳብ ከሄደበት እንዳልተመለሰ አስታወቀበት፡፡ ሙሉነሽም ስለ እሷ የሚወራውን ድምጿን አጥፍታ ማዳመጥ የበዛባት መሰለች፡፡

«እኔ ግርም የሚለኝ የእማዬ ነገር ነው፡፡ እኔን ሁልጊዜ እንደ ህፃንና የምሰራውን እንደማላውቅ አድርጋ ማየቷ ነው፡፤ አንደ ጋዲሴ ምክንያት ፈልገው ያባርሩሻል ትለኛለች፡፡ ታዲያ ቢያባርሩኝ ጉልበቴ ደህና ይሁን እንጂ የትም ቢሆን ሰርቼ እበላለሁ፡፡»

«በሉ እንግዲህ መልሱን ይስጧት ጌጤነሽ!» አለ ግርማ፡፡

«የዕድሜም ሳይሆን የአእምሮ ትልቅነት ያስከብራል፡፡ እንደ እኔ የሸበተ ሁሉ አዕምሮው የልጅ ከሆነ ይዋረዳል፡፡ ሽበቱ የእንጨት ሽበት ያህል ነው ማለት ነው፡፡ በሉ እስቲ ጌጤነሽ ይመልሱላት ሲል ደሜም አከለበት፡፡

«ኧረ እኔም ከሙሉነሽ ጋር ነው የምስለፈው፡፡ የእሷ ደጋፊ ነኝ» አላቸው ሲማም በሃሳብ ከነጎደበት መለስ ብሎ ኖሮ፡፡

«እንግዲያው ለኔ አንድ ፍሬ ልጅ ነች፡፡ እንኳን አሁን ተድራም ከቤት የወጣችለት እንደዚያው ነው ሃሳቤ፡፡ ዕድሜዋስ ቢሆን ለዚያውስ ገና ወደ አስራ ስምንቱስ አይደል» በማለት የማይረቱበትን መከራከሪያ የመረጡ መሰሉ፡፡

እሁድ ወደ ሰዓት በኋላው ላይ እመት ጌጤነሽ ቤት ጠላ ፍለጋ ከሩቁም ቢሆን የማይመጣ የለም፡፡ ኢንዶና ቃጫዎች ውሏቸው እዚያው ነው፡፡ እመት ጌጤነሽ በጠላው ሽያጭ ጥቅም ቢያገኙም ስራው ገደለኝ ባይ ናቸው፡፡ ያገሬ የጎጃም ጠላ ድፍድፉ የተዘጋጀ ለወር ለሁለት ወር ተመርጎ ከዚያ እየተቀነስ የሚበጠበጠው ሆኖ ነው እንጂ የሸዋ ጠላ ጠምቄ ቢሆን እስከ አሁን ሰውም አልሆን ነበር ይላሉ፡፡ ታዲያ የልጅ ልጅ ማድረሳቸው፣ ችግሩም ስለጎዳቸው ያረጁ ይምስሉ እንጂ ጣልያን

ሲገባ የሙሉነሽን እናት በላይነሽን ባስራ አምስት ዓመታቸው ወልደው አራስ ቤት ነበሩ።

ጠላ እየጠጣ እርስ በርሱ የሚያወካው ወዛደር በርከትከት ብሏል። በማሳለፉ በኩል ሙሉነሽም ተሰማርታለች። ለሰኞ ሥራ ብላ ጉልበቷን አትቆጥብም። ሲማና ደሜ ቀደም ብለው ከእመት ጌጤነሽ ቤት ይገኙ እንጂ የኢንዶው ዲንቃ የቃጫው ግርማና ዐሊጋዝም ከተል ብለው ተደባልቀዋቸዋል። ሌሎችም የጎጃም ጠላ ፈላጊ በቤቱ ግጥም ብሏል።

«እንዳው ታዲያ በየሳምንቱ እዚሁ መሰብሰባችን ካልቀረ ዕቁብ ቢጤ ብንጀምር ለኛም ይረዳን ነበር» ሲል ሲማ ሃሳብ አቀረበ።

«ኧረ እንዳው፣ በኔም ጭንቅላት ውስጥ ያለው ሃሳብ ይኸው ነበር። አንተ ቀደምከኝ እንጂ» አለና ግርማ ተቀበለው።

«የጌጤነሽ ጠላ እንደሆነ እንኳን ዕቁብ ሠርግ ይመልሳል። እሳቸው እሺ ካሉ ዕቁቡ እሳቸው ቤት ቢሆን ማለፊያ ነው» ብሎ ደሜም ጨመረበት።

«እኔ ምን ከፋኝ፣ የዕቁቡ ጠላ በኔ ኪሣራም ቢሆን አይጎዳኝም። አሉ እመት ጌጤነሽም።

«ኧረ ምን በወጣዎ? ለምን ብለው ይከስራሉ? ባይሆን በዚያው በዕለቱ ካላጎደሉብን መቼ ያንሰናል። እርሶንስ ማክሰር አይገባም። የዕቁቡ ነገርስ ከነገ ዛሬ የሚባል አይደለም» ሲል ግርማም መስማማቱን ተናገረ።

«ከሆነ አይቀር ከሚቀጥለው ሣምንት እንጀምረው። ያው የደመወዝ ሳምንት ነው። ሁል ጊዜ በያስራ አምስቱ ቀን ደመወዝ ላይ ቢሆን የተሻለ ነው» ሲል ዓሊጋዝም ሃሳቡን ሰጠ።

«የገንዘቡ ልክ ከታወቀና የምችለው ከሆነ እኔም እገባለሁ» አለች ሙሉነሽም።

«ባትገቢበትም ፀሐፊያችን አንቺ መሆንሽ የት ይቀር መሰለሽ። እንኳን ለዕቁብ ፀሐፊነት ከዚያም በላይ ቢሆን አታንሺ» አላት ሲማ ሙሉነሽን።

«ታዲያ ሰው ጨመርመር ቢል አይሻልም?» የሚል ሃሳብ ዲንቃ

አቀረበ::

«የገንዘቡ መጠን መጀመሪያ ይታወቅ» አለ ደሜም::

የዕቁቡ ጉዳይ ላይ በዚያ የተሰበሰቡት ሁሉ በሃሳብ ቢስማሙም ማስሪያ ለማግኘት ጊዜ መውሰዱ አልቀረም:: መደማመጡ እየቸገረ አንዱ የተናገረውን ሌላው ሲደግም ውይይቱ ቢራዘምም በመጨረሻ የዕቁቡ መዋጮ ሁለት ብር እንደሆን ተወሰነ:: የዕቁብ ዳኛ ሲማ፣ ፀሐፊ ሙሉነሽ፣ ገንዘብ ያዥ ግርማ እንዲሆኑ ተባለ:: ለዕቁብተኛው ሁለት ሁለት ብርጭቆ ጠላ ከዕቁቡ ገንዘብ ላይ ተነስቶ ለእመት ጌጤነሽ ይከፈል፣ የዳኛና የፀሐፊ ግን ወደፊት እንደ ገንዘቡ እየታየ እንዲታሰብ ተባባሉ::

«እንግዲያው እኔና ሚስቴ ሁለት ዕጣ እንወስዳለን» ሲል ዲንቃ ተናገረ::

«የኔም ሚስት ዕቁብ መጠጣት መፈለጓ አይቀርምና የሁለታችን ሁለት ዕጣ፣ እንደ ዲንቃ ሁለት ዕጣ እንወስዳለን» አለ ደሜም::

አብዛኞቹ ከሚስቶቻቸው ጋር ሁለት ዕጣ እንወስዳለን አሉ:: ሲማም ከሚስቱና ከልጁ ጋር ሦስት ዕጣ ለመግባት ተስማማ:: በዚያውም የዕቁብ መዝገብና የዕጣ ማውጫ ደብተር እንዲገዛና የሰው ስም እንደሚከፍለው ዕጣ ብዛት እንዲመዘገብ የሚል ሃሳብ ሰንዝሮ የወረቀቱና የመፃፊያው ወጪም ከዚያው ከዕቁቡ ላይ እንደሚታሰብ ተነገረ::

«እህ! ሴቱ ከወንዱ እኩል እዚሁ እየመጣ ዕቁብ ሊጠጣ ማለት?» ሲሉ እመት ጌጤነሽ ግራ የተጋቡበትን ጉዳይ አነሱ::

«ይመጣሉ እንጂ እዚሁ ድረስ፣ አንድ እሁድ ከሆነስ ብቅ ማለቱ አይቸግራቸውም:: ታዲያ ከቤት ሆና እኔ ብቻ እየመጣሁ፣ የኔና የሚስቴን እየከፈልኩ የእሷንም ድርሻ እኔው ጠጥቼ መሄድስ ልክ አይመስለኝም:: አደርገረዋለሁም ብል ሚስቴ ቅር ይላታል:: ጠላውስ ቢሆን ለምን ይቅርባት? አንድ እሁድስ አብረን መጥተን ዕጣ እስኪወጣ ጠብቀን ጠላችንንም ጠጥተን አብረን እንገባለን እንጂ የሚሆን አይደለም» ብሎ የእመት ጌጠነሽ እንግግር ያልገባው መስሎ ተናገረ::

«አይ! መቼም ሚስቶቻችን አያመቸንም ካሉ ያው እኛው ባሎቻቸው እዚሁ ስላለን ልንበቃ እንችላለን:: እንዲያው መቀጫ እንዳይጣልባቸው እኛ አለን»

«አያመቻቸውም ብላችሁ ከቤት እንዳታስቀሯቸው ብቻ! ወንድ ወንዱ እንደልቡ መሆን ሲያምረው ምክንያት መች ያጣል» ስትል ሙሉነሽ ጣልቃ ገብታ የመጣላትን ተናገረች::

«እዩዋት ይቺን ቁም ለቁም! አወቅሽ አወቅሽ ስትባል የምትናገረውን ሰማችሁ አይደል? እኔ መቼም ሴት ሴቱ ለብቻው ዕቁብ ቢጠጣ ይሻል መስሎኝ ነው እንጂ፣ መቼስ ወንዶች እእናንተ ይሁን ታላችሁ ደስ ነው የሚለኝ:: ለእዚያውስ መቀራረቡ መች ይከፋል» ብለው እመት ጌጤነሽ በወንዶቹና በሙሉነሽ ሃሳብ የተስማሙ መሰሉ::

ወዛደሮቹ እንደመገረም ያሉት በሙሉነሽ አነጋገር ነው::

«እንዳው ሙሉነሽ እኮ ወጋ አደረገችን እእናንተው» አለ ዓሊጋዝ

«አይ እንግዲህ ሚስቴ አይመቻትም እያልክ ከቤት የምታስቀራት ከሆነ ስትል ሙሉነሽ የተናገረችው ላንተም ጭምር ነው ማለት ነዋ» ብሎ ግርማ አስተያየቱን ሰጠ:: ይህንን ሲል የሰሙት የቀሩት ወዛደሮች የጨበጡትን ብርጭቆ ካፋቸው እየመለሱ ይስቁ ጀመር::

የዕቁብተኛውና የዕጣው ብዛት በርከትከት አለ:: በያስራ አምስቱ ቀን የኢንዶ፣ የቃጫ፣ የኢትዮፋይበርና የሳቢያን ብረታ ብረት ወዛደሮች ሳይቀሩ ከእመት ጌጤነሽ ቤት ዕቁብ ይጠጡ ጀመር:: ከሚስቶቻቸው ጋር ተያይዘው እየመጡ፣ ተያይዘው የሚመለሱ ጥቂቶች አይደሉም:: ባሎቻቸው ባያመቻቸው እነርሱ መጥተው፤ ድርሻቸውን ከፍለው፤ ዕጣ እስኪወጣ ጠብቀው፣ ጠላቸውን ጠጥተው የባላቸውን ድርሻ ደግሞ «ባሌ በዚህ ማለፉ አይቀርምና እዚሁ ይቀመጥለት ብለው» ለእመት ጌጤነሽ ነግረው በየቤታቸው ይገባሉ:: ባሎቻቸውም ቢሆኑ ይህንኑ ያደርጋሉ:: አንዳንዴ ማንቆርቆሪያ ይዘው ይመጡና «ሚስቴ ልጅ ታሞባታል:: የእሷን ድርሻ እስቲ በዚህች ማንቆርቆሪያ ያድርጉልኝ» ይሉና ለእመት ጌጤነሽ ወይም ለሙሉነሽ ይነግራሉ እንጂ የመሸታ ቤት ጠላ ለሚስቱ ተሸክሞ አልጠሰድም የሚል የለም:: እንዲህ እያሉ ዕቁቡ ተጋመሰ:: በዕቁቡ ሳቢያ የርስበርስ ግንኙነት፣ መቀራረብ፣ መተሳሰብና መወዳጀት ሰመረ:: ሚስቶችም የእርስ በርስ ትውውቃቸውን አጠበቁ:: «አንተን ከቸገረህ» የሚለው መተሳሰብ «አንቺን ከቸገረሽ» በሚል ወንዱንም ሴቱንም የሚጨምር ከዕቁብ አልፎ የሚሄድና በየፋብሪካው የሚሰራውን ወዛደር ያታ ሳይለይ እርስ በርሱ የሚያገናኝና በጥብቅ የሚያስተሳስር ባህል እየሆነ ሄደ::

ምዕራፍ ስምንት

ፈጠነ ዕድሜው እየጨመረና የኑሮውንና የስራውን ሁኔታ ለማነፃፀርም ሆነ ባጠቃላይ የማስተዋል ችሎታው እየዳበረ በሄደ ቁጥር የራሱም ሆነ የሌሎቹ የስራ ባልደረቦቹ ደመወዝ ዝቅተኛነት ይሰማው ጀመር። በተለይም ደግሞ የአሰሪው ዕብሪትና በዱላ ጭምር እያንቀጠቀጠ ለማሰራት አለመመለስ ከግፈኛነት ያላነሰ አድርጎ ይተረጉመው ጀመር። የደመወዙን ዝቅተኛነት ባሰበው ቁጥር የጋራዥ ዕውቀት ይበልጥብኛል በማለት ያሳለፈውን ያህል ጊዜ ከእንግዲህ ማሳለፍ እንደሌለበት ታወቀው። አቶ በላይ ግን በፈጠነና በርሱ መሃል ያለውን ግንኙነት የአባትና ልጅ ግንኙነት እያለ በያጋጣሚው ከፈጠነ አልፎ ለሰው ሁሉ ቢያወራም ፈጠነ ከእንግዲህ ሊቀበለው ይቅርና ገና ሲሰማው ቋቅ የሚል እንግግር ሆነበት።

«የእዚያች ጥቁር ታኖስ ብልሽት ምን ነበር?» ሲል አቶ በላይ ፈጠነን ጠየቀው።

«ካንዴላውና ካርቦቶሩ ነበር። ከዚህ ሌላ ምንም ብልሽት የላትም።»

«ታዲያ እንዴት አረከው?»

«ካንዴላውን ፈትቼ በብርጭቆ ወረቀት ጠርጌዋለሁ። ካርቦራቶሩን ፈትቼ በቤንዚን አጥቤ ሲደርቅልኝ መልሼ ገጥሜዋለሁ። አሁን ሞተር ስመታ ወዲያው ይነሳል ዕንቅ ዕንቅ የሚያደርገውን ትቶታል።»

«ይኸው ነው? ባለቤቱ ሊወስዱ ይችላሉ? አዲስ ዕቃ የተለወጠ የለም?»

«ይኸው ነው፣ ምንም የተለወጠ ዕቃ የለም ጌታዬ።»

በላይ የመኪናውን ባለቤት «ሰማንያ ብር ይክፈሉ፣ አልጎዳዎትም» ብሎ ሲናገር ፈጠነ ጆሮው ጥልቅ አለ። ሌላ የተለወጠ ዕቃ ሳይኖር ያውም ለደንበኛ እንዴት ይህን ያህል ይጠየቃል ሲል ተገረመ። የመኪናው ባለቤትም ያንኑ የተጠየቀውን ከኪሱ መዞ ሲከፍል ራሱን ነቀነቀ። ወዲያው ፈጠነ ለሱ የሚከፈለው በቀን ሁለት ብርና አቶ በላይ ከደንበኞቹ ለትንሹም ለትልቁም ብልሽት የሚወስደው ገንዘብ ምን ያህል የተራራቀ መሆኑ ታየውና ጨርሶ ተናደደ። ከራሱ አልፎ

የሌሎችም የስራ ጓደኞቹ ደመወዝ በሃሳቡ መጣበት:: በቀን ከፍተኛ ደመወዝ የሚያገኘው እንኳን አቶ በላይ በሰአት ከሚዝቀው ጋር በፍፁም እንደማይወዳደር ተሰማው:: ፈጠነ በሆዱ «እናቱን!» ሲል በላይን ረገመው:: «ሁላችንም በነፃ ሰርተን፣ በነፃ የምንሄድ እንጂ ለድካማችንና ለሙያችን ተማጣጣኝ የምንከፈል አይደለንም» ብሎ ራሱ ለራሱ መደምደሚያውን አስቀመጠ:: ይህንን ሃቅታ ከሱ በስተቀር ሌሎቹ የስራ ባልደረቦቹ ከተገለፀላቸው የሰነበተ መሆኑን ቢያውቅም እንዳው ለነገሩም ቢሆን ሊያነሳላቸው ከጀለ:: ፈጠነን ያብሰለሰለው ጉዳይ ይህ ብቻ አይደለም:: በየምክንያቱ ለብልሽት ወደጋራዥ የሚመጡ መኪናዎች ባለቤቶቻቸው አይናቸውን ሳያሹ ክፈሉ የተባሉትን መቶ ይሁን ሁለት መቶ ብር ከኪሳቸው እየመዘዙ ሲከፍሉ የተሞኙ አድርጎ ለመቁጠር ከጀለው:: ነገር ግን ሞኝነቱ ያለው እሱን ከመሰለውና ጉልበቱና ሙያው ለአሰሪው እንፁህ ትርፍ በሚያመጣው ሰራተኛ መሆኑን ለማመን እንደማያደግተው ተገነዘበ:: ይህንን ጉዳይ ከቀረው ሰራተኛ ጋር ሊወያይበት እንደከጀለ በላይ አንድ ተሰርታ ያለቀች መኪና ስለተደረገላት ጠቅላላ የሞትር ዕድሳት ሊጠይቀው አስጠራውና ወደቢሮ ሄደ::

«የዚያች ሰማያዊ ቮክስዋገን መኪና ባለቤት ደውሎ መቼ ትደርሳለች ብሎ ነበር፤ እንዴት ነው አላለቀችም እንዴ? ወርቅነህ አልቃለች፣ የጎደለ ነገር ካለ ፈጠነን ጠይቀው ብሎኝ ነበር?»

«አልቃለች:: ባለቤቱ ዛሬም ቢመጡ ሊወስዱት ይችላሉ::»

«ምን ምንድነው የተሰራው?»

«ስታርተር አዲስ ተለውጧል፣ ያው ሞተር እንደወረደ እርሶም አይተዋል:: ፋሻም አዲስ ተለውጧል:: ፖምፔታው ውሎ አደሮ መለወጥ አለበት:: አሁን ለጊዜው ግን ስለተጠረገ ችግር የለውም:: የፊት እግሮቹ ጆኮ ይመቱ ነበር:: እሱም ከመሪው ስለነበር መሪውም ተስተካክሏል:: ይኸው ነው ጌቶች» ሲል መለሰ::

አቶ በላይ ፋክቱር እያገላበጠ ዕቃ ከስፔሪያን የተገዛበት እያለ በብጣሽ ወረቀት ቁጥሮች ደረደረና ደመረ:: ዕቃ ከስፔሪያንም ሆነ ከፊያት ኩባንያ በገዛ ቁጥር ኮሚሽን ማግኘቱና ከእውነተኛው ዋጋ በላይ ፋክቱር እየተፃፈለት ባለመኪናዎችን ተጨማሪ በማስከፈል እንደሚበዘብዝ ፈጠነም ሆነ የተቀረው ሰራተኛ ያውቀዋል::

ኩባንያዎችና ባለጋራዦች በዚህ እንደሚጠቃቀሙ የታወቀ ነው፡፡ «ዕቃ የተገዛበት ሁለት መቶ ብር የእጅ ደግሞ ስንት ብናስከፍል ይሻ... ላ... ል? ይሁን ብቻ ሰውዬው ደንበኞችን ነው፡፡ ነገም ተነገ ወዲያም እኛው ጋ መምጣቱ አይቀርምና ... የዛሬን እኛ ብንጎዳ ይሻላል በጠቅላላ ሶስት መቶ ብር ይክፈል» አለና በላይ ገንዘብ ተቀባዩን ጠርቶ «የመኪናዋ ባለቤት ሲመጣ እኔም ባልኖር ገንዘቡን ይክፈልና መኪናውን ይውሰድ፡፡ ዕቃ የተገዛባቸው ፋክቱሮችም እነኚህ ናቸው፡፡ ይህንንም ስጠው» ሲል አዘዘው፡፡

የተባለችውንም ቮክስዋገን የሠራት ፈጠነ ነው፡፡ አንዳንድ ብልሽቶችንና ጥገናንም በሚመለከተው እርግጠኛ ለመሆን ከዋናው ሜካኒክና የጋራዡ ሃላፊ ወርቅነህ ጋር ተመካከረ እንጂ ስታርተሩንም ሆነ ፋሻውን የቀየረው፣ ፖሜፔታውን ያጠበውና መልሶ የገጠመው እሱው ነው፡፡ ሁለቱ የፊት እግሮች ጆኮ እየመቱ የሚንቀጠቀጡ መሆናቸውንም ያስተዋለና መሪውን ፈቶ ያስተካከለው ፈጠነ ነው፡፡ ሞተር በማውረዱ በኩል እእርግጥ ሌሎች በአካል ጠንከር ያሉ ሰራተኞች ረድተውታል፡፡ ጥገናው ከተጠናቀቀም በኋላ ተመሳሳይ ዕገዛ ከሌሎች አግኝቷል፡፡ ወርቅነህም ለፍተሻ ነድቶ በስራው ጉደለት እንደሌለበት መስክሮለታል፡፡ በቀን ውስጥ ካለው የስራ ሰዓት በእዚህኛዋ መኪና ላይ አብዛኛውን ጊዜ ከማጥፋቱም ሌላ ዋናውን የእጅ ሙያ የሚጠይቅ ሥራ የሰራው እሱ ሆኖ ባለቤቱ ሶስት መቶ ብር ከፍሎ እንዲወስድ ሲወስን ብልጭ ያለበት የደመወዙ ነገር ነው፡፡ ከሱም አልፎ ጠቅላላ ሰራተኛው በቀን የሚያስገባው ገቢና ክፍያው ሲታሰበው እሱ በግሉ ጉዳዩን ከማብሰልሰል ከቀረው ሰራተኛ ጋ ተማክሮ አንድ ነገር ማድረግ እንደሚገባ አመነበት፡፡

ቅዳሜ ከደሞወዝ በኋላ ማምሻው ላይ የበላይ ጋራዥ ሠራተኞች ከመበታተናቸው በፊት ከጋራዡ ደጃፍ ሰብሰብ ብለው ወሬው ሲሟሟቅ ማሚቴ «ውሻ ገዳይ» ጠጅ ቤት ሄደው ጨዋታቸውን ለመቀጠል ወሰኑ፡፡ ከመሃላቸው አንዱ እንዲህ ወሬ ደራ ሲል «እንዴት ነው ጎበዝ ጎራ ብለን አንዳንድ እንበል እንጂ» ብሎ ሃሳብ አቀረበ፡፡ የቀሩት እሱን ይጠበቁ ይመስል ገና ተናግሮ ሳይጨርስ ሁሉም ባንድ ድምፅ «ደግ ሃሳብ ነው» እያሉ ተከተሉ፡፡ ስቱኮም «ባመቱ ቅዳሜ የማሚቴን ውሻ ገዳይ ጠጅ ሳልሳለመው ሌሊቱስ እንዴት ይነጋልኛል» ሲል ያንን ቀልደኛነቱን አስከተለ፡፡ ሃይልዬም «አንድ ሁለት ካላልኩ የቁራ መንገድ አይገፋልኝም፡፡ ጥሩ እንቅልፍ የምተኛው ያኔ ነው» አለ፡፡

ጠጅ ተቀድቶ ሁሉም የብርሌውን አንገት ጨብጠዋል:: ፈጠነም እነርሱን ለመምሰል ብሎ ነው መሰል ሌላ ጊዜ አድርጎት የማያውቀውን አንድ ብርሌ ጠጅ አስቀድቶ ካንገቱ ሳያወርድ አግዳሚው ጠረጴዛ ላይ አስቀምጦታል::

«እንዴት እኮ ነው ጎበዝ? ያ ከመሃላችን የተለየን ጓደኛችን፣ የይርጋ ነገር እንደው እኮ! ሆዴን ሲበላኝ ነው የከረምኩት!» ሲል ስቱኮ ጨዋታ አነሳ::

«ምን የሱን ብቻ ትላለህ፤ እኛም ነገ እንደ ይርጋ ተረኞች መሆናችንን መጠርጠር አለብን:: ነገ ቢያባርረን ከልመና የምንገባ ነን:: ምን መላ እንዳለው እንጃ?» ሲል ሃይልዬ ሳልዳቱራ አከለበት::

«የእኛ ምቀኞቻችን እነኚህ ግሪስ ቦዩች ናቸው:: ስራችንን ነገ የሚወስዱ!» በማለት ሳህሌ ወደ ፈጠነ እያመለከተ ተናገረ::

«ተው እንጂ ሳህሌ! ምን ነካህ? እነርሱ ምን ጥፋት አላቸው? አንተስ ያንን የኢጣሊያን ክልስ ፌሊቼን ተክተህ አይደል? ኤሌክትሪሽያን እየሆንከው:: ቀልዱ ቀልድ ነው:: እኔ እንኳን የይርጋን ነገር ያነሳሁት እንዳው፣ አንድ የምናደርግለት ነገር ያለ እንደሆነ ብዬ ነው:: እንደምታውቁት የልጆች አባት ነው:: የእኛ ኑሮ ደግሞ የዕለት እንጂ ለነገ የሚያደርሰን እንዳልሆነ ከኛም የበለጠ የሚያውቀው የለም:: እንዳው ጎበዝ! አንድ የምናደርግለት ነገር ቢኖር ለማለት ነው:: ከአይናችን ቢርቅ ከልባችን አይርቅም!» አላቸውና ስቱኮ ከብርሌው ጠጅ መጎንጨቱን ቀጠለ::

«እኔ እንኳን ከእናንተ መሃል መገኘቴ እእናንተንም ደስ እንደሚላችሁ ስለማውቅና በተለይ ጋሼ ስቱኮ ተለይቼው ወደ ቤቴ እንዳልሄድ ስለጠየቀኝ ነው እንጂ፣ በተለይ ዛሬ እንደ ጋሼ ሳህሉ ቢሆን ከእናንተ ጋር ወደዚህ አልመጣም ነበር:: ምንም ለእናንተ ልጅ ብሆን ብዙ ነገር ስለማውቅና ከተወለድኩ ጀምሮ ብዙ ችግር ያየሁ ስለሆንኩ ጋሼ ሳህሉ በይርጋ እንጀራ የገባሁ፣ ገሬው አድርጎ በክፉ አይን ማየት ከጀመረኝ እእናንተን አልደብቃችሁም፤ ተቀይሜዋለሁ::»

«ፈጠነ ምነው የሳህሌን ነገር ቻል ብትለው? ... ሌላ ቁም ነገር እያለን ወደኋላ ትመልሰን?» አለው ሃይልዬ:: በመሃሉ ሳህሌ ጣልቃ ገባ::

«ምናለ ተው ባትሉት! እኔ ፈጠነን የበደልኩት ነገር ካለ እእናንተ ፊት አሁኑኑ ይናገርና የምትፈርዱብኝን ካሳ ልክፈል!»

«አዬ ... አንተም ከልጅ አትሻል! እንዳው ነገር ማባስ ትወዳለህ:: ለጥፋቱም ምን አንድና ሁለት አለው:: እነኚህ በጋራገዞ የሚለፉ ረዳት ግርስ ቦይስ የእንጀራችን ደመኞች አይደሉም:: እነርሱን ትተን የይርጋን ነገር አንድ ነገር እናድርግ» አለና ስቱኮ ጨዋታውን አስተካከለ::

«እንደአቅማችን ገንዘብ አዋጥተን፣ ለልጆቹ ቀለብ መሸመቻ እንኳን እንዲሆነው ብንሰጠው እእግዜር የሚወደው ስራ መስራት ማለት ነው» አለና ሃይልዬ የተጨበጠ ሃሳብ አቀረበ::

«እኔም እስማማለሁ:: ያለችኝን ደስ ብሎኝ እሰጣለሁ:: ነገ በሁላችን የሚደርስ ነው» ሲል ፈጠነም ተናገረ::

«አንተ ምን አለህና ነው ደሞ አዋጣለሁ የምትለው? ሃሳብህ ብቻ ይበቃል::

«ጋሼ ስቱኮ ግድ የለህም፣ እንኳን አሁን በቀን ብር ከሃምሳ እያገኘሁ ይቅርና ስሙኒና ሽልንግ በማገኝበትም ጊዜ ቢሆን ያለኝን ባዋጣ አይከፋኝም::»

«ግድ የለም ፈጠነ! ያንተ ደሞዝ፣ ደሞዝ አይደለም:: ሌላ ቦታ እስከ መቶ ብር የምታገኝበት ስራ ነውኮ አሁን አንተ የምትሰራው:: ወደፊት እንዳው ከደሞዝ የሚቆጠር ነገር ስታገኝ ያኔ ከመሃላችን አንዱ ደግሞ የይርጋን አይነት ዕድል ሲገጥመው ያኔ ትረዳናለህ» ሲል ሃይልዬም አከለበት::

«እንግዲያው ይህንን ያህል እንችላለን እንበልና ሳይውል ሳያድር እናዋጣለት:: ለልጆቹ አንድ ሁለት ቀን እንኳን ዳቦ መግዣ ይሆነዋል:: በዚህ ላይ ሚስቱ የእመብርሃን እመጫት ነች::»

«ታዲያ! መዋጮው በኛ ብቻ ከሚሆን፣ ሌሎችም ይረዳሉ ለምንላቸው ጭምር ጉዳዩን ነግረን ብንጠይቃቸው ምን ጥፋት አለበት?» ሲል ጥያቄውን እያነሳ እጁን ወደኪሱ ሰደድ አድርጎ ሁለት ብር አወጣና» በኔ በኩል መዋጮዬ ይኸው!» አለና ስቱኮ ከጠረጴዛው ላይ አስቀመጠው:: የቀሩትም አንድ ብርም ሶስት ሽልንግም እያዋጡ ሰጡ:: በመሃሉ ፈጠነ ሌላ ጉዳይ አነሳ::

«እኔንስ ምን ትመክሩኛላችሁ? የደሞዜን ዝቅተኛነት መቀበል እያቃተኝ ይተናነቀኛል:: የዛሬ አምስት አመት ምንም በግሪስ ቦይነት ብገባም ይሄው ራሴን ችዬ መስራት ከጀመርኩ ሶስት አመት ተኩል አለፈኝ::

ጌታው አቶ በላይ በእኛ ድካም በየቀኑ ኪሱ የሚያስገባው ብር ምን ያህል እንደሆንነ ከኔ የበለጠ እእናንተ ታውቁታላችሁ:: እኛ በደከምን፣ ከቀን ወደቀን ሃብት በሃብት የሆነው አቶ በላይ ነው:: የደሞዛችንስ ጉዳይ እሺ ይሁን፤ የማይገባኝ ግን በቡጢና በዱላ ተደበደብን የምንሰራበት ምክንያት ነው:: እኔ እንኳን በላይ ጋራዥ ከገባሁ ጀምሮ ስንት ሰራተኛ ቡጢ እየቀመሰ፤ እየተነረተ ከዚህ እንደተባረረ አስታውሳለሁ:: ታዲያ ይህንን ጉዳይ በመማከር ካልሆነ የምንገፋው አልመሰለኝም:: የኔንም ደሞዝ በሚመለከተው እንዲሁ ነው:: እኔ ብቻዬን ደሞዝ ጭማሪ ብጠይቅ የሚደርስብኝን ፍዳ የማልችለው ይሆናል:: ግን እኛ ብንተባበር፣ ባለቤቱ አቶ በላይ ምንም ማድረግ የሚችል አይመስለኝም:: ይህን ስል ግን ብዙ የማላውቀው ነገር እንዳለ ጠፍቶኝ አይደለም:: እእናንተን ታላላቆቼን ማነሳሳት እንዳይሆንብኝም እፈልጋለሁ::

ፈጠነ ከዚህ ቀደም ይህንን የመሰለ ቃል ሲወጣው ሰምተውት የማያውቁት የስራ ባልደረቦቹ እየተገረሙ በጥሞና አዳመጡት:: እነርሱ እንዲህ ሰብሰብ ሲሉ ደፍሮ በጨዋታቸው መሃል ሲገባ አይቶት የማያውቀውና ከሁሉም ፈጠነን ቀረብ ብሎ የሚያውቀው ስቱኮ ጭምር ተገረመ:: ሳህሉም በጋራዥ ሰራተኞች ልብ ውስጥ ያለውን ብሶት አውጥቶ ሲናገር ሲሰማወው «ለካስ ከኔ የተሻለ አእምሮ ያለው ልጅ ጋር ኖሯል የተቀያየምኩት» አለ::

«እውነትም አለምክንያት አይደለም እናትህ ፈጠነ ብለው ስም ያውጡልህ:: የዛሬ አምስት አመት ገደማ እኔጋ ስትሰራ ያልኩህን ታስታውሰው ይሆን? አንተም አንድ ቀን ደሞዝ አነሰኝ ብለህ ከመጠየቅ አልፈህ፣ ያን ጊዜ ግደይ ከስራ ውጣ ሲባል እንዳደረገው እስከመደባደብ የምትደርስ አንተም ልትሆን ትችላለህ ያልኩህ ትዝ ይልሃል? ሲል ስቱኮም ጨመረበት::

«እእርግጥ ነው ትዝ ይለኛል::»

«ይኸው እንግዲህ አንተም ደረሰክ፣ ትልቅ ሆንክ፣ ኑሮህን እንዲህ በችግር እንደማትገፋው ይታይህ ጀመር:: ይህ አነጋገርህ ምልክት ነው:: እንደኔ ሰካራም ሆነህ ካልቀረህ ሃሳብህ ጥሩ ነው:: ደህና ነገሩ ሁሉ ገብቶሃል ማለት ነው:: እኔ አንድ ብቻዬን፣ አንድ የተገለበጠ ወይም የተጋጨና ቀለሙ ይለወጥ የተባለ መኪና በብርጭቆ ወረቀት ፈትጌ፤ ስትኮ አድርጌ፤ ቀለም ቀብቼና ፖሊሽ አድርጌ ስጨርስ በላይ ባለመኪናውን እስከ አምስት መቶ አንዳንዴም እስከ ሰባት መቶ ብር

ሲጠይቅና ያንን ሁሉ ገንዘብ ከኪሱ ሲከት አያለሁ:: አንዳንዴስ አይኔ ባያየው ይሻለኛል:: እንዴትና ብስጭት የሚመጣብኝ ያኔ ነው:: ከበላይ እጅ እንጠቀው! እንጠቀው! ይለኛል:: እኔ ግን ወር ባልሞላ ጊዜ የማስገባለትን ገቢ ሳየው፣ የወር ደመወዜ ደግሞ መቶ ብር ብቻ መሆኑን አስብና ማነፃፀሩ ራሱ ሊያሳብደኝ ይደርሳል:: ዕቃ የተገዛበት፤ የተጠቀምኩበት፤ የጨረስኩትና የሰበርኩት እንኳ ብዬ ባሰላው ምንም ከኔ ከመወዝ እጥፍ እንፁህ ትርፍ አስገኝለታለሁ:: እስቲ እእግዜርን እንኳ የማይፈሩ የጋራዥ ባለቤቶች በቀን አስር ሳንቲምና ስሙኒ የሚያስቡ ምን ሰዎች ናቸው? አንተ ግን ነገሩ የታየህ ዛሬ ገና ነው:: እኛ ግን በሆዳችን ይዘን ተቀምጠናል:: ይህን ይህን ሳስበው ጠጣ! ጠጣ! ነው የሚለኝ» አለና ጠጅ ቀጅውን ጠርቶ ብርሌውን ያስሞላ ጀምር::

«ፈጠነ ዛሬ ያነሳኸው ጉዳይ የኛ ሁሉ ችግር ነው:: ስንት አመት በሆዳችን ያለ መሰለህ ይሄ ጉዳይ? እኔማ የደመወዜን ማነስ አስብና እናደዳለሁ:: ግን ምን ያረጋል መሰለህ ወዲያው ነው የምረሳው:: ጊዜ ጠብቄ የማገኘውን እተውና ጊዜ ጠብቄ የማላገኘውን ጉርሻ እያሰብኩ በሱ እፅናናለሁ:: ከዚህ መኪና ባለቤት ይህን ያህል ከዚያኛው ደግሞ ያን ያህል ባገኝ እያልኩ ለድካሜ ተመጣጣኝ ዋጋ አለማግኘቴን በጉርሻ አቻችለዋለሁ:: ብቻ ምን አለፋህ ጉርሻ የለመደ ሰራተኛ የደመወዙን ዝቅተኛነት መች ልብ ይለው መሰለህ:: ሆቴል የሚሰራና ጋራዥ የሚሰራ አንድ ነው:: እንዳውም ጋራዥ ጉርሻውና ከሰው መተዋወቁ ራሱ ጥቅም ነው እያልን ዝም ስንል አጅሬም ሲፈልገው ማጅራታችንን አንቆ ያባርረናል:: እውነትም እኮ! ስቱኮ እንዳለው የኛንስ ኑሮ አለማንሳት ይሻላል» አለና ሃይልዬም ጠጅ ቀጅውን ጠርቶ ብርሌውን አስሞላ:: ሳህሌም የራሱን አስሞላ:: ፈጠነ ግን ያስቀዳውን አንድ ብርሴ እንኳ ከወገቡ ዝቅ አላደረገም:: በርጋታ የተጀመረው ጨዋታ በጥሞና የመደማመጡ ጉዳይ እየደፈረሰ ሄደ:: ስቱኮም ሞቅታ ተሰማው:: ሃይልዬም ምላሱ መጎልደፍ ጀመረ:: ሳህሌም በቅላቱ ላይ ቅላት ጨምሮ ሳንባ መሰለ:: «ልብ ያባውን ብቅል ያወጣዋል» እንዲሉ ሳህሌ ከፈጠነ ጋር ወደ ተጋጨበት ጉዳይ ኮበለለ::

«እንግዲህ እኔ ሁለተኛ ክፉ ቃል አልናገርም:: ወንድሜ ሙት ብዬሃለሁ:: እንደዚህ እንደ ጠጅ ደሜን ያፍስሰው ሁለተኛ ባስቀይምህ ... ወንድሜን፤ መካርዬን፤ እንዳው ወንድሜ ሙት፤ እኔ ልሙትልህ፣ እንዳው ሁለተኛ ባስቀይምህ ይቅርታ አድርግልኝ ... ወንድሜ ሙት ክፉ ቃል አይወጣኝም ደሜን ያፍስሰው ብያለሁ ... »

ሳህሌ በፈጠነ ላይ እየተጠመጠመ በመሃልና ሌባ ጣቱ የያዘውን ብርሌ ጠጅ እያፈሰሰና እንደ ግድግዳ ሰአት ከወዲያ ወዲህ እየተወዛወዘ ተጎለዳደፈበት:: ለዛውን አጥቶ ሙዝዝ አለበት::

ፈጠነ የስራ ጓደኞቹ የሞቅታ ስሜት እያየለባቸው መሄዱን ተመለከተና እንደምንም ተሰናብቷቸው ጉዞውን ቀጠለ:: ከቤቱ እስከሚደርስ የይርጋ ነገር በጭንቅላቱ ተመላለሰበት:: መልሶ ደግሞ እሱም ቢባረር የስራ ጓደኞቹ በመዋጮ ከችግሩ ሊያወጡት እንደማይችሉ ታሰበው:: በሌሎች የስራ ቦታዎች እንደሚደረገው ሰራተኛው እንደ አንድ ሰው ሆኖ የደሞዝ ጭማሪ ለመጠየቅ እስካልተነሳ ድረስ ሌላ መፍትሄ እንደሌለው ይታሰበው ጀመር:: በየጥቃቅን ማምረቻና ማከፋፈያው፣ በየጋራዡ፣ በየትላልቁ ፋብሪካ፣ በመንገድ ስራና ጥገና በቅርቡ የተያዘው ማጉረምረም ከበላይ ጋራዥ የሚደርስበትን ቀን በናፍቆት የሚጠብቀው ሆኖ ተሰማው:: ከሳር ፍራሹ ላይ ተዘርግቶ፣ ደረቅ ቂጣውን እየገመጠ ዕንቅልፍ እስኪያሸልበው ድረስ ያለመው ለተሻለ ኑሮ የሚበቃበትን ዕለት ሆነ::

በጥቂት ቀናት ውስጥ ስቴኮ የርዳታውን መዋጮ ለይርጋ ሰበሰበ:: ከጋራዥ ሰራተኞች መሃል መዋጮ ያልተጠየቁት፣ ወደባለቤቱ ይቀርባሉ ተብለው የሚፈሩትና ግሪስ ቦዮች ብቻ ነበሩ:: የባለቤቱ ወንድም የሆነው ወርቅነህ መዋጮውን ተጠይቆ «ወንድሜ እንዳይሰማብኝ እንጂ ለመርዳትስ ወደኋላ አልልም» ብሎ የሚችለውን ያህል አውጥቶ ለስቴኮ ሰጠው:: «የወንድም ጠላት ይለኛል እያልኩ ነው እንጂ የእናንተ መበደል ሳይሰማኝ ቀርቶ አይደለም» አላቸው:: እሱም ከወንድሙ ስር መስራቱን እየጠላ ሳይቀያየም በሰላም ተለይቶ የራሱን አነስተኛ ጋራዥ ወደጌጃ ሰፈር ለመክፈት ማሰቡን ገለፀላቸው::

«ጋሼ ወርቅነህ» አለው ፈጠነ አንድ ቀን ለብቻቸው ሆነው አንድ ተሰርታ ያለቀች መኪና ሲፈትሹ:: «አንተ ለብቻህ ጋራዥ ስትከፍት እኔን ከእዚህ ብትወስደኝ በጣም ደስ ባለኝ ነበር:: አንተጋ እንደሚሻለኝ አውቃለሁ»

«ደግሞ ከወንድሜ አጣላኛ! ደግሞ ሰራተኞቼን አስኮበለልክ እንዲለኝ ነው? እንዲህ አይነት ወሬ በላይ ጆሮ እንዳደርስ» ሲል ወርቅነህ መለሰለት::

«በዚህ አይነት እኮ! ጌቶች ሰበብ ፈልገው ይጣሉኛል በል እንጂ፣ እሳቸው ከፈለጉ ደንበኞቼን ነጠከኝ ማለት ይችሉ የለም እንዴ?»

«መቼስ ያገሩ መኪና ሁሉ እሱ ጋ አይመጣ::»

«ያገሩ ሁሉ መኪናማ እዚህ አይመጣም:: ግን ደግሞ አንተም ጋራዥ ስትከፍት እኮ አንተም ጋ አይመጣም:: አንተን እዚህ የሚያውቁህ ናቸው መኪናቸውን ይዘው ተከትለውህ የሚመጡት:: ታዲያ ጌቶች እኔን ከወስድክ ይጣሉኛል ካልክ ደንበኞቼን ወሰድክ ብለው የማይጣሉህ ምን ምክንያት አላቸው?»

«አንተ ልጅ እዚሁ አይናችን ስር ትልቅ ተሚጋች እየሆንክ ሄድክ አይደለም እንዴ? ይልቁስ ሌላ ቦታ በሞተሪስታነት አፋላልግልህ እንደሆን እንጂ ከወንድሜ ጋ የሚሰራ ሰራተኛ ወስጄ እኔ ጋ ቀጥሬ አላሰራም:: ያንተ ሙግት ማወቅ ግን እየገረመኝ ነው:: አልፎ አልፎ በወሬ ሲነፍስ እንደምሰማው ከሆነ እንደ አንተ አይነቶቹ ናቸው አሉ ሰራተኛውን ሙግት እያስተማሩ ደመወዝ አነሰኝ የሚሉ ጥያቄዎች እያነሳ ከአሰሪው ጋር ሆድና ጀርባ እስከ መሆን የሚያደርሱት:: ከቅርብ ጊዜ ወዲህም ባዲሳባና አካባቢ ይኸው አይነት ሁኔታ እንዳለ እሰማለሁና እኔም ዘንድ ብትሄድ በነጋ በጠባው ደመወዝ አነሰኝ እያልክ ከአንተ አልፎ ሰራተኞቼን እያሳመፅክ አበሳዬን ብታሳየኝስ?»

እንዲህ እያሉ ወርቅነህና ፈጠነ ለጥገና የቀረበችውን መኪና ሞተር እየፈተሹ ሲጨዋወቱ ባለቤቱ አቶ በላይ ኤሌክትሪሽያኑን ሰራተኛ ሳህሉን ከቢሮው አስጠራው:: ሰራተኛው ሁሉ መሸበር ጀመረ:: አብዛኛውን ጊዜ የፈሩት ሲደርስ ስለሚያዩ አንድ ሰራተኛ ተጠርቶ ባለቤቱ ፊት ሲቀርብ መጨረሻው እስኪታወቅ ድረስ ሠራተኛው ይደናገጣል:: ጆሮ ቀና ቀና ማድረግ የተለመደ ነው::

«ይህንን ባትሪ አስሞላ ብዬህ አልነበረም?»

«ጋሼ ሌላ ስራ ይዤ ረሳሁት::»

«እንዴት ትረሳለህ?»

«አሁኑኑ አስሞላ ካልከኝ፣ የያዝኩትን ስራ ትቼ ላስሞላው እችላለሁ:: ለምን ሁልጊዜ ትቆጣኛለህ? ረሳሁ አልኩህ! ረሳሁት!»

«እንዲህ ነችና! እንዴት ነው እንዲህ የምትመልስልኝ? አንተ እኮ ጠግበሃል! ....»

ሳህሉ የጌታውን አቶ በላይ እንግግር ሳያስጨርስ ወደስራው ጥሎት መሄድ ጀመረ::

«የት እኮ ነው ደግሞ ሳናገርህ ጥለኸኝ የምትሄደው:: ያንተ ጥጋብ እኮ አፍንጫህ ደርሷል» አለና እሳት ጎርሶ ወደሳህሌ ሲጠጋው ሳህሌም እንደተለመደው ሊመታኝ ነው ብሎ ይደነግጥና ራሱን ለመከላከል ብሎ ቡጢ ጨብጦ ተሰናድቶ ጠበቀው::

«ኸከከከከ! ... ልትደበደብኝም አስበሃላ!» አለና እንደደረሰ በላይ በክስ ሰነዘረበት:: ሳህሉ ተከላከለ:: በላይ ደጋግሞ ሰነዘረ:: አንዱም ሳህሉን አላገኘውም:: ሳህሉ መልሶ አለመሰንዘሩና ለመማታት አለመፈለጉን ቢያሳይም፣ በላይ ማናአለብኝነቱን ለማረጋገጥ በክስ ሲያቅተው እግሩን አንስቶ በርግጫ ሳህሉን ሆድቃው ገደማ አሳረፈበት:: የጋራዡ ሰራተኞች በሁኔታው ተደናግጠው ስራቸውን እየተው፣ እንደጉድ ይመለከቱ ጀመር:: በባለቤቱ ዕብሪት እጅግ እንደተከፉ አስታወቀባቸው:: በተለይም ፈጠነ በሁለት እጆቹ የያዘውን መፍቻ አጥብቆ እንደመጨበጥ አደረገው:: ፊቱ ክፉኛ ተለዋወጠ:: ከንዴቱ የተነሳ ከንፈሩን ነክሶ እንደቆመ ቀረ:: በድብድቡ መሃል የባለቤቱ ወንድም ወርቅነህ በገላጋይነት ከመሃላቸው ገባ:: በላይ ግን በሳህሉ ላይ የሚያወርደውን የስድብ ናዳ ቀጠለ::

«የደሃ ልጅ ቅማላም:: ምናለ እኔ ቤት መጥተህ ቅማልህን አራገፍክ ...» አለው:: ሳህሉም ዝም አላለም::

«ያንተን ማን በነገረህ! ባሬታ ጋራዥ ስትመጣ የሚያውቅህ ያውቅሃል:: በኛ ጉልበት ከበርክ! ምን ታደርግ? በል አሁኑኑ ሂሳቤን ስጠኝና አሰናብተኝ:: እዚህ ባሪያ የገዛህ ይመስል፣ ስድብህንና ዱላህን የሚችል የለም:: አላንተ ቤት እንጀራ የሌለ መሰለህ? እጄ ብቻ ደህና ይሁን እንጂ፣ የትም ሰርቼ እበላለሁ፣ የሰራሁበትን ትስጠኝ እንደሆነ አሁኑኑ ስጠኝ፤ ያንተ ቤት ባፍንጫዬ ይውጣ! ከዚህ እሄድልሃለሁ::»

ሳህሉ በኤሌክትሪሽያንቱ ይተማመናል:: በጋራዡ ያለ እሱ በዋና ኤሌክትሪሽያንነት ሊሠራ የሚችል እንደሌለ ያውቃል:: በዚህ ላይ አብሮት ለሚሰራው ረዳት ግሪስ ቦይ ሙያውን ገና በሚገባ ያላስተማረው በመሆኑ፣ ሣህሉ ጥሎ ቢሄድ በኤሌክትሪክ ስራው የሚመሰገነው ያቶ በላይ ጋራዥ ደንበኞቹን ማጣቱ ነው:: ሳህሉም ያውቃል:: ባለቤቱም ሌላ ሰው ካላገኘ ወይም እኔ ራሴ እሰራለሁ ካለለ በስተቀር ሳህሉን ሊያባርረው እንደማይፈልግ ያውቃል:: ባለቤቱን የገረመው የሳህሉ ድፍረት ነው:: ከሱ ቤት ቢሄድ ወዲያውኑ ሌላ እንጀራ የሚያገኝ አልመሰለውም::

«ካንተው ብሶ ደግሞ ካልሄድኩ ትላለህ? ወደስራህ ትሄድ እንደሆን? ሂድ ብዬሃለሁ!»

«አሰናብተኝ ነው የምልህ! አሰናብተኝ! እኔ በየቀኑ እየተሰደብኩና እየተደበደብኩ አልሰራም ብዬሃለሁ! አልሰራም!። አንተ ቤት ከምሰራ፣ ጦሜን ባድር ይሻለኛል።»

ሰራተኛው እንደ ጉድ አዳመጣቸው። ፈጠነ አንጀቱ እንዳላረረ ያህል ሳህሉ በተራው የልቡን ሲናገርና አሰናብተኝ ሲል ሲሰማ በድፍረቱ አደነቀው። ለካስ ሰው የከፋውና የመረረው ዕለት የሚፈራው ሃይልም ሆነ ይደርስብኛል የሚለው ነገር እንደሌለ አወቀው። የእዚህ ጊዜ ነው የፈጠነ ፊቱ ፈካ ማለት የጀመረው። በልቡ «እስቲ እንግዲህ በላይ ምን ይዋጥህ? ምነው የሳህሉን ድፍረት ለኔ ባደረገው» ይል ጀመር። ሳህሉ ግን የያዘውን ስራ ትቶ እንዲያሰናብተው በላይን መወትወት ቀጠለ።

«ጥሩ እንግዲህ ከዚህ በፊት ሁለት ጠመንጃ መፍቻ፣ አንድ ፕላየር፣ አንድ ቴስተር ቤትህ ወስደህ ሳትመልስ ቀርተሃል። መቼ ነው ደሞ? አንድ ትራንስፎርመር ፉዞ አድርገሃል። ይህ ሁሉ ሲደመር የወር ደመወዝህ እንደማይበቃ እወቀው። እንዳውም ካንተ ሂሳብ ያለኝ እኔ ነኝ። ስራህን ትሰራ እንደሆን ቀጥ ብለህ ስራ። እሄዳለሁ ካልክ ልብስህን አስወልቄ ራቁትክን ነው የምሰድህ። አንተ ብትሄድ የበላይ ጋራዥ የሚዘጋ እንዳይመስልህ! ስማ! እኔ እኮ ሰርቼ ያገኘሁ ሰው ነኝ። አንተ ብትሄድ፣ ቱታዬን ለብሼ ራሴ መስራት ያቅተኝ መሰለህ?»

ሳህሉ ግን አላፈገፍግ አለ። «እኮ ና! ገብተህ ስራ!» ይለው ጀመር ባለቤቱን። ቀጠለናም «ልብስህን አስወልቅሃለሁ የምትለውን እስቲ ናና ሞክረኝ!» አይኖቹ ከመሬት በወዳደቁት ብረታብረቶች ላይ ያማትር ጀመር። የእዚህ ጊዜ ባለቤቱ ደንገጥ አለ። ሊናገረው አፉን እንዳላሞጠመጠ ሰብሰብ ማለት ያዘ። ድረሱልኝ! ይል ይመስል ግራና ቀኙን ያይ ጀመር። ወርቅነህ በመሃላቸው ሽምግልና ገባ። ስቱኮም በሽማግልና መሃል ተገኘ። ፈጠነ የተናደደው የእዚህን ጊዜ ነው። ወርቅነህስ ይሁን የወንድሙ ጋራዥ በመሆኑ ሽምግልና ቢገባ ያምርበታል። ሳህሉ ስራውን ለቆ ቢሄድ ባለቤቱ እንደሱ ጎበዝ ኤልክትሪሺያን እስከሚያገኝ ድረስ ገበያው እንደሚቀዘቅዝበት አውቆ እንዳይሄድበት መፈለጉ ሲታይ፣ እነስቱኮ ሳህሉን «ሃይ! ሃይ!» ብለው ማስቀረታቸው፣ ሳህሉ የፈለገውን ሳይሆን ባለቤቱ የፈለገውን እያደረጉ መሰለው። ሳህሉና የጋራዡ ባለቤትም በሽምግልና ተስማምተው ሳህሉም ወደስራው ተመለሰ። በሌላም ቀን ፈጠነ ይህንኑ ጉዳይ አንስቶ

ከሳህሉ ጋር ተጨዋወቱ።

«መቼም ጋሽ ሳህሉ ሞኝ መሆን የለብህም። በላይ ይሄኔ ኤሌክትሪሽያን ያፈላልግ ይሆናል። እሱ ሰው ባገኘ ጊዜ ሊያባርርህ እንደሚችል መጠርጠር አለብህ። አንተም ብትዘጋጅ ጥሩ ይመስለኛል። ታዲያ ዕድሜ ልካችንን በማንኖርበት የሰው ቤት እኛ ከሰው የተማርነውን ሙያ ለሌሎችም ብናስተምራቸው ምንም ክፋት የለበትም። እኔም ገና ካሁኑ ሞተር ክፍል አንድ ግሪስ ቦይ ስለተሰጠኝ፣ በተቻለኝ ስለሞተር እያስተማርኩት ነው። አንተም፣ አንተ ጋ ያለውን ግሪስ ቦይ ስለ ኤሌክትሪክ ብታስተምረው ሁልጊዜ ሲያመሰግንህ ይኖራል። አንድ ቀን ጥሩ ደሞዝ ቢያገኝበትም ዕድሜ ለጋሽ ሳህሉ ማለቱ አይቀርም።»

«አይ ፈጠነ! ደህና መጥተህ መጥተህ፣ ምክርህን ከሰጠኸኝ በኋላ ነገሩን ወደኋት ጠመዘዝከው! ይህማ ገድሎ ማዳን ይባላል። ልሙትልህ ክፉ ሰው አይደለሁም። የተዚህ በፊቱ ወቀሳችሁ አንጀቴ ከገባ በኋላ፣ ወደኔ የሚላክ ግሪስ ቦይ ስለ ኤሌክትሪክ የማላሳያቸውና ራሳቸውን ችለው እንዲሰሩ ሳልተውላቸው ቀርቼ አላውቅም» ሲል ሳህሉ መለሰለት። በጥሞና ካዳመጠው በኋላ። ቢሆንም እንደ ክፉ ሰው የተቆጠረ መሰለውና ፊቱ ላይ በፈጠነ እንግግር ቅር የመሰኘት ምልክት ይታይበት ጀመር። ወዲያው ቀጠለና «ዕድሌ ሆኖ ለሰው ደግ ባደርግ ክፉ ያደረግሁ ያህል ይቆጠራል። ያፌን እንጂ የልቤን የሚያውቅልኝ የለም» ሲል ሳህሉ አከለበት። ፈጠነ እንደ ክፉ ሰው እንደ ማይቆጥረው፤ እንዳውም በላይን ከፍ ዝቅ አድርጎ የተናገረው ዕለት የኮራበትና ባለቤቱም ከዚያን ዕለት ጀምሮ ሰራተኛ ከማበሻቀጥ ቀዝቀዝ ማለቱን፣ ሰራተኛው እያነሳ ዕድሜ ለሳህሉ ማለቱን ቢነግረው ሳህሉ መልስ ሳይሰጥ ቀረ። ሁለቱም ዝም ተባባሉ። ነገር ግን እንደሌላው ጊዜ ማሚቴ ቤት በጠጅ ዙሪያ የተከናወነው አይነት የእርቅ ስነስርዓት ሳያስፈልጋቸው ፈጠነና ሳህሉ ቀኑን ዝም ተባብለው ይዋሉ እንጂ ወደ ማታ ቀን ተኳርፈው መዋላቸውን ዘንግተውት ከስራ ጋር በተያያዘ ምክንያት እንደገና መነጋገር ጀመሩ። በየጥቃቅኑ ጉዳይ መጋጨትም ሆነ መኳረፍ አብረው በሚሰሩም ሆነ ባንድ ቤት በሚኖሩ መሃል መድረሱ የማይቀር ጉዳይ ነው።

የጋራዡ ባለቤትና ሳህሉ ከተጋጩ በኋላ ለጥቂት ሳምንታት ያህል በመሃላቸው ሰላም ወርዶ ሳህሉም አክብሮቱን በየአጋጣሚው ለማሳየት ሲሞክር ባለቤቱ አቶ በላይ ስራም ሲያዘው ሆነ ሲያነጋግረው ማመናጨቁና መሳደቡን ተወት አድርጎት ሰነበተ። «እንዲያው

ባዘለቀለት» አለ ሰራተኛው ሁሉ፡፡ ፈጠነማ ሳህሉ ከባለቤቱ ጋር ሰምና ወርቅ መሆኑን ሲያይ ሊያፌዝበት ይሞክርና ነገር የመፈለግ ይሆንብኛል እያለ ይተወዋል፡፡ እሱ ግን የሳህሉና ያቶ በላይ ፍቅር አይዘልቅም ባይ ነው፡፡ ስቴኮና ሃይልዬ ሰልዳቱራም «እንዲህ እፍ ያለ ፍቅር ከእኩያ ጋር ሲሆን እንጂ ካሳዳሪ ጌታ ጋር መጨረሻው አያምርም» ባዬች ሆኑ፡፡

ባለቤቱ አቶ በላይ አንድ ሰው ከመኪናው ጎን አስቀምጦ ከውጭ ወደ ጋራዡ ገባ፡፡ ከሰውዬው ጋር ከመኪናው እንደወረደ ሳህሉን አስጠራው፡፡ ሰራተኛው አንድ ነገር የታወቀው ይመስል ከየስራው ላይ ብድግ አለ፡፡ ፈጠነም ከጉድጓድ ውስጥ ሆኖ ከስር ወደላይ እያንጋጠጠ በመጠገን ላይ ያለውን መኪና ትቶ ብቅ አለ፡፡ አንድ እርግጠኛ የሆነበት ነገር ይሰማ ይመስል ጆሮውን ጣል አድርጎ ሳህሉ የተጠራበትን ጉዳይ ለማዳመጥ ቸኮለ፡፡

«ያው ካላሰናበተከኝ እያልክ በዚያ ሰሞን ታስቸግረኝ አልነበር? ከዛሬ ጀምሮ አሰናብቼሃለሁ፡፡ የምትሰራበትን ዕቃ አንድ ሳይጎድል በወርቅነህ አረካካቢነት ለእዚህ ሰውዬ አስረክብና አለኝ የምትለውን ሂሳብ ገንዘብ ያገፑ ይሰጥሃል፡፡ ከዚያ ልትሄድ ትችላለህ፡፡»

ሳህሉ ያልጠበቀውና ያልተዘጋጀለት ስለነበር ዱብ ዕዳ ሆነበትና ከቆመበት ደንግጦ ቀረ፡፡ ሰውነቱ ውሃ ሆነ፡፡ ለመለመንም ቸገረው፡፡ ዝም ብሎ በላይን ከማስተዋል በስተቀር አንድ ቃል መተንፈስ አቃተው፡፡

«ከዚህ በፊት የጣልካቸውን ዕቃች አላሰብኩም፡፡ ፋዞ ያደረከውን ትራንስፎርመር ትቼዋለሁ፡፡ ተውሰህ ቤትህ ወስደህ ጠፉብኝ ያልካቸውን መፍቻዎች ግን ከሂሳብህ ላይ መቁረጤ አይቀርም» አለውና ትቶት ወደ ሌላ ስራ ሄደ፡፡ ሳህሉ ከቆመበት ደርቆ ቀረ፡፡ እህል ውሃዬ በዚህ አይነት ያልቃል ብሎ ያላሰበው በመሆኑ እንዴት ብሎ እንደሚቀበለው ግራ ገብቶት እንደቆመ ከሥራ መውጫ ሰዓት ደርሶ ሠራተኛው ተበተነ፡፡

ምዕራፍ ዘጠኝ

ቀጭን ፈታይ መኪና ተንቀሳቀሰ:: ቀሰም ማስገባት፣ ቀሰም ማውጣት፣ ፈትሉን ከቀሰሙ ማያያዝ፣ ክር መበጠስ፣ ክር መቀጠል፣ የእጅ ፍጥነት፣ ቅልጥፍና ክር ሲበጠስ የሁለት ቀጭን ፈታይ መኪና አንዳንድ ወገን በጉልበት ሳይቀር እየተጫኑ ሞተር ሲጠፉ ለማስነሳት መጣደፍ፣ ዓይን መቶ ስድሳ ማጠንጠኛዎች ላይ እንዳተከረ፤ አንገት እንደጎበጠ፤ ወገብ እንደተለመጠ፤ እግር እንደ ተገተረ፤ መጋጠሚያዬን፣ ወገቤን፣ ዓይኔን ማለት፤ ማሳል፣ ማስነጠስ፣ መታፈን፤ በጥጥ ብናኝ ዓመድ መምሰል፣ ቀጭን ፈታይ ሲንቀሳቀስ አብሮ ተቀሰቀሰ:: ከወፍራም ፈታይ ወፍራም ፈትል የተሞላበትን የካርቶን በርሚሎች በጋሪ እየገፉ አስር ያህል ሴቶች ወደ ቀጭን ፈታይ መጡ::

«ኡፍ! እናትዬ!» አለች አንደኛዋ ሴት ከጋሪ ገፊዎች መሃል እርግዝናዋ ከመግፋቱ የተነሳ ወሯ የገባ ትመስላለች:: ሌሎች ቀሰም የሞላባቸውን የወፍራም ፈትል በርሚሎች ከጋሪው ላይ እያወረዱ፣ ባዶ በርሚሎች ከቀጭን ፈታይ ወደ ወፍራም ፈታይ ለመውሰድ መልሰው ሲጭኑ ሡዝ የጋሪውን መግፊያ እጅ ደገፍ እንደ ማለት ብላ ቁና ቁና እየተነፈሰች::

«አንቺ ዘጠኝ ወርሽ አልሞላም እንዴ? ወርሽ የገባ ትመስያለሽ» ስትል የቀጭን ፈታይ እርጉዝ ማሚቴ ሌላዋን የወፍራም ፈታይ እርጉዝ ጠየቀቻት::

«ያቺም እርግዝና የኔኑ ነው የሚያክለው:: ታዲያ ወሬ ቢገባስ? ኢንዶን ታውቂው የለም እንዴ? ምን እንደ አዲስ ያስጠይቅሻል?» ብላት ወደ ወፍራም ፈታይ ሄደች::

የቀጭን ፈታዩዋ ማሚቴ የራሷ እርግዝና እየገፋ መሄዱ በቀጭን ፈታይ ላይ ቀልጠፍ ብላ ለመስራት ችግር እንደፈጠረባት አስታወቀባት:: በሁለቱ ቀጭን ፈታይ መኪና አንዳንድ ወገን ላይ ያሉት መቶ ስድሳ ማጠንጠኛዎች በቀሰሙ ላይ የሚያጠነጥኑት ክር ባንዱ ወገን ላይ ያለው አንድ ክር ሲበጠስ፣ ያንዱን ወገን መቀጠልና ሞተር ማስነሳት በሌላ ወገን ያለውንም እንዲሁ መጠበቅ፤ ቀሰም

ሲሞላ ለመቀየር የሚጠይቀውን ፍጥነትና ቅልጥፍና የሰባት ወር ነፍሰ ጡር ሆና አልቻለችውም:: ድካም ድካም ይላታል:: ቁና ቁና ትተነፍሳለች:: አንድ ክር ሲበጠስባት መነጫነጯ ባሰ:: እጇን ዘርግታ በእግሮቿ ራመድ ብላ ወደተበጠሰው ክር ለመድረስ ያመት መንገድ የመሄድ ያህል ሆነባት:: ብስጭት ስትል ለብቻዋ ማውራት ጀመረች::

«አንቺ ማሚቴ ለብቻሽ ያናግርሽ ጀመር እንዴ?» ስትል አሚና ጠየቀቻት

«አዲስ ሆነ እንዴ ለብቻ መናገር? ከቀጭን ፈታይ መኪና ከበድኑ ከማይሰማው፣ ጋር ስናወራም አይደል እንዴ የምንውለው?» አለችና ከማሚቴ ቀድማ ሙሉነሽ መልስ ሰጠች::

«ኧረ አንተ ታሪኩ ባይሆን ካኔተራህን ልበሰው! ከበሩ ቅርብ እኮ ነው ያለከው!:: ታፈንኩ ወበቀኝ ብለህ ራቁትክን፣ ኋላ እንደ ጋዲሴ በሽታ ላይ ትወድቃለህ::»

«ተይኝ እባክሽ አሚና! ወበቁን አልቻልኩትም:: በዚህ ላይ መተንፈሻዬ እንደዛሬም ተዘግቶ አያውቅ:: እንዴ ቀዝቀዝ ያለው አየር ቢያገኘኝ ብዬ እኮ ነው::»

«አንቺ ማሚቴ ቅድም የተናገርሽው እኮ እስካሁን ግርም እንዳለኝ ነው:: ስንቀጠር የሕብረት ስምምነቱ ላይ የወሊድ ፈቃድ ስንት ቀን እንደሆነ ረሳሁት እንጂ አለ ብለውን አልነበር እንዴ?»

«አሚና ደግሞ ምን ነካሽ? እንኳንስ አንዲት ሴት ወልዳ ይቅርና ወሯ ከገባ ጀምሮ ፈቃድ መሄድ ትችላለች ብለውስ ነግረውን አልነበር? በወሊድ ብትይ፤ በሕመሙ ብትይ ፈቃድ አይከለከልም ሲሉ ማን እውነት ያልመሰለው ነበር:: ይኸው አየነው የሚባለው ሁሉ ውሸት መሆኑን:: በሕብረት ስምምነቱ ይባላል ለነገሩማ:: የት አቤት ይባላል:: የማሕበሩ ሰዎች እነጋሼ ሲማ አቅም አጡ:: ብቻቸውን የማይጋፉት ጠላት ነው» አለች ሙሉነሽ::

ማሚቴ እየደካከማትና እያቃሰተች እሷም ኢንዶ ተቀጥራ ካካበተችው ልምድ በመነሳት ተናገረች::

«እኔ ልንገራችሁ ስሙኝ:: ከዚህ በፊት ሦስት ጊዜ ብወልድ እዚሁ ምጥ እስከሚጀማምረኝ ድረስ እያየዩ ፈቃድ ሂጂ አላሉኝም:: ከወለድኩም በኋላ እንደሴቱ እንኳን አርባ ቀን ልተኛና ልታረስ፣ ወገቤ

ሳይጠነክር በሁለት ሳምንቴ ልመለስ ብል እንደ አዲስ ካልሆነ አንቀጥርሽም ብለው፣ እሱም ባሌ እዚሁ ስለሆነ በወዲያም ወዲህ ብሎ እንደ አዲስ ደመወዜ ተቀንሶ ነው የገባሁት::»

«ያኔ እኮ የሕብረት ስምምነት አልነበረም ማሚቴ» አለቻት አንድ ከወዲያ ማዶ ካለው ቀጭን ፈታይ ላይ የምትሰራ ሴት::

«ዛሬ የሕብረት ስምምነቱስ እያለ ምን የተለወጠ ነገር አለ? የቅድሟን ከወፍራም ፈታይ የመጣችዋን ልትወልድ ወሯ የገባውን ሴት አየሻት አይደል?» ስትል ሙሉነሽ የሕብረት ስምምነቱ በወርቀት ከማስፈር ያለፈ ሥራ ላይ ያልዋለ መሆኑን ተናገረች::

ዋናው ካቦ ድንገት መጣባቸው:: ወሬያቸውን አቋርጠው ሥራቸውን ቀጠሉ:: ድምፃቸውን አጠፉ:: ከሞተር ድምፅ ሌላ አልፎ አልፎ ከሚሰማው ሳልና ማስነጠስ በስተቀር ሁሉም ቀጭን ፈታይ ላይ አቀረቀሩ:: ካቦው ያ ከዚህ በፊት ሙሉነሽን በጋዲሴ ምክንያት የለከፉት አረሩ ነው:: ከሙሉነሽ አጠገብ ቆም አለ:: እሷ ሥራ ሥራዋን ታያለች:: አልፏት ሄደ:: በድርና ማግ ማዘጋጃ በኩል አድርጎ ወደ ማጠናቀቂያ ክፍል አመራ::

«ይህንን ከይሲ ካቦ እኮ እንደገና ሊሾሙት ነው አሉ» ሲል ታሪኩ ተናገረ::

«እነሱ አያደርጉትም አይባልም:: ሕንዶቹማ የሚሽቆጠቆጥላቸውን ነው የሚወዱት:: በዚያ ሰሞንስ ለጉብኝት ብለው እዚህ ቀጭን ፈታይ ሲደረሱ እንግሊዝኛ አውቃለሁ ብሎ እንድናይለት የስ! የስ! እያለ እንዴት ጭራውን እንደቆላ አይታችሁት የል? ታዲያ መሾም ይነሰው?» ስትል በአንክሮ ተናገረች ሙሉነሽ::

«በሰባቂነቱ እሱንም እንደ እነ ቢተማ የሰዓት ተቆጣጣሪ ሳያደርጉት ይቀራሉ ብላችሁ ነው?» በማለት አሚናም ጨመረችበት::

«ካላችሁ አረሩ ራሱ ሰዓት ተቆጣጣሪ ልሆን ነው እያለ ሲያወራ እኔም ሰምቻለሁ» አለ ታሪኩም::

«እልፍነሽን ታዲያ የሱን ቦታ ቢሰጧት እንዴት ጥሩ ነበር! እንደ አረሩና ቢተማ የፈረንጅ አፍ ባታውቅም እትዬ እልፍነሽ እንባብና ጽሕፈት እንደሆነ ከኔ ይሻላሉ» ስትል አሚና ደግማ ተናገረች::

«አንቺ ደሞ ሞኝ ነሽ! እዚህ ኢንዶ ከመቼ ወዲህ ሴት የወንድ ካቦ

አለቃ ሆና ታውቅና ነው? እስቲ እትዬ እልፍነሽ በዚሁ በቀጭን ፈታይ ካቦነታቸው በቆዩልን! እሳቸው እንደሆነ ማቃጠር አያውቁ!»

«ያቺን የወፍራም ፈታይ ካቦ ብቻ እዚህ ባላመጡብን::»

«አንቺ አሚና ደሞ ምን ነካሽ? እንዲህ ደግሞ እሷንስ አይላኩብን! እኔ እንዳውም ሳያት እነቂያት! እነቂያት! ነው የሚለኝ» ስትል አንዲት ከማሚቴ ጎን የምትሰራ ሴት ድንገት ከውይይታቸው መሃል ገብታ ተናገረች:: የወፍራም ፈታይ ካቦ ነገር ሲነሳ ሰይጣኗ ይመጣል::

የኢንዶ ሰዓት ጮኸ:: ሰባት ሰዓት የምሳ ሰዓት መሆኑ ነው:: ቀጭን ፈታዮች ነጠላቸውን፣ ጨርቃቸውን እያንጠለጠሉ በወፍራም ፈታይ በኩል አድርገው ለምሳ ለመውጣት ተጣደፉ:: መተላለፊያውን ይዘው ወፍራም ፈታይን አልፈው፣ አመልማሉ ፈታይ ደረሱ:: ቀጥለው ወደ ማባዘቻው ደረሱ:: ከዚያ መደባለቂያው ካለበት በኩል አድርገው ከበሩ ሲደርሱ ቁጥር ስፍር የሌላቸው ሴቶች ሲተራመሱ ደረሱ:: ከሴቶቹ መሃል ጥሰው ለመግባት ወንዶቹም ይተራመሳሉ:: ጥድፊያው፣ ጭንቀቱ፣ ከበባው ሌላ ነው:: ከመሃላቸው በጀርባዋ የተንጋለለች ሴት ትታያለች:: «ኧረ ከፊት ከፊት አድርጉላት! ይንፈስባት!» የሚል ድምፅ ይሰማል:: ሙሉነሽ ወንዱ ሴቱ እንደዚያ ከመሬት የወደቀችውን ሴት ከቦ አንድ ላይ ሲጨነቅ አይታ «አይ አምላኬ! አሁን ደግሞ ምን ልታሳየኝ ይሆን?» አለች አፍ አውጥታ:: ኢንዶ ከተቀጠረችበት ጊዜ ጀምሮ ደጋግማ ያየችውና ያጋጠማት አሳዛኝ ድራማ መልሶ እንደተደገመ ታወቃት:: ታዲያ አሳዛኝና ድንገተኛ ነገር ምንም ቢሆን የማይለመድ በመሆኑ ሰውነቷን ወረረው:: ክፉኛ ደነገጠች:: ወዲያውም ከመሃል የተንጋለለችውንና ሴቱ በነጠላውና በአንገት ልብሱ የተጋረደላትን ሴት አወቀቻት::

«ኧረ እባካችሁ ዞር በሉላት! የሰው ትንፋሽ ለእሷ ደግም አይደል!» አለች አንዷ::

«ኧረ የሐኪም ያለህ?» ስትል ሌላዋ ደገመች

«ሐኪሙ የለም ተባለ እንዴ?» ስትል ሶስተኛዋ ሴት ተቀበለች

«ለስሙ ነው እንጂ ምን ሐኪም አለና ነው! አይ ኢንዶ ድራሽህን ያጥፋው አሁንስ» ስትል የመጀመሪያዋ ተናገረች::

«ጋሪ ሊጠሩ የሄዱት ደግሞ ምን እንዲህ ጥፍት አረጋቸው::»

«ኧረ እባካችሁ ዞር በሉላት! ምነው ሰው እንዲህ ወሬ አስወደደው!»

ሙሉነሽ ፊቷ የባሰውን ልውጥውጥ አለ። አለቅጥ እዝንዝን አለች፡

«ያቺ ጥዋት ከወፍራም ፊታይ ጋሪ እየገፋች የመጣችው ሴት እኮ ነች፤ አታዩዋትም እንዴ? እንዴት እንደምትሆን? እኔ አፈር ልብላላት ምጥ እኮ ይዟት ነው።።»

«ውይ የኔ እናት እዚሁ እንዳትወልድ ብቻ» አለች አሚናም እዝን እንዳለች።

«እስካሁን ውሃው ሳይፈሳት ቀርቷል ብላችሁ ነው! ውይ እናትዬ እዚሁ መውለዷ ነው!» ስትል የአመልማሉ ፊታይዋ ሚልኮ ለነሙሉነሽ ነገረቻቸው ጠጋ ብላ፣ ሴትዮዋን አየት አድርጋ ተመልሳ ኖሮ።

ሴትዮዋ ምጡ በረታባት። ትጮሃለች። ሴቶች ከወደ ግድግዳው በኩል ከመሬት ላይ አድርገው ነጠላቸውን ጋርደው ይጠብቋታል። እሷ ታምጣለች፤ እዚያው በዚያውም ትጮሃለች። ኢንዶ ለስሙ ክሊኒክ ቢጤ አለው። ለሠራተኛው የተቀጠረ ነው የሚባል የጤና ረዳትም ለስሙ ያህል አለ። ለእዚህች ሴት ግን እንኳን የኢንዶ ሐኪም ቀርቶ የመንደር አዋላጅ እንኳን አልደረሰላትም። እሷ ግን ጩኸቱና ምጡ ጠነከረባት።

«አይ ሴት መሆን! የኔም ዕድል እንዲሁ ነው» አለች የቀጭን ፊታይዋ ማሚቴ፤ ዕንባዋ ባይኗ ጥግ ክንብል እያለ። እሷም ሁለት ወር ያህል እንደቀራት ትናገራለች።

ከአቃቂ ከከተማው ጋሪ ሊጠሩ የሄዱት ተመለሱ። ሴትዬዋ ምጡ እንደበረታባት የቅርብ ጓደኞቿ፣ ከጋሪው ላይ አሳፍረው እነሱም ከግራ ቀኝ ደግፈው ነጠላቸውን እንደ.ጋረዱላት ወደ አቃቂ ማዘ.ጋጃ ቤት ክሊኒክ ይዘዋት ሄዱ። ሙሉነሽ ሰንባዋ እየጠረደ ከጓደኞቿ ተነጥላ ጋሪው የሄደበትን አቅጣጫ ሳይታወቃት ተከትላው ኖሯል። ነጠላዋ ከመሬት እየተጎተተ በአንድ እጇ ራሷን ይዛ ራመድ፣ ፈጠን ፈጠን አለች። ጥቂት እንደሄደች ምን በማድረግ ላይ እንደሆነች ትውስ አላትና ወደፊት መቀጠሏን ትታ ወደ ስራ ቦታዋ ለመመለስ የባሰ ፈጠን ማለት ተገደደች። የምሳ ሰዓቷም ሆነ የምግብ አምሮቷ ጠፍቶ ወስፋቷን እንደቋጠረች ቀጭን ፊታይ ላይ ተመለሰች።

በማግስቱ ኢንዶ ውስጥ የሚወራው ሁሉ ስለዚያች ምጥ ስለያዛት ሴት

ሆነ፡፡

«ሙሉነሽ!» ስትል ሚልኮ ጠራቻትና «ሴትዬዋ እኮ ደህና ተገላገለች አሉ!» አለቻት፡፡

«ውይ! እንኳን ደህና ተገላገለች፡፡ እንዴት ነበር ያሳዘነችኝ መሰለሽ!» ስትል እሷም መለሰችላት፡፡

«ግን እኮ የሚያሳዝነው የወለደችው ልጅ ነው» ስትል አሚና ቀጠለች፡፡

«ደግሞ ምን ጉድ ልታመጡ ነው?» አለችና ሙሉነሽ የነገሩ አጀማማር አስፈርቷት ጠየቀች፡፡

«የምን ጉድ ነው ሙሉነሽ! አዲስ ነገር መሰለሽ እንዴ! ኢንዶ የተለመደ ነው፡፡ በኔ በወላዷ አፍ ከሚነገር አሚና ትንገርሽ» አለችና ማሚቴም ተጨመረች፡፡

«ብትፈልጊ ወንድ ልጅ ነው አሉ የወለደችው፡፡ ታዲያ ይሄውልሽ ልጁ ከሆዷ ሲወጣ የጥጡ ብናኝ ፊቱንና ገላውን በሙሉ ሸፍኖት፤ ብትፈልጊ ጥጡ እንደ ገመድ ተፍተልትሎ ዓይኑን ሳይቀር የልጁን በቃ ሸፍን አድርጎት አፍኖት፤ ብታይ ከሞት ነው አሉ የተረፈው... » አለች አሚናም፡፡

«ውይ ውይ! በቃ አታውሪልኝ! በቃ ሰማሁ አልኩሽ እንግዲህ፡፡» ስትል ሙሉነሽ ወሬው እንዲቆምላት መፈለጓን በመንገፍገፍ ገለፀች፡፡

ሙሉነሽ እንደተከዘች ቀረች፡፡ ቀጭን ፈታዩችን ያኮረፈቻቸው መሰለች፡፡ እነርሱም ሥራቸውን እየሰሩ ሲያወሩ፣ አልፎ አልፎ ሲስቁ እሷ ዝም ብላ ቀረች፡፡ አልፎ አልፎ ያ ብን ብን እያደረገ የሚያስላት ሣል ሲነሳ፤ ስታስነጥስና አክ ስትል ብቻ ሆነ የሙለነሽ ከቀጭን ፈታይ እንዳልተለየች የሚመሰክር፡፡

«ምነው አለወትሮሽ እንዲህ ዘጋሽ» አለቻት አሚና፡፡

«አይ በኛ ላይ ደግሞ ነገ ምን እንደሚመጣብን አሳስቦኝ ነው ዝም ያልኩት» ብላት ሙሉነሽ የእጇን ቅልጥፍናና ፍጥነት ጠቅላላ እንቅስቃሴዋን ቀጭን ፈታይ መኪና ላይ የማዋል ግዴታዋን ቀጠለች፡፡

«ምነው ነገ ያልፍልናል ስትይኝ አልነበረም፡፡ ይኸውልሽ እኛ መቼም እንደማያልፍልንና እዚሁ ተከንችረን እንደምንቀር አየሽው አይደል?»

«እባክሽ ተይኝ አሚና! እኔስ የማህበራችን መሪዎች እነጋሼ ሲማ ሁልጊዜ ሲናገሩ ከምሰማው ሌላ አማራጭ የለንም:: እውነታቸውን ነው:: እስከመቼስ ዝም እንላለን:: መብታችንን ማስከበር አለብን:: ጋሼ ሲማ እኛ ካልተባበርናቸው እሳቸው ብቻቸውን ምን በወጣቸው:: እኛም ተጨምረን ካልረዳናቸው እሳቸውም አንድ ነፍስ ናቸው! ለምን ብለው ኢንዶን ብቻቸውን ይጋፈጣሉ? ማህበሩ የሁላችንም እስከሆነ ድረስ መብታችንን ለማስከበር የማህበሩ መሪዎች የሚሉንን መፈፀም አለብን:: አድማ የሚመታው እኮ ተወዶ አይደለም የግድ ሲሆን ነው::»

«አይ ልጆች ሞኝ አትሁኑ! የልጅ ነገር አታድርጉት! ማህበር ማህበር ሲባል እኛም ብዙ ተስፋ አድርገን ነበር:: የሕብረት ስምምነት ተፈረመ ያሉን ዕለትም ደስታችን ሌላ ነበር:: ግን ምን ያረጋል? ስንት ጓደኞቻችን ከሥራ ሲባረሩ፣ ስንት ነገር ሲደርስባቸው ማህበሩ መቼ ወደ ሥራ እንዲመለሱ አደረገ?»

ማሚቴ ችግር ችግሩ ሲነሳ እሷም ትገባበታለች:: ችግሯንና የደረሰባትን ታወራለች:: የማህበር ነገር ስሙ ሲነሳባት ግን አትወድም፤ ትፈራዋለች:: ለችግሯ ሲሆን የማህበር መሪዎች ዘንድ ልሂድ ትላለች:: በግልፅ መተባበሩን ግን ከሥራ ያፈናቅሉኛል ብላ ትፈራላች:: ሰበቧ የሚበዛው መብት መጠየቅ የተባለ ዕለት ነው:: አንድ ነገር ይመጣብናል ትላለች:: ኑሮዋ ከፍ ባይል ከዚያው ካለበት ዝቅ እንዳይል ትሰጋለች:: ዝቅስ ቢል የት ድረስ ዝቅ እንደሚል ማሚቴ ልታስበውም አትፈልግ::

«አንቺ ማሚቴ ደግሞ ነገርሽ ሁሉ እንደ አሮጊት ነው:: አንቺ ለማህበሩ መዋጮ ክፈይ ስትባይ አትከፍይም:: ስንት ሰበብ ትፈጥሪያለሽ:: ታዲያ ደግሞ ማህበር ምን ያደርጋል ትያለሽ:: ችግር ሲኖርብሽ ግን ማህበሩ ይህንን ያድርግልኝ፤ ያንን ያድርግልኝ እያልሽ እነጋሼ ሲማን የምታስቸግሪ አንቺ ነሽ:: እኔ አንቺ የምትይውን አልሰማም» ስትል ሙሉነሽ ኮስተር ብላ ተናገረቻት::

«እትዬ ማሚቴ እውነትም ልክ አይደለሽም:: ሙሉነሽ ያለችው ልክ ነው» ስትል አሚናም ተጨመረችበት::

«እኛ ሁላችን ከተባበርን! አሠሪዎቻችን መብታችንን እንዲያከብሩ ልናስገድዳቸው እንችላለን ሲሉ ጋሼ ሲማ ደጋግመው የነገሩንን እኔ በበኩሌ አምንበታለሁ:: ሁሉ ነገር በእጃችን ነው ብለውናል:: ዱሮም

ቢሆን ቅጥራችን በዳቦ ነበር:: ዛሬ ማህበር እስከማቋቋም አልፈን የህብረት ስምምነት ተደራድረናል ያሉኝን አልረሳውም:: ሁላችንም እየፈራን ነው እንጂ፣ አንድ ሁለት ቀን ሥራ አንሠራም ብንል ሕንዶቹ ምን ይውጣቸዋል?» ስትል ሙሉነሽ በራሷ እንግግር ራሷ የተቀሰቀሰች መስላ ድምጿም ሳታስበው ዲስኩር የምታደርግ አይነት እየመሰለባት ተናገረች::

«ኧረ ተይ ሙሉነሽ በልኩ አርጊው:: የልጅ ጨዋታ አታርጊው:: እኔ ልጄ፣ የልጆች እናት ነኝ:: የቤቴን ችግር አውቀዋለሁ:: ነገ አንድ ነገር ቢደርስብኝ የሚደርስልኝ የለም» አለች ማሚቴ መለስ አለችና::

«እንደዚያች ወፍራም ፈታዩዋ ሴት ምጥ እስከሚጀምርሽ ድረስ መሥራት ትፈልጊያልሽ ማሚቴ? ከወለድሽ በኋላ ከሥራ በዚያው ወጥተሻል ተብለሽ እንደ አዲስ እንኳን አንቀጥረሽም ቢሉሽ ደስ ይልሻል? ገና ስንቀጠር በህብረት ስምምነቱ ላይ አለ ብለው ያነበቡልን ሳይፈፀምልን ቢቀር ምንም ግድ የለኝም ካልሽ፣ የራስሽ ጉዳይ ነው ማሚቴ! ጋሼ ሲማም ያሉን እኮ ይህንኑ ነው:: ከሠራተኛው መሃል እንደ አንቺ ዓይነቶቹን እያዩ ነው የሕንድ ዲታዎቹም የሚጫወቱብን ያሉን ጋሼ ሲማ እውነታቸውን ነው::»

«አይ! እንግዲህ አንቺ ሙሉነሽ ይበቃሻል! ልትሰድቢኝ እኮ፣ ምንም አልቀረሽ! ሆ! እናንተው! የልጅ እናት የማይከበርበት ፋብሪካ አየሁ ኢንዶን! ኧረ በቃሽ!»

«አክብሪኝስ ካልሽ አከብርሻለሁ:: አንቺ ለራስሽ ልትፈሪ ትችያለሽ:: የማህበሩንም ነገር በቃ አናውራው:: ግን ካንቺ አልፎ፣ ይሽ ሁሉ ሰው ማህበሩንና መሪዎቻችንን እንዲፈራ ካደረግሽ፣ ዝም አልልሽም!»

የሙሉነሽና የማሚቴ ክርክር ወደ ጠብ የሚያመራ መስሏቸው ከዳር ሆነው ያዳምጡ የነበሩት ቀጭን ፈታዮች ጣልቃ ገቡ::

«ምን ነካችሁ? ሸርክ አልነበራችሁም እንዴ?» አለቻቸው አሚና::

«ልትሰድበኝ አፏን ስታሞጠሙጥብኝ አታይዋትም እንዴ?» ስትል ማሚቴ ተናገረች::

«ኧረ! እትዬ እልፍነሽ እየመጡባችሁ ነው» አለ ታሪኩ ወደ ቀጭን ፈታዩዋ ካቦ እያመለከተ::

«ጎሽ! እንኳን መጡልኝ! ይቺ ሙሉነሽ ማብጠልጠሏን እንደትተወኝ

እነግራቸዋለሁ!»

«አይ በቃሽ እንግዲህ ማሚቴ! እንኳን ለእትዬ እልፍነሽ፣ ለሕንዱ አሠሪ ብትናገሪ እዚህ የሚሰቅለኝ ያለ እንዳይመስልሽ » አለቻት እትዬ ማለቷም ቀረና፡፡

ካቦዋ እልፍነሽ ስትደርስባቸው ሁሉም ድምፃቸውን አጥፍተው ሥራቸው ላይ አተኮሩ፡፡ ማሚቴ ሙሉነሽን ለመክሰስ ተዘጋጀች፡፡ ቀጭን ፈታዮች ስራቸውን ትተው ዞር ብለው ይመለከቱ ጀመር፡፡

ማሚቴ የቀጭን ፈታይ ካቦን ጠራቻት፡፡ የተበደለች መስላ ጣቷን ወደ ሙሉነሽ እየቀሰረች ነገረቻት፡፡ እልፍነሽ አንድ ሳትናገር ማሚቴ አነበነበች፡፡ ያገኘችው መልሰ ግን እሷኑ መልሶ የሚያሳፍር ሆነና ኩምሽሽ አለች፡፡

«አሁን የእናንተ ጠብ ማንን ደስ እንዲለው ብላችሁ ነው! ይልቁንስ ተከባብሮና ተፋቅሮ መኖር ይሻላችኋል» አለቻትና ወደ ሙሉነሽ አለፍ አለችና «ታላቅሽም አይደለች? የሦስት ልጆች እናት እኮ ነች! ከእሷ ጋር ከመዳረቅ የሚመስልሽን ፈልገሽ ብትመካከሪ አይሻልም» ብላ ከልብ የማይመስል ግሣፄ አሳረፈችባት፡፡

ሙሉነሽና ማሚቴ ለብዙ ቀናት ተኮራርፈው አልቆዩም፡፡ ማንም ሳያስታርቃቸው እነርሱ ራሳቸው ታርቀው አብረው ሲያወሩ ይታዩ ጀመር፡፡ ግን የቀድሞው አይነት ወዳጅነት በመሃላቸው ቀርቷል፡፡ ካንገት በላይ ተሳስቀው፣ የሚያገናኛቸውን ሥራ ሠርተው ይለያያሉ፡፡

የኢንዶ ማህበር መሪዎች ከወዛደሩ ብዛት የተነሳ ሁሉንም ባንድ ጊዜ ለማግኘትም ሆነ ለመሰብሰብ አያመቻቸውም፡፡ ሁሉንም አንዴ እናግኝ ያሉ እንደሆነ ከፋብሪካው የሥራ ሰዓት ጋር ስለሚጋጭ የሥራ ማቀዝቀዝ ያህል ያስቆጥርባቸዋል፡፡ አሠሪዎቹ ደግሞ ይህንን አይፈቅዱም፡፡ ሠራተኛው ሕጋዊ የሞያ ማህበርም ለሕብረት ስምምነት ድርድርም የበቃው እነርሱ ወደው ፈቅደውለት አይደለም፡፡ አሁንም ቢሆን ማህበሩ ሕጋዊ ከሆነ በኋላ እንደ አስፈላጊነቱ የሚጠራን የተወካዩች ስብሰባ አሠሪዎቹ ለማሰናከል የማይገለብጡት ድንጋይ የለም፡፡ በዚህ ላይ ይፈሩታል፡፡ የተወካይ ስብሰባ በተባለ ቁጥር ድንጋጤና ጥርጣሬያቸው ለብቻው ነው፡፡ ተወካይ የሚባሉትንም በክፉ ዓይን ያያሉ፡፡ ለመግዛትና አባብለው መሣሪያቸው ለማድረግ አይመለሱም፡፡ ካልሆነላቸው ደግሞ ይሰልሉታል፡፡ በሰበብ ባስባቡ

ያጉላሉታል። ከሆነላቸውም ከሥራ ያባርሩታል። በተለይማ የማህበሩን መሪ ሲማን የሚያደርጉት ጠፍቷቸዋል።

የማህበሩ መሪዎች ሠራተኛው ከየክፍሉ የራሱን ተወካዮች መርጦ እንዲልክ ጠየቁ። መልዕክቱ በደንቡ መሠረት ለአስተዳደር ተነገረ። አስተዳደር ለካቦች ነገረ። የየክፍሉ ካቦች ለሠራተኛው አደረሱ። የቀጭን ፈታይ ካቦ እልፍነሽም በሥሯ ለሚሠሩት ነገረች።

«ከእናንተ ከሃምሳ ቀጭን ፈታዮች መሃል አንድ ተወካይ ለማህበሩ መርጣችሁ ላኩ ተብላችኋል።»

«ለመቼ ነው?» ስትል አንዷ ጠየቀች።

«ዛሬ በዘጠኝ ሰዓት ስብሰባ አለ ተብሏል። ስብሰባው ላይ የእናንተ ተወካይ የግድ መገኘት አለበት። ሁነኛና ይጠቅመናል የምትሉትን ከእናንተ መሃል እንድትመርጡ ተብሏል።»

«እትዬ እልፍነሽ እርሶ ይምረጡልን» አለ ታሪኩ።

«ተው የልጅ ነገር አታድርገው ልጁ አይሆንም! ለእናንተ የሚሆነውን የምታውቁ እናንተ ናችሁ። ይልቅስ ከእናንተ መሃል ፊደል የቆጠረ፣ የትምህርት ብርሃን ያየ ከተገኘ ይጠቅማችኋል» ስትል እልፍነሽ ሙሉነሽን ለማለት መሆኗ ቢያስታውቅም በደፈናው ተናገረች።

«እሷማ ሙሉነሽ ነች፣ ሌላ ከኛ መሃል የተማረ የለ!» ስትል አሚና ጣልቃ ገባች።

«እንዲያ እንደ ሙሉነሽ አይነት ማለቴ ነው እኔም፣ ትንሽ ቀለም የለየ ሰው ይጠቅማችኋል እንጂ አይጎዳችሁም» አለች የቀጭን ፈታዩዋ ካቦ እልፍነሽም። በልቧ ያለችው እሷው ነበረችና!

«ጥሩ ነው እሷ ሙሉነሽ ትሁን» ስትል ሌላዋ ቀጭን ፈታይ ከወዲያ ማዶ ሆና ድጋፏን ሰጠች።

«እኔም እሷ ብትሆን ይሻላል» አለ ታሪኩም።

«እንግዲህ የስራ ሰዓት አታጥፉ! ሙሉነሽ ብላችኋል ሙሉነሽ! በቃ እንግዲህ ተወካያችሁ እሷ ነች። በዘጠኝ ሰዓት ለኔ ነግረሽ ከማህበሩ ቢሮ እነ ሲማ ዘንድ እንድትሄጂ፣ ስብሰባ አለ። እንግዲህ የቀጭን ፈታይ ተስፋ ባንቺ ላይ ነው» አለቻትና ሙሉነሽም ምንም ምላሽ ሳትጠብቅ ካቦዋ በድርና ማዘጋጃ ክፍል አድርጋ ወደ ማጠናቀቂያ

ክፍል ሄደች። ሲማ በማጠናቀቂያ ክፍል ነው የሚሠራው። የማህበር መሪ ሆኖ ቢሮ ይዞ አልተቀመጠም። ከሕንዶቹና ከቀረውም ያሠሪው ክፍል ጋር በሠራተኛው ጀርባ ቢስማማ ቀለም ከሚነከርበት፣ ከሚታጠብበት፣ የተለያዩ ኬሚካሎች ከሚበዙበት ማጠናቀቂያ ክፍል ወጥቶ በማህበር መሪነቱ ብቻ ያለ ሥራ እንዲሁ የሚቀመጥበት ቢሮ ከደህና ጠረጴዛና ወንበር ጋር ይሰጡት ነበር። እልፍነሽ በሲማ በኩል አለፈችና በእሷ ካቦነት ካለው ቀጭን ፈታይ ሙሉነሽ እንድትመረጥ ማድረጓን ነግራው ወደ ሥራዋ ሄደች።

ምዕራፍ አስር

ፈጠነና ደባሎቹ ያለቻቸው የዕረፍት ጊዜ ያችው አንድ እሁድ ነች። ልብስ አጠባውም፣ ከቤታቸው ሆነውም ወይ ወጣ ብለው ስለኑሮአቸው፣ ስለ ችግራቸው የሚጫወቱት በዚችው በዕለተ ሰንበት ነው። አንዱ አንዱን ያፅናናል። መቼም በየሥራቸው የሚገጥማቸው ችግር ተመሳሳይና ብስጭታቸውም ከዚያው የማይርቅ በመሆኑ አንዱ የሌላውን ሲሰማ የራሱን የሚሰማ ያህል ይቆጥረዋል። በተለይ የደመወዛቸው አነስተኛነት፣ ወጣ ብሎ ለመዝናኚያ ስለማይበቃቸው በየተራ ቂጣቸውን እየጠፈጠፉ፣ ሻያቸውን እያፈሉ አፍ ላፍ ገጥመው ሲያወኩ ላያቸው የሥጋ ዝምድና ያለው እንኳን የእነርሱን ያህል ፍቅርና መተሳሰብ ያለው አይመስልም። ይህም ሆኖ እንደ ፈጠነ ተወዳጅነትን ያተረፈ የለም። ስለራሱ ሕይወት አንዳንድ የሚያሳፍረው ከሚመስለው ዝርዝር በስተቀር አብዛኛውን አጫውቷቸዋል። ለስራ ባልደረባው ከመጠሪያ ስሙ ከክፍሌ ይልቅ በቅፅል ስሙ ስቱኮ እያለ ለሚጠራው ወዳጁ እንኳ ያላጫወተውን ሕይወት ታሪኩን ያጫወተው ለሁነኛው ነው። ከሁነኛው ቀጥሎ ፈጠነ የሚግባባው ከዲባባ ጋር ነው። ስሜነህን ግን «ነጭናጫና ለካፊ ነው» ይለዋል። «ልቡ ገር ቢሆንም ባፉ ሰው ይወጋል» ይሉታል ሌሎችም።

የፈጠነ ደባሎች የሰሞኑ ሌላው ወሬያቸው የደጀኔ ጉዳይ ሆነ። በመሸ ቁጥር እየተበሳጨ ስለሚገባ ሁሉም ማፅናናት የሚሞክሩት እሱን ነው። ዙሪያውን ከበውታል። ደጀኔና ስሜነህም እንደ ፈጠነ የሚሠሩት ከጋራዥ ነው። ዲባባና ሁነኛው ደግሞ የዲያባኮ ጥጥ ፋብሪካ የሽክም ክፍል ወዛደሮች ናቸው። ደጀኔ ግን እንደሰሞኑ ብስጭት ብሎ አያውቅም። የሚሠራበት ጋራዥ ባለቤት ከሰሞኑ ያደረሰበትን በደል ነገራቸው።

«የቤት አሽከሩ አረገኝ እኮ! እኔ ከሱ ጋራዥ መግባቴ ትምህርት አገኛለሁ፣ የልፋቴን ያህል ቢቀር ከርሴን የምሞላበትና ባመት አንድ ጨርቅ የምለውጥበት አገኛለሁ ብዬ ነው እንጂ የቤቱ አሽከር ለመሆን አይደለም። ገና ሲያየኝ ቤት ሂድ ይለኝና ወደቤቱ ይልከኛል። ከቤቱ ስደርስ ሚስቱ ገበያ ይዤህ እንድሄድ ነው ትልና ስታንከራትተኛ ትውላለች። ይህም አነሳትና የእሷን ሸንኩርትና ዘንቢል እሸከማለሁ። ዛሬማ ይባሰ ብሎ ግብዣ አለበት መሰለኝ ቤት ሲያሳጥበኝና

ሲያስወለውለኝ ውዬ መምጣቴ ነው» ሲል ደጀኔ በሚሠራበት ጋራዥ ባለቤት ተንገፍግፎ ተናገረ፡፡

«ለምን ዝም ትለዋለህ!» አለው ስሜነህ

«ምን ልበለው?»

«የቤትህ አሽከር አይደለሁም ብለህ ነዋ!»

«አንተ ደሞ እንዴት ያለኸው መካሪ ነህ! የጋራዥ ባለቤቶችን ጠባይ አታውቅ እንደሆን እኔ ልንገርህ፡፡ ባንድ ቀን ቢያባርረው ምን ይሆናል? እስቲ እንገረኝ? ሌላ ያሰናዳህለት ሥራ ካለ እሺ! እኔን ራሴን አቶ በላይ መከራዬን አሳይቶኛል፡፡ ምንም ቢሆን ዕውቀት አገኛለሁ ብዬ አምስት ዓመት ቻልኩት፡፡ ይኸው ዛሬ በረዳት ሞተሪስትነት ስሰራ የደመወዜ ማነስ እንዳቃጠለኝ ነው፡፡ ብቻዬን የማልጋፋው በመሆኑ ችዬ ተቀምጫለሁ፡፡ አንተም ብቻህን የምትቋቋመው አይመስለኝም፡፡ ሁሉም ሰው እስኪተባበር ደግሞ አንተ በችግር መጎዳትህ ነው፡፡ ቢሆንም በትዕግሥት ከመጠበቅ በስተቀር ለእኛ አይነቱ መናጢ ደሃ ሌላ መንገድ የለውም» ሲል ፈጠነ በጥሞና ነገረው፡፡ ሁነኛው ግን ሁሉንም ሲያዳምጥ ቆይቶ ኖሮ የሚመስለውን ሃሳብ እንደሚከተለው ሰነዘረ፡፡

«እኔ እንኳን ስለ ጋራዥ ሥራ አላውቅም፡፡ ካባቴ ጀምሮ የማውቀው የፋብሪካ ኩንታል መሸከም ነው፡፡ አባቴ እንኳ፣ ኢንዶን እንጂ ሌላ ፋብሪካ አያውቅም፡፡ እኔ ግን ባባቴ እግር ተተክቼ ኢንዶን፣ ዲያባኮን አገለግያለሁ፡፡ እግዜር ይመስገን ከሸክም በስተቀር የቤት አሽከርነት የለብኝም፡፡ እህል ውሃዬ ከዲያባኮ ሆኖ ይኸው እስካሁን አለሁ፡፡ ታዲያ እንዳልኩት ባለቤት የሚባለውን ባይኔ ልየው እንጂ ተጠግቼውም አላውቅ፡፡ እንኳን ከቤቱ ሄጄ የሚስቱ አሽከር ልሆን ቀርቶ አንዳንዴ ባለቤት የሚባለውን መለየቱም ይጠፋኛል፡፡ እሱኑ የሚመሳስል ፈረንጅ ለጉድ ነው፡፡ አሁንም ደጀኔ ትዕግሥት ቢያደርግ ጥሩ ነው፡፡ የፈጠነ ምክር እኔም ደግ ምክር ይመስለኛል፡፡ የንዴት ነገር ሆኖብህ ሃይለ ቃል ብትናገር ተመልሰህ ከችግር ትወድቃለህ፡፡ መቼም እስቲያልፍ ያለፋል የሚባለው ሀሰት የለውም፡፡»

«የሚያልፍልሽ መስሎሽ አዳሜ ስትለፊ ኑሪ!» ሲል ስሜነህ በብሽቀት ጣልቃ ገብቶ ተናገረ፡፡ ከብስጩነቱም ሌላ የሱ ሃሳብ ተቀባይነት ሲያጣ እልህ ውስጥ መግባት ይወዳል፡፡ ሁሉንም ሲያዳምጥ የነበረው ዲባባ ጭምር በስሜነህ አነጋገር አለመደሰቱን ተናገረ፡፡

ገፅ 122 ያንዲት ምድር ልጆች፣ ቅፅ ፩

«ተው እንጂ ስሜነህ! ቁም ነገሩን የእልህ አታርገው፡፡ እኔ መቼም እንደ ሁነኛው ከኩሊነት በስተቀር እንደእናንተ አይነት የማውቀው ሙያ የለም፡፡ ጋራዥ እንኳ ዕውቀት ይገኝበታል ይባላል፡፡ ሥራችን አንድ አይነት ባይሆንም ለሁላችንም የሚጠቅመን መታገሱ ነው፡፡ ከጌታ ጋር እኩል መነጋገር የሚጎዳው ደሃውን ነው፡፡»

ደጀኔ ደባሎቹ እንደመከሩት መታገሱን መርጫለሁ ይበል እንጂ እስከመቼ እየታገሰ ኑሮውን እንደሚገፋው አሳሰበው፡፡ ይህንኑ እያሰላሰለ ውሎ አደረ፡፡ አንድ ቀን ደጀኔ የጋራዡን ባለቤት ከመቼ ጀምሮ መደበኛ ደመወዝ እንደሚያስበለት ጠየቀው፡፡ መልስ አልሰጠውም፡፡ በዚህ ጊዜ ይበሉኝ እንጂ እያለ ቢከተለው ባለቤቱ ሳቅ እያለ ሥራ ሥራውን ቀጠለ፡፡ ደጀኔ አለቅጥ በሸቀ፡፡ እንዲያውም ይባስ ብሎ የጋራዡ ባለቤት አሁኑኑ ወደመኖሪያ ቤቱ ሄዶ ሚስቱን ተከትሎ ቅቤ ተራ እንዲሄድ አዘዘው፡፡ ደጀኔ የማይቀበለውና የማይችለው ሆነበት፡፡ ባለቤቱን ሙልጭ አድርጎ ተሳድቦ በጋራዡም እንደ እንደ እብድ የድንጋይ ናዳ አወረደበት፡፡ በጋራዡ መሃል ለመሃል የወረወረው ድንጋይ ከባለቤቱ ቁርጭምጭሚት ላይ ቢያርፍ ባለቤቱ በዘበኛው ሊያሲዘው ቢል ከጋራዡ የበረረ ላቡ በጆሮ ግንዱ እየወረደ በቅሎ ቤት ከነፈጠነ ጋር በደባልነት ከሚኖርበት ቤት ደረሰ፡፡ ከቤት ያገኘው ስሜነህን ብቻ ነው፡፡ ጉዳዩን አንድ ሳይቀር ዘርዝሮ ነገረው፡፡ በነገሩ ክርክር ውስጥ ገቡ፡፡ አንዱ አንድ ሲል ሌላው ሌላ እያለ ሊግባቡ አልቻሉም፡፡ እንዲህ ሲነታረኩ ድንገት ፈጠነ ከቤት ደረሰ፡፡ እንትርካቸውን ለመረዳት ጊዜ አልወሰደበትም፡፡ የደጀኔ በዚያ አይነት ከሥራው መውጣት አሳዘነው፡፡

«ክሰሰው ነው የምልህ! ክሰሰው!» አለው ስሜነህ፡፡

«አንተ ደሞ ትቀልዳለህ! የት ብዬ ነው የምከሰው! ያውም ቁርጭምጭሚቱን ሰብሬ መጥቼ ነው ደሞ የምከሰው! እኔስ የልቤን አድርሻለሁ አይቆጨኝም፡፡»

«ሕዝባዊ ኑሮ ዕድገት አስማሚ ክፍል ልትከሰው ትችላለህ! ቁርጭምጭሚቱን ብትለው ማን ይመሰክርለታል? ሠራተኛው ሁሉ እንደማይወደው ነግረኸን የለ?»

«ትቀልድብኛለህ! ሕዝባዊ ኑሮ ዕድገት እኔን ወይስ እሱን እንዲሰሙ? በዚህ ላይ በድንጋይ እንዳላስተረፍኩት የእግሩ ምልክት አይበቃም? እሱ ምስክር እንዲያጣ ብለህ ነው? ሠራተኞቹን አስፈራርቶም ሆነ

ደልሎ ሊያስመሰክር ይችላል። አንተ የምትመከረኝ ፀጉሬን ተላጭቼ ወህኒ እንድወርድ ነው መሰለኝ! ...»

ደጀኔ አመነታና እንግግሩን በመቀጠል «ምናልባት ወህኒው ሳይሻል ይቀራል? ቢያንስ የጋሬ እንጀራና አንድ ጣሳ ወጥ በቀን ይሰጣሉ አሉ። ምንም ቢሆን ጦም የማይታደርበትና ኪራይ የማይከፈልበት ወህኒ ቤት ሳይሻል አይቀርም።»

ፈጠነ በንግግራቸው መሃል ገባ። ክርክሩን ዝም ብሎ ለደጀኔና ስሜነህ አይተወው ነገር አንድ ጨዋታ በተነሳ ቁጥር ጣልቃ ገብቶ የሚመስለውን ለመናገር ቆረጠ።

«ሕዝባዊ ኑሮ ዕድገት አስማሚ ክፍል ከሶ መሞከሩ ባልከፋ ነበር። ነገር ግን ባለቤቱን በድንጋይ አቁስለህ መጥተሃልና የባሰ መከራ ሊያገኝህ ይችላል። በዚህ ላይ አስማሚ ክፍል ማመልከቻ ማስገባቱ፣ ደጅ ጥናቱ፣ ለመዝገብ ቤት፣ ለተላላኪው ጉቦ መስጠቱ አቅምህ አይፈቅድልህም። በዚህ ላይ ሕዝባዊ ኑሮ ዕድገት አሰሪውን ከሶ ፍርድ ያገኘ የኛ ቢጤ ደሃ አይቼም ሰምቼም አላውቅ።»

ስሜነህ በፈጠነ ሃሳብ አለመስማማቱን በመጦፍ ተናገረ።

«ፈርቶ መክሰሱን ይተወው አትልም ከዚህ ሁሉ! ዛሬ ጊዜው ተለውጧል። ሁሉም ቦታ ሠራተኛው እያጉረመረመ ነው። በድንጋይ እግሩን ሲሰብረው አየን ብሎ የሚመሰክር የለም። ሕዝባዊ ኑሮ ዕድገቶችም እንደዱሮው አይደሉም። የኔ አሠሪ አንዱን ሜካኒክ ቢያባርረው ሄዶ ሕዝባዊ ኑሮ ዕድገት አስማሚ ክፍል ከሰሰው፣ ማባረር አትችልም አሉት። ባይሆን በደመወዝ ተስማሙ አሉት!»

«ስሜነህ ስማኝ!» አለው ፈጠነ። «... ያንተ አሠሪ ባያውቅበት ነው። ወይም ጉቦ ለመስጠት ተንገብግቦ ይሆናል። ሕዝባዊ ኑሮ ዕድገቶችን በገንዘብ ሳይገዛቸው፣ ሳይተዋወቃቸው ቀርቶ ነው እንጂ ሠራተኛውን ወደ ሥራው መልሰው አይሉትም ነበር። የኔ አቶ በላይ ግን እንደስሜነህ አሰሪ አይደለም። ከሕዝባዊ ኑሮ ዕድገቶች ጋር ደህና ይተዋወቃል። እንዲህ አይነቱን ጌታ፣ አስማሚ ክፍል እሞግታለሁ ማለት ጉልበት መጨረስ መሆኑን ስለማውቅ ለጊዜው ዝም ብያለሁ። በዚህ ላይ ባለጋራዦች ገቢ የለንም ቢሉ፣ ትርፍ የለንም ቢሉ ሕዝባዊ ኑሮ ዕድገቶች የሚሰሙት እነርሱን ነው። አሁን አንተ ስሜነህ የምትለው ወደክስ የመሄድ ነገር ለደጀኔ የሚያዋጣው አይደለም። ይልቅስ ደጀኔን ክሰስ አትክሰስ ከምንለው ሌላ ቦታ ስራ እስኪያገኝ

ድረስ እኛ የምንበላውን እየበላ አብሮን እንዲኖር ብንስማማ ይሻላል» ሲል ፈጠነ ሃሳቡን ሰጠ:: የቀሩት ዝም ብለው አዳመጡ::

ሁለቱ የዲያባኮ ጥጥ ፋብሪካ ወዛደሮች መሸት ሲል ከቤታቸው ደረሱ:: ፈጠነ አረፍ እስኪሉ ጠብቆ የደጀኔን ከሥራ መባረር አጫወታቸው:: አዝነው አዳመጡት:: የራሱን አመፅ በጌታው ላይ በመፈፀም በጋራዡ ባለቤት ላይ ጉዳት ማድረሱን ከመስማት አልፈው «ምን ያድርግ የከፋው ብዙ ያደርጋል» ሲሉ ተረዱለት:: ቢሆንም ባለቤቱ አሲዞት ቢሆን የሚደርስበት መከራ ታያቸውና እንደመደንገጥ ብለው ዝም አሉ:: በጉዳዩ ቀደም ሲል የተወያዩበት እነፈጠነና ስሜነህ በመጨረሻ የደረሱበትን ሃሳብ ለቀሩትም ገለፁላቸው::

«ምነው ጓዴ እንዴት እኛን ትታችሁ በዚህ ሃሳብ መከራችሁ? አትጠብቁንም ኖሯል? ለእኛስ ጓደኛችንም አይደል? ምነው ጓዴ? ችግሩ ችግራችን አይደለም የምንል አርገህ አንተም ገምተኸን ኖሯል እንዴ?! አብረን ብንመክር ምናለ ነበር» ሲል ሁነኛው የየዋህነቱን ተናገረ::

«አይ አንተ ደሞ ተው እንጂ! አሁንስ ቢሆን የሚነግረን ለማማከር ብሎ አይደል? እኛ በሌለንበት ይህንን አስበው መቆየታቸው ምን ጥፋት አለው ብለህ ነው? ታዲያ ምን ይመስላችኋል፣ እናንተስ ትስማሙበታላችሁ ወይ ሲሉን ማማከር መሆኑ ይግባህ እንጂ ሁነኛው ምን ሆንክ! ኧረ ጥሩ አስባችኋል ብንል ልንረዳዳ ነው:: የለም ለኛ አይሆንልም ብንላቸው ደግሞ ሁለቱ ፈጠነና ስሜነህ ሆነው ወይ ከእነርሱ ጋር ያኖሩታል:: ሳይሆንላቸው ከቀረ ደግሞ አንድ መላ ያገኙለታል:: እኔ እንኳን ባሳባቸው እስማማለሁ:: ሥራ እስኪያገኝ አብረነው እንቸገራለን እንጂ ኋላ የት ሂድ እንለዋለን» አለ ዲባባ::

«ይቅር ይቅር እንግዳው! እኔ መቼም ፊደል አልቆጠርኩ! አነጋገር አላውቅ! እንግዲህ እንደእናንተ ቶሎ ነገር አልገባቶኝ እያለ እኮ፣ የእናንተን ያህል ፊደል አለመቁጠሬ እኮ ነው:: እኔም ብሆን ሃሳባችሁ ሃሳቤ ነው:: ደጀኔ ወንድማችን፣ ታናሻችን ነው:: ዛሬ ከሥራ ቢወጣ ባይሆን እያፅናናነው ያለንን አብረን እየተቃመስን እሱም እንጀራ አግኝቶ እስኪቀናው ድረስ አብሮን ለመኖር ቢፈቅድ ደስ ይለኛል እንጂ ጨርሶም አይከፋኝ:: አባቴ ነፍሱን ይማረውና ኢንዶ ፋብሪካ ጥጥ ሲሸከም የሚያገኘው ዳቦ ነበር:: የሳንቲም አይን ሳያይ እንደሞተ ያው ያጫወትኳችሁ ጉዳይ ነው:: ታዲያ ያን ጊዜ አንድ ጓደኛው የሰው አገር ሰው ድንገት ወረረሽኝ በሽታ ታሞ ከሥራው ቢወጣ ያንን ሸልጦ

አባቴ ከሆዱ ቀንሶ እያካፈለ ኢንዶ ከሰጠው ቤቱ እያስታመመ ሰውየውም ሳይድን ቀረና ሞተ። አባቴ ነፍሱን ይማረውና በወግ በማዕረግ አስታሞ ቀበረው።ታዲያ እኔስ ያባቴን ያህል ቁም ነገር ካጣሁ ምኑን ሰው እባላለሁ?» ሲል ሁነኛው በሚመስለው መንገድ ጓደኞቸው አብሯቸው እንዲኖር መስማማቱን ገለፀ።

ከመሸም በኋላ የደጀኔ ጉዳይ መነሻ ሆኗቸው በየፍራሻቸው ሆነው ካሊማቸውን ለብሰው ዕንቅልፍ እስኪያሸልባቸው ድረስ ወሬያቸውን ቀጠሉ።

«ግድየለህም ደጀኔ የጋራዥ ሙያ ያለው ሰው ሥራ አያጣም። እኛ የበላነውን እየበላህ አብረኸን መኖር የሚያስቀቅ እንዳይሆንብህ አደራህን! ባማላጂቱ ይገፍሃለሁ! እንኳን አንተ እኔ እንኳን የዲያባኮን ኩንታል ተሸክሜ የማድረው ጉልበቱ ደህና ይሁን እንጂ ዲያባኮ ቢያባርረኝ ኩሊነት ተሸክሜ ማደር አያቅተኝም» አለው ሁነኛው። ከሁሉም የሰው ነገር የሚከብደው እሱ ነው።

«ኧረ እንዳው ሾፌርነትስ ቢሆን የምታጣ አይመስለኝም። ነገ አንዱን ትሬንታ የምታንከባልል ባለ ትልቅ እንጀራ አንተ የምትሆን ነው የምትመስለኝ። አይዞህ ብቻ!» አለው ዲባባ። ደጀኔ ፈገገ። ዲባባ ጋራዥ የሚሰራ ሁሉ መኪና መንዳት የሚችልና ሾፌርነትም ለመቀጠር የሚያበቃ ዕውቀት ያለው አድርጎ እንደተረዳው ታወቀው። ሊያርመው ፈለገና በቅን አሳቢነት ለተናገረው በዚህ አይነት ቢመልስለት አላዋቂ የሚል ትችት የሰነዘረበት መስሎት ይከፋ ይሆናል በሚል ሳቅ ብሎ ብቻ ዝም አለው። በዚህ መሃል ስሜነህ ሌላ ጉዳይ አነሳ።

«ነገ እኔም ከሥራ የወጣሁ እንደሆን እንዲህ እንደ ደጀኔ አይዞህ! አለንልህ! ትሉኝ ይሆን?»

«አንተ ከጋራዡ ባለቤት ሙግት ገጥመህ እስክትረታው ድረስ መረዳዳት ካላቃተን በስተቀር፣ መቼም አያምጣብህ እንጂ የት አውጥተን እንጥልሃለን? ካንተስ ይልቅ ስጋት የገባኝ እኔ ነኝ። እኔና አቶ በላይ የምንካረም አልመሰለኝም» ሲል ፈጠነ ቀልዱንና ቁም ነገሩን እያይዞ ነገረው።

«ምነው ስሜነህ? ምነው? ምነው? አንተስ ወንድማችን አይደለህ! አንተን ብቻ ከችግር አያግባህ እንጂ የት እንለያያለን። እንዳው የእኛ ኑሮ የነገ ዕድላችንን ሳናውቀው መቅረታችን ከሥጋት ጣለን እንጂ ይህን ያህል አብረን ኖረን እንዴት እንጨካከናለን? ባይሆን ከተማውን

ጥለን እዚሁ ቅርቡ እኔ አገር ዝቋላ አቦ፣ ጭሰኝነት ተተክለንም ቢሆን አርሰን እንበላለን እንጂ፣ አንዳችን እየተራብን አንዳችን ስንበላ እንዴት ይሆናል? በእኛ ኑሮስ ያለ አይጨካከንም። እርግጥ ጊዜውስ ክፉ እየሆነ ሄዷል! ካልሆነ ግድ የላችሁም ከተማውን ጥለን አገሬ ይዣችሁ ልግባ። እዚያ ገብተን አንድ ጊዜ እርፍ መጨበጡን ከለመድነው፤ መሸት ሲል እሸት እየበላን እናድራለን እንጂ መከራስ አያገኘንም» ሲል ሁነኛው ምክሩን ለደባሎቹ አካፈለ። መልስ የሰጠው ሰው ግን አላገኘም። ሁሉም ቀን በስራ ተዳክመው ኖሮ ለካስ ሁነኛው ሲያወራ አናውዟቸው ኖሯል!

አንድ ቀን ደጀኔ ሥራ ፍለጋ ብሎ ወጥቶ ሳይመለስ ቀረ።

በሁለተኛው በሦስተኛውም ቀን ደጀኔ ወደ ቤቱ አልተመለሰም። እየዋለ እያደረ ሲሄድ እነፈጠነ ተጨነቁ። ደጀኔን ፍለጋ የት ብለው እንደሚሄዱ ግራ ገባቸው። ማታ ከየሥራቸው ሲመለሱ ኋላ የመጣው ቀደም ሲል ከቤት የደረሰውን «ደጀኔ ዛሬም አልመጣም? የደጀኔ ነገር እንደወጣ ቀረ ማለት ነው?» እያለ ይጠይቃል። ነገር ግን ጓደኛቸው ወደ እነርሱ ሳይመለስ እንደወጣ በዚያው ቀረ።

«አዬ ጓደኛችን! አንድ ነገር ሆኖ ቢሆን ነው እንጂ እንዴት ሥራ ፍለጋ ብሎ እንደወጣ በዚያው ይቀራል?» ሲል ዲባባ ነገሩን አነሳው።

«ችግር ያለ ጉዳይ ሆነብኝና ነው እንጂ፣ እኔም ብሆን የት ብዬ እንደምፈልገው ግራ ግብት እኮ ነው ያለኝ። አንዳንዴ ከፖሊስ ጣቢያ ላስመዝግበው እላለሁ» አለ ስሜነህም።

«ትልቁን ሰው ከፖሊስ ጣቢያ ማስዝገብስ፣ ፖሊሱ መሳቂያ ነው የሚያደርገን። ልጅ መሰላችሁ? ይሉናል። አዋቂ ወንጀል ሰርቶ የጠፋ እንደሆን ነው የምንመዘግበው ማለታቸው አይቀርምና ፖሊስስ ድረስ ባንደክም ይሻላል። ይልቅስ ደጀኔ እኛን ማስቸገርና በእኛ ኑሮ ላይ ሸክም የሆነ መስሎት ወደ አንዱ ጋ ሄዶ ይሆናል የሚል ጥርጣሬ ነው እኔስ ያለኝ» አለ ፈጠነ።

«ይህማ ከሆነ ለጓደኝነታችን ዋጋ አልሰጠውም ማለት ነው» የሚል ዲባባ ተናገረ።

«ሁላችንም የዋሆች መሆን የለብንም። እንኳን እኛን ድሆቹን የስጋ ዘመዱን ተጠግቶ ምንም ሳይጎድልበት የሚኖር፣ ከሰው አፍ ወጥቶ እንኳን ሸክምነቱ ባይነገረውም፤ ፊታቸውን ባያጠቁሩበትም ጥገኛ ሆኖ የመኖሩ ነገር ማስጨነቁ የማይቀር ነው። የምነግራችሁ በራሴ

የደረሰውን ስለማውቅ ነው። እኔም ከወይዘሮ አገኘሁሽ ቤት በርሬ ወጥቼ በዚያው የቀረሁት እሳቸው በድለውኝ አልነበረም። የሳቸውንስ ነገር ባላነሳው ይሻላል። እስቲ ባሉበት ደህና ይሁኑ።» ፈጠነ ፊቱ ልውጥውጥ አለ። ይህን የተመለከቱት ጓደኞቹ የደጀኔን ጉዳይ ትተው ወደፈጠነ ሃዘንና ትካዜ መለስ አሉ።

«አይዞህ አንድ ቀን ትገናኙ ይሆናል። እኚህን ከመሰለ ደግ ሰው ጋር ተቆራርጦ መቅረትስ ክፉ ሃዘን ነው» አለው ሁነኛው። ወዲያው ደግሞ ፈጠነን የሚያስተክዘው ጉዳይ ላይ ከመናገር፣ እዚያው ከደጀኔ ጉዳይ ላይ መመለስ የተሻለ መሰለው።

«ደጀኔንስ ያገሬ የዝቋላው ታቦት ይመስክርብኝ ክፉም አልተናገርኩት። በችግር ጊዜ ነው እንጂ ጓደኛ፣ ባለማ ጊዜ ዘመድና ጓደኛው ሜዳው ሁሉ ነው እያልኩ ነበር ያፅናናሁት። እኔስ እንዳው ያዲሳባ ሰው ልቡ አይገኝም የሚሉት እውነት ነው።»

ሁነኛው ካገሩ ወጥቶ ከተማ ገብቶ መቅረቱን በያጋጣሚው ባነሳው ቁጥር እንደተቆጨ ነው። የከተማ ሰው ኑሮ፣ ጠባዩ፣ የልቡ አለመገኘት ከመግረም ያለፈ ያስመርራል ይላል ዘወትር። ተወልዶ ያደገባት መንደር እንደናፈቀችው ነው። ታዲያ ይህን ያህል ሩቅ ሆናም አይደል። ከዝቋላ አቦ ያንድ ቀን የእግር መንገድ ነው። ሁነኛው ግን ወደእዚያ አንደኛውን ጠቅልሎ ለመግባት ይመኝ እንጂ እትብቱ ከዲያባኮ ፋብሪካ የጥጥ ሸክም ጋር የተቋጠረ አስመስሎታል።

ቀን ባለፈ፣ ቀን በተተካ ቁጥር የደጀኔ እንደወጣ መቅረት እንደ ወሬ መነሳቱ አልቀረም። ብዙም ስለደጀኔ ከመናገር ቆጠብ የሚለው ዲባባ አንድ ቀን ይህንኑ ጉዳይ አነሳ።

«እኔ መቼም ደጀኔን ላስቀይመው፣ ላላስቀይመው አላውቅም። እንዳው አንድ ቀን ግን አንድ ጉዳይ አማክሬው ነበር። ይኸውም ምንድነው? ብትሉኝ መቼም የወንድ ልጅ ነገር ነው ጉዳዩ። ታዲያ ይኸውላችሁ ያቺ በዕረፍታችን አንዳንዴ ጎራ ብለን ጠላ ከምንጠጣበት ቤት ያለችውን ልጅ እግር ሴት፣ ማስረገዜን ለደጀኔ አጫውቼው ምን ትመክረኛለህ? ብዬው ነበር ... »

«የዝቋላውን! ... ለካስ አንተ ኖረሃል ያስረገዝካት?» ሲል ሁነኛው የዲባባን እንግግር ሳያስጨርስ በመገረም በመሃል ጣልቃ ገብቶ ተናገረ።

«አዎን! ... ብቻ እንዳው ነገሩን ልቀጥልላችሁና ደጀኔ መቼም ጥሩ ልጅ ነው። ጥሩ ምክር መከረኝ ባይ ነኝ። ጠቅልላት! የት ትጥላታላህ? አለኝ። አንተም የዲያባኮ ጥጥን እየተሸከምክ፣ የድህነትም ቢሆን አብራችሁ ኑሩ እንጂ! እርግዝናዋ ያንተ መሆኑን እያወቅህ የት ትተዋታለህ? አለኝ። እኔም፤ ቢሆንልኝ ያንተን ምክር ሰምቼ ብጠቀልላት ደስ ባለኝ፣ ነገር ግን እኔ ሚስት ላግባ ብል ችግሩ በጓደኞቻችን ላይ ይጠናል ብለው፤ ስለ እኔ አታስብ ወዳንዱ ዘንድ መሄድ አያቅተኝም ብሎኝ ነበር። ምናልባት እዚህ ቦታ ሳይል ያስኮበለለው የኔ ጉዳይ ይሆን እያልኩ ሌት ተቀን ቢከነክነኝ ልንገራችሁ ብዬ ነው። አጥፍቼ ከሆነ ይቅርታ አድርጉልኝ ወንድሞቼ!»

ሁሉም በጥሞና አዳመጡት። ቶሎ መልስ ሊሰጡት አልተዳፈሩም። ዝም ተባብለው ቆዩ። ዲባባም ቢቆረቁረው፤ እያደር ለደጀኔ መኮብለል ምክንያት ሆኛለሁ እያለ በመጨነቁ ነው እንጂ ከሆዱ አውጥቶ አይነግራቸውም ነበር።

«ደጀኔ በዚህ ጉዳይ ከሆነ ጥሎን የሄደው ባንተም ቢሆን የሚፈርድብህ የለም። አንተ ያጫወትከው ጓደኛ ብለህ ነው። ባይሆን ቅር ልንሰኝብህ የሚገባ እኛ ነን። እኛስ ቢሆን ጓደኞችህ፣ ወንድሞችህ ማለት አልነበርን? ለምን ለእኛስ ሳትነግረን ቀረህ? ያም ሆነ ይህ የፈሰሰ ውሃ አይታፈስምና የደጀኔን ነገር እንርሳው» ሲል ፈጠነ ጠብቆ ጠብቆ ሌሎቹ ስሜነህና ዲባባ ዝም ቢሉ እሱ አንድ ነገር ተናገረ።

«ካላችሁስ የደጀኔን ነገር ብንረሳው ይሻላል። በዚያ ሰሞን የኔ ብጤ የቆሸሸ የለበሰውን ሁሉ በሥራ ፈትነት እያፈሱ አዶላ ሲወስዱ ከረሙ ማለትን ብሰማ ደጀኔንም አፍሰውት ይሆን የሚል ሃሳብ ይዞኝ ከረምኩ። አሁንም እንደሞተ፣ እንደተቀበረ ቆጥረን ካልተውነው ዘወትር የሚቆረቁር ሊሆንብን ነው» አለ ሁነኛው። ከሁሉም ያልተጠበቀ ቢሆንም ከጠባዩ ጋር የሚመሳሰል አነጋገር ያመጣ ስሜነህ ነው። ወደ ዲባባ ጉዳይ ተመለሰና እንዲህ አለ።

«አሁን ደሞ ምን ሁኑ ለማለት ነው፣ ማስረገዝህን የምትነግረን! ያስረገዝከው አንተ ነህ፣ እወቅበት እንጂ! ከፈልግህ አምነህ ተቀበል። መቼም ... ሌላው ምርጫ አላውቅልሽም! አፍንጫሽን ላሺ! ማለት ነው። ይህ ደግሞ በምድር ቢቀር በሰማይ ቤት ትጠየቅበታለህ። እርግጥ እኔም አንተ ቦታ ብሆን ምድርና ሰማዩ ጨለማ ነው የሚሆንብኝ። የኔ ምክር ጠቅልላት ነው። ይልቅስ ሰዓቱ እየገፋ ነውና እንተኛበት። ነገ ደግሞ ሥራ ነው» ሲል ስሜነህ ተናገረና ከእዚያ ካደፈ

ካሉሙ ውስጥ ገብቶ ተኛ:: የቀሩት ፈጠነ፣ ሁነኛውና ዲባባ ግን በዚሁ ጉዳይ ውይይታቸውን ቀጠሉ::

«ነገሩን ባጭሩ ቆርጠን እኛም ብንተኛ ይሻላል መሰለኝ:: ደጀኔም ሆነ ስሜነህ ባነጋገር ይለያዩ እንጂ ሃሳባቸው አንድ ነው:: መቼም አስረግዞ፣ አላውቅልሽም ማለት የግፍ ነው:: ጌታው ድሃ ያስረገዘ እንደሆነ ማፈሪያ እየመሰለው ቢክድ፣ ሃብትና ስልጣኑን እግዜሩም ጭምር የሚመክትለት ሃይል እየመሰለው ስንቱን ደሃ እንዳስለቀሰና ለበረንዳ አዳሪነት እንደዳረገ በኔ ላይ የደረሰ ስለሆነ የማውቀው ነው» ብሎ ፈጠነ ተናግሮ ሳይጨርስ ሁነኛው ካፉ ተቀበለና ...

«አንተና ያቺ ሴት እኮ ምናችሁም አይተናነስ:: ልቦና ካለህ ያችን ጠላ ሻጭ ጠቅልላት:: ሃብታም ብቻ እንጂ ደሃ ሚስት አግብቶ መኖር አይችልም ተብሎ በአዋጅ አልተከለከለም::»

ዲባባ ከእነርሱ ይሰማል እንጂ መልስ አይሰጥም:: ከሳር ፍራሹ ላይ ሆኖ አንዳንዴ ቁና ቁና እንደመተንፈስ እያደረገው፣ ሌላ ጊዜ ደግሞ እግሮቹን እንደማጣጠፍ አድርጎ አናቱን በጉልበቱ መሃል ያደርግና የሚሉትን ይሰማል::

«እንግዲህ ችግሩ፣ ችግራችን ከሆነ አይቀር ለጓደኛችን ለዲባባ ይህንን ቤት እንልቀቅለት:: ኪራዩ በወር ሶስት ብር ለብቻው የሚጎዳው ከሆነ ሚስቱ በጠላ እንግዱ እስከምትቋቋምና መረዳዳት እስከሚችሉ ድረስ እኛም ብንሆን ልንረዳው እንችላለን» ብሎ ሲናገር፣ ዲባባ ፀጥ ብሎ አዳመጠ እንጂ ትንፍሽ አላለም::

«አይ ፈጠነ! ምን ላርግህ? የልጅ አዋቂ ማለት እኮ አንተ ነህ! ይኸ ወንድማችን ዲባባ እግዜር የባረከው ነው:: የምንለው ሁሉ፣ ደግ ምክር በመሆኑ ደህና አድርጎ ሰምቶናል:: እግዜር የሰጠውን ፍሬ የት ብሎ ይጥለዋል? ሴቲቱም ብትሆን ከድህነት በስተቀር ምን ጎደላት፤ ማለፊያ ሴት ነች:: ድህነት ሊደብቀው ያልቻለ ሽጋ መልከ መልካም ነች፡ እንዳው ከኛ መሃል አንዳችን ቆንጠጥ አድርገናት ቢሆን ኖሮ ክፉ ነገር ደረሰ ማለት ነበር» አለ ሁነኛው::

ቀጠል አደረገና «እንግዲህ ስማ ዲባባ!» የፈጠነን ጉልበት መታ፤ መታ እያደረገ:: « ... እንግዲህ የምንለውን ስማ ነው የምልህ! ... ይህን ሁሉ የተናገርን፣ ያው ላንተ ብለን ነው:: እኛ ቤት እንፈልጋለን:: አንተ ግን እዚሁ ይዘሃት ትገባለህ:: አይዞህ በሁለታችሁ ፈቃድ የሆነ ነገር ነው:: በዚህ ላይ ወንድ ልጅ ነህ:: እሷም የእግዜር ፍጡር ነች:: በመሃላችሁ

የሆነው ሁሉ በእግዜር ፈቃድ ነው፡፡»

ዲባባ ያረገዘችለትን ሴት በሚስትነት ለመጠቅለል ወሰነ፡፡ እሷም ቢሆን ሊጠቀልላት እንዳሰበ ሲነግራት እንደመሽኮርመም አደረጋት እንጂ፣ የደስታዋን ስሜት ከፊቷ ላይ ማንበብ አላዳገተም፡፡ እንዲህ አይነቱ ውሳኔ ላይ ባንድ ልብ ለመድረስ ሽማግሌ አላስፈለጋቸውም፡፡ ሁለቱ ጉዳዩን ጨረሱት፡፡ ፈጠነ፣ ሁነኛውና ስሜነህ ሌላ ረከስ ያለ ቤት ፈልገው አገኙና ጓዛቸውን ለማንሳት ተዘጋጁ፡፡ የእዚህ ጊዜ ፈጠነ ለሁነኛውና ስሜነህ አንድ ሃሳብ አነሳላቸው፡፡

«መቼም ሴትዬዋ ባዶ ቤት ብትገባ እኛንም ያሳፍራል፡፡ ላንድ ገንቦ ጠላና ለግኘ እንጀራ የሚሆን አዋጥተን ባይሆን የእሷን ወገኖች ሁለትም ይሁኑ ሦስት እንጋብዝለት እንጂ!»

«ማለፊያ ሃሳብ ነው፡፡ እንዴት በባዶ ቤት ትገባለች? እንዳቅማችን ጓደኛችንን ማስከበር አለብን» አለ ሁነኛው፡፡

«ከሆነ አይቀር ልናስከብረው የምንችለው ለጠላና እንጀራ የሚሆነውን አዋጥተን በእጁ ብንሰጠውና እሱም እንደባለቤት እንጀራውንም ጠላውንም ቢያዝበት ጥሩ መሰለኝ፡፡ ለፈጠነ የምንችለውን እንስጠውና እሱ ለዲባባ ይስጠው» ሲል ስሜነህ አለወትሮው የበሰለና የሰከነ ሃሳብ አቀረበ፡፡

እንደተባለው ገንዘቡን አዋጡለት፡፡ ሦስት ሆነው ሰባት ብር ከሃምሳ አዋጡና ለዲባባ ሰጡት፡፡ «ምንም ቢሆን በእዚህ እንርዳህ ብለን ነው» አለው ፈጠነ፡፡

ዲባባም እንደተባለው በሚስቱ በኩል እንጀራና ጠላው እንዲዘጋጅ አደረገ፡፡ በትንሹ የታሰበው፣ የሠርግ መንፈስ ወሰደ፡፡ የሚለየው ግን በሳምንቱ እሁድ፤ ሙሽሪት ሁለት ጓደኞቿንና ጠና ያሉ አሮጊት ጎረቤቷን አስከትላ፣ የወንዱ ሙሽራ ዲባባ በሚዜ ታጅቦ ሄዶ ማምጣት ሳያስፈልገው እሷው ሰተት ብላ ከቤቱ መምጣትዋ ነው፡፡ ለነገሩ ያህል በመምጫዋ ሰዓት ከፈጠነና ስሜነህ ጋር ሆኖ ከበር ተቀበላት፡፡

«የድሃ ሠርግ ማለት እንዲህ ነው!» አለ ዲባባ ሚስቱን ከደጅ ሲቀበላት፡፡

«እረ! እናንተስ እግዜር የመረቃችሁ ናችሁ፣ ለእዚህ መድረሳችሁ! ይሁን እስቲ ያለም ያርገው! መጨረሻውን ያሳምረው!» ሲሉ ተከትለው የመጡት አሮጊት ሴት ተናገሩ፡፡

«እንግዲህ ቤትሽ ገብተሻል! ቶሎ መልመድ ያንቺ ፋንታ ነው» አለ ፈጠነም፡፡

«ገና ቂጤም መሬት ሳይነካ?» ስትል ሙሽሪት እንደማፈር እያረጋትና እንግግሯን እያወላከፈው ተናገረች፡፡

«የድሃ ሚስት፣ ነገ ማልዳ ተነስታ ወደ ማድቤቷ፣ ወደ ጋገራዋ ትላለች እንጂ በደንገጡር ታጅባ አንድ ወር አትሞሽር!» ሲል ሁነኛው ነገር ያሰመረና ያስተካከለ መስሎት ተናገረ፡፡

«እረ! ሚስቴን ሆድ አስብሳችሁ ልጄን በሆዷ ይዛ ተመልሳ እንዳትሄድብኝ» አለና ዲባባም ጣልቃ ገባ፡፡ እርግዝናዋ የሚደበቅ አይደለም፡፡ ወደመንፈቁ ገደማ የተቃረበች እንጂ ከእዚያስ የሚያንስ አይመስልም፡፡

«አንተ ደሞ የእሷ ቀርቶ የልጅህ አሳሰበህ? እሷስ ለምን ትሄዳለች? አንተም ወደፊት አትበድላት እንጂ፣ ጓደኞችህ ሆድ አስባሱኝ ብላ የትም አትሄድ! አይደለም እንዴ?» ስትል አብራት የመጣችዋ ወጣት ቢጤዋ የዲባባ ሚስት ጓደኛ ተናገረች፡፡ የዲባባ ሚስት የእዚህ ጊዜ ነው አፈር አፈር ማለቱ የለቀቃት፡፡

«ነው እንጂ! እስካልበደለኝ ድረስ ለምን እሄዳለሁ! አይገርማችሁም የእሱ አነጋገር! የኔ መሄድ ሳይሆን ገና ካሁኑ ያሳሰበው የልጁ ነገር ነው!» አለች ሙሽሪትም፡፡

የግዥው ጠላ መቀዳት ጀምሯል፡፡ እንጀራውም ጥቁርና ወፍርም፣ ሲያላምጡትም ምላስ እንደሞመረድ ይበል እንጂ፣ ወጡም የክክ ሆኖ ከውፍረቱ ይልቅ አልፎ አልፎ ጥሬና ብስል ይደባለቀበት እንጂ፣ መበላትና መጠጣቱም ሆነ የሠርግ መንፈስ መፍጠሩ አልቀረም፡፡ በዚህ ላይ ድንገት በደጃፉ ሲያልፉ ፈጠነንና ዲባባን የሚያውቁ ሁለት ያህል ሰዎችም ተጨምረዋል፡፡

«እናንተ ደግሞ ቁጭ በሉ እንጂ፣ ከእንግዲህ ለእኛም ቤታችን ነው» አለች አንዷ ከሙሽሪት ጋር ተከትላ የመጣች ሴት፡፡ ሌሎቹም ሴቶች ከጠላውና ከእንጀራው እኛ ካላስተናገድን ብለው ከወንዶቹ ጋር ግብግብ ያዙ፡፡ ወንዶቹም በእኛ ያምራል ካላችሁ አሉና በገዛ ቤታቸው ተጋባዥ ሆነው ማንቀርቀሪያ ጠላቸውን ከመሃላቸው አድረገው መኮምኮም ያዙ፡፡

«ኧረ ሚዜው የቱ ነው?» ስትል አንዷ ሴት ጠየቀች::

«እሱ ምን ሚዜ አስፈለገው፣ ባልም ሚዜም እሱ ሆኖ ኖሮ እኛ ጉዳዩ ካለቀና የእህታችንም ሆድ ወፈርፈር ሲያደርገው ነው የሰማነው» ሲል ሁነኛው ሞቅታ በተጨመረበት አነጋገር ሲናገር በቤቱ ያለው ሰው ሁሉ ከት ብሎ ይስቅ ጀመር::

«መቼም ዛሬም ቢሆን፣ ለእኔ ዕቁብ የደረሰኝ እንጂ ሠርጉ ነው የሚል የለም» ሲል ዲባባ ተናገረ::

«ሚስት ያገባህ ያልመሰለህ፣ ይቺ እህታችን ምንም ሳታስቸግረን እዚሁ ቤትህ ድረስ ስለመጣችልህ ነው? እንደዚህችስ አይነት እንኳን ከዕቁብ ከሎቶሪ ትበልጣለች:: እኛስ ቅር ያለን ቀደም ሲል ትውውቃችሁን አለመስማታችን ነው» ሲል ፈጠነ ወደ ሙሽሪት ጠጋ ብሎ ተናገረ::

«ኧረ እንዳው ለጓደኞችህ እንገራቸው ኋላ አይሆንም ስለው ምን አለኝ መሰላችሁ?» ስትል የተላመደች የመሰለችውና ሳቅ ሳቅ ማለት የጀመረችው ሙሽሪት ጨዋታ አመጣች:

« ... ለመቼ ቀን ምስክር እንዲሆኑሽ ነው ብሎ እምቢ አለኝ:: እኔም ምን አስበህ ነው እንዲህ የምትለው፣ ልትክደኝ አሰብክ እንዴ እንዳውም አንድም ቀን እኮ እወድሻለሁ ብለኸኝ አታውቅም ብለው ከልቡ ይሁን ካፉ አምልጦት አላውቅም እወድሻለሁ ብሎኝ አልሄደ መሰላችሁ!»

ሰው ይስቅ ጀመር:: ሁሉም ከብርጭቆው ገፋ ማድረግ ይዟል:: አንዳንዶቹ ሴቶች ወጣ ብለው ሄድ ይሉና በገንቦና ማንቆርቆሪያ ጠላ ይዘው ይገባሉ:: ለሙሽሪት እንግግር መልስ ለመስጠት የሞከሩት አብረዋት የመጡት ጠና ያሉት ሴት ብቻ ናቸው::

«እወድሻለሁ ማለቱ እኮ ጥሩ ብሏል:: ፍቅር ደሞ እያደር ነው:: አብረው ሲኖሩ ይብሳል:: ለእዚያ ይበላችሁ ብቻ! እኔ ባሌን ቤቱ ከገባሁ በኋላ ነው የበለጠ የወደድኩት:: ይኸው ጠላት ሳይገባ የተገናኘን እስካሁን አብረን አለን:: የድህነታችን ማስረሻ የእኛ የሁለታችን ፍቅር ነው:: ታዲያ እግዜሩ ምን እንዳስጨከነው አላውቅም ዘር አልሰጠንም::» የሴትዮዋ አይነ ውሃ ልወጥ አለ:: መሃንነታቸው እንጂ ድህነታቸው የሚያስከፋቸው እንዳልሆነ በፊታቸው መለወጥ ታወቀባቸው:: ወልዶ ለመሳም መታደልን እንጂ የማሳደጉ ጣጣ አልታሰባቸውም:: እሳቸው እንዲህ እድሜያቸው ሲገፋ፣ ጧሪ ቀባሪ

አለማግኘታቸው፣ ዘር ተክተው አለማለፋቸው ከድህነት የባሰ እርግማን መሰላቸው:: እንዲህ የመሰለው እንጎግራቸው ደስተኛ የነበረውን የሠርገኛ መንፈስ ልውጥ አደረገው:: ቤቱ ሰው ያለበት አልመስል አለ:: የእዚህን ጊዜ ፈጠነ የጨዋታውን መንፈስ ወደነበረበት ለመመለስ ያሰበ ይመስል እሱም የመጣለትን መናገር ጀመረ::

«አንድ በዕድሜያቸው ገፋ ያሉ ሰው አንድ ጊዜ ሲናገሩ እንደሰማሁት ፍቅር በድህነት ለሚኖሩ ማጣፈጫ ጨው ነው:: እውነትነት ያለው አነጋገር ይመስለኛል:: እኛንስ ከዲባባ ያገናኘን ድህነታችን፣ በኑሮ ተመሳሳይነታችን አይደል! የእሱ አገር እንደሆነ አመያ ከሚሉት የኦሮሞ አገር ነው፣ የስሜነህም ቢሆን ጎንደር ነው:: ሁነኛውም እንደሆነ ከዝቋላ አቦ ነው:: የኔም ትውልዴ አዲሳባ፣ ገሙ ሠፈር ከሚሉት ነው:: የእናቴ ከትግሬ አገር ነው ሲባል ሰምቻለሁ፣ ያባቴን ትውልድ የት ይሁን የት አላውቅም:: አንድ የተለየን ጓደኛችን ነበር ስሙም ደጀኔ ይባላል:: በእዚች የደስታችን ቀን አለመኖሩ አሳዝኖኛል:: እሱም ቢሆን ከፋ፣ ከፊቾ ነው:: ታዲያ እንዲህ ያፋቀረንና መለያየት ያቃተን የድህነት ኑሮአችን ከማመሳሰልና ከማገናኘት ባለፈ ስላፋቀረንና ስላስተሳሰበን ነው:: አሁንም ቢሆን የዲባባ ችግር፣ ችግራችን ሆኖ ለወግ ለማዕረግ ይብቃ ብለን አቅማችን በሚችለው ረዳነው:: ሃብታም የሆነ እንደሆነ እርስ በርሱ ሲመቀኛኝ እንጂ ሲፋቀር አይቼም ሰምቼም አላውቅ:: አንዱ ያንዱን ሃብት ለመንጠቅ፣ ካንዱ የበለጠ ጌታ ለመሆን ሲል የማያደርገው የለም:: ጠብና ኩርፊያም ቢኖር የዕለት ነው:: እኛ መሃል ቂም የለም» ሲል ሞቅታ የተሰማው መስሎ እየረዘመበት ያስቸገረው የመሰለውን እንግግር እንደምንም ማሠሪያ አገኘለት::

በፈጠነ እንግግር ላይ ሁሉም ጨማመሩበት:: ሴቶቹም የፈጠነ አነጋገር ከልባቸው እንደደረሰ ተናጋሩ:: የደሃ ሙሽሮች፣ መኪናው አጀቡ ያላገኛቸው፣ የምግቡና መጠጡ ዓይነት ያላዞራቸው፣ የሙሽራው ልብስ፣ ሚዜው፣ ሻማው፣ ሽቶው ያልዳሰሳቸው ዲባባና ሚስቱም በፈጠነ እንግግር ደስ አላቸው:: በዕድሜ ገፋ ያሉት አሮጊትም የጊዜውን መምሸት አስተውለው ኖሮ የማሳረጊያ የሚመስል አነጋገር ጣል አደረጉ::

«እንግዲህ የቀረውን ጊዜ ደግሞ የባልና ሚስቶቹ ፍቅር መግለጫ እናድርገውና ወደየቤታችን እንግባ»

«ብር አምባሩ እንደሆነ ከተሰበረ ቆይቷል ለምኑ ብለው ነው?» ሲል

ያመጣለትን ከመናገር የማይመለሰው ስሜነህ መለሰላቸው፡፡ ሰው ሁሉ ይስቅ ጀመር፡፡

«ኧረ ባሎቻችን ፍለጋ ሳይመጡ ብንሄድ ይሻላል!» አለች አንዷ ሴት፡፡ የእዚህ ጊዜ ሁሉም እየተከታተሉ ከቤት መውጣት ጀመሩ፡፡ ፈጠነ፣ሁነኛውና ስሜነህ ቤታቸውን ለዲባባ ሰጥተው እነርሱ አዲስ ወደተከራዩት ቤት መንገዳቸውን ቀጠሉ፡፡

ክፍል ሁለት

ምዕራፍ አንድ

የኢንዶ ሠራተኞች ማህበር ሥራ አስኪያጅ ኮሚቴ አባላት ሊቀመንበራቸውን ሲማን ከመሃላቸው አድርገው በአንድ አግዳሚ ወንበር ተርታ ተቀምጠዋል፡፡ ስብሰባው ይጀመርበታል በተባለው ሰዓት ተወካዮች የተባሉት በሙሉ ከማህበሩ ቢሮ ተገኝተዋል፡፡ የሽማኔ ክፍል ተወካይ ደሜ፣ የማጠናቀቂያው ዲንቃ፣ አመልማሉ ፈታይ ሚልኮ፣ ከቀጭን ፈታይ ሙሉነሽ ባንድ አካባቢ ተቀምጠዋል፡፡ ከወፍራም ፈታይ፣ ከድርና ማግ፣ ከጥራትና ብዛት መቆጣጠሪያ ደግሞ ሁለት ወንዶችና አንዲት ሴት ተልከዋል፡፡ የመደባለቂያ፣ የማባዛቻና የማዘጋጃ ተወካዮች ትይዩ ከሆነው አግዳሚ ስፍራ ስፍራቸውን ይዘዋል፡፡ በሌላ በኩል በቀጥታ በምርት አስገኚ ክፍል ከሚመደቡት ባሻገር የምርት ሁኔታዎችን የሚያዘጋጁና የሚያመቻቹ በቴክኒክ ክፍል ስር የሚገኙ በብረታ ብረት፣ በቧንቧ፣ በኤሌክትሪክ፣ በእንጨት ሥራና በግንበኝነት ተቀጥረው የሚሠሩ ቋሚ ሠራተኞች የማህበር አባልነት መብት ስላላቸው እነርሱም ወኪሎቻቸውን ልከዋል፡፡ የጥሬ ዕቃና የተጠናቀቀው ምርት ማከማቻው መጋዘን ሠራተኞች ቋሚ ቅጥረኞች ስላልሆኑ ተወካይ የመላክ መብት ስለሌላቸው የእነርሱን ብሶት የሚያሰማ ሰው አልተገኘም፡፡

ሲማ አጨበጨበ፡፡ እንደማመጥ ለማለት እንደሆነ ተሰብሳቢው ተረዳው፡፡ ፀጥታ ነገሰ፡፡ እሱም ድምፁን እንደሞመረድ አደረገው፡፡ ካንገቱ ቀና ቀና እያለ ከፊት ለፊቱ ለተቀመጡት ፈገግታውን በማሳየት የሚያመነታበትን ሳይሆን በኩራት የሚቀርብበትን ጉዳይ ይዞ ተወካዮቹን እንደሰበሰበ በሁኔታው አስታወቀበት፡፡

«ዛሬ ለምን እዚህ እንደተሰበሰብን? ሳታውቁት አትቀሩም፡፡ እኛን የሚሰበስበን ያው የጋራ ችግራችን ነው፡፡ ችግር ከሌለብን ሥራ ለመፍታት ብለን እዚህ እንደማንገናኝ ታውቁታላችሁ፡፡ እንደምታውቁት የኢንዶ ኢትዮጵያ ጨርቃ ጨርቅ ፋብሪካ የሠራተኞች ማህበር አንጋፋ ከሚባሉት አንዱ ነው፡፡ እንደ አንጋፋነቱ

መጠን የሠራተኛው መብት እንዲጠበቅ፣ ባሠሪዎች የሚደርስበት መጉላላት እንዲቀልለት እስከ ሕብረት ስምምነት ካሠሪዎች ጋር እስከ መደራደር የደረሰ ማህበር ነው:: መንግሥት የሠራተኛ አዋጅ ሲያወጣ ከዚያም ኢሠአማ ሲቋቋም እኛ በትግል ላይ እንደነበርን፣ ያኔ የነበረ ሁሉ ያውቀዋል:: ይሁን እንጂ አንጋፋ ማህበር ሆነን ሳለ መብታችን የሕብረት ስምምነቱ በሚፈቅደው መሠረት አሠሪዎች እንዲያከብሩልን ማድረግ አልቻልንም:: የእኛ ኃይል ሕብረታችንና አንድነታችን እንደሆነ፣ እንኳን የእኛ አሠሪዎች ህንዶቹ ይቅርና እበላ ባዮቹም ያውቁታል:: ከዳቦ ዘመን ጀምሮ ብርቱ ክንዳችንን አሳይተናቸዋል:: ነገር ግን ደሞ ያንድነታችን ጠር የሆኑ፣ እኛን ወገኖቻቸውን በጥቅም የሚለውጡ በመኖራቸው መንግሥት በሚሰጣቸው ድጋፍ ተማምነው እንደልባቸው ባሪያ አድርገው ከሚገዙን አሠሪዎች ጋር ስለተደረቡብን እንኚህን ሁሉ በቀላሉ ልንቋቋማቸው አልቻልንም:: ይህንን ስል ማንን ማለቴ እንደሆነ ታውቁታላችሁ:: የእኛን ጥቅም ለመጠበቅ የተቋቋመውና ስማችንን የያዘው ኢሠአማ እኛን አይደግፈንም:: መንግሥትም ዜጎቹ እኛ ሆነን የሚያደላው ለውጭ ሰውና ለባዕዳኑ ነው:: በዚህ ላይ የመንግሥት ባለስልጣኖች ናቸው የፋብሪካው አክስዮን ባለቤቶች:: የሚደረግብንን ተፅእኖና የሚደርስብንን በደል አቤት ብንል ሰሚ እንደሌለን አውቀናል:: እንደምታስታውሱት ባለፉት ስድስት ወራት እዚህ ኢንዶ ብዙ ነገር ደርሷል:: የሠራተኛው አለምክንያት ከሥራ መባረር፣ በሕመም፣ በወሊድ፣ በሀዘንም ሆነ በደስታ ጊዜ የሕብረት ስምምነቱ እንደሚፈቅደው ፈቃድ ለማግኘት ሠራተኛው ባለመቻሉ የደረሰበትን ሁላችሁም ታውቁታላችሁ:: በተለይማ በደመወዝ በኩል አሁንም ሠራተኛው እንደተማረረ ነው:: የሚያገኘው ለዕለት ጉርሱ እንኳ አልበቃውም:: ለስሙ ያህል የሕክምና መብት አለ ተባለ እንጂ፣ በፋብሪካው ያለው ክሊኒክ ለሠራተኛው ጤንነት ምንም እርዳታ አያደርግም:: አንድ ዶክተር አለ ቢባልም ስታፉን እንጂ ተራውን ሠራተኛ ለማከም አልተቀጠረም ተባለ:: ባይሆን እንኳን ስታፉን በሚያምክምበት ሰዓት ሠራተኛው ከክሊኒኩ እንዳይሄድ ተደርጎ ሌላ ጊዜ ተወስኖለት ህክምና ያግኝ እንጂ፣ በፋብሪካው የሚደርሰው አደጋም ሆነ ድንገተኛ ህመም እንዴት ስታፍና ተራ ሠራተኛ የሚለይበት ይሆናል ብለን ተከራክረን ነበር:: ጥያቄያችንን እንደ ቅንጦት ቆጠሩት:: በስንቶቹ ጓደኞቻችን ላይ አደጋ እየደረሰ እርዳታ ሳያገኙ እንደቀሩ ታውቁታላችሁ:: በእመብርሃን እጅ የተያዘች ሴት እዚሁ አይናችን ስር ከወለል ወድቃ አምጣ

እስክትወልድ ደረስ ርህራሄ ከጠፋ፣ ነገ የት እንደምንደርስ? እናንተው ገምቱት። በራሴ ላይ አሠሪው የመንግሥት ባለስልጣኖችን መከታ አድርጎ የጀመረብኝን ማስፈራሪያና ዛቻ እንደ ግሌ ጉዳይ አይቼ ባላነሳውም ነገ በቀራችሁትም ላይ የሚደርስ መሆኑን እንድታውቁት። ስለእዚህ እናንተም ተወክላችሁ ከመጣችሁበት ክፍል ያለውን የሠራተኛ ችግር አቅርቡና ተወያይተንበት አንድ መላ መምታት ነው። ዛሬ እንደሆን ጊዜውም እንደዱሮው አይደለም። ሠራተኛው በያለበት ማጉረምረሙን የምታውቁት ነው። ብቻ ባጭሩ ብቻችንን አይደለንም ለማለት ነው።» በማለት በተፈጥሮው የተናጋሪነት ተሰጥኦ ያለው የማህበሩ መሪ እንግግሩን ደመደመ።

ተወካዮቹ በሙሉ ልዩ በሆነ ስሜት የተዋጡ መሰሉ። እንደፈዘዙ ቀሩ። የሲማ እንግግር ከራስ እስከ ጥፍራቸው ድረስ ተሰማቸው። ዝምታ ቢነግሥም የተወካዮቹ መንፈስ እንደተቀሰቀሰና እንደጋለ ነው። አንዳንዶቹ የወዛደሩ ተወካዮችም እዚያው እየተቀመጡበት ሲያንቆራጥጣቸው ይታያሉ። በተለይም ሙሉነሽ በዚያ በቅላቷ ላይ ፊቷ ጧፍ የነደደባት መሰለች። እርግጥ ከዚህ በፊት ከሲማ ጋር በተደጋጋሚ አሠሪንና ሠራተኛን የሚመለከቱ ጉዳዮች ላይ አብራ መክራለች። በተለይ የሲማን ሃሳብ ታውቃለች። ጠለቅ አድርጎ የገባት ነገር ባይኖርም በፋብሪካው ውስጥ ተቀጥራ በቆየችባቸው ዓመታት ሁሉ ሀቀኛነቱን አትጠራጠርም። የሠራተኛው እንጂ የማንም አፈቀላጤ እንዳልሆነና ሠራተኛውን እሳት ውስጥ ማግዶ እሱ ለመጠቀም ብሎ የማህበር መሪ እንዳልሆነ ታውቃለች። እሷም ብትሆን ኢንዶ አስመርሯታል። መብት መጠየቅ፣ ለመብት መታገል ያስፈልጋል እያሉ ሲማና ሌሎች ወዛደሮች ሲናገሩ ከልቧ ከገባ ቆይቷል። በፋብሪካ ሕይወቷ የገጠሟት አሳዛኝና አስቃቂ ሁኔታዎች ተጠራቅመው አንድ ደረጃ ላይ ደርሰው ኖሮ ከእንግዲህ የኢንዶ ብዝበዛና ጭቆና አይኗን ጨፍና ልትቀበለው እንደማትችል ተሰማት። በዚህ ላይ ከቤታቸው በጠላውና በዕቁቡ እየመጡ እነ ሲማና የቃጫው ግርማ ሲናገሩ የሰማቻቸው ሁሉ ገና ከልጅነቷ ጀምሮ በነበራት የአመፅ መንፈስ ላይ ተጨምሮ ያሳደረባት ዝንባሌ ቀላል አልሆነም። እሷ እንደሆነ ገና በልጅነቷ የአመፅ መንፈስ የተሰረፀባት፣ እልኸኛና በመሰላት ጉዳይ ደፍራ የምትጋፈጥ እንጂ ግንባሯን የምታጥፍ አይደለችም። የፋብሪካ ሕይወት ሲጨመርበት ሙሉነሽን ወደ ወዛደሩ የመብት ትግል ገፍቶ የሚጨመር ሃይል ሆናት። የእሷና የሌሎች ወዛደሮች ገቢ፣ ኑሮ፣ አካልና ጤና ምን እንደሚመስል ራሷን በራሷ

ልታየው ከቻለችበት ዕለት ጀምሮ ልትረዳው ችላለች:: ሌላም ማነፃፀሪያ አላስፈለጋት ሙሉነሽ:: ከኢንዶ ቅጥር በፊት ሙሉነሽ፣ ከኢንዶ ቅጥር በኋላ፣ ለራሷ ለሙሉነሽ አዲስና ልዩ ፍጥረት ሆናለች:: ከተወካዮቹ መሀል አንድ ለመናገር የሚፈልግ ሰው እጅ ብቅ አለ:: የሙሉነሽ ነው::

«እኔ ዛሬ ከጋሼ ሲማ የሰማሁት እንግግር ከውስጥ አንጀቴ ድረስ ነው የተሰማኝ:: የእኛን በደል፣ የእኛን ጉዳት እንዲህ በሰው አንደበት ሲነገር የሰማሁበት ቀን ዛሬ ነው:: ለሁላችንም እንዲህ ከተሰማን ጥሩ ነው:: እኔ በጣም ተሰምቶኛል::

እኔ ብቻ ምን ልበላችሁ? በሚያስፈልገው ሁሉ ትረጂናለሽ በታባልኩት፣ በፍፁም ወደ ኋላ አልልም:: በቀጭን ፈታይ በኩል ያለውን ችግር ጋሼ ሲማ ያውቁታል:: ሁሉም ቦታ ያው እሳቸው ልክ እንዳሉት ነው:: የደሞዛችን ነገርማ አይነሳ:: ሴት ናችሁ፣ ልጆች ናችሁ እያሉ ይኸው የሚሰጡን ለምንም አልሆነን የሚል ብቻ አይደለም:: የቀጭን ፈታይ ሴቶች እንገሪልን ያሉኝ ደግሞ በተለይ በእኔ ዓይነቷ ሴት ስለሚብሰው ችግር ነው:: ይኸውም ሁላችሁም የምታውቁት ነው፣ ማለቴ አዲስ አይደለም::

እስቲ እግዜር ያሳያችሁ! ሴት ልጅ ምጥ ይዟት እዚሁ ስሚንቶ ላይ ስትወልድ! በዚህ ላይ አራስ ቤት መተኛት አትችል ነገር ከሥራ እንዳትወጣ ትፈራለች:: የወሊድ ፈቃድ አለ ይባላል እንጂ ውሸት ነው:: በዚህ ላይ ብዙዎቻችን በሽተኞች ሆነናል:: የሳምባና አስም ህመም የሌለበት በቁጥር ነው:: የፈቃድ ጉዳይማ ይገርማል:: አሁን እሺ ከትናንት ወዲያ አንድ የአመልማሎ ፈታይ ሴት ልጇ ውሃ ጉድጓድ ገብቶ ቢሞትባት ሃዘን ከሦስት ቀን አለፈ ብለው ደመወዟን ቆርጠው የባሰ ቢያስለቅሷት አይደለም አንዴ? ያው እነ ጋሼ ሲማ ተከራክረው ያዳኗት! የልጇን ሰባቱን አውጥታ ብትመጣማ ኖሮ ከሥራ ያስወጧት ነበር:: ጋሼ ሲማ ከሁሉም የበለጠ ሕብረትና አንድነት ያስፈልገናል ያሉት እውነታቸውን ነው:: ማህበር እሳቸው ብቻ አይደሉም:: ሁላችንም ነን:: ተባብረን ማድረግ ያለብን ነገር ካለ ለማድረግ እኔ በበኩሌ ፈቃደኛ ነኝ» አለችና ሙሉነሽ እንደመጣላት ተናገረች::

ከተወካዮቹ መሃል ወንዱ ሴቱ ተገረመባት:: አመሰገኗት:: በዕድሜያቸው ጠና ያሉትም ትፍ ትፍ እያሉ መረቋት:: ከተወካዮቹ መሃል ካሉት ሴቶች አንድ ሁለቱ ደግሞ «የእኛን ያህል ኢንዶ ተቀጥራ

ሳታገለግል እንዲህ ብሶትና ችግራችን የገባት ትምህርት ቢኖራት ነው ተባባሉ:: አንደኛዋ ሴትዮማ «እኛ ትምህርት ቢኖረን ይህን ያህል ዘመን እንደ ባሪያ አንገዛም ነበር:: የማህበር ጥቅሙ ገብቶን ቢሆን መቼ እንዲህ ስናመነታ እንኖር ነበር?» አለች::

ሌላው ተናጋሪ ደሜ ነው:: እሱም ድምፁን እንደመሞረድ አደረገው::

«በዚህ በኢንዶ ያለው ሠራተኛ ችግሩ ብዙ ነው:: እርግጥ እስከ ሕብረት ስምምነት ድርድር የደረስነው በልምምጥና በልመና እንዳልሆነ የሚያውቅ ያውቀዋል:: የእኛ ትዕግሥት አይለቅ እንጂ፣ ያለቀ እንደሆነ እንኳን ለኢንዶ ቁጃሮች፣ ለማንም አንመለስም:: ይኸው ሕብረት ስምምነቱ ውስጥ ብዙ ሊከበሩልን የሚገቡ ነገሮች አሉ:: አሠሪዎች ግን አናከብር ብለዋል:: በተለየ ኑሮ እሳት እየሆነ ሲሄድ የሕብረት ስምምነቱ የሚፈቅደው እንዲከበር ብንጠይቅ አሻፈረኝ ተባልን:: ይሁን እሺ! አምስት አመት ሙሉ ሽማኔ ክፍል ጭማሪ ሳያገኝ፣ ፈትል ክፍል ጭማሪ ሳያገኝ፣ ማጠናቀቂያ ክፍል ጭማሪ ሳያገኝ፣ እዚህ ከተሰበሰብነው አንድም ወዛደር ጭማሪ ሳያገኝ የቢሮና አስተዳደር ሠራተኞች ብቻ ጭማሪ ያገኛሉ! እግዜር ያሳያችሁ አምስት አመት ሙሉ ይህንን እያየን በትዕግሥት ዝም ብለን ተቀምጠናል:: ስለእዚህ የማህበር መሪዎቻችን የሕብረት ስምምነቱን አሠሪው ክፍል ያከብር አያከብር እንደሆነ ይጠይቁልን:: አይ! አናከብርም ካለ ደግሞ መልሱ ይረጋገጥና ያው ከዚያ በኋላ የምናደርገውን እናደርጋለን:: ደግሞ ለእዚህ ወደ ኋላ የምንል አይደለንም:: ይህንንም እንኳን አሠሪው ክፍል መንግሥት ድረስ የታወቀ ነው:: በኢሠአማ በኩል መብታችን ይከበራል ማለት ተስፋ አስቆርጦናል:: ኢሠአማዎችም ይህን አላወቁት ከሆነ ለእነርሱም ይነገራቸው:: ጊዜው እየከዳቸው ከመሄዱ በፊት ከእኛው ጋር አብረው ይቆሙና መብታችንን ያስከብሩልን እንደሆነ ያስከብሩ:: አለበለዚያ መላውን መምታት ያለብን እኛው ነን!»

ደሜ ተናግሮ ሲያበቃ ተጨበጨበለት:: በጭብጨባው መሃል ሲማ ጣልቃ ገባና የሠራተኛው ተወካይ ሌላ ሳይነጋገርበት ማለፍ የማይገባው ጉዳይ መኖሩን አነሳ::

«ሌላው ጉዳይ አንድም ሠራተኛ ማህበሩ ሳያውቀው ከሥራ እንዳይባረር የመጠየቁ ጉዳይ ነው:: እርግጥ ይህም ቢሆን በህብረት ስምምነቱ ላይ አለ:: ነገር ግን አለተከበረልንም:: በሕመም፣ በወሊድ፣

በሃዘንና በመሳሰሉት ፈቃድ ማግኘት ሲገባው አሠሪዎች ራሳቸው ፈላጭ ቆራጭ በመሆን ሠራተኛውን ሲያጉላሉ ደሞዙን ሲቆርጡበትና ሲያባርሩት ይታያል። በየቀኑ እያለቀሱ ወደኔ የሚመጡት ሠራኞች ብዙ ናቸው። የሰው ለቅሶ የወንድ ይሁን ሴት ማየት እጅግ ከባድ ነው። በበኩሌ ለብቻዬ ኣሠሪው ክፍል ጋር መጨቃጨቁ ሰልችቶኛል። ሕግ እንዲከበር ከተፈለገ፣ ሕብረት ስምምነቱ ላይ የፈረመውና አብሮ ያፀደቀው ወገን አሠሪው ክፍልም ስለሆነ ማክበር አለበት። ባለቤት ያላከበረውን አሞሌ ባለዕዳ አይሸከመውም እንደሚባለው ነው። ወደፊት እየባሰብን ከሄደ ምን እንደምናደርግ ማሰብ አለብን።»

ሲማ በመናገር ላይ እንዳለ የማጠናቀቂያ ክፍሉ ተወካይና አንጋፋ ወዛደር ከሚባሉት አንዱ የሆነው ዲንቃ እጁን አውጥቶ ኖሯል።

«ሁሉንም ነገር ቅድም ሲማና ቀጥሎም ጓዴ ደሜ እንደተናገሩት ነው። በሕብረት ስምምነቱ ላይ ያልሰፈረ ነገር የለም። እሱ ቢከበርልን የምንጠይቀው ነገር ባልኖረ ነበር። እኔ የምናገረው በተለይ ስለኢንሹራንስ ጉዳይ ነው። ዱሮ ፋብሪካው ብቻ እንጂ ሠራተኛ ኢንሹራንስ የለውም ሲባል ነበር። አሁን ግን አላችሁ ተብለናል። ግን ደግሞ እንደሌለን ያህል የሚቆጠር ነው። የኢንሹራንስ መብታችን አልተከበረም ማለቴ ነው። የምንሠራባቸው ሞተሮች ብዙዎቹ የአደጋ መከላከያ ግርዶሽ የላቸውም። አስምን ከመሰለ በሽታም ሆነ የዓይን መድከመን ለመከላከል ጨንበል ያህል ነገር ለሰራተኛው ማደል እንደቅንጦት የሚቆጠር ነው። በተለይ ያደጋ መከላከያ የሌላቸው መሳሪያዎች የሚያደርሱትን አደጋ በየቀኑ የምናየው ነው። አሠሪዎች ግን አንድ አደጋ የደረሰ እንደሆነ ከሠራተኛው የጥንቃቄ ጉድለት ነው ይላሉ። አንድም ሠራተኛ ሲቀጠር ስለጥንቃቄ ትምህርት የተሰጠው እንደሌለ ሁላችንም የምናውቀው ነው። ባለፈው ሳምንት እዚሁ ማጠናቀቂያ ክፍል ኮሬንቲ ቢበላሽ ሠራተኛው ሊሠራ ወጥቶ ኮሬንቲ ያዘውና ከመሰላል ላይ መሬት ወድቆ ራሱን ስቶ እጁ መሰበሩን ሰምታችኋል። አሠሪው ሠራተኛውን የራስህ ጥፋት ነው አለው። በቂ ጥንቃቄ ሳታደርግ ለምን ወጣህ አሉት። በሥራ ላይ እንዲህ አይነት አደጋ ሲደርስ እንዲህ ይባላል? እስቲ እግዜር ያሳያችሁ። በኮሬንቲ ተይዞ መሞትና መሰበር የሚፈልግ ሠራተኛ ያለ ይመስል? ይኸው እስካሁን ሠራተኛውን እያስለቀሱ መሆኑን ሲማም ጉዳዩን ያውቀዋል። በዚህ ዓይነት ትዕግሥታችን ቢያልቅ ያሠሪው ክፍል እንጂ የእኛ ጥፋት አይደለም።»

ሙሉነሽ ለመናገር ፈቃድ መጠየቅ ሳያስፈልጋት ከተቀመጠችበት ብድግ አለች፡፡

«እኔ እኮ ግርም የሚለኝ! ይኸው ጋሼ ዲንቃ ያሉት፣ በሥራ ላይ! በሥራ ላይ! የሚሉት ፈሊጥ ነው፡፡ አደጋ የሚደርሰው በሥራ ላይ ነው እንጂ! ከሥራ ውጭማ ኢንዶ መኖሪያ ቤታችን አይደል፡፡ ሕብረት ስምምነቱ በሥራ ላይ አደጋ ከደረሰ አሠሪው ሃላፊ ነው እስካለ ድረስ ሌላ ምን ጣጣ ማብዛት ያስፈልጋል፡፡ የቀጭን ፈታይዋ ጋዲሴስ ጉዳይ እንዲሁ አይደል? ስራ ላይ አይደል? አንድ ጊዜ ከቀኝ ጡቷ በኩል ብርድ መቷት ኢንዶ ማሣከም ሲገባው፣ ቢቸግራት ታማ ቤቷ ብትቀር ኢንዶ እስከናካቴው ያባረራት! ይኸው ያው አደጋ ጠንቅ ሆኗት የቀኝ ሳንባሽ ክፉኛ ተነክቷል ተብላ፣ ሰውነቷ ምንምን ብሎ ልትሞት ብትደርስ፣ አዲሳባ ሄዳ የሳንባ ነቀርሣ ሆስፒታል ከሆነው ራስ አበበ አረጋይ ቤት ድህነቷን አስመስክራ ተኝታለች ሲባል ከሰማን ስንት ጊዜያችን፡፡ ትሙት ትዳን አናውቅም፡፡ የኢንሹራንስ ጥቅሙ ታዲያ ምን ላይ ነው? በእዚህ ላይ መሰበር፣ መድማትና መቁሰል አለብን እንዴ! ስንቶቻችን ያስለናል፣ ስንቶቻችን የመጋጠሚያ፣ የወገብና የዓይን ሕመም ይዞናል፡፡ ዶክተሩ ስታፉን ብቻ ማከሙ መቅረት አለበት፡፡ እኛስ የሰው ልጆች አይደለምን እንዴ? እዚህ ኢንዶ ግቢ ውስጥ እስካለን ድረስ ለሚደርስብን ሁሉ አሠሪው መጠየቅ አለበት» አለችና ቁጭ አለች፡፡ የመደባለቂያ፣ የመባዛቻና የአመልማሎ ፈታይ ተወካዮችም የሙሉነሽን ሃሳብ ደገፉ፡፡ ከወፍራም ፈታይ፣ ድርና ማዘጋጃ ትይዩ የተቀመጡት የቧንቧ ሠራተኞች፣ የኤሌክትሪክና የእንጨት ሥራ ተወካዮችም ለአደጋ ከሚጋለጡት መሃል በመሆናቸው የሕክምናውና የኢንሹራንስ ጉዳይ ከልብ የሚደግፉት ሃሳብ ሆኖ አገኙት፡፡ የማህበሩ መሪ ሲማም በማስታወሻው ላይ የቀረቡትን ሃሳቦች አሰባሰበ፡፡ ከዚያም የስብሰባውን ማጠቃለያ በንግግር አሰማ፡፡

«የሠራተኛው ጥያቄ የሕብረት ስምምነቱ እንዲከበር፡፡ ስምምነቱ በሚፈቅደው መሠረት የደሞዝ ጭማሪ መደረግ ሲገባው ባለመደረጉ እንዲደረግ፣ የኢንሹራንስ መብት፣ ለወሊድ፣ ለሕመም፣ ለሀዘንና ለደስታ ስለፈቃድ አሰጣጥ ሁኔታ በዝርዝር በሕብረት ስምምነቱ ተጠቅሶ ሳለ አሠሪው ክፍል እንዲከበር ባለማድረጉ ሠራተኛው ተቃውሞውን በምሬት ከመግለፁም በላይ ከእንግዲህ በተገቢው መንገድ እንዲከበር! ፋብሪካው፣ ስታፍ፣ በሚል ለቀጠራቸው ብቻ ሐኪም ቀጥሮ እኛ በተለያዩ የፋብሪካው የምርትና የቴክኒክ ክፍሎች ውስጥ የምንሰራውን ሠራተኞች በማግለል የሕክምና መብት የከለከለን

መሆኑ ተገቢ ባለመሆኑ የሕክምና እርዳታ ለሁላችንም እንዲሰጥ ባንድ ድምፅ እንጠይቃለን የሚሉ ናቸው ሲል» የስብሰባውን ዋና ዋና ሃሳብ ዘረዘረላቸው:: የጎደለ ነገር እንዳለ ጠየቃቸው:: የጎደለ ነገር እንደሌለ ባንድ ድምፅ አስታውቁት::

«እንግዲያው ይህንኑ በአራት ኮፒ በጽሑፍ ከገለበጥን በኋላ የማህበሩ ሥራ አስኪያጅ ኮሚቴ ፊርማና ማህተም ከተደረገበት በኋላ አንዱን ኮፒ ላሠሪው ክፍል እናቀርባለን:: አንዱን ኮፒ ደግሞ በማስታወቂያ ሠሌዳው ላይ እንለጥፋለን:: በተረፈ አንዱን ኮፒ ደግሞ ለኢሠአማ እንልከውና ቀሪውን በፋይል እንይዘዋለን» አላቸው ሲማ::

«እስከ መቼ መልስ ለመስጠት እንደሚችሉ ብትጠይቋቸው ጥሩ ነው» ሲል የማጠናቀቂያ ክፍሉ ደሜ ሃሳብ አቀረበ::

«አይ! እኔ እንኳን ገና ከመጀመሪያው የጊዜ ገደብ ባናደርግ ይሻላል» በማለት ሲማ ሌሎች ያሰቡበት ያልመሰለውን ሃሳብ ለመሰንዘር ሞከረ::

«... ለምን ብትሉኝ እስከ መቼ ድረስ ጥያቄችን መልስ ያገኛል ብለን ያልን እንደሆነ መልስ ሳናገኝ ብንቀር ለምንወስደው እርምጃ የተዘጋጀን ያስመስልብናል:: እንደምታውቁት ከመንፈቅ ወዲህ እንዲህ ዓይነት የተወካዮች ስብሰባ ጠርተን አናውቅም:: አሁንም በያለበት ማጉረምረም ሆኖ አሰሪው ክፍል እንደመደናገጥ ብሎ ነው እንጂ በደንቡ መሠረት ስብሰባ ለመጥራት እንኳን ፈቃድ ስንከለከል እንደነበር የምታውቁት ነው:: መጀመሪያ ጥያቄያችንን ያለጊዜ ገደብ ላሠሪው ክፍል እናቅርብ:: ከዚያ በኋላ አሠሪው እንዴት እንደሚመለከተው እያየን እኛም እንደገና ተሰብስበን ሥራ እናቁም እንልም እንደሆነ ወይም ደግሞ ሌላ አቤት የሚባልበት ሥፍራም ካለ ተመካክረን ብንወስን ይሻላል:: ባለፉት አሥር ዓመታት በወሰድናቸው የሥራ ማቆም እርምጃዎች የተካፈላችሁ ደሜም ሆንክ ዲንቃ የምታውቁት ነው:: አሁን ለመጀመሪያ ጥያቄያችንን በትህትና አቅርበን አሠሪው ከሚመድብልን ወገን ጋር እንነጋገር::»

«ጋሼ ሲማ እንዳሉት ይሁንና ተከታዩን ደግሞ በሌላ ጊዜ እንደገና እንመካከር እንጂ ጥያቄያችንንም የምንወስደውንም እርምጃ ባንድ ጊዜ እናድርገው ካልን ልክ አይመስለኝም:: እርግጥ እኔ ከእናንተ አላውቅምና ጥልቅ በማለቴ ይቅርታ» አለች ሙሉነሽ ድንገተኛ አነጋገሯ ትዝብት ላይ የሚጥላት እየመሰላት::

«ዱሮም እኮ ቢሆን ሥራ እናቁም ስንል እንደአቅማችን ተዘጋጅተን ነው:: ዛሬ ማህበራችን ስንት ገንዘብ እንዳለው እንኳን የሚያውቅ የለም:: የመዋጮውን በጊዜው ገቢ መሆን እንኳ የሚቆጣጠርልን ሁነኛ ሰው የለንም:: ሥራ ማቆም ከልምዳችን እንደምናውቀው፣ ወይ የሞት ወይ የሽረት እንጂ እንዲሁ የሚሞከር አይደለም:: ስለእዚህ እንደተባለው ጥያቄችን ላሠሪው ከቀረበ በኋላ ውሉ አድሮ የሚሆነው ነገር ወዴት እንደሚያመራ መታወቁ አይቀርምና በዚሁ ብንስማማ ይሻላል» አለና ዲንቃ የሲማን ሃሳብ ደግፎ ተናገረና ሁሉንም አስማማ::

ሙሉነሽ ወደ ቀጭን ፈታይ ስትመለስ የካቦ አለቃው መጥቶ የት እንደሄደች ጠይቋት እንደነበር ነገሯት:: ጓደኞቿንም ምን እንደ መለሱለት ጠየቀቻቸው::

«ተወካይ አድርገን ልከናታል ብለን ስንለው፣ እንዴት ተቆጣን መሰለሽ! ምነው ከእዚያች ቅልብልብ የተሻለ ሰው ጠፋና ነው እሷን የመረጣችሁት? ብሎን ቁጭ አይልልሽም መሰለሽ!» ስትል አሚና ነገረቻት::

«እኔማ ምረጡ ስንባል ሌላ ከእሷ የተሻለ ስለሌለ ብለን፣ እሷን መረጥን ስለው አንተም የእሷ ብጤ ሞጥሟጣ ነህ ብሎኝ አይሄድ መሰለሽ!» ሲል ታሪኩ ነገራት::

«እሱ እኔን ለምን? እንዲህ ጥምድ እንዳደረገኝ እኮ ነው ያልገባኝ! ይሄ ሾካካ ሰባቂ እበላ ባይ:: አንድ ቀን ልክ ልኩን ሳልነግረው የቀረሁ እንደሆን እኔ ሙሉነሽ አይደለሁም አለችና ቀጭን ፈታዩዋ ላይ አቀረቀረች:: ወዲያው ቀጭን ፈታይ ላይ ወፍራሙን ፈትል እያጠነጠነ በቀሰሙ ላይ የሚያጠነጥነው መኪና ድንገት ቀጥ አለ:: ለካስ ሞተሩ የጠፋው አንዲት በቀሰም ላይ የምትጠነጠን ክር ተበጥሳ ኖሯል::

«ኡፍ! አሁንስ ካቦውንና ይህን ቀጭን ፈታይ የማላይበት የት አገር ልሂድ! ምን አሥር ጊዜ ይበጣጠሰዋል» አለችና ሞተሩን ከማስነሳቷ በፊት ክሩን ቀሰሙ ላይ ልትቀጥል ድንገት ካጠገቧ ከምትሰራው ማሚቴ ጋር አይን ለአይን ግጥም አሉ:: ወዲያው ማሚቴ አንገቷን ወደ መሬት ደፋ አረገችና ድምጿን ጥፍት አደረገች::

እርግጥ ከሙሉነሽ ጋር ከታረቁ ቆይተዋል:: ቢሆንም እስከዚህ ወዳጅ ስላልሆኑ ኢንዶና ካቦ በተሰደቡ፣ ቀጭን ፈታይ በተረገመ ቁጥር ማሚቴ ዝግንን እንደሚላት ሙሉነሽ ታውቅባታለች:: ማሚቴ ከዚህ

ቀደም ከሙሉነሽ ጋር ከተላከፈች ወዲህና ካቦዋ እልፍነሽ ድረስ ክስ ከሄደች ወዲህ ከሰላምታ በስተቀር የረባ እንግግር የላቸውም። ታዲያ መጥፎውና ሰባቂው ካቦ ሲሰደብ፣ ሰዓት ተቆጣጣሪ ሲረገም፣ ሕንዶች ውርጂብኝ ሲወርድባቸው ማሚቴ አንድ ቃል አትተነፍስም። «እኔ የልጆች ናት ነኝ፣ እንደእናንተ አልደላኝም» ብላ ከነሙሉነሽ ታርቃለች። ልትወልድ ቀኗ መቃረቡን በሆዷ መግፋት ያስታወቀና በተለይም ደግሞ እንደዚያ ቁና ቁና እየተነፈሰች ወገቧ እስኪበጠስ፣ በዚህ ላይ እያሳለች ክር በተበጠሰባት ቁጥር ለመቀጠልና ሞተር ለማስነሳት ጎምበስ ቀና ስትል ስታያት ሙሉነሽ አዘነችላት። ኢንዶን ለመርገም፣ አሰሪዎችን እንደአባቷ ገዳይ ለማየት፣ ኢሠአማን ለመኮነን በእሷ ከሚደርሰው ይልቅ በማሚቴ ላይ የምታየው አስከፋት። ቀኗ የደረሰው ሴት የልጆቿን ከርስ ለመሙላት የደረሰባትና ፊት ለፊቷ የምታየው ስቃይና መከራዋ ይበልጡን የሚረብሽ ሆነባት። የማሚቴ ማህበር የሚባል ነገር መቃወም፣ በተለይማ የሥራ ማቆም አድማ የሚባል ነገር መፍራቷ፣ ሙሉነሽን ቢያናድዳትም ከወሊድ በፊት የፈቃድ መብት አለማግኘቷ ይበልጥ ያሳዝናታል።

ሙሉነሽ በማሚቴ ላይ ምንም ቂም የላትም። በዚህ ላይ ማሚቴ ከባሏ ጋር ስምም አለመሆኗን ታውቃለች። ጥለኛዬ ነች ብላ ፊቷን አጥቁራባት አታልፍም።

እዝን ብላ ስታያት ጠጋ ትልና «ማሚቴ ምን ሆንሽ? አይዞሽ! እርግዝናውም አንደሆነ አይዞሽ ጊዜው እየተገባደደ ነው። ምጡም ቢሆን ቀላል እንደሚሆንልሽ ይታየኛል። ሳይጠናብሽ ባንድ ጊዜ ያልተገላገልሽው እንደሆነ ሙሉነሽ ምን አለች ትይኛለሽ? እይው! ተመልከቺው! ምላሴ እኮ ጥቁር ነው! ያልኳት ነገር መሬት ጠብ አትልም» ትልና ሌላ ሌላውን ነገር ትታ፣ ማሚቴ ከባሏ ጋር ያላትን ችግር ስታነሳ በዚህም በዚያም ብላ ልታፅናናት ትሞክራለች።

ማሚቴ ከኢንዶ ሌላ፤ ልጆቿን ይዛ፣ ሠርታ የሚቀመስ ነገር የምታገኝበት ሌላ ዕድል እንደሌላት የተሰማት በእነሙሉነሽ ሃሳብ ባትስማምም ለካቦዎች ነገር ማሳበቅ አታውቅም። ሰላያቸው ሊያደርጓት ሞክረው አልተሳካላቸውም። የፈትል ክፍሉ የበላይ ካቦም ሰላዩ እንድትሆን ቢጠይቃት «ወደ ሌላ፣ ሥራው ቀለል ወዳለበት አዛውርሻለሁ ምክርና አድማ ሲኖር እንንገሪኝ» ቢላት «እኔ የእዚህ ሰው አይደለሁም ብላ ካሳፈረችው ወዲህ እሱም ብዙ እንደድሮው ማሚቴን ማቅረቡን ተወት አድርጎታል። ከሥራ ወደቤቷ ለመሄድ የነሙሉነሽን

ሠፈር አሳብራም ስትሄድ የሠፈሯ ሰው ከሆነው ካቦ ጋር አየናት የሚል የለም፡፡

እሁድ ዕለት ሙሉነሽ ከቤቷ ወጥታ ዕቃ ለመግዛት ወደ ሱቅ ስትሄድ ማሚቴ ነጠላ እንኳን በላይዋ ላይ ሳትደርብ ከመንገድ ዳር ቆማ ስታለቅስ አገኘቻት፡፡ ሙሉነሽ በዚያን ሰሞን ወሬ ገብቷል፣ ከሰሞኑ ሳልገላገል አልቀርም ስትል ሰምታት ነበር፡፡ እንዲያ ሆና በዕረፍቷ ቀን ከቤቷ እንደመዋል ሆዷን እንኳ ለመሸፈን አንዲት ጨርቅ ሳትይዝ ከቤቷ ወጥታ በዚያ በህዳር ውርጭ ከመንገዱ ዳር ካለው ግራር ተጠግታ ስታላቅስ ስታያት ሙሉነሽ ክፉኛ ደነገጠች፡፡ ምክንያቷን ገና ሳትጠይቅ የዕንባዋን መፍሰስ ስታይ ሙሉነሽ ሰውነቷን ውርር ከማድረጉ የእሷም ዕንባ ባንድ ጊዜ ባይኗ ግጥም አለ፡፡

«ማሚቴ! ማሚቴ!» ስትል ጠራቻት፡፡ እሷ ግን በሁለት እጆቿ ዕንባዋን ፈጥና እየጠረገች፣ ፊቷንም ከሙሉነሽ ዞር ለማድረግ እሞከረች፡፡ መነፍረቋ ግን አልቀረም፡፡ ዕንባዋ ካይኗ ዱብ ዱብ ስለሚል ከሙሉነሽ ዓይን ለመሸሽ ብትሞክርም አልሆነላትም፡፡

«ምን ሆነሻል? በዚህ ላይ ነጠላ እንኳን ሳትደርቢ ከቤት ለምን ወጣሽ? ምነው ደህና አይደላችሁም እንዴ? ከባልሽ ተጣላችሁ እንዴ?»

ማሚቴ የባሰውን ስቅስቅ እያለች ማልቀሷን ቀጠለች፡፡ ሙሉነሽም ጥያቄዎቿን መቀጠል አልቻለችም፡፡ እሷም ዕንባዋ ባይኗ ሞልቶ መናገር አቃታት፡፡ ዝም ብለ ቆየች፡፡ አንዴ በሰፊው ከተነፈሰች በኋላ ማሚቴ የሆነችውን ማወቋ ቢቀር ለማባበል ወሰነች፡፡

«በቃ ዝም በይ! የኔን ነጠላ ባይሆን ሰውነትሽ ላይ ጣል አድርጊና ሆድሽን ሸፊኝው» ብላ ጎዳ ነጠላዋን ከላዩዋ ላይ አውልቃ ልታለብሳት ብትል ማሚቴ «ተይኝ! ተይኝ! ሙሉነሽ ምናባቱንና የሆነውን ልሁን! እንኳን ብርድ ምንስ ለምን አልሆንም!» ስትል እምቢ ብትላትም ሙሉነሽ ድርቅ አለችና እንደምንም አለበሰቻት፡፡

«ብርዱ እኮ! እናትዬ እንኳን አንቺን የደረስሽ ነፍሰጡር ይቅርና ማንንም በሽተኛ ያደርጋል እናትዬ! በይ አሁን እኛ ቤት እንሂድ» ብላ አባብላት ወደ ሱቅ መሄዷን ትታ ማሚቴን ይዛ ወደ ቤት ተመለሰች፡፡ እመት ጌጤነሽ ከሩቅ ሙሉነሽን አይተው ኖሮ «ምን ነገር ቢገጥማት ነው? የራሷን ነጠላ ላንዲት ለደረሰች ሴት አልብሳ ወደ ቤት የምትመለስ» ሲሉ አሰቡ፡፡ ከቤት እንደደረሱም ማሚቴ ስቅስቅ ብላ

ማልቀስ ስትጀምር እመት ጌጤነሽ ሆዳቸው ስፍስፍ ብሎባቸው ምን እንደሆነች መጠየቁ ቢያቅታቸው ለማባባል ይሞክሩ ጀመር፡፡

«ተይ ልጄ አታልቅሽ! ሀዘንና ልቅሶ ምን ይጠቅም ብለሽ? አይን ያጠፋ እንደሆን እንጂ በልቅሶማ ልጄ ምን ይገኝ ብለሽ? ይኸው እስተዛሬ በባሻዬ በደረሰው ሳለቅስ ራሴን ጎዳሁ እንጂ፣ ባሻዬን እንደሁ አልጠቀምኳቸው፡፡ አንቺ አንድ ፍሬ ልጅ ነሽ፡፡ ኧረ ዝም በይ! ለፅንሱም ቢሆን ደግም አይደል» አሏት እመት ጌጤነሽ፡፡ የሆነችውን ባይረዱም የመጣላቸውን ተናግረው ወደ አንዱ ጥግ ሄዱና አረፍ ብለው የማሚቴን አይን አይን ይመለከቱ ጀመር፡፡

«እማዬ አብረን ነው የምንሰራው፡፡ የሦስት ልጆች እናት ነች፡፡ እንደምታያት አራተኛም ተቃርባለች፡፡ እዚያ ከትልቁ ግራር አጠገብ ቆማ ስታለቅስ አግኝቻት ነው ለምኜ ወደ ቤት ያመጣኋት» ስትል ሙሉነሽ የቀድሞውን ቅሬታና ጠባቸውን ረስታ ስለማሚቴ ለአያቷ ነገረቻቸው፡፡ እመት ጌጤነሽ ከነበሩበት ተነስተው ከማሚቴ አጠገብ ሄደው ተቀመጡ፡፡ ሙሉነሽም ከማሚቴ አጠገብ ቁጭ አለች፡፡ በየተራ ምን እንዳጋጠማት ይጠይቋት ጀመር፡፡ እሷም አልቅሳ በቅቷት ኖሮ የሆነችውን ትነግራቸው ጀመር፡፡ «ባሌ ያ በሽታው እንደገና ተነስቶበት፣ ባንድ ፊት ልጆቼን ሊገድልብኝ ቢል፣ እነርሱን አስጥላለሁ ስል ለራሴ አቀም የለኝ የእመብረሃን ነፍሰጡር፣ ባገኘው ነገር እየወረወረ ቢደበድበኝ ከኔ ሕይወት ይልቅ በሆዴ ያለው አንድ ነገር እንዳይሆንብኝ ብዬ ሸሽቼ ወጣሁ! መቼስ ምን ላርግ? የት አባቴስ ልድረስ? እኔስ እሺ ነፍሴን አዳንኩ፣ እነኛን ልጆቼን አንድ ነገር ቢያደርግብኝ የሚደርስላቸው የለም፡፡ ጎረቤቱ ሁሉ የእሱን ጠባይ አውቆ ብቅ ብሎ የሚያስጥል የለም፡፡» ማሚቴ ድንገት አገረሸባትና ስቅ ስቅ አለች፡፡

«ኧረ እባክሽ ልጄ ዝም በይ! ለቅሶው ምን ይረባኝ ብለሽ? አይ ልጄን! ሴትነት እኮ እንዲህ የሚያስጠቃ! መወለድ ክፉ ነው ያስጠቃል፡፡ ጎሽ ለልጇ ስትል ተወጋች አይደል እሚባል፡፡ እንዳው ለመሆኑ ባለቤትሽ ህመሙ ምንድነው?» ሲሉ እመት ጌጤነሽ ጠየቋት፡፡

«ሙሉነሽ እንነገሪያቸው፣ ሙሉነሽ ታውቀዋለች» አለችና ሙሉነሽ እንድትነግራቸው እሷን እሷን ማየት ጀመረች፡፡ እሷ ግን ዝም ብላ ቆየች፡፡ ስለ ማሚቴ ባል በእሷም ፈቃድ ቢሆን ክፉ ማውራቱን አልወደደችም፡፡ ማሚቴ ራሷ ለእመት ጌጤነሽ ማውራት ጀመረች፡፡

«ዱሮ እኔን ከማግባቱ በፊት ጤነኛ ነበር:: ከቀን ወደቀን እንደብስጭት እያደረገ ጀመረው:: ራሴን ይላል:: ከዚያ ትንሽ የቀመሰ እንደሆን ሰው ማስጠላት ብቻ አይደለም ካልገደልኩ ነው የሚለው:: የወለዳቸው ልጆች እንኳን ከሁለት አንዳችን አውሬ ሆነንባቸው ይቅርና እንዳውም እንደ ባዕድ ገና ሲያዩን ራቅ ብለው አይን አይናችንን ያዩ እንደሆን እንጂ፣ እንደ ልጅ ጠጋም አይሉን:: ምን እንደሆን ምክንያቱ ለኔም አይገባኝ:: በዚህ ላይ አባታቸው ብስጭት ይልና ቀማምሶ የገባ እንደሆን በቃ እንደ እብድ ያደርገዋል:: ከዚያ እኔና ልጆቹን አይናችሁ ላፈር ይላል! እኔማ ጠላቱ ማለት ነኝ::»

«አይ ልጄን!» ሲሉ እመት ጌጤነሽ የማሚቴን ወሬ መስማት ቀጠሉ::

«ይህ እንግዲህ ከቀን ብዛት የመጣበት ነው እንጂ ደግ ሰው ነበር:: አሁንማ ባይቀማምስም ብቻውን ያናግረዋል:: ይቆይ ይቆይና ደሞ ራሴን ይላል:: ከዚያ አይኑ ድብልቅልቅ ይልና ቁጣ ቁጣ ማለት ይጀምረዋል:: ያን ጊዜ ነው እኔና ልጆቼ መሬት ተቀዶ ቢውጠን ደስ የሚለን:: እኔማ አንድ ጊዜ አምጬ የወለድኳቸውን ልጆች መልሼ አልውጣቸው!»

«አይ ልጄን! አይ ፍርጃሽ! እንዳው ከጠበሉ አልታሰበሽ ይሆን? የሚጣቅን ወይ የኪዳነ ምህረትን ብትሞክሪለት ይሻለው ነበር:: ሳይቆይበት ብትሞክሪለት:: ለሚሰማሽም ታቦት ብትሳይለት ያድንልሽ ይሆናል:: አንድዬ ያንቺን ልቅሶ ዝም የሚል አይመስለኝም! እሱ አንድዬ እንደሆን አያልቅበት!» «አይ እማዬ» አለች ሙሉነሽ ጣልቃ ገብታ:: ቀጠል አደረገችና «የማሚቴ ባል የሚሰራው እኛ ጋ ሽማኔ ክፍል እኮ ነው:: ማሚቴ ስላወራችልሽ ነው እንጂ ባሏ አማኑኤል ድረስ ሄዶ እየተመረመረ እኮ ነው:: ሕመምህ የአእምሮ ነው ብለውታል:: የምትሰራበት የሽማኔ ክፍል ሞተር ድምፅ የሚበዛበት በመሆኑ ጩኸቱ ከዓይንና ጆሮህ ሌላ አእምሮህንም ሊያሳምመው ችሏልና ከዚያ ክፍል ካልወጣህ አትድንም ብሎት ነበር ሐኪሙ:: አይደለም እንዴ ማሚቴ?»

«አዎ! እንደሱስ ብሎት ነበር ያማኑኤል ሐኪም፣ ኢንዶ እምቢ አለው እንጂ:: ከሽማኔ ክፍል አንቀይርህም:: ስራ ካልፈለግህ ለቀህ ልትሄድ ትችላለህ አለው ኢንዶ! እሱም በዚህ ላይ ብስጭት ይልና ይጠጣበታል:: በቃ ጨርቁን ጥሎ መሄድ ነው የሚቀረው:: ታዲያ በነጋታው ደህና ይሆንና ፀጥ እንዳለ ከስራው ይውላል:: እኛን ሲያይ ነው አይናችሁ ላፈር የሚለው» ስትል ማሚቴ ያለባትን ስቃይ

አጫወተቻቸው። እመት ጌጤነሽ ግን በእዚያው እምነታቸው ፀንተው ኖሮ አሁንም ያንኑ «የሚጣቅንና የኪዳነ ምህረትን ጠበል ሞክሪለት» ይሏት ቀጠሉ፡

«ሐኪም የሚለውን አትስሚ ልጄ፣ ሐኪምን እግዜር ያረገው ማነው? ይልቅስ የሚሻል ያው ጠበሉ ነው። እንደ እብድ አረገው የምትሉትን የፋፍሪካ አጋንንት ያስለቅቅለታል። ዓይንም ጆሮም ቢሆን ጠበሉ ይፈውሰዋል» ሲሉ ሙሉነሽ ባነጋገራቸው ከት ብላ ሳቀችባቸው።

«እዩዋት ይቺን እጅሊት የኔን ጉድ! ምኑ ያስቅ ብለሽ ነው? አሁን ማን ይሙት? ሐኪም ያቃተውን ጠበል አይፈውሰው ብለሽ! መቼስ እስቲ ይሁን ዘመኑ ያመጣውን! ባንቺ ቤት አወቅሁ ብለሽ ሞተሻል። እኔስ በሽታን በስለት መቼም አይመኙት ነገር ሁኖ ነው እንጂ ጠበል መፈወሱን ባይንሽ ያሳይሽ ነበር» አሉ እመት ጌጤነሽ ቆጣ ብለው። ሙሉነሽ ግን የሳቀችው በጠበል ፈዋሽነት ጉዳይ በተናገሩት አለመሆኑን እሳቸው አልተረዱላትም። የፋብሪካን ጩኸት፣ አዙሮ የሚጥል ሙቀት፣ ወበቅና ብናኝ፣ ትንፋሽ እያሳጣ ሲጥ እስከ ማድረግ የሚደርሰውን የሽማኔ ክፍል ባጋንንት መመሰላቸው ነበር። በተለይም ግራ የተጋባችው ማሚቴ የጠበሉ ነገር ከልቧ ገብቷል። እንዳው ልትናገረው ስትል በመሃል የሙሉነሽ ሳቅ ገብቶበት እመት ጌጤነሽም ቆጣ አሉ እንጂ ምክራቸውስ የእናትነት ያህል ነበር።

«የሙሉነሽ እናት እኔ በምን አቅሜ ሚጣቅና ኪዳነ ምህረት እመላልሰዋለሁ። እኔም እንደሱው ሰርቼ ማታ ለልጆቼ ደረስኩ፣ አልደረስኩ እያልኩ የምዳፋ ሆኜ ነው እንጂ ጠበሉስ ጥሩ ነበር» አለች ማሚቴ።

ሙሉነሽ ይህንን ስትሰማ «ታዲያ ካንቺ እኔ ሴጣዋ አልሻልም እንዴ? ጠበሉን ከፈለግሽው እዚሁ ቤቱ ድረስ መጥቶለት እኮ! ጥዋት ጥዋት ሊጠጣው ይችላል።

አንድ እሁድ ሄጄ ከኪዳነ ምህረት ላመጣልሽ እችላለሁ። ዝቋላ አቦም ሩቅ አይደለም። እንዲያውም ከኪዳነ ምህረት አቦው አይቀርበን ብለሽ? ካቃቂ አዲሳባ ከዚያ እንጦጦ ኪዳነ ምህረት፣ ይልቅ እዚሁ ዝቋላ አቦ ያፈጥናል። ብቻ እኔ እኮ ብሽቅ የሚያደርገኝ ካልፈለግህ ከስራው ልቀቅ ማለታቸው ነው። የግፍ ግፍ አይደለም እንዴ? ያንቺ ባል ወዶ በሽተኛ አልሆነ! ባዕዳኑ አምጥተው ባገራችን የተከሉብን ሽማኔ ክፍል መኪና እየጮኸበት ነው። በዚህስ ማህበሩ ዝም አይልም። አንቺ ማሚቴ

ማህበር ሲባል እየፈራሽው ልትሞቺ ምንም አልቀረሽም እንጂ በማህበሩ በኩል ባንድነት ከታገልን፣ ከመሃላችን ማንንም ነገ እያነሱ ሊያባርሩ፣ መብቱን ሊከለክሉ፣ በሐኪም ትዕዛዝ መዛወር ያለበት አናዛውርም ሊሉ አይችሉም። አይመስልሽም እንዴ? ምነው ድምፅሽን አጠፋሽ? በይ ተይው ልጄ! አንቺ ይህ ማህበር ስሙ ሲነሳ አትወጂም። እስቲ ለማንኛውም የጠበሱን ነገር አንድ ነገር እናድርግ። ያው ሳምንት እሁድ ሄጄ ላመጣልሽ እችላለሁ» አለቻትና ወደሌላ ነገር አለፉ።

እመት ጌጤነሽም ይህች የእመብረሃን ነፍሰጡር አንድ ነገር ይሽታት ይሆናል ብለው ከወፍጮ ቤት አስፈጭተውት መጥተው ገና ያልተመረገ ትኩስ በርበሬ ስላላቸው «የወላድ ሆድ አይታመንም ባይሆን በቤቱ እንዳይሸትሽ» ብለው እንጀራውን በበርበሬ ፈትፈት አድርገው ለማሚቴ አቀረቡላት። ከዚያም ነገርን ነገር ያነሳዋል እንደሚባለው ገሙ ሰፈር በነበሩ ጊዜ አንዲት ባሏ ባንድ ቀን ሽውታ ሞቶባት በሆዷ የነበረውም ሳይበረክትላት ቀርቶ የአምስት ወር ፅንስ አስወርዷት የነበረችውን፣ ከቤታቸው ደባልነት ብትገባም እንደልጃቸው ያዩዋት የነበረችውን ደብሪቱን ማነሳሳት ጀመሩ።

«የቷ ነች ደብሪቱ ደሞ?» ስትል ሙሉነሽ ጣልቃ ገባች።

«አይ እንግዲህ ጨዋታ አታደፍርሺ! አንቺ እንኳ ልትወለጂ ቀርቶ እንዲያውም አልታሰብሽ። እርግጥ በኋላ ከጣቃ ነጋዴው አቶ ታደሰ ዘንድ በባሻዬ ዋስትና ግርድና ገብታ እድሏ ሆኖ ከሳቸው ካሳዳሪዋ ከወለደችው አንድ ወንድ ልጅ ጋር እርግጥ አንቺ ትበልጪ እንደሆን እንጂ አትተናነሱም። እኔስ ደብሬ ነች ትዝ ያለችኝ። የእግዜሩ ነገር ሳይጨመርበት ቀርቶ አፈር ሳላለብሳት ቀረሁ እንጂ» ሲሉ መለሱላትና «የሰው ጨዋታ ታደንቚለሽ እኔ አሁን የምጫወት ከማሚቴ ነው» አሉና የመልኳ፣ የቁመናዋ ከጠጉሯ በስተቀር ማሚቴን ባዩዋት ቁጥር ደብሪቱን እንደምትመስልባቸው አጫወቷት። እመት ጌጤነሽ ወዲያው ትክዝ እንደማለት አሉና «ደብሪቱስ እዚያው በኖርኩበት ሰፈር፣ ድፍት ብላ ስትቀር ሳልደርሳላት መቅረቴ ነው፣ እኔስ አንጀቴን ሲበላኝ የሚኖር። ሁለት ልጅ እንደሞተብኝ እንጂ፣ አንዲት በላይነሽ ከሆዴ የወጣችው ያንጀቴ ቁራጭ ብቻ የትም ወድቃ የቀረች አድርጌ ነው ደብሬንስ የማስባት። የወለደችው ልጅ ያለ ሰብሳቢ እሷም አለቀባሪ መቅረቷ ነው የእኔስ ሀዘን። እንደ ልጄ የማያት፣ አክባሪዬ አንገተ ሰባራ ነበረች ደብሪቱስ» ብለው ሙሉነሽና ማሚቴ ይስሟቸው አይስሟቸው ልብም ሳይሉ፣ የማሚቴ ከደብሪቱ መመሳሰል

ትዝታቸውን ቀስቅሶ ዓይነ ውሃቸው ቅይር ብሎ በቀሚሳቸው ጫፍ ዓይናቸውን ያብሱ ጀመር። ለካስ ዕንባቸው ዱብ ዱብ ማለት ይዞ ኖሯል።

ምዕራፍ ሁለት

ፈጠነና ደባሎቹ ውሎ ሲያድር የእንጀራቸው ነገር አንዱን ካንዱ ማለያየቱ የማይቀር ሆነባቸው:: አለመለያየቱን፣ ተረዳድቶና ተመካክሮ የችግርም ቢሆን አብሮ መኖሩን ቢወዱትም፣ እንጀራ ወደተገኘበት መሄድ የማይታለፍ ዕጣ ሆነና ስሜነህ ተለይቷቸው ለመሄድ ወሰነ:: ሆዱ ባርባር እያለው አንድ ቅዳሜ ማታ ሁሉም ከሥራቸው ተመልሰው በየፍራሻቸው ላይ ጋደም እንዳሉ አነሳላቸው::

«አንድ ነገር ልነግራችሁ እፈልጋለሁና አደራችሁን እስካሁን ለምን ሳትነግረን ቀረህ ብላችሁ እንዳትቀየሙኝ::»

«ነገሩን ሳንሰማው በፊት ትቀየሙ እንደሁ ብሎ ነገር ምንድነው?» አለ ሁነኛው::

«እስቲ እንገረን መጀመሪያ! እንደዲባባ አንተም አንዷን አስረገዝኩ ልትለን ከሆነ አዲስ ነገር ስለማይሆብን አንቀየምም:: ሌላ ከሆነ ደግሞ እንስማውና ከዚያ በኋላ እንነጋገራለን» ሲል ፈጠነም አስተያየቱን ሰጠ::

ስሜነህ ሲፈራ ሲቸር ጉዳዩን ጀመረላቸው::

«በእርሻ መኪና ረዳት መካኒክነት ሥራ አግኝቼ ሁመራ መሄዴ ነው::»

«ምነው ስሜነህ! ለካስ እንዲህ ክፉ ሰው ኖረሃል! እስከዛሬ ይህንን ሥራ ሳታገኝ እንደማትቀር አስቀድመህ ሳትነግረን ምነው እንዲህ የመርዶ ያህል የቆጠርነውን ጉዳይ እንዲህ በጨዋታ መሃል ዱብ ታረገው? ኧረ እኔስ የሰው ነገር በቃኝ እናንተው! ስንት ዓመት አብረን እንደወንድማማች አብረን ኖረን አንተ ጥሩ እንጀራ አግኝተህ ልትሄድ ብትል ደስ ብሎን እንሸኝሃለን እንጂ ይዘን አናስቀርህ!»

«ሁነኛው እንኳን የየዋህነቱን ነው የተናገረው:: ቢሆንም ቀድመህ ብትነግረን ደስ ባለን ነበር:: ለማንኛውም ገና ነገሩን ሳናስጨርስህ ቅያሜያችንን ባንናገር ይሻላል» አለና ፈጠነ፣ ስሜነህ የጀመረውን ጉዳይ እንዲቀጥልላቸው ጠየቀው::

«እንዳው ከቁራ ጋራዥ አልፎ አልፎ ስራ ሲገኝ እየመጣሁ እንደሰራና ትንሽ ፍራንክ እንዳገኝ የረዳኝ ያ በዚያ ሰሞን የነገርኳችሁ ሰው ምኔ

አሳዝኖት እንደሆን አላውቅም ከሱ አሳልፎ ካንድ ሃብታም የሁመራ ሰው ጋር መገናኘት፡፡»

«በጄ» ሲል ሁነኛው ተቀበለ፡፡

«ይህም ሰው ትውልዴ ወደ ወልቃይት ጠገዴ መሆኑን ብነግረው አገርህ መግባት አትፈልግም ወይ ብሎ መጠየቅ፡፡ እኔም ያልፍልኛል፣ ትምህርት ቢቀር ሙያ ተምሬ ሰው እሆናለሁ ያልኩት ሰው፣ እንዲህ ሆኜ ትንሽ ቅርስ እንኳን ሳልጨብጥ ምን ብዬ አገሬ እገባለሁ? ብዬ ማለት፡፡»

«በጄ» አለ አሁንም ሁነኛው፡፡ «ለእኔ ሜካኒክ አርጌ ልውሰድህ ብሎ መጠየቅ፡፡ እኔ ደግሞ ታዲያ ሁመራ እኮ አይደልም ትውልዴ ብለው ተው በኋላ ይቆጭሃል ብሎ ማለት፡፡»

ሰው ሲያወራ መልሶ መላልሶ «በጄ .... እሺ ... » መባባል እንዳለበት ድንገት የተገለፀለት ይመስል ፈጠነም ቸኮል ባለ አነጋገር «በጄ!» አለ፡፡

«እኔም እንግዲያው አብሬዎት እሄዳለሁ ብዬ ማለት፡፡ ሰውየውም እንግዲያው ነገ በማለዳ ተዘጋጅተህ ካረፍኩበት ጀግኖች ማህበር ሆቴል ድረስ እንድትመጣ ማለት ... »

«አሁን እንዲህ ከእኛ ተለይተህ ጨክነህ ልትሄድ ማለት?» ሲል ሁነኛው ጠየቀው፡፡ ስሜነህ መልስ ሳይሰጥ ዓይኑን ወደ ሁነኛው ከሁነኛው ወደ ፈጠነ ያንከራትት ጀመር፡፡ በመሃላቸው ለጥቂት ደቂቃም ቢሆን ፀጥታ ነገሰ፡፡

«አንተን ብቻ በሄድክበት ይቅናህ! እንጀራ አግኝተህ መሄድህ ባልከፋ! ነገር ግን ክፉ ነገር እንዳያገኝህ ከመመኘት በስተቀር በበኩሌ ቅያሜ የለኝም» ብሎ ፈጠነ ከተቀመጠበት ተነሳና ወደ ስሜነህ እጁን ዘርግቶ አመራ፡፡ ስሜነህም በእቅፉ ተቀበለው፡፡ ሁነኛውም ተደረበባቸው፡፡ ሦስቱም እንደተቃቀፉ ሳሉ ስሜነህ በጠባዩ ነጭናጫነትና ውሃ ቀጠነ ብሎ በመቆጣትም ሆነ በግትርነት ያስቀየማቸው ነገር ካለ ይቅርታ እንደመጠየቅ ከጀለውና እየተናነቀ ያስቸገረው ዕንባው አላናግር አለው፡፡

«አዬ ... እንዳው እኔ ነኝ ሆድ ያስባስኩህ ስሜነህ! አነጋገር አላውቅ፣ እንደ እናንተ ፊደል አልቆጠርኩ፣ የመጣልኝን እናገራለሁ፡፡ ይኸው አንተንም ደህና ያግባህ ብዬ መሸኘት ሲገባኝ ነገር ይበላ ይመስል አጉል ተናገርኩህ፡፡ ይልቅስ ይቅር በለኝ ማለት የሚገባኝ እኔ ነኝ፣ ይቅር

በለኝ» ሲል ሁነኛው ስሜነህን ሆድ ሳለማስባስ ብሎ ተናገረ፡፡

«አንተ እንደሆነ አንዴ ልብህ ቆርጧል፡፡ ስለ ሁመራ ምንም ቢባል የምትቀር አትመስልም፡፡ እኔ ግን ሁመራ ሲባል እንኳን አገሩ ስሙ ያስፈራኛል፡፡ እስቲ ብቻ ይቅናህ» ሲል ፈጠነ ቀልድ ቢጤ በማምጣት ስሜነህን ለማረጋጋት ሞከረ፡፡

ፈጠነና ሁነኛው ስሜነህን የመሰነባበቻ ሊጋብዙት ወሰኑ፡፡ እርግጥ ካንድ ከሽልንግ የበለጠ ሊያዋጡ የሚችሉት ፍራንክ ከኪሳቸው አልነበረም፡፡ በዚችው ባለቻቸው ፍራንክ ከጎረቤት ካለች ሴት ጠላ ገዝተው ከቤታቸው ሆነው እየጠጡ ለመጫወት ተስማሙ፡፡ ፈጠነ «ጠላውን ገዝቼ የማመጣው እኔ ነኝ» ብሎ ከሁነኛው አንዱን ስሙኒ ተቀብሎ የራሱን ጨምሮበት ከቤት ወጣ፡፡ «ማንቆርቆሪያ ከሴትዮዋ አገኛለሁ፣ መያዣ ክፈልም እንዳትል ስለምታውቀኝ እኔው ብሄድ ይሻላል» ብሎ ፈጠነ ከቤት ወጥቶ ሄደ፡፡ ሁነኛውና ስሜነህ ፈጠነ እስኪመለስ አለወትሯቸው በጥሞና እየተደማመጡ ጨዋታቸውን ቀጠሉ፡፡ ስሜነህም የመጨረሻው ቀኑ በመሆኑ ነው መሰል፣ ጭምትና የተሰበረ መስሏል፡፡ «ሁመራ እንዳድ ያጠቃዋል የሚባለውን ሰምተኸዋል?»

«እሱስ ሰምቻለሁ፡፡ ትውልዴም እኮ ከሁመራም ሩቅ አይደል፡፡ እንዳውም በልጅነቴ አጎቴን ተከትዬ አዲሳባ መጥቼ በዚሁ ቀረሁ እንጂ ወልቃይት ጠገዴ እያለሁ፣ አንድ ቀን ሁመራን ሄጄ ሳላየው አልቀርም እል ነበር፡፡ ሄጄ ባላየውም ሁመራንስ በወሬ አውቃለሁ፡፡ አሁን ግን ሰው እየሰፈረበት ከሄደና እርሻ በሰፊው ከተጀመረ ወዲህ ደህና ነው ይባላል፡፡ እንዳልከው ወባው ብዙ ሰው እንደጨረሰ፣ እኔም ሰምቼ ስለነበር ቀጥረው የሚወስዱኝ ሰውዬ የምንሄደው ሁመራ ነው ሲሉኝ ደንግጬ እምቢ ልላቸው ነበር፡፡»

«እረ ለመሆኑ የሚወስዱህስ ሰው ስም ማን ይባላሉ? ታውቃቸው ኖሯል?»

«እሱስ የጠገቡ ጀነራል ናቸው፡፡ የእዚያው የጎንደር ሰው እንደሆኑ ሾፌራቸው አጫውቶኛል፡፡»

«መኪናም የሚነዳ ሌላ ሰው አላቸው ነው የምትለን?»

«አዎን!»

«እውነትም እሳቸውስ የጠገቡ ናቸው:: መኪና መንዳትን ያህል ነገር ተጠይፈው ማለት? ይገርማል እኮ እናንተው!»

ስሜነህ በሁነኛው የዋህነት ሳቅ አለ::

«ታዲያ በዘር ያገኙትን መሬት ነው የሚያርሱት አትለኝም» ሲል ሁነኛው ደግሞ ሌላ ጉዳይ አነሳ::

«እሱስ አይደለም:: ሾፌራቸው እንደነገረኝ ከሆነ ግማሹን የሰጧቸው ጃንሆይ ናቸው አሉ:: ግማሹን ግን ራሳቸው ገዝተውት ነው::»

«እህ እንዲያ በለኛ! ታዲያ ስንት ጋሻ መሆኑ ነው?»

«እርሻው ብቻ አሥር ጋሻ ነው:: ያውም ሰሊጥ ብቻ ነው የተዘራበት ሲል አሽከርዬው ነግሮኛል:: ወደፊትማ ሠላሳ ጋሻ ለማረስ የእርሻ መኪናውን ስለሚያመጡ እኔም የተፈለግሁት በጥገናው እንዳገለግላቸው ነው»

«አዬ በል ተወኝ፣ መንግሥት ነው የቀጠረኝ አትለኝም:: ይህንን ያህል ጋሻ መሬት ማረስ የሚችል ራሱ አንድ መንግሥት እንጂ መች አንድ ሰው ነው:: ታዲያ ከሆነ አይቀር ከሰሊጡ ይልቅ ደህው ሽምቶ የሚበላውን ጤፍና ማሽላውን ቢዘሩት ምናለ!» ሲል ሁነኛው የመሰለውንና የተሰማውን ተናገረ::

«ትርፍ የሚያገኙበትን እንጂ እኔና አንተን የመሰለ ደሃ የሚበላውን እንኳን እሳቸው መንግስትም አላደረገው» ብሎ ስሜነህ ሲመልስ ፈጠነ ማንቀርቀሪያ ጠላውን እንደያዘ ብቅ አለ:: ወዲያውም የሻይ መጠጫቸው የሆነውን ክቡር ዘበኛ ብርጭቆ አቀረበና ጠላውን እየቀዳ ሰጣቸው:: ሁነኛው የሁመራ ነገር የቆረቆረው ይመስል ከስሜነህ ጋር የያዘውን ውይይት ቀጠለ::

«እንዳው ምናለ ነበር? ይህ ያገኘሽው እንጀራ እዚሁ እኛው መሃል በሆነ:: ሁመራ ክፉ አገር ነው፣ ሰው አይተርፍበትም ሲባል እሰማለሁ:: ስንቱ ሰው፣ ጉራጌው፣ አማራው፣ ትግሬው፣ ኦሮማውና፣ ኩሎው ሳይቀር ሁመራ መሄዱን እንጂ የተመለሰ ስለመኖሩ ሰምቼም አላውቅ»

ፈጠነ በንግግራቸው መሃል ገባ::

«ምን ነካህ ሁነኛው? ይህንን ወሬ ይዘህ አለቅም አልክ አይደል! ስሜነህ እንደሆነ ምንም ብትል ከሁመራ ይቀርልኛል ብለህ አታስብ:: ደግሞ

ሁመራ የሄደ በሕይወት አይመለስም የሚባለውን ሟርት ብተተወው አይሻልም? ሁሉ ሰው እንጀራ ፍለጋ በሄደበት ሞቶ የሚቀር እንዳመስልህ!»

ሁነኛው ገርና ለሰው የሚጨነቅ በመሆኑ ሲባል የሰማውን ማንሳቱ ከየዋህነት መሆኑን ያውቁለታል። ፈጠነ አርስት ለማስለወጥ ቢሞክርም ሁነኛው የሁመራን ነገር አልተወው አለ።

«ደርሶ የተመለሰ አለመኖሩን እኮ ነው እኔም የማወራ»

«ደርሶ የተመለሰ ከሌለ አንተ ወሬውን ከየት አመጣኸው? ይልቁንስ የነገ ጥዋት መነገደኛን በሌላ በሌላው ብናጫውተው ይሻላል። ዛሬ ደግሞ ሁመራ ተሻሽሎ ይሆናል። ብዙ ሃብታሞች ሰፍረውበታል አሉ። በእነርሱ ሳቢያ ወባውም፣ ወረርሺኙም ጠፍቶ ይሆናል» ሲል ፈጠነ ጠንከር አርጎ መናገሩ ለምን እንደሆነ የገባው ይመስል ሁነኛው የሁመራን ወሬ ትቶ ወደሌላ ጉዳይ አመራ።

«እኛ እንግዲህ በጠሎታችን አንረሳህም። አንተም በጠሎትህ አትርሳን። እኔም የዲያባኮ ኩንታል ሽክም መሮኛል። አዲሳባ አንዴ ከገቡበት አይወጡትም የሚባለው ሃሰት አይደለም። እኔስ እንዳው እግሬን ያዘው እንጂ አገሬ ገብቼ አርሼ መብላቱ ነው የሚናፍቀኝ። አዲሳባ በልቶህ የሚቀር አገር እኮ ነው እናንተው!» ሲል ሁነኛው ራሱ ለራሱ የሚያወራ መስሎ ተናገረና ወዲያው ትክዝ አለ።

ፈጠነና ሁነኛው ስሜነህን በማግስቱ እሁድ ጥዋት ተነስተው ጓዝም ባይኖረው አንድ መቀየሪያ ልብሱንና ካሊሙን ይዘውለት ከሰውዬው ወደ ተቃጠረበት ጀግኖች ማህበር ሆቴል ድረስ ሸኙት። እዚያም እንደደረሱ የጄነራሉ አሽከር ስሜነህን ሲጠብቀው አገኙት። የመጠብደሉን፣ የወዙንና ያለባበሱን ሲያዩ ፈጠነና ሁነኛው ራሳቸው ጌትዬው እንጂ አሽከሩ አልመሳላቸውም።

«እርሶም ወንድሜም እንዲህ የተስማማዎትንና የለመዱትን አገር ይሄ ወንድማችን ያቅተዋል ብለንም አይደል። መቼም እውቀትና ፍጥረት አንድ ቀን ነው እንደሚባለው አደራዎትን ለማለት ያህል ነው። አንተም ስሜነህ አገሩንና ኑሮውን ቶሎ እንደምተለምደው አምናለሁ» ሲል አከለበት።

«ይለምደዋል እንጂ! ወዶ ነው በግዱ! አሁንማ በሽታው ሁሉ እየጠፋ ነው።

እንዲህ እንዳይመስላችሁ! ሁመራ ለጤና ተስማሚ አገር እየሆነ ነው:: ሰው ሁመራ ከገባ የማይመለሰው የወደደውና እዚያው ሰፋሪ መሆንን እየመረጠ ነው እንጂ በክፉ አይደለም» ሲል የሁመራ ኑሮ የተስማማው ለመሆኑ እሱ ባይናገረው መላ ሰውነቱ የሚናገረው የጄነራሉ ሾፌር መለሰላቸው::

ፈጠነና ሁነኛው ከስሜነህ ጋር የመጨረሻውን ስንብት አደረጉና ተሳስመውና ተላቅሰው ተለያዩ:: ከእንግዲህ እንደማይገናኙ ያወቁ ይመስል ነበር ሁኔታቸው:: የጄነራሉ አሽከር ከዚህ በፊት ሰው እንዲህ በፍቅር ሲለያይ አይቶ የማያውቅ ይመስል ተገርሞ ተመለከታቸው:: እነርሱ ግን በክፉም በደጉም ተቻችለው፣ ቂምና ቁርሾ ሳያውቁ ያብሮ መኖራቸውን፣ የለበጣ የለሹን ፍቅራቸውን በዚያች የመሰነባበቺያ ሰዓት ገልፀውለት ወደ መኖሪያቸው ከበቅሎ ቤት ከምትገኘው የድሃ ጎጆአቸው ተመለሱ::

ፈጠነ በሞተር ሥራና በሜካኒክነት እየተካነ ሄደ:: ሆኖም ያንን ያህል ችሎታ እያለው አሠሪው አቶ በላይ የሚከፍለው ደመወዝ ገንዘብ ብሎ የማይቀበለው እየሆነ ሄደ:: ከራሱም ጋር ባወራ ቁጥር ባቶ በላይ ላይ የሚዝት ይመስላል:: አቶ በላይን ምን እንደሚለውና እሱም ምን እንደሚመልስለት ከራሱ ጋር እየተነጋገረ መልሶ ራሱን ሲያዳምጥ ወሩ ሌላ ወር እየተካ ቀኑም ሌላ ቀን እየወለደ ሄደ:: ፈጠነ ግን የጨከነ ይመስላል:: በደመወዛቸው ማነስ ማጉረምረም የጀመሩት ሌሎችም የጋራዡ ሠራተኞች መሆናቸውና እነርሱም ደግሞ በሌሎችም ተመሳሳይ የሥራ ቦታዎች፣ ፋብሪካና ኩባንያዎች፣ ሠራተኛው መከፋቱን ለመግለጽ ዳር ዳር ማለቱና በተለይም የደመወዝ ጉዳይ አይነተኛ የመነታረኪያ ጥያቄ መሆኑን ፈጠነም ስለሚያውቀው ሁኔታው መበረታቻ የሆነው መሰለ:: የእስከዛሬው ይበቃል ባይ ሆነ:: ከጋራዥ ደንበኞች አልፎ አልፎ የሚገኘው ጉርሻ አቶ በላይ ደመወዝ ብሎ የሚያስብለትን የሚያዘናጋውና ነገ ዛሬ የሚልበት እንዳልሆነ ታወቀው:: በላይ ዘንድ በቀጥታ ቀርቦ የደመወዝ ጭማሪ ከመጠየቁ በፊት ከሚቀርባቸው ከነስቴኮና ሃይልዬ ጋር ቅዳሜ ደመወዝ ከተከፈለ በኋላ ተገናኝቶ ተመካከረበት::

«ወንድሜ ሙት ቢያንስ በሳምንት ሃያ አምስት ብር በወር መቶ ብር ሊያስብልህ ይገባል» አለው ስቴኮ እንደተለመደው ከማሚቴ ውሻ ገዳይ ጠጅ ቤት ጎራ ብለው ሦስቱም አንዳንድ ብርሌ ጠጅ አስቀድተው እየተጎነጩ::

«ደመወዝህን አልጨምር ካለህ ሕዝባዊ ኑሮ ዕድገት አስማሚ ክፍል ልትከሰው ትችላለህ። ይህን ያህል ዓመት ደመወዝ ከፍዬ አሠራሁት አይልም» ሲል ሃይልዬም ጨመረበት።

«ክስ እንኳን ምን እየበላሁ ከሃብታም ጋር እከራከራለሁ? እኔስ ሃሳቤ ደመወዜን ጨምርልኝ ብዬው ከተስማማ ተስማማ፣ እምቢ ካለ ሌላ ነገር አስባለሁ እንጂ ዝም አልልም። ቢሆንልኝስ እያንዳንዳችን ደመወዝ ጨምር አትጨምር እያልን፣ መነታረክና መደባደቡን ትተን፣ እንደሰው ልጅ መብታችንን እንዲያከብር በማህበር ተደራጅተን ብንመጣበት ለየብቻችን ከመጋፈጥ የተሻለ መፍትሄ ይመስለኛል። በየስራ ቦታው በየፋብሪካው በማሕበር መደራጀትና ከዚያ በኋላ ለመብት መሟገት እየተስፋፋ መሄዱን ከእኔም በላይ እናንተም የሰማችሁት ጉዳይ ነው» አላቸው ፈጠነ።

«ስለክሱ ጉዳይ እንዳልከው ማን ላይ ትከሳለህ? አንተ ሕዝባዊ ኑሮ ዕድገት የሄድክ ዕለት በላይ ደግሞ ቀድሞ አስማሚ ክፍሎችን፣ ያንተን አቤቱታ ትተው የሱን እንዲሰሙ ያደርጋቸዋል። እንዳልከውስ ማህበር ነበር ጥሩው ዘዴ። ግን ደሞ አድማ ልትመቱብኝ ነው ብሎ ሳናስበው የመነጠረን እንደሆን ከእኛ ያለፈ ቤተሰባችንን ችግር ላይ መጣል ሊሆን ነው» ሲል ስቱኮ የተሰማውን ተናገረ።

«እዚሁ በላይ ዘንድ መኪናውን ሊያሰሩ የሚመጡ ሕዝባዊ ኑሮ ዕድገቶች ቁጥር መች ትንሽ ነው? ይሄን ጊዜ አስማሚ ክፍል የሚሰሩ አይጠፉባቸው ይሆናል። በላይ መኪናቸውን በነፃስ ቢሰራላቸው የእኛን አቤቱታ ገደል ጨመሩት ማለት አይደል?» አለ ኃይልዬም።

«ለእዚህ እኮ ነው መተባበሩ ይጠቅመናል የምለው፡ እኛ አንድ ከሆንን በሌሎች ጋራዦች እንደሚደረገው ለማድረግ እንችላለን» ሲል ፈጠነ ከሌላው ሁሉ አማራጭ የተሻለውን ሃሳብ ለመሰንዘር ዕድሉን ያገኘ መስሎት ተናገረ።

«አንተ ልጅ እኮ እዚሁ አይናችን ስር ትልቅ እየሆንክና ለወደፊቱ የሚበጀንን ነጋሪ፣ መካሪ እየሆንክ እኮ ሄድክ! አይደለም እንዴ? ኃይልዬ?» ሲል ስቱኮ ከኃይልዬ ማረጋገጫ መፈለጉን ትከሻውን ገፋ ገፋ እያደረገ በዚያው ከብርሌውም ገፋ እያደረገ ተናገረ። ሃይልዬም ቀጠል አደረገና የፈጠነን ሃሳብ የሚደግፍ መሆኑን ተናገረ።

«በሌሎች ጋራዦች የሚደረገውንም ቢሆን ምናለ? እንገረንና እንስማው። የሚሆነን ከሆነ እኛስ ቢሆን እንደዚያው የማናደርግበት

ምክንያት የለም። በተረፈ ይሽ መተባበርና አንድነት ያልከው ጉዳይ መላው ጠፍቶን ነው እንጂ በሁላችንም ልብ የኖረ ጉዳይ ነው።» ፈጠነ ወሬውን ቀጠለላቸው።

«አባኮራን ሠፈር አህመድ ጋራዥ ብንሄድ ወይም ባህታ ጋራዥ ብንሄድ አንድ ሰራተኛ ያለጥፋቱ ባለቤቱ ከስራ ቢያባርረው ሠራተኛው ዝም ብሎ አያይም። ጓደኛችን ከሥራ የሚወጣ ከሆነ እኛም አንሰራም ብለው ያድማሉ። የጋራዡን በር እስከ ማዘጋት ይደርሱና ሥራ መሥራታቸውን ትተው ባለቤቱን ያስፈራሩታል። የባህታና የአህመድ ጋራዥ ሠራተኞች ስንት ጓደኞቻቸው ያለጥፋታቸው ከሥራ እንዳይወጡ አድረገዋል። ይህ ሁሉ በመተባበራቸውና ባንድነታቸው ነው። ለምሳሌ እስቲ የማህሌን ነገር እናስታውስ! እኛ ግን ማህሌ ራሱ አውቆ ልሂድ ቢል ለመነው። በላይ ደግሞ በተራው ማህሌን ጊዜ ጠብቆ ሠራተኛ በላዩ ላይ አዘጋጅቶ ሲያባርረው ወይ በላይን አልለመንን! ወይ ደሞ እስቲ ጓደኛችን ከሥራ ይወጣል ብለን በሌሎቹ ጋራዦች እንደሚደረገው አላደረግን! ዝም ብለን ተመለከትን! አያሳዝንም?»

«እርግጥ ያሳዝናል እንጂ!» ሲል ኃይልዬ ተቀበለ።

«አሁን እኮ ጊዜውም እንደቀድሞው አይደለም። ዛሬ በጋራዥ ያለ እንደ እኛ የመረረው ዝም ማለት ትቷል። ያኔ የማህሌ ጊዜ ግን እንዲህ አልነበረም» አለ ስቱኮም።

«እኔም እኮ የምለው ይህንኑ ነው። ዝም ብለን እንደባሪያ ልንገዛ የምንችልበት ጊዜ ለማለፍ ምንም እንዳልቀረው ለበላይ ማሳየት እንችላን። ነገ ደግሞ አንዱን ጓደኛችንን በላይ ማባረሩ አይቀርም። በመዋጮ ብቻ መደጋገፍ አንችልም። የሚጠቅመን ባለንበት የስራ ቦታ መብታችንን ማስከበር ነው። ባለቤት ነኝ ብሎ ማባረር አንድ ነገር ነው። የሚደባደብበትና አጥንት ዘልቆ የሚገባ ስድብ የሚሳደብበት ምንም ምክንያት የለውም። ባርያው አይደለንም። ይህንን ሁሉ ማስቀረት የምንችለው ሌላ ቦታ እንደሚደረገው መተባበር ስንችል ነው። ያኔ በላይ ምን ይውጠዋል? እናቱ ሆድ ተመልሶ አይገባት!»

«አሁን እውነት! አንተም የትናንት ልጅ ለእዚህ ደረስክ? እኔ እኮ ያን ጊዜ በላይ ጋራዥ ስትመጣ የማውቅህ ትንሽ ጨጬ አትመስለኝም እንዲህ ስትናገር። እንዳው ዘመኑ ነው እንጂ በጋራዥ ሥራ ዕድሜያችንን ሙሉ የኖርነው ያላሰብነውንና ያልታየንን የዛሬ ልጆች

ከየት ሰምታችሁና አውቃችሁ እንዲህ የልጅ አዋቂ ሆናችሁ ስትመክሩን መስማቱ እኮ ግርም የሚል ነው! እርግጥ እኔ በግሌ ምርር ሲለኝ ከበላይ ጋር አንድ ቀን ከድብድብ መድረሳችን አይቀርም። አንዳንዴ በሁላችን ላይ የሚደርሰው በደል ሲታየኝ ወዲያው ብስጭት እል እንደሆን እንጂ፣ በጋራ መመከት የሚባለው ጉዳይ ታስቦኝም አያውቅ። የባሰብኝ እንደሆነ እንደምታውቁኝ እዚያው ተናግሬ ይወጣልኛል። የምናገረው ሰው ካጣሁ፣ ያው ማሚቴ ቤት መጥቼ በዱቤም ቢሆን ብርሌዬን እነክስና ሰክሬ ቤቴ እገባለሁ። በጣጤነቴ ያው እናንተም ታውቁኛላችሁ» የራሱንም የፈጠነንም ብርታትና ድካም እንደ ቀልድ አስመስሎ ተናገረ።

ስቱኮ ጠጅ ቀጂዋን ጠራና በእሱ ጋባዥነት አንድ ዙር እንድትቀዳ አዘዘ። ፈጠነ ተቃወመ።

«ግብዣው የእኔ ነው!»

«አንተ ምን አለህና ትጋብዘናለህ?» ሲል ኃይልዬ ጣልቃ ገባ።

«አንዱ ጉርሻ ብሎ በጄ ጣል ያደረገልኝ ሁለት ገበሬ አለኝ ዛሬስ!» አለና ፈጠነ እነኚያን ሁለት ብሮች እጥፍጥፍ አድርጎ ከከተተበት ሚስጥር ኪሱ አውጥቶ አሳያቸው።

«አሁንማ በዕድሜ እንበልጥህ እንጂ በአዕምሮ የምትበልጠን አንተ ሆነሃል። ተንግዲህማ ታናሻችን ብቻ ሳትሆን፣ ጓደኞችንና መካሪያችንም ስለሆንክ የምትጋብዘንንም እንደምክርህ መቀበል አለብን እንጂ!» በማለት ስቱኮ የፈጠነን ግብዣ እንደሚያከብር ገለፀ።

ጠጁ በፈጠነ ሂሳብ ተቀዳ።

«መቼም ፈጠነ የተናገርከው ንግግር ቁም ነገር አዘል ነው።» ኃይልዬ ድምፁን ለስለስ አድርጎ አንገቱን ብዙም ቀና ሳያደርግ ጀመረ። «ሰውን ከሰው በታች የሚያደርገው የእንጀራ ጉዳይ ነው። ለነገሩ በላይም የሰው ልጅ፣ እኛም የሰው ልጆች ነን። እኛን የቀጠረን አሽከሮቹ ሆንና፣ የምንሰደብና የምንረገጠው የእንጀራ ነገር ሆኖብን ነው። በየቤታችን ስንት ማቲ ፈልፍለንና እነርሱን ጠም እንዳናሳድር እያልን ዝም አልን እንጂ ከባሰብንማ ፈጠነ ካልከው መድረሳችን የት ይቀራል? እርግጥ ስቱኮ እንዳልከው የሁላችንን ብሶት ባንድ ላይ ተመልክቼው አላውቅም። አድማ ድረስ ነገሩን ብናደርሰውማ ጌታው አቶ በላይ በሰዓት ብር ባካፋ የሚዝቅባቸውን መኪኖች አንሠራም ብንል፣ በላይ

ምን ይውጠዋል? እውነትክን እኮ ነው ፈጠነ፣ ጉድ እኮ ልንሠራው እንችላለን!»

እንዲሁ እያሉ ከወሬው ሲገፉ ከጠጁም ሲገፉ፣ ፈጠነም በባህታና አህመድ ጋራዥ ተፈጥሮ ስለነበረው የሥራ ማቆም አድማ ሲያወራላቸው አብረው አመሹ:: በዚያ የሚሰሩ ያጫወቱትን አንድም ሳያስቀር አጫወታቸው:: የሥራ ማቆሙ፣ የሠራተኞቹ አንድነት፣ የጋራዥ ባለቤቶች እብሪትና ማን አለብኝነት ከመደራደር አልፎ እስከ ማፈግፈግ መድረሱን ተረከላቸው:: የእዚያን ምሽት ስቱኮንና ኃይልዬን ከጠጡት ጠጅ ይልቅ መንፈሳቸውን ሞቅ ያደረገው ይኸው ጉዳይ ሆነ::

ምዕራፍ ሶስት

እመት ጌጤነሽ አለወትሯቸው የሙሉነሽን ነገር በሃሳባቸው እያነሱ ሲጥሉ ሙሉነሽ ከስራ መምጫዋ መድረሱን ለካስ አላስተዋሉም ኖሯል:: ለልጅ ልጃቸው ሆድ የሚሆን ነገር፣ ከእሳቱ ላይ ጣል ማድረግ ጀመሩና እዚያው ባሳባቸው ሲያንጓልሉት ወደ ነበረው ሙሉነሽ ጉዳይ ተመልሰው ነጎዱ:: «ይገርማል እኮ! እናንተው ገና ከመሬት ብቅ ሳትል ለሰው ተቆርቋሪ መሆን! ምኑን አስመልክቷት ይሆን እናንተው?» እያሉ ከራሳቸው ጋር ማውራት ያዙ:: ሙሉነሽ በፋብሪካ ጌቶች ላይ ያላትን ምሬት ሲሰሙት፣ በካቦውና በእበላ ባዩ ላይ የምታሰማውን ሮሮና ከቅርብ ጊዜ ወዲህ ደግሞ መንግስትም ለዲታዎቹ፣ ለውጭዎቹ ሰዎች እያደላ ሰራተኛውንም እንዲወክሉ አደራ የተጣለባቸው የኢሠአማ ወዛደር መሳፍንት ላይ ያላትን ጥላቻ ሲሰሙት፣ እመት ጌጤነሽ ነገሩ ባይገባቸውም ነገሯ የጉርምስናና የመወርገጥ አድርገው መመልከቱን ተወት አድረጉት:: ነገሩስ ባልከፋ ሆኖም ይህ ያድመኝነት ነገር መከራ ያመጣ እንደሆን ዕዳው የሚተርፍ ለኔው ነው ይላሉ:: ለሰው ማዘኑም መች ይከፋ ነበር? ይሉና መልሰው ደግሞ ያንዳንድ ባለስልጣን ስም ከኢንዶውና ከቃጫው ማህበር መሪዎች ከነደሜና ግርማ፣ ዲንቃና ዓሊጋዝ ጋር ሆኖ በማንሳት መጨረሻውን እንዲያሳያት ስትመኝ «ውይ ልጄ ምነው? ምናልኩሽ? ይህንማ እግዜሩም አይወደው! ቀጪ አንድ አምላክ ነው! ለእሱ ላንድዬ መተው ነው እንጂ ፍርዱንማ እኛው ካረግን በእሱ ስራ ገባን ማለት ነው» ይሏትና ቶሎ እሱን ትታ በዚያ በማይሰማ፣ በማይለማው «ፋፍሪካ» «ቀጭን ፈታይ» በምትለው መኪና ላይ ያላትን ብሶት ተናግራ ቢወጣላት ይወዳሉ::

እመት ጌጤነሽ ከቤታቸው በጠላውም በዕቁቡም፣ በሌላ ሌላውም ከቤታቸው ከማይጠፉት መሃል ሲማን፣ እምሬን፣ ደሜን የቃጫውም ግርማን ሲወዷቸው ለብቻ ነው:: ልጄን አድመኛ አረጓት ብለው ከቤታቸው እንዲቀሩላቸው ፊት ነስተዋቸው አያውቁም:: እነርሱም ሆኑ ሌሎች ወዛደሮች ዕቁብ ለመጠጣት ከሚስቶቻቸው ጋር አብረው የሚመጡትም ጭምር ስለ ሙሉነሽ ከደግ ነገር በስተቀር ሌላ ሲናገሩ አለመስማታቸው፣ በተለይማ የኢንዶ ሴቶች ሙሉነሽ ከእነርሱ መሃል መኖሯ፣ እነርሱንም ጭምር ምን ያህል እንደምታከራቸው ካፋቸው

ወጥቶ ሲሰሙት «ለካስ እንዳው ኖሯል በልጄ የፈረድኩባት፣ አነጋገሯና ድፍረቷ እኮ ነው የጉርምስና ያስመሰለባት» ይሉና መለስ ይላሉ። ይቆዩ ይቆዩና ደግሞ «ቢሆንም እኮ! ዕድሜዋም ትዳር መያዣ'ያው ላይ እኮ ነው ያለ። እኔስ በሷ ዕድሜ በላይነሽን ወልጄ የል? ያውም ሙሉዬ በእኔ ዓይን ተላልፏታል» እያሉ ከራሳቸው ጋር ሲያወሩ ለሙሉነሽ ራት የተጣደው፣ ሽንኩርት ሳይገባበት ውሃው ብቻ ተክተክ ሲል ባናቱ ላይ ምጥኑ ሽሮ ሊጣልበት የነበረው ድስት ውሃው ተኖ አልቆ ኖሮ እመት ጌጤነሽ ሌላ ውሃ ከለሱበት። ከዘይቱ ጠርሙስ የተረፈ ጭላጭ መኖሩን ለማረጋገጥ ካለበት ፍለጋ ሄዱ። ከጓዳቸው ሲያንጎዳጉዱ ከራሳቸው ጋር ማውራቱን ተወት አድርገውት ቆይተው ኖሮ እንዳውም ይባስ ድምፃቸውን ከፍ አድረገው ከሰው ሰምቶ መልስ እንደሚሰጥ ሰው ወሬያቸውን ቀጠሉ።

«የምን ትዳር እቴ? ደሞ የምን ባል? ያንበልብለውና! ያንድ ልጄ የበላይነሽስ ዕድል የተሰበረ በኔና በባሻዬ ዕውቀት ማጣት አይደል። የባሉንስ ነገር ወሬ ነው ብዬ ለሙሉዬም አላነሳባት። እሷው በፈቀደች ጊዜ የሚሆን ነው» አሉና መልሰው ደግሞ «ይህ የብቻ ወሬ የጤና ነው ብላችሁ ነው? እናንተው!» ብለው የጀመሩትን የማድቤታቸውን ስራ ዳር ለማድረስ መጣደፋቸውን ቀጠሉ።

እመት ጌጤነሽ ዘንድ ሙሉነሽን በሚስትነት ለመጠየቅ በምልጃም ሆነ በሽምግልና ዳር ዳር ለማለት የሞከረ እንዳልጠፉ ለሙሉነሽም የተሰወረ አይደለም።

እሳቸው ግን ፊት ሳይሰጡ እያሳፈሩ ስለሚመልሷቸው «እማዬ እኮ የልቤን ታውቅልኛለች! እኔን የፈለገ መጠየቅ ያለበት እኔኑ ነው! እኔ ደሞ የባል ነገር ምኑም አያምረኝ» ስትል ትሰማለች። እመት ጌጤነሽም ቢሆኑ የዚህን ጉዳይ ፊቷ አያነሱም። ገና ዳር ዳር ያሉባት እንደሆን ፊቷን አጥቁራባቸው ትውላለች። ሁለቱም ልብ ለልብ ይተዋወቁና የባሉን ጉዳይ ትተው ወደሌላው ጉዳይ ያልፉሉ።

የዕቁብ ሰዓት ደርሶ ዕቁብተኞቹ እመት ጌጤነሽ ቤት ተሰበሰቡ። ሙሉነሽም ለዕቁብተኛው ጠላ እየቀዳች በማቅረብ አያቷን ማገዝ ያዘች። እንደ ዕቁብ ዳኛው ሲማ በፀሐፊነቷ ሙሉነሽም የስም መጥሪያ መዝገቡን ከፊቷ ዘርግታ ተቀመጠች። የቀረው ሁሉ ማውካትና ጠላ ፉት ማለት፣ መሳቅ፣ መጫወት ይዟል።

«ዛሬ እንግዲህ የዕጣ ቀን ነው» አለ የዕቁብ ዳኛው:: ወዲያው ዲንቃ ተቀበለ::

«እሱስ ነው ብቻ እንዳው ያላሰብኩት ችግር ከቤቴ ገብቶ እንዳው ምን እንደማደርግ ቢጨንቀኝ፣ የዛሬን ግኘ ቢፈቀድልኝ ልጠይቅ አስቤ ነበር» ሲል እያቅማማ ተናገረ:: ዕቁብተኛው ሁሉ እርስ በርሱ ተያይቶ ዝም አለ:: የዲንቃም ሚስት የቤታቸውን ችግር አጠናክራ ተናገረች::

«ታዲያ ዛሬ የዕጣ እንጂ የግኘ ቀን አይደለም፣ እናንተ ባልና ሚስቶች ሁለት ዕጣ ስላላችሁ ምን ይታወቃል! ዛሬ ይወጣላችሁ ይሆናልና ዕድላችሁን ጠብቁ» አለችና የሌላው ዕቁብተኛ ሚስት ለጠቀች::

«መቼም የዲንቃ ችግር፣ ችግራችን ነው:: ምንም እንኳን ዛሬ የግኘ ቀን ባይሆንም እኛ ከተስማማን የሚቀጥለው አስራ አምስት ቀን የዕጣ ልናደርገው እንችላለን» ሲል ደሜ ቀጠለ::

«ዕጣ ዛሬ የምንጠብቀውስ እንዴት እንሆናለን» አለ ሌላው::

የዕቁብ ዳኛው የሁሉንም ሃሳብ ጠየቀ:: ዲንቃ ድንገተኛ ችግር ስላጋጠመው የዕጣም ቀን ባይሆን ይውሰድ የሚለው ወገን በርከት ያለ ቢሆንም፣ የዲንቃን ያህል ችግር አለብን ብለው የተናገሩም ባይኖሩ ዕጣ ይወጣልናል ብለን የምንጠብቅ አለን የሚሉ ስለተገኙ የዳኝነት ውሳኔ ለመስጠት አዳገተው::

«መቼም በሕጋችን የግኘና የዕጣ ቀን ብለን ለይተን ነው ዕቁባችንን የጀመርነው:: እርግጥ በጓደኛችን ላይ ድንገተኛ ችግር ሲመጣ ይህንን እናደርጋለን ብለን በሕግ የያዝነው ነገር የለም:: ቢሆንም ዋናው ጉዳይ የእኔ ይበልጥ የእኔ ይበልጥ ሳይሆን የመተሳሰቡ ነገር ነውና ሁሉም ዕቁብተኛ የሚፈቅድ ከሆነ የዛሬው ዕጣ ወደሚቀጥለው ተላልፎ የዛሬውን የግኘ ማድረግ ይቻላል» አለ የኢንዶው ማህበር ፀሀፊ እምሬ::

«የለም የሚሆን አይመስለኝም» አለች ሙሉነሽ እንደማቅማማት እያደረጋትና የሰውን ዓይን በየተራ ካንዱ ወዳንዱ እየቃኘች:: እኔ በበኩሌ ለጋሼ ዲንቃና ሚስቱ የሚሻል የሚመስለኝ ዕቁብ መጠጣት ስንጀምር ያወጣነውን ሕግ ከመሻር ይልቅ ሌላ ማለቴ ዕጣው በደንቡ መሰረት የወጣለት ሰው ቢለቅላቸውና የነርሱን ዕጣ ቢጠብቅ ጥሩ ይመስለኛል:: እኔ በበኩሌ ዕጣ ቢወጣልኝ እለቅላቸዋለሁ:: ይህንን

ያልኩበት ምክንያቱ፣ ማለቴ አለ አይደል? ዛሬ ለጋሼ ዲንቃ ብለን የዕጣውን ቀን ወደግዥ ብንለውጥ ነገ ደሞ ሌላ ሰው እንዲሁ ቢጠይቅ እንዴት እምቢ እንላለን? እምቢ ማለት የምንችል አይመስለኝም:: ማለቴ ላንዱ እሺ ብለን ለሌላው ስንከለክል ቅያሜ እንዳያመጣብን ህጋችንን ዝም ብለን ብንከተል ይሻላል ብዬ ነው::»

«እውነቷን እኮ ነው ይቺ ልጅ የምትለው እናንተው! የዛሬን ብቻ አይተን፣ የነገን ሳናይ ከቀረን ችግር ይገጥመናል:: አርቆ ማየት ያስፈልጋል:: ጓደኞችንን እንርዳ ብለን ያወጣነውን ሕግ መቼም ሳናከብረው እንቀርና መሃላችን ቅያሜ ይመጣል ያለችው ሙሉነሽ እውነቷን ነው:: እኔም የእሷ ሃሳብ ደጋፊ ነኝ? አለ የዕቁቡ ገንዘብ ያዥ የቃጫው ግርማ:: የቀረው ዕቁብተኛ የሚነገረውን ከማዳመጥና ከዕቁቡ ጠላ ገፉ ከማድረግ ያለፈ ሃሳብ፣ እሰጥ አገባው ላይ አልተሳተፈም:: የቀረበው ሃሳብ የተስማማው መሆኑን ብቻ ባንድ ድምፅ ገልጿል::

«ታዲያ እንግዲህ ዲንቃም ብትሆን በዚሁ በተባለው ሃሳብ ተስማማ እንጂ ቅር ሊልህ እንኳ የሚገባ አይመስለኝም» አለው ሲማ ነገሩ የዳኝነት ጉዳይ ሆኖበት::

«መቼም ያስከለከለችኝ ሙሉነሽ ነች:: ስህተት ላይ ከምንወድቅና ሕግ ከምናፈርስ ዲንቃ ዕጣ ቢያልፈው ይሻላል ብላ አይደል? እውነቷን ነው እኔም ሚስቴም ምንም ቅር አይለን» አለ ዲንቃ ለመቀለድ ብሎ እንጂ ሙሉነሽን ለመቀየም ብሎ ሳይሆን::

ሙሉነሽ በሙዳዩ ያሉትን ዕጣዎች ዘረገፈቻቸው:: ሌላ ጊዜ ዕጣ የሚወጣበትን ሙዳይ ተወችና «ጋሼ ዲንቃ እስቲ ባርኔጣህን አምጣ ምናልባት ዕጣውም ላንተ ቢሆን! አለችና በጉልበቱ ላይ አድርጎት የነበረውን ባርኔጣ እሱ ሳይሰጣት ቀድማ ወሰደችና ዕጣዎቹን በዚያ ላይ አደረገችው:: ቀጥላም በተንተን አደረገችውና «ዕጣ! ዕጣ! ዕጣ! ዕጣ! ለባለ ዕድል ይውጣ!» ካለች በኋላ ወደ ዕቁብተኞቹ ራመድ ብላ «ዓሊ ጋዝ በል እስቲ አይንህን ጨፈን አርግና አንዱን ዕጣ መዘዝ አርገው» አለችው:: እሱም እንደታዘዘው እጁን ሰዶ አንዱን ዕጣ ብድግ አደረገ:: ዕጣው ተገልጦ ተነበበ:: ሙሉነሽ ይላል::

«ዲንቃ! ዲንቃ እንኳን ደስ አለህ ዕጣው ላንተ ነው! በል ውሰድ:: ያስከለከልሽኝ አንቺ ነሽ ብለህም አልነበር? ይሄው ለኔ የወጣልኝን ላንተ እለቃለሁ:: እና ያንተን ዕጣ እጠብቃለሁ:: እኔ አሁን አያስፍልገኝም:: ምንም አላደርግበትም» እያለች የወጣውን ዕጣ ይዛ ወደ ዳኛው ሄደች::

«ያው ዕጣው ለሙሉነሽ ወጥቷል። እሷ ዲንቃ ይውሰድ ብላለች። በል እንግዲህ ደርሳልሃለች። መተሳሰብ ካለ ምንም ችግር የለም» አለ ሲማ። ከዚያም ገንዘብ ያዡ ግርማ ገንዘቡን ቆጥሮ ለዲንቃ እንዲያስረክብ ነገረው። እመት ጌጤነሽ የሆነውን ሁሉ እንደጉድ ተጎልተው ተመለከቱና «አሁን ይች ልጅ ለሰው ማዘኑን መተሳሰቡን ከየት ተማረችው እናንተው» አሉ በልባቸው። ከዚያም በልባቸው ያለውን ባፋቸው ቢናገሩትና ከሰው ጋር ቢካፈሉት የሚሻል መሰላቸውና «መተዛዘን ማለት እንዲህ ነው እንጂ። ኧረ እናንተስ እንዲህ እንደተፋቀራችሁ አይለያያችሁ። ሰው እርስ በርሱ ሲረዳዳ ማየት መች ቀላል ነው እናንተው? እኔ አዲሳባ ገሙ ሠፈር ስንት ዓመት ስኖር አብሮ የሚሠራ የእናንተን ያህል ህብረት ሲኖረው፣ ሲፋቀር አይቼም አላውቅ። እናንተንስ እንዲህ ስትተዛዘኑ ማየቱ ሌላ ሌላውን ክፉ ነገር ሁሉ ያስረሳል» እያሉ ምርቃታቸውን ትፍትፍ እያሉ አወረዱ።

ዲንቃ ሙሉነሽን እያመሰገነ ገንዘቡን ቆጥሮ ተቀበለና ሚስቱ ወደ ተቀመጠችበት ተመልሶ ተንሾካሸከ። ሁሉም ወደ እነርሱ እያየ ተሳሳቀ።

«የባልና ሚስት ነገር ከዚሁ ሳይወጣ ይንሾካሾኩ ጀመር» አላቸው ሲማ።

እነርሱም ሰው የሚላቸውን እየሰሙና እየሳቁ በዚያው ቀጠሉ። ወዲያው ደግሞ ወደ እቁብተኛው መለስ አሉና «ኧረ ሚስጥርም ኖሮን አይደለም። እንዳው የባልና ሚስት ነገር ሳይማከሩ አይሆንም ብዬ የእሷንም ፈቃድ ልጠይቅ ነው እንጂ! በሉ እስቲ ሁሉንም ቢጋብዙልኝ እርሶም ጭምር፣ ለሁላችንም አንዳንድ ብርጭቆ እስቲ ይበሉ!» አለ ዲንቃ።

«እንዴ ዲንቃ! አንቺስ ሚስቲቱ ምን ነካሽ? ዕጣውን የወሰዳችሁት እኮ ለችግራችሁ ነው እንጂ ሠላሳ ሰው ለመጋበዝ አይደለም። እሱስ እሺ ቢል አንቺ እሺ ትያለሽ እንዴ?» ስትል ሙሉነሽ፣ ዲንቃንና ሚስቱን ልትወቅሳቸው ሞከረች።

«እውነት ነው! አይገባም። ስንጠጣም አይደል እንዴ የዋልነው። በዚህ ላይ ገና ቤት ከመድረሳችን በፊት ከመንገድ አንዳንድ ማለታችን አይቀርምና ይቅርብን» አለ ዓሊ.ጋዝም።

ወቀሳው ሲበዛባቸው ዲንቃና ሚስቱም በዕቁብተኛው ፍላጎት ተስማሙ። አላግደረደሩም። መግደርደሩንም ሆነ ማግደርደሩን ስለማያውቁበትና የቀረበላቸውም አስተያየት የሚቀበሉት ሆኖ ነው እንጂ ጓደኞቻቸውን ለመጋበዝ ንፉግ ሆነው አይደለም። እንግዲያው እምቢ ካላችሁ ወደ ጉዳያችን እንሂድ ብለው ተነሱ። ሲማና ግርማ እዚያው እመት ጌጤነሽ ቤት ሲቀሩ እምሬ ዓሊ.ጋዝን ተከትሎ፣ የተቀረውም ዕቁብተኛ የቀረችውን ጠላ ከብርጭቆው እየጨለጠ፣ ቤቱን እየጣለ ይወጣ ጀመር። ሙሉነሽም ወደ ውጭ ወጣ ለማለት ብድግ ስትል ሲማ «የት ጥለሽን ትሄጂ? እኔኮ እናትሽን የዚያች የልጄ ሠርግ ስለደረሰብኝ ምክር ልጠይቅ ብዬ ነው እንጂ ሌላ ሚስጥር እኮ! ኖሮኝ አይደለም» ሲል እሷ ወደ ውጭ ወጣ ማለት የፈለገችው ከወሬያቸው ለመሸሽ መስሎት ተናገረ። የእዚህ ጊዜ ሙሉነሽም ወደ ውጭ መውጣቱን ተወት አደረገችና ክፉም ደግም ሳትናገር ከአያቷ አጠገብ ካለው መደብ ላይ ሄዳ ቁጭ አለች። እመት ጌጤነሽ ግን ሲማ የሴት ልጁን ወሬ ገና ሲጀምርላቸው ለማስጨረስም ሳያደርሳቸው «ኧረ እንኳን ለዚህ አበቃዎት! ዕድለኛ ነዎት እርሶ። እኮ ለመቼ ሊድሯት አሰቡ?» እያሉ ባንድ በኩል ለሲማ የሚመልሱ እየመሰሉ በሌላ በኩል ደግሞ የልጅ ልጃቸውን መለስ ብለው እያዩ ተናገሩ። ሙሉነሽ ያያቷ አነጋገር ደስ አላላትም። ሲማና ግርማ ወዳሉበት እየሄደች አያቷን «አንቺስ ልጅ ደረሽ ታውቂ የል? ምነው እንደ ብርቅ ነገር አናገረሽ? ለዚያውስ የልጅ ልጅስ አይተሽ የል እንዴ? አንቺስ እድለኛ አይደለሁም ለማለት ነው?» አለቻቸው።

እሳቸውም ሆኑ ቤታቸው ያሉት ሁሉ ለጊዜው ፀጥ አሉ። ብዙም ሳይቆይ ሲማ «የታደሉስ ጌጤነሽ ነዎት! ልጅ ከመዳር አልፈው የልጅ ልጅ ያውም ሙሉነሽን የመሰለች የልጅ አዋቂ ማየት ለእርሶ ትልቅ ዕድል ነው» አላቸው። እመት ጌጤነሽ ግን በሆዳቸው ያለው ሌላ ነው። ከልጅ ልጃቸው በስተቀር የቀሩት ያወቁላቸው አልመሰላቸውም። እሳቸው በዚሁ ጉዳይ በልባቸው ያለውን ለመናገር ዳር ዳር ማለታቸው የገባት ሙሉነሽ «አንቺ እማዬ እኮ! ምን ልትይ ፈልገሽ ነው? እንዳው የእዚህ አይነት ጉዳይ በተነሳ ቁጥር እንትን የምትይው?» አለቻቸው።

«የምጫወት ካዋቂ ጋር ነው ልጄ! አዋቂ ካዋቂ ሲጫወት ልጅ ጥልቅ የሚል አንቺን አየሁ እኔስ! ምነው አንቺ እንዲህ ሰው አላናግር ያልሽ» አሉና ከተቀመጡበት ሆነው መናገራቸው አልበቃ ያላቸው ይመስል ብድግ እንደ ማለት አሉ።

«ሰማችሁ አያ ሲማ! አያ ግርማ! መቼም ብዙ ጊዜ አጫውታችኋለሁ እያልኩ:: ለቀባሪ ሳትበቃ የትም ተደፍታ በቀረችው አንድ ልጄ ሆዴ ዘወትር እንደተቃጠለ ነው:: የእኔ ደስታ፣ በበላይነሽ ያላየሁትን ዓለም አያለሁ ብዬ ፈጣሪዬን ዕድሜ የምለምን፣ ተስፋዬም ያለ በሙሉዬ ነው::»

«እማዬ እንዲህ አይነቱን ነገር ባታነሺው ምናለ» አለቻቸው::

«ምነው ልጄ? ተወደደም ተጠላም ሁሌ ዝም አይባል! አንቺስ ተንግዲህ ምን ቀረኝ ልትይ ነው:: እርግጥ እኔ ካንቺ ፈቃድ ውጭ የማደርገው እንደሌለኝ ፈጣሪዬ የሚያውቀው ነው፣ እንዳው ባገሬ ታቦት በዲማ ጊዮርጊስ ይሁንብኝ» አሏት:: ሰከን ብለውና እንደ መጀመሪያው ሳይሆን ቁጣቸውንም ሆነ ሆድ ብሶታቸውን ዋጥ አድርገው::

«ኧረ ጌጤነሽ አይዞት! የት ይቀራል ብለው ነው! እሷስ ቢሆን ላፏ ያህል ትናገረው እንጂ የምታፈቅረው ታጣ ብለው ነው? የእሷስ ጊዜ እኛ ነን ቀጥ አርገን የምንድራት!» አለ ግርማ::

«ጋሼ ግርማ እርሶ ደሞ ምን ሆኑ? እርሶም አንደ እማዬ ሆኑ እንዴ?» አለችው ሙሉነሽ::

«አንቺ ደሞ ምን ሆንሽ? ብዙ ነገር ስታውቂ ምን ነካሽ? ሰው መቼም ኖሮ ኖሮ ትዳር መያዙ ይቀር ብለሽ ነው? የሰው ሕይወት በሦስት ይከፈላል የሚባለው እኮ አንድም ይኸው ተጨምሮ ነው:: ከመወለድ ቀጥሎ ትዳር መያዝ አለ:: ከዚያ እርጅናና ሞት ነው:: እስቲ ብቻ ለዚያ ያድረሰን» አለ ሲማም:: ከእመት ጌጤነሽ ሊማከርበት ያሰበው የሴት ልጁ ጉዳይ ሌላ ያልታሰበ አቅጣጫ ሲይዝበት፣ እሱም ይህንኑ ተቀብሎ ውይይቱን ለመቀጠል የመረጠ መሰለ:: ሙሉነሽ ግን አር ስቱን ለመለወጥ ፈለገች:: ያሰበችበት ጉዳይ ያለ ይመስል የቀሩት ሁሉ በጥሞና በሚያዳምጧት ሁኔታ ውስጥ ጨመረቻቸው::

«ኧረ ጋሼ ሲማ እጠይቆታለሁ ስል? በስብሰባችን የወሰነውን ጉዳይ ከምን አደረሳችሁት?» ስትል ቀጭን ፈታይን ወክላ በተገኘችበት ስብሰባ ላሠሪው ክፍል የቀርበውን ጥያቄ የሚመለከተውን ጉዳይ አነሳችላቸው:: የኢንዶ ሠራተኛ ካሠሪዎች የሚጠብቀውን ቀና ምላሽ ካላገኘ ሥራ ለማቆም እንደሚገደድና ለዚህም ደግሞ ባጠቃላይ ባገሪቱ ሠራተኛ ሕዝብ መሃል ያለው የማጉረምረም ሁኔታ የሚያበረታታው መሆኑንን ጭምር በሚመስላት ቋንቋ እያስታከከች አነሳችለት::

የግርማ አብሯቸው መኖር እንዳውም ይህንን ጉዳይ በጥሞና ለመወያየት እንደሚያመች አመነችበት:: ግርማ የቃጫ ፋብሪካ ሠራተኞች ማህበር መሪ መሆኑና በወዛደሩ መሃል ያለውን ብሶትም ሆነ ባሠሪዎች ግፊት ተገዶ በሚወስደው እርምጃ ሁሉ ከኢንዶ ማህበር መሪዎች ጋር የሚማከር በመሆኑ የእሱ ከዚያ እያለ ይህንን ጉዳይ ማንሳቱ ሃሳብ ለመለዋወጥ እንደሚያመች አመነች::

«እኔ እንኳን ለማለት የፈለግሁት፣ ይሄ የፋብሪካው ዕድራችን ጉዳይ እንዴት ነው? ብዬ ነው:: በሞትና በመርዶ ብቻ እንጂ ሠራተኛው ችግር ሲደርስበት መርዳት የለበትም እንዴ? ከሞትና መርዶ ሌላ እኮ በእኛ ላይ ብዙ ነገር ቢደርስ ማህበሩ ብቻ እኮ አቅም የለውም:: አይደለም እንዴ?» አለች ነገሩን ከሰራተኛው ዕድር ጋር አያይዛ::

«የኢንዶን ነገር እናንተው ታውቃለችሁ:: እኛ ዘንድ ግን ዕድሩ የመረዳጃ ጭምር መሆን አለበት የሚል ሃሳብ ሠራተኛው እየሰነዘረ ነው» ሲል የቃጫው ማህበር መሪ ግርማ ጣልቃ ገብቶ ተናገረ::

«ኢንዶም ቢሆን መቼ ይህን ይጠላል! ብቻ እኛው መሪዎች ዝም ብለን አንወስንም እንጂ» ሲል ሲማ አሁንም ቆጠብ ብሎ ተናገረ::

«እኮ መሆን አለበት እንጂ! ከጓደኞቻችን መሃል የሚታመም፣ ከሥራ የሚወጣ፣ ልዩ ልዩ አደጋ የሚደርስበት አለ:: የሕበረት ስምምነቱ ጋሼ ደሜ የዚያን ዕለት በስብሰባችን እንዳሉት የህልም እንጀራ እየሆነ ነው:: በዚህ ላይ ያኔ ሥራ ያቆምን ጊዜ ዕድሩ ረድቶን ቢሆን ኖሮ አሠሪው ጥያቄያችንን አንድ ሳይቀር ሳይፈፅምልን ተመልሰን ወደ ሥራችን ተመልሰን አንገባም ብለን እናገራግር ነበር:: እኔስ እንኳን የኢንዶ ዕድር ይቅርና ይሄ የጀመርነው ያው አሁን ወደማለቁ የተቃረበው ዕቁብ እንደገና ሲጀመር ኢንዶ፣ ቃጫ፣ ሳቢያን፣ ኢትዮ ጋርሜንት ሳይባል ሁላችንም አንድ ላይ የመረዳጃ ማህበር ብንጀምር ደስ ይለኛል» አለቻቸው::

«የዚች ልጅ ሃሳብ እኮ ከሁላችን የቀደመ ነው:: እንዲህ ማሰብሽ ደስ የሚያሰኝ ነው:: ይሁን እንጂ የኢንዶን ዕድር ወደ መረዳጃ እናድርገው ያልን እንደሆነ ችግር አለው» ሲል ሲማ ተናገረ::

«የምን ችግር?» ስትል ሙሉነሽ ከቃጫው ግርማ ቀደም ብላ ጥያቄ አነሳች::

«ዕድራችንን ስናቋቁም አሠሪዎች ለሃዘን ጊዜ እንዲሆነን ብለን እንደሆነ ያውቁታል፡፡ አሁን ተነስተን ዕድሩን የመረዳጃ አድረገን ሠራተኛው ሥራ በሚያቆም ጊዜ ችግር እንዳይደርስበት የሚያገለግለን እናርገው ያልን እንደሆነ አሠሪዎቹ ባንድ ጊዜ ነው የሚያፈርሱብን፡፡ ዕድርም ሆነ መረዳጃ ህጋዊ ሰውነት ስለሌለው አሠሪዎቹ እነርሱን የሚነካ መሆኑን የተመለከቱ ዕለት ችግር ያመጡብናል» ሲል ሲማ ተናገረ፡፡

«እንደሱም ካላችሁ በቃጫም ቢሆን ዕድሩን ወደ መረዳጃ እንለውጠው የሚለውን ግፊት እስካሁን አብርደን የያዝነው አሠሪው ክፍል በተለይም አሁን በያለበት የሠራተኛው ቁጣ እያየለ በሄደበት ወቅት በይፋ ማየታቸው አይቀርምና ሌላ የመደራጃ ዘዴ ይፈለግ ብለን ነው» አለ ግርማም፡፡

«ከኢሠአማ የሕግ ክፍል ጋር አንማክረው ነገር፣ ያው ካሠሪው ወገን ጋር የመማከር ያህል ሆኖ ተውነው እንጂ ለእኛ ጥቅም የሚያስብና የሚጨነቅ ከመንግሥትና ካሠሪው ጋር የማይስማማብን ጠንካራ አገር አቀፍ አካልማ ቢኖር ምንም ችግር አልነበረም፡፡ አሁንም የኢንዶ አሠሪዎች በተለይማ የውጭዎቹ ሰዎች ሕንዶቹ ወዛደሩ ባንድ አካባቢ ሠፍሮ መኖሩ ለፋብሪካ ሥራው የግድ አስፈላጊ በመሆኑ ነው እንጂ ውሎ አድሮ ችግር ያመጣብናል እያሉ በመስጋት ላይ እንደሆኑ ሲናገሩ ይሰማል ይባላል፡፡»

ሲማ ይህንን ተናግሮ እንዳበቃ ለጊዜው በመሃላቸው ፀጥታ ነገሰ፡፡ ሙሉነሽ ስንጥር ቢጤ ከወለሉ ላይ አንስታ ጥርሷን እንደመጎርጎር ሞከራት፡፡ ቀጥላም «እንዴት ነው? እነኚህ የተማሩ የሚባሉትስ? ምንም አይረዱንም? በተለይማ ዩኒቨርስቲውን ማለቴ ነው፡፡ ከዚያም አልፎ አልፎ እዚሁ ፋብሪካችን ድረስ እየመጡ ለጉብኝት ነው እያሉ ስለ ቀጭን ፈታይ፣ ስለወፍራም ፈታይ፣ ስለችግራችን እየጠየቁን አይዟችሁ አብረናችሁ ነን የሚሉንን ማለቴ ነው እኔማ» ስትል እነ ሲማና ግርማ እንዲህ ፍርጥ አድርገው ሊናገሩት ያልተዘጋጁበትን ጉዳይ ዱብ አደረገቻቸው፡፡ ለካስ እሷ ይህንን ስትናገር እመት ጌጤነሽ ከደጅ ወደቤት ሲገቡ ሰምተዋት ኖሮ ድንገት ጣልቃ ገቡ፡፡

«የምን ተማሪ አመጣችሁ ደሞ! ኧረ ተው! ልጅ ያቦካው ለራት አይበቃም፡፡

እናንተም መዘዙ ነው የሚተርፋችሁ፡፡ ተማሪ የለኮሰው እሳት ቶሎ

አይበርድም:: የመንግሥቱ ንዋይ ግርግርስ ተማሪ የለኮሰው ነው እየተባለ ይነገር የል? ይቺንም አለቅጥ ፊት ሰጣችኋት?! እሷ የምትካለበው አንሶ እናንተንም አካልባ ከስህተት እንዳትጥላችሁ ነው የኔስ ፍርሃት!» አሉና የተጀመረውን ውይይት ካልታሰበ አቅጣጫ ገብተውበት አደፈረሱባቸው:: እሳቸው ሁልግዜም ከፊታቸው ድቅን የሚልባቸው በባሻ የደረሰው ነው:: ከወጣትና በተለይ ከኮሌጅ ተማሪ ጋር መዋልና ባገር ጉዳይ ቀድሜ እገኝ ማለት፣ ጀመር አርገው የሚተውት ጉዳይ አልሆን እያለ ዳር ለማድረስ መንግሥትን፣ በሆነው ሁሉ መፈታተን መዘዙ ለእሳቸው እንደተረፈ እየታወሳቸው ይፈሩታል:: በተለይ ደግሞ በልጅ ልጃቸው የሚያዩት አመፀኛነት መከራው የሚተርፈኝ ለኔ ነው ስለሚሉ፣ ዕድሉን ባገኙ ቁጥር ሙሉነሽን አፍ አፏን ከማለት አይመለሱም:: አስተዋይነትዋን፣ አዛኝና ተቆርቋሪነቷን ባይጠሉም፣ መተባበርን፣ መደጋገፍን አስመልክታ በዕድሜ ያባት ያህል ከሚበልጧት ጋር እኩል ቁጭ ብላ ስትመክር ሲሰሙ ቢኮሩባትም ከመንግሥት ጋር መጋጨት ቶሎ ተሳክቶ ውጤት የማያመጣና መስዋዕትነቱም የሚበዛ እየመሰላቸው ሆዳቸው ፍርሃት ፍርሃት ይለዋል:: ለእሳቸው የባላቸውን ህይወት የገበሩበት መሆኑ አንሶ፣ ልጅና የልጅ ልጅ ሕይወት የሚገብሩበት እንዳይሆን ይሰጋሉ::

ምዕራፍ አራት

አቶ በላይና ሠራተኞቹ ሲጨቃጨቁ እሱም የጋራዥ ባለቤትነቱና የገበያው ነገር የልብ ልብ ሰጥቶት ሠራተኛውን ማመናጨቁን፣ አልፎ ተርፎም የመደባደብና የመሳደብ ጠባዩን አባሰው እንጂ እየተሻለው አልሄደም። ሃብት ልቡን ያደነደነው፣ ከራሱ ጥቅም በስተቀር ለሠራተኛው ሃዘኔታ እንደሌለው ሠራተኛውም ካወቀው ሰንብቷል። በላይ ጌትነቱን በዱላ ጭምር ካልሆነ በስተቀር ማሳየት የማይችል እየመሰለው በጉልበቱ ረግጦና በደመወዝ በድሎ እስካላሠራ ድረስ፣ ጥቅሙ የሚጓደልበት አድርጎ እየተመለከተ ሳለ በሌላ በኩል ግን ሠራተኛው ጥርሱን እየነከሰበትና እየተዳፈረው መሄዱን ልብ ሳይለው ቀን አልፎ ቀን ተተካ። እርግጥ ሕዝባዊ ኑሮ ዕድገቶችን የኪሱ ያህል ያውቃቸዋል። ከፖሊስ መኮንኖችና ፀጥታ ሹሞች ከተወዳጀና ከሥራ በኋላ በየግሮሰሪው አብሮ ውስኪ ሲጠጣ እንደሚያመሽና ይህም የልብ ልብ እንደሰጠው የጋራዡ ሠራተኛ በሙሉ ያውቀዋል። ይህም ሆኖ እነርሱም ቢሆኑ ትዕግሥታቸው የማለቂያውና ያንን አንድ የቀረ ኃይላቸውን በጋራ በማንሳት መብታቸው ቢቀር የሰውነት ክብራቸውን ማስከበር እንደሚኖርባቸው እየተሰማቸው ከሄደ ሰንብቷል። አቶ በላይ ያልጠረጠረው ነገር ቢኖር ሠራተኛው «አንድ ቀን ይህን ጥጋቡን ሳናበርድለት አይቀርም» እያለ ውስጥ ውስጡን የሚዝትበት መሆኑን ነው። በተለይ ፈጠነ ከመመረሩ የተነሳ ካቶ በላይ በሆነው ምክንያት ተጋጭቶ ሌላው ቢቀር የሰውነት ክብሩን አረጋግጦ እህል ውሃው ቢያልቅ እንደማይቆጨው ባነጋገሩና ለጌታው በሚሰጠው መልስ እያስታወቀበት ሄደ። እንደ አንድ ፍሬ ልጅ ሲያዩት የኖሩትም የሥራ ባልደረቦቹ የሱ መዳፈር እየደነቃቸው ከመሄድ ያለፈ እነርሱም እየተገፋፉ በጋራ ለመመከት ፍላጎታቸው እያደገ ለመሄዱ ብዙ ምልክቶች በበላይ ጋራዥ መታየት ከጀመረ ሰነበተ።

ፈጠነ አንዲት ዲ ኬ ደብልዩ መኪና ላይ ሞተር ለመግጠም ከረዳቶቹ ጋር በመሥራት እያለ፣ በላይ አስጠራው።

«ስማ ፈጠነ» አለው ገና ካጠገቡ እንደደረሰ። ወዲያው ቀጠለና አንድ ቮክስዋገን መኪና ሞተሯ ፉዞ ሆኖ አቃቂ ከተማው መሃል ቆማለችና ቺንጊያ አዘጋጅተህ የሚረዱህ ሁለት ሰዎች ይዘህ፣ በዚያ በፒክ አፕ

ጎትተህ እንድታመጣ፡፡ የጀመርከውን ሥራ ተውና አሁኑኑ በፍጥነት ሂድ! ያንድ የወዳጄ መኪና ነውና ቶሎ ተሰርቶ እንዲደርስለት ይፈልጋል!»

«እኔ ጎትቼ ስመጣ ትርፊክስ ቢይዘኝ መንጃ ፈቃድ የለኝ ምን እለዋለሁ?»

«ዛሬ ነው ስትታዘዝ እንዲህ የምትለው? መቼ ቀን መኪና ጎትቶ ለማምጣት እምቢ ብለህ ታውቅና ነው? አንተ ስትታዘዝ ካንተ ያነሰ ሰው ያለ ይመስል ሌላ ሰው ልታዝ ትፈልጋለህ ማለት ነው?» ሲል ደነፋበት፡፡

«ማዘዝማ የሚችሉ እርሶ ነዎት፡፡ እኔ መቼም ልዘዝ ብዬ አላውቅም፡፡ ያን ጊዜም ቢሆን መኪና መንዳት ብርቅ ሆኖብኝ የልጅነት ነገር ይዞኝ ነው እንጂ እንደዛሬው አደጋው አልታየኝም ነበር፡፡»

በላይ የበለጠ ተገሰለበት፡፡

«በላ ሞግተኝ! ይኸው ነው የቀረህ፣ ነገ ልምታህ ሳትል ትቀራለህ አንተ? ራስህ ሄደህ ጎትተህ እንድትመጣ ብያለሁ በኋላ የባሰ ነገር እንዳይመጣ! ስማ ይሄ ቀና ቀና ማለት እንኳን ላንተ ለነሣህሌም አልበጃቸው» በማለት ሳይዘጋጅ በድንገት ከሥራ ያባረረውን የልጆች አባት ስም በማንሳት እሱንም ሊያስፈራራው ሞከረ፡፡

ፈጠነ ያለውዴታው የታዘዘውን ለመፈፀም ተዘጋጀ፡፡ አስፈላጊ የሚመስሉትን የጋራዥ ዕቃዎችና መጎተቻዎችን አዘጋጀ፡፡ ጎትቶ እንዲመጣበት የታዘዘበትን አሮጌ ፒክ አፕ ቮክስዋገን ተመለከተው፡፡

«ጋሼ ፒክ አፑ ነዳጅ የለውም» አለው ወደ በላይ ቢሮ ሄዶ፡፡

«ከኔ መኪና አውጥተህ ጨምርበት»

ፈጠነ ከጥቂት ደቂቃዎች በኋላ እንደገና ወደ ባለቤቱ ቢሮ ተመለሰ፡፡

«ጋሼ የርሶ መኪናም አምስት ሊትር የሚሆን ነዳጅ እንኳ የላትም»

«ሰርቃችሁ ይሆናላ! ሰርቃችሁ ነው እናንተ ሌቦች!» እያለ ደነፋበት፡፡

«ምን ሊያደርግልን እንሰርቃለን የትኛውን መኪና ልንነዳበት? ለምን እንዲህ ይላሉ ጋሼ? መኪናዋን እንደሆን አለርሶ የሚይዛት የለም!»

«ታዲያ አርብ፣ ያሥር ብር ቤንዚን ተሞልቶ ሰኞ ድረስ አለቀ ልትለኝ ነው?»

«እሱንማ ምን አውቃለሁ:: ግን እዚህ ጋራዥ የቤንዚን ሌባ የለም!»

«እከከከ! ... እንዲህ ነችና ... በላ ስደበኝ! ... ከመቼ ወዲህ ነው ደግሞ ልትሞግተኝ የተነሳኸው? ከራስህ አልፈህ ለሌላው ሁሉ ልትከራከር ነዋ! ይኸው ነው የቀረህ በል እንግዲህ የሠራተኛው ሁሉ ጠበቃ ስትሆን እንተያያለን! በል አሁን ከታንከሩ የሚያስፈልግህን ቤንዚን ሞልተህ ትሄዳለህ ወይስ አትሄድም?»

«እሱማ መቼ አልሄድም አልኩኝ? የሰጠሆትም መልስ በቤንዚኑ ጉዳይ ብቻ ነው:: ሂድ ብለውኛል ሥራዬ ነው እሄዳለሁ::»

ፈጠነ ከሞተር ክፍል ጎን ካለው አንድ ክፍል ውስጥ፣ በበርሜሎች ተሞልቶ ከተቀመጠው ነዳጅ፣ የሚበቃውን ያህል በባሊ ቀድቶ ፒክ አፑ ውስጥ ካንቆረቆረና ሁለት ረዳቶቹን ይዞ፣ መፍቺያዎቹንና ቹንጊያዎቹን ጭኖ፣ መኪናውን በግፊ ካስነሳ በኋላ ከበላይ ጋራዥ ወጥቶ በደብረ ዘይት መንገድ አርጎ ወደ አቃቂ ጉዞውን ቀጠለ:: አቃቂ እንደደረሰ ከመንገድ ዳር ቆመው ከነበሩት ጥቂት መኪናዎች መሃል ሞተሯ ፉዞ ሆኖ የቆመችውን ቮክስዋገን በዓይኑ ፈለጋት:: የተባለችው መኪና ከመንገድ ዳር ተገኘች:: ባለቤቷ ግን ካጠገቧ አልተገኘም:: ባካባቢው የተገኘውን ሰው የመኪናዋ ባለቤት ወዴት እንደሄዱ ፈጠነ አጠያየቀ:: ባለቤቱን አየሁ የሚል አላገኘም:: የመኪናዎቹ አራት በሮች እንደተቆለፉ ናቸው:: ባለቤቱ በሌለበት ነትቶ ለመውሰድ እንኳ ቢፈልግ አይቻልም:: ስለዚህም በግንቦት ፀሀይ እየተንቃቁ ባለቤቱ ከሄዱበት እስኪመጡ ድረስ መጠባበቅ ግድ ሆነባቸው:: ከመንገድ ዳር ባሉ ድንጋዮች ላይ ተቀምጠው ጠበቁ:: ባለቤቱ ብቅ አላሉም:: ፀሀይ አንቃቃቸው:: ከመኪናቸው ሆነው መጠበቃቸውን ቀጠሉ:: የመኪናው ወበቅ ሲያስቸግራቸው ተመልሰው ከመንገድ ዳር ተሰጡ:: የምሳ ሰዓት ደረሰባቸው:: አንድ ቦታ ፀሀይ ሲበዛባቸው ጥላ ፍለጋ ፎቀቅ ሲሉ ካሉበት እየደረሰባቸው ብዙ ሰዓት ባለቤቱን ሲጠብቁ ቆዩ:: ባለቤቱ ግን የውሀ ሽታ ሆነባቸው::

«ኧረ ጎበዝ ፀሀይ ፈጀን» አለ አንዱ የፈጠነ ረዳት::

«ውሃ ጥሙስ ጨረሰን እኮ» ሲል ሌላው ረዳት ተቀበለ::

«ታዲያ ምን ተሻለ ትላላችሁ? የምሳ ሰዓትም እኮ ደርሷል» አላቸው ፈጠነም:: «ምሳውስ እንደፈለገው? እኔንስ ውሃ ጥሙ ነው የገደለኝ» «ከዚህ ሆነን ብንጠብቅ ይሻላል ብዬ እኮ ነው! ባለቤቱ መጥተው ያጡን እንደሆነ ደግሞ ችግር ነው» አላቸው ፈጠነ::

«ካላችሁስ ደግ ነው:: ብቻ ውሃ ጥም የሚቆርጥ ጠላ ነበር:: እዚህ አካባቢ እናገኛለን ብላችሁ ነው:: ባለቤቱ እንዳያጡን ትንሽ ወረቀት ቢጤ ጣፍ እናድርግላቸውና ወደዚያ አካባቢ ጠላ ይገኝ እንደሆን እንጠይቅ እንጂ መቼም በውሃ ጥም አንሞት» አላቸውና ፈጠነ ረዳቶቹን ይዞ ጠላ ፍለጋ ተነሳ:: ወደ መንደር ገባ ብለው ትንሽ ሄድ እንዳሉ አንዱን መንገደኛ ጠላ የሚገኝበትን ጠየቁት:: አላውቅም አላቸው:: መንገዳቸውን ቀጠሉ::

«ወደ መንደር ገባ ካላሉ የት ይገኛል ብለህ ነው ፈጠነ» አለው ረዳቱ::

«እሱማ ከሆነ ከመንገዱ መራቃችን እኮ ነው::»

«ታዲያ እንዴት ይሆናል? ወደ መንደር ገባ ብለን እንጠይቅ እንጂ ውሃ ጥም እኮ ነው ምን ነካህ!» አለ ሌላው::

«እሺ እንዳላችሁ ለውሃ ጥሙስ ቢሆን እኔንስ ጠምቶኝ የል?»

አስፋልቱን ትተው ወደ ሰው መንደር የሚያስገባ አንዱን መገንጠያ ተከተሉ:: ከፍ ብለው ከአንድ ትልቅ ግራር አጠገብ ከሚገኙ እጅብ ያሉ ቤቶች ካሉበት ተጠጉ:: በዓይናቸው ግራ ቀኙን እየቃኙ ሲደርሱ ከደጃፉ ጣሳ ተሰቅሏል:: የሚሸጥ ጠላ ለመኖሩ ምልክት መሆኑ ነው::

«ቤቶች?» አለ አንደኛው የፈጠነ ረዳት መዘጊያውን እንደ መቆርቆር እያደረገ::

«ደጆች» አሉ አንዲት ሴት ከውስጥ ሆነው::

«ጠላ ይገኝ እንደሆን ብለን ነው» አለ ሌላኛው::

«አለ! ወደ ቤት ገባ በሉ::» ሴትዮዋ ካሉበት ሆነው ወደ ቤት ብቅ ሳይሉ ሦስቱም እንደ ተነገራቸው ወደ ቤት ገቡ::

«ከበርጩማዎቹ ሁኑ መጣሁ ሥራ ይዤ ነው» ሲሉ ደግመው ተናገሩ::

«ኧረ እንቸኩላለን:: ካዲሳባ ለሥራ መጥተን ነው» ሲል ፈጠነ

መለሰላቸው::

እመት ጌጤነሽ ከጓዳ እንግዶቹ ወዳሉበት ብቅ አሉ:: ከፈጠነ ጋር ዓይን ለዓይን ተገጣጠሙ:: ልባቸው ክፉኛ ደነገጠባቸው:: የሚያውቁት መስሏቸው ትኩር አሉበት:: እከሌ ወይም የእከሌ ልጅ ሊሉት አልቻሉም:: የጣቃ ነጋዴው ታደሰ መልክና የደብሪቱ ዓይነውሃ፣ ያ ዞማ ፀጉሯ አልመጣ አላቸው:: ማመሳሰያው ጠፋቸው:: ፈጠነም አስተያየታቸው ግር አሰኘው:: ዓይኑን ካይናቸው አርቃለሁ ሲል የእሳቸው ተከተለው::

«ቶሎ በቁማችን አንዳንድ ብርጭቆ ቢሰጡን ውሃ ጥም ተቃጥለናል:: በዚህ ላይ እንቸኩላለን፣ አንቀመጥም» አላቸው ፈጠነ ከአስተያየታቸው ለመሸሽ እየሞከረና አንገቱን ወደ ጓደኞቹ መለስ እያደረገ::

«እኔን ይጥማኝ! እኔን ይጥማኝ:: የእዚህ አካባቢ ሰውም አትመስሉ:: ታዲያ አረፍ በሉ እንጂ» አሉና ፈጥነው ወደ ጓዳ ገብተው ከእንስራው ጠላውን በጣሳ ቀድተው ይዘውላቸው መጡ:: ብርጭቆዎቹን ከታጠቡበት አንስተው በእጅ በእጃቸው ሰጥተው ራሳቸው ይቀዱላቸው ጀመር:: እንደተቀዳላቸው ሦስቱም ባንድ ትንፋሽ ግጥም አደረጉት:: ዓይናቸው ፈጠነን እየሰረቀ ለመመልከት በቃጣ ቁጥር እጃቸው ብርጭቆውን እየሳተ ጠላው ከመሬት መፍሰሱ አልቀረም::

«ወይ ልጆቼን! ተቃጥላችሁ ኖሯል?» አሉ ያንኑ ፈጠነን እያስተዋሉ::

«ጠምቶን ነበር በፀሀይ ተቃጥለን እኮ ነው እማማ» አላቸው እሱም::

«እማማ አልከኝ፣ ልጄ ይልቅስ አረፍ ብላችሁ! ደጋግማችሁ ሂዱ ትደርሳላችሁ» አሏቸው::

እመት ጌጤነሽ ቢቆዩላቸው ፈልገዋል:: ፈጠነን የማውቀህ መሰለኝ ብለው ሊጠይቁት አስበዋል::

«እንቸኩላለን:: የምንከፍለውን ይንገሩን:: ካዲሳባ ለሥራ እንደመጣን ነው:: ፍራንክም አልያዝን አንዳንድ ብርጭቆ ይበቃናል:: በዚህ ላይ ደግሞ ራሳችን ላይ ይወጣና ለሥራ ያውከናል» ሲል ፈጠነ መልሶ ተናገረ::

«አረ ፍራንክ ምናባቱ እንዲህ በውሃ ጥም አልቃቸሁ:: ይልቅስ አረፍ ብላችሁ አንዳንድ ብርጭቆ ብትደግሙ ምንም አይላችሁ:: ሥራውስ

ቢሆን እናንተን ይጠብቃል እንጂ የት ይሄድባችኋል?»

ፈጠነ የጠጡበትን ለመክፈል ኪሱን ደባበሰና አንድ ስሙኒ አወጣ:: እመት ጌጤነሽ ግን አልቀበልም አሉት::

«በነፃስ ጠጥተን አንሄድም ይልቅስ ይቀበሉን» አላቸው::

«የሰው ልጅ እንዲህ በውሃ ጥም ተቃጥሎ፣ ያውም ከሩቅ መንገድ ለሥራ ብሎ ከወጣ እጅስ አልቀበለም! አላረገውም:: አንድ ስሙኒ መጣ ቀረስ ምን ይረባኝ ብዬ ልጄ? ይልቅስ አንተንማ ልጅ፣ የማውቀው መልክ እየመሰለኝ ገና ሳይህ ደንግጬ እኮ ነው ትክር ብዬ የማይህ» አሉት::

«እኔን የመሰለ ያውቁ ይሆናላ:: ይህንን የጠጣንበትን ይቀበሉኝ እባክዎ» ሲል እሱም ተናገረ::

«ኧረ ግዴለህም ልጄ ቢጠማችሁ ነው እንጂ መሸታ ልትመሽቱ አልመጣችሁም:: አይሆንም ልጄ» ብለው ሳይቀበሏቸው ቀሩ::

ፈጠነና ረዳቶቹ በነፃ ጠጥተን አንሄድም ቢሉም የእመት ጌጤነሽ እምቢታ አሸነፈና ፈጠነም ከኪሱ ያወጣውን ስሙኒ መልሶ ከተተ:: እሱም ሆነ ረዳቶቹ እግዜር ይስጥልን ብለው ወደመጡበት ሥራ መንገድ ጀመሩ:: የእመት ጌጤነሽ ዓይን ግን ፈጠነን ርቆ እስከሚሄድ ድረስ ተከተለው:: እንቸኩላለን ብለው አረፍ ሳይሉ እሳቸውም ፈጠነን «የማን ልጅ ነህ?» ብለው ሳይጠይቁት በመሄዱ እንደመቆጨት አረጋቸው:: እሳቸው ከራሳቸው ጋር እያወሩ «የተወለደኝ ያህል ይህን ልጅ ሳየው ልቤ ስንጥቅ ያለ፣ ያንዱ ዘመዴ ልጅ ከዳሞት መጥቶ እዚሁ አዲሳባ እንደኔው ቀልጦ የቀረ ይመስል፣ አይን አይኑን እኮ አየሁት እናንተው! ዛሬ ጎጃሞች የሌሉበት የለ!» ይሉ ጀመር:: ሌላ ሰው እየሰማ መልስ ይሰጣቸው ይመስል፣ ቀጠል አረጉና ደግሞ «ይኸን ጊዜ እናት አባቱን የማውቃቸው የገሙ ሠፈር ልጅስ ቢሆን የእግዜር ነገር ምን ይታወቃል ብላችሁ ነው? ገሙ ሠፈርስ ቢሆን የኖርኩበት፣ ወዳጅ ያፈራሁበትስ አይደል? የባሻዬ ነገር ሆኖብኝ ትቼው ወዲህ ከበለልኩ እንጂ ያልተወለዱኝ፣ ያልተወለድኳቸው ወዳጆችስ ስንት ነበሩ:: እንደ እናታቸው የሚያዩኝ እኔም የተወለዱኝን ያህል የምወዳቸው ስንት ነበሩ? ደብሪቱስ በደባልነት ከቤቴ ገብታ አይደል? እናትና ልጅ የሆነው! እስከዛሬስ የሚቆጨኝ አፈር ሳላለብሳት መቅረቴ፣ የትም ተደፍታ ስትቀር ሳልደርስላት መቅረቴ አይደል?

ገፅ 178 ያንዲት ምድር ልጆች፣ ቅፅ ፩

የበላይነሽን ያንድ ልጄን ያህል ያለቀስኩትስ፣ ያው እሷስ ቢሆን ከልጄ የማለያት ስለነበረችስ አይደል? ፍቅር ካለ መወለድ ቋንቋ ነው! ዘርና ሃይማኖት ምን ትርጉም አለው ብላችሁ ነው? እናንተው። የሚበልጥስ ፍቅር! የደብሬስ ነገር አንጀት ይበላል። የድሃ በሽታው ይኸው ድህነቱ እንጂ፣ ሌላማ ሰው ዘሩ ሌላ ቢሆን ያው ሰው ነው። ድህነት ብቻ ነው ከሰው በታች የሚያደርግ! የእኔስ ልጅ እንዲሁ እንደወጣች አይደል? አንዱ ዘንዳ ተደፍታ የቀረች። ይህን ልጅ ማንነቱን ጠይቄው ሳላውቀው እንኳ ብቀር እሱንም ሆነ ጓደኞቹን ከጠላው ጋብዣቸው ቢሄዱ ምን ነበር?» አሉ ለብቻቸው። ሰሚ ይኑራቸው አይኑራቸው ልብ አላሉም። እሳቸው በልባቸው ያለውን መናገራቸውን ነው ያዩት። ተደብቆ የሚሰማቸው ሰውማ ቢኖር «አሮጊቷ አሁንስ ለብቻ ያናግራት ጀመር!» እንደሚላቸው አልታሰባቸውም።

ፈጠነና ረዳቶቹ መኪናው ከቆመበት እስኪደርሱ የማያውቋቸው ሴት ደግነት አስገርሟቸው፣ ፈጠነንማ «የማውቅህ መሰለኝ» መባሉ አጋጥሞት የማያውቅ እንግዳ ነገር ሆነበት። ለሥራ ባይቸኩል ኖሮ እመት ጌጤነሽን ለመጠየቅ ፈልጎ ነበር። ይህንኑ ማሰቡን ለሥራ ረዳቶቹ ቢነግራቸው ከእነርሱ ያገኘው ምላሽ «ዕድሜ ላንተ ስሙኒያችንን አተረፍን፣ ያንን የመሰለ እግር እስኪነቃ ድረስ ቢኬድ በግዢ እንኳ የማይገኝ ጠላ ኮመኮምን» የሚል ብቻ ሆነበት። እሱም ነገሩን ወደራሱ አዙሮ «እህ ታዲያ ምን እንዲሉኝ ኖሯል? መልሰህ አነጋግራቸው አይሉኝ ነገር የከነከነው እኔን ነው» አለ። ሌላውም የፈጠነ የሥራ ባልደረባ «ሴትዮዋ አንተን አንተን አይተው መደንገጣቸው በጀን እንጂ ውሃ ጥማችንስ በአንዲት ስሙኒ ይቆረጣል የማይባል ነበር» አለው። እሱ ግን ከራሱ ጋር ማውራቱን ቀጥሎ ኖሮ አንዳቸውንም አልሰማ። ለካስ እመት ጌጤነሽን «የት ያዩኝ ይመስልዎታል?» ብሎ አለመጠየቁ ሊቆጨው እንደማይገባ ውልብ ብሎበት ኖሯል። ደግና አዛኝ ሴት ከወይዘሮ አገኙሁሽ ሌላ የማይገጥመውና የእሳቸውንም ቤት ዳግመኛ ላይመለስበት፣ እሳቸውንም መልሶ እንዳያስብ እርም ማለቱ ትውስ አለውና እመት ጌጤነሽም ያለፈ ትዝታ ቀስቅሰው ለመንፈሱ መረበሽ የዳረጉት ይመስል የእሳቸው አጠያየቅና እይታ ከአእምሮው በኖ እንዲጠፋለት ወደ መመኘቱ አዘነበለ። እሱም ከራሱ ጋር በማውራት «ልጅ የሚጠራ ባባቱ ነው። እኔ ለመጠሪያ የሚበጅ አባት የለኝ! በእናቴ በደብሪቱ ነፍስ አባት መጠራቴ ምክንያቱ በሥጋ የወለዱኝ አባቴ ስለካዱኝና ከገዛ ገረዳቸው ወለዱ መባላቸው አሳፍሯቸው አይደል? ታዲያ እኚህ ሴት

የማን ልጅ ነህ? ቢሉኝ የማን ልላቸው ኖሯል:: የደብሪቱ ልጅ ልላቸው ነው? ኧረ እንኳን ሳይጠይቁኝ ወደሥራዬ የሄድኩ» አለ:: ፈጠነ እንደዚያ ለብቻው ሲያወራ የቀሩት ረዳቶቹ የሄዱበት መንገድ ሳይሰማቸው፣ ሲመለሱበት ራቃቸው:: አቀበት ወጥተው አገር አቆራርጠው የሄዱ ያህል፣ መመለሱ የጭንቅ ሆነባቸው:: ሆኖም መድረስ አይቀርምና ከቦታው ሲደርሱም የሚጎተተው መኪና ባለቤትም ከሄዱበት ተመልሰው ኖሮ እዚያው ቆመው ሲጠብቋቸው ደረሱ::

መኪናው ተጎተተ:: ፈጠነ የጋራዡ ባለቤት አቶ በላይ ባለው ሰዓት ከጋራዡ ባለመድረሱ ገና ከበር ሲያየው ጮኸበት:: የስድብ ናዳ አወረደበት:: በዚያ ሰዓት ውስጥ ቀላል ብልሽት ያላቸው ሁለት ሶስት መኪናዎች ከጋራዥ መጥተው ፈጠነ ባለመኖሩ በተፈለገው ሰዓት አይደርሱም ተብለው መመለሳቸው፣ የገበያ መመለስ በመሆኑ ባለቤቱን አብሽቆታል:: አቶ በላይ ፈጠነን አስጠራውና ተጨማሪ የስድብ ናዳ አወረደበት:: ለካስ እሱን የቁጭት መወጫ ማድረጉ ኖሯል:: ለካስ የእሱ እግር ወጣ እንዳለ በዚያው በቤንዚን ዕቃ ስርቆት ከቀሩት ሠራተኞችም ጋር ሲዳረቅ ኖሯል:: ፈጠነ የዘገየበትን ጉዳይ ለማስረዳት ሞከረ:: አልተሰማሙም:: አሁንም መልሶ መላልሶ የሚሄድበት እንደሌለውና የቆየውም በምን ምክንያት እንደሆነ ቢናገር፣ በላይ እንዳውም ከመገሰሉም ያለፈ ለመደባደብ ቃጣው:: የእዚህ ጊዜ ፈጠነ መታገስ አቃተው:: ከሚችለው በላይ ሆነበት::

«እንዲያውም እኔ ደመወዝ አንሶኛል:: እንዲህ ሆኜ ማገልገሌ አልበቃ ብሎ፣ በገቡ በወጡ ቁጥር የሚሰድቡኝና የሚቆጡኝ ሰልችቶኛል:: በዚህ ላይ ጊዜ የማይሰጥ ችግር አጋጥሞኛል:: ደመወዜን የሚጨምሩልኝ ከሆነ ይጨምሩልኝ አለበለዚያ ያሰናብቱኝ:: ከሕፃንነቴ ጀምሮ በነፃ ባገለገልኩ ምን ይህን ያህል ያናግሮታል? እንዲያውም በዝቶብኛል:: መሮኛል:: የኔ ትዕግሥት ከዚህ ካደረሰኝ፣ ቢበቃኝ ይሻለኛል:: ዛሬውኑ ደመወዜን ካልጨመሩልኝ አልሠራም:: እምቢ ካሉ ደሞ በቀላሉ የምንላቀቅ እንዳይመስለዎ::የእርሶን በቀን አንድ ብር ተኩል ደመወዝ ነው ብዬ አልቀበልም» አለና የሚሠራበትን የሥራ መሣሪያ ወደጉን አስቀመጠና በባለቤቱ ላይ አፈጠጠበት::

«ደመወዝ አንሶኛል» የሚለውን ቃል በጆሮው ሲሰማው ማመን የተሳነው አቶ በላይ እውነት ፈጠነ የተናገረው ይህንኑ ለማለት ብሎ

እንደሆነ እርግጠኛ ለመሆን «ምን አልክ?» እያለ ይጠይቀው ጀመር::

«አዎን ደመወዝ አንሶኛል::»

«ዛሬ አይዞህ ባይ ብታገኝ ነዋ እንዲህ በጥዋት ወጥተህ አቃቂ ደርሰህ ለመምጣት ቀኑን ሙሉ ያስፈለገህ?»

«እሱን ይተውት:: አሁን ጉዳያችን ሌላ ነው:: የጉልበቴን ዋጋ ነው የምጠይቆት:: እርሶን አክብሬዎት ይህን ያህል ጊዜ ኖሬአለሁ:: እርሶ ግን እንደ ሰው ፍጡር አይተውኝ አያውቁም:: ጥያቄዬ ደመወዝ ይጨመርልኝ ነው፣ ሌላ መጥፎ ነገር ውስጥ ባንገባ ይሻላል:: ከእግዲህ በቁጣና በዱላ የሚሆን ነገር ያለ እንዳይመስልዎ:: ደግሞ ልንገሮት በእኔ ብቻ የሚቆም ጉዳይ እንዳይመስሎት:: የመረረኝ እኔ ብቻ አይደለሁም::»

የዚያን ዕለት በቤንዚንና ዕቃ ስርቆት ሲሰደብ ብግን ብሎና ምርር ብሎት የዋለው ሠራተኛ የበላይንና የፈጠነን መካረር እያየ በሥራው ላይ ማተኮር አልቻለም:: ሥራውን ቀስ እያለ እየተወው በራሱ እየተገፋፋ ከነበረበት ቀናና ብድግ ብድግ ማለት ያዘ:: ፈጠነ የእነርሱንም ብሶት አብሮ ሲያነሳውና ከራሱ አልፎ ሠራተኛው ሲቆጭበትና በተለይም ከቅርብ ቀናት ወዲህ ሲቀሰቀስበት የሰነበተበትን የደመወዝ ጥያቄ በእነርሱም ስም ለመጠየቅ በላይን ሲዳፈረው፣ ሲሰሙ የሚሠሩበትን የሥራ መሣሪያ በእጃቸው እንደያዙ ጡንቻቸውን ማፈረጠም፣ ፊታቸውን ማጥቆር፣ ብለውም እርስ በርሳቸው መታመስ ጀመሩ:: አንድ ሁለት ሦስት ተብሎ የቆጠረላቸው ያለ ይመስል ባለቤቱና ፈጠነ ወደተካረሩበት አካባቢ ተንቀሳቀሱ:: ክፍሌ ሰቱኮም፣ የስቱኮ መለሰኛ ማንኪያውን እንደያዘ፤ ሃይልዬም ሰልዳቱራ ማድረግ የጀመረውን ካንድ መኪና ላይ የተላቀቀ ባሌስትራ በእጁ እንደያዘ ጠጋ አለ:: የጋራዡ ሠራተኛ በባለቤቱ ላይ በድንገት አምፆ ለመነሳቱም ሌላ ምልክት ይታይ ጀመር:: የቀረው ሠራተኛ፣ ግሪስ ቦዩ ሳይቀር እንግሊዝ መፍቻ እያያዘ፣ አፈ ሰፊ መፍቻ እየጨበጠ፣ ሌባ ጎማ እያነሳ፣ ካቻቢቴ ይሁን ፕላየር፤ መዶሻ ይሁን፣ ባለ ቀለበት መፍቻ እየጨበጠ ወደባለቤቱ ተጠጋው:: አቶ በላይ አይኑን ማመን ያቃተው የእዚህ ጊዜ ነው::

«የቀራችሁት ምንድናችሁ?! ወደ ሥራችሁ አትመለሱም ማለት ነው?» አላቸው ወደ እሱ የተጠጉበትን ጉዳይ ያላወቀ ይመስል::

«ይኸ ሁሉ ሠራተኛ አመጣጡ ወደእርሶ ነው ጌታዬ! ወዴት ተመለስ ይሉታል፡፡ የመረረው የልቡን ሳያደርስ እንደማይመለስ ከዛሬ ጀምሮ እንዲያውቁት ያስፈልጋል፡፡ ወደእርሶ የሚጠጋው ሁሉም በሆዱ የያዘው ብሶት አለው፡፡ ችግሩን ቢሰሙለት ወደሥራው ሊመለስ፣ እምቢ ቢሉ ደሞ የሚመጣቦትን እዚሁ ለመጠበቅ ነው አመጣጡ፡፡ አስቀድሞ ደመወዝ ጭማሪ ይጠይቆታል፡፡ ስድቦን መደባደብዎን ደግሞ አቅም የለሽ ሆኖ ሳይሆን እስከዛሬ የቻለው ለእንጀራው ብሎ እንደሆነ ያስረዳዎታል፡፡ አዲሶቹ ሠራተኞች ሳይቀሩ በቤንዚን ሌብነት ተጠርጥረናል ብለው ማጉረምረማቸውንና ከእኛ በቋፍ ካለነው ጋር መተባበራቸውን ይወቁላቸው፡፡ ዋናው ጉዳያችን ደመወዛችን ነው፡፡ እርሶ በባለቤትነትዎ ከዚህ ሁሉ ሰው ተስማምተው የሚገባንን እየከፈሉን አብረን ብንኖር አይሻልም ካሉ፣ ውርድ ከራስዎ ነው፡፡»

በላይ አይኑን ማመን አቃተው፡፡ የሠራተኛው ቁጣ እዚህ ይደርሳል ብሎ አልገመተውም ነበር፡፡

«ደመወዛችንን ጨምርልን ነው የምትሉኝ? ታዲያ ይሄ ሁሉ ሰው ሥራውን ጥሎ እኔ ላይ ማመፅ ያስፈልገዋል እንዴ? ምነው ፈጠነ እንደ ልጄ አሳድጌህ፣ ሙያ አስተምሬህ አንተው ጠላት ትሆነኝ? የኔ ውለታ ይሄ ሆነ?» እያለ ባለቤቱ ድንጋጤውንና መብረክረኩን የሚገልፅ አነጋገር መናገር ያዘ፡፡

ሠራተኛው የበለጠ ቀረብ ቀረብ እያለው ሄደ፡፡ በበላይና በፈጠነ ዙሪያ መክበብ ጀመረ፡፡ ሁለቱ ከመሃል ሆነው እንደተፋጠጡ ናቸው፡፡ ዘበኛውና ገንዘብ ተቀባዩ ብቻ ርቀው ሲቆሙ በሣህሉና በወርቅነህ ቦታ የተቀጠሩት ሳይቀሩ ከቀረው ሠራተኛ ጋር ተደባለቁ፡፡ እነርሱም በላይ መጀመሪያ ሲቀጥረን የገባልንን ቃል አልጠበቀልንም ባዮች ናቸው፡፡ ሥራችሁን አይቼ ደመወዛችሁን አስተካክልላችኋለሁ ብሎ ይኸው ስምንት ወር አለፈን ብለው ከቀረው ሠራተኛ ተባበሩ፡፡ ቤንዚን ጠፋ፣ ዕቃ ተሰረቀ የሚለው ጉደይ ከቀረው ሠራተኛ ሁሉ የሚመለከተ እኛን አዲሶቹን ነው ብለው ተከፍተዋል፡፡ የአመፅ ሁኔታ ሲፈጠር እንኳንስ ብሶቱ ውስጥ አንጀቱ የደረሰውን ይቅርና ገና በደንብ ያልተነካውን የዳር ተመልካች ጭምር ጎትቶ በአመፅ ከተነሳው ጋር ማደባለቁ የማይቀር ነው፡፡

«እኔ የእርሶ ውለታ አልቀረብኝም፡፡ በነፃ ማገልገሌን እንደ ውለታ ያልቆጠሩት እርሶ ኖት፡፡ ሙያ ተምሬ ሞተረስት ብሆን ብዙ ደመወዝ

ሳይከፍሉኝ እንዳገለግሎት ብለው እንጂ፣ ሙሉ ተጠቃሚው እኔ ብቻ ሆኜ እንዳልሆነ የእርሶም ልብ ያውቀዋል:: ከእንግዲህ ግን ይበቃል:: የእኔን ያህል ቀርቶ ከእኔ ያነሰ የእጅ እውቀት ያላቸው ሌላ ቦታ ስንት? ደመወዝ እንደሚበሉ አውቃለሁ:: እግዜርን ፈርተው ለእኔ የነርሱን ሩብ ያህል እንኳ አላሰቡልኝም:: የታደለው እንጀራ ቆርሶ ሲበላ እኔ እስከመቼ ድረስ ቂጣ ጠፍጥፌ ደረቁን ሳኝክ እኖራለሁ:: እርሶ አስበው እንደችሎታዬ ይጨምሩልኛል ብዬ ነበር! ይኼ ሁሉ ሠራተኛም ቃልዎን አክብረው ደመወዙን የሚጨምሩለት መስሎት እስከዛሬ ታግሶታል:: ደም የሚያስቀምጥ ስድብዎና መደባደቡ የመረረው በመሆኑ እርቅ ሊወርድ የሚችለው የእርሶ ልብ ለእኛ የሚያዝን መሆኑን ጥያቄያችንን በመቀበል ሲያረጋግጡልን ብቻ ነው!»

ባለቤቱ የሚመልሰው ጠፋው:: ከስድብ አልፎ ዱላ የሚቀናው ሰው እንዳልነበር ኩምሽሽ አለ:: በትንሹ በትልቁ የሚያሳየው ድንፋታ ቀረና መናገሪያ ምላሱ ተሳስሮበት የሚናገረው ጠፋው:: የገዛ ምላሱን መልሶ የዋጠው መሰለ:: ከፈጠነ ወደ ሠራተኛው ዓይኑን እያቁለጨለጨ ከመርበትበት በስተቀር የሚያድነውና ድረስልኝ የሚለው የሌለ እንደሆነ የተገነዘበ መሰለ:: ድንጋጤውና ፍርሃቱ፣ የልጅ ፍርሃትና ድንጋጤ መሰለበት:: ሲሰርቅ እንደተያዘ ሕፃን ልጅ፣ ዓይን ማቁለጭለጭና መንቀጥቀጥ ብቻ ሆነ የበላይ ነገር:: ስልክ አምስተኛ ፖሊስ ጣቢያ ደውሉልኝና የጣቢያው አዛዥ የሆነው የውስኪ ጓደኛዬ ይድረስልኝ አይል፣ ገንዘብ ያገቱም ሆነ ዘበኛው ተደናግጠው ከቆሙበት ቀርተዋል::

«ልትደበድቡኝ? ... እስቲ ደብድቡኛ! ... አድማ ነው! አይደል? በገዛ ሀብቴ ይህ ሁሉ ነገር ይምጣብኝ? እኔ እኮ ካንዳችሁም ጋር ጠብ የለኝም:: ጠበኛዬ፣ ጠላቴ ያሳደግሁት ልጅ ነው:: ሙያ ባስተማርኩ፣ ለዚህ ባደረስኩ፣ አድማ ሲያስመታብኝ፤ በእሱ እንጂ እኔ በእናንተ መች እፈርዳለሁ:: እናንተ ሥራችሁ ተመለሱ:: ለምትፈልጉኝ ጉዳይ እኔ መቼ እምቢ እላለሁ? ማን ጠይቆኝ ያውቃል? አሁንም ይኸው ያሳደኩት ልጅ ሊያጣላን ብሎ ነው እንጂ! ሆ! ሆ! ... እናንተ ወደ ሥራችሁ ተመለሱ! ፈጠነንና እኔን ግን ተውን፣ በእኔና በእሱ ጉዳይ አትግቡ! የእናንተን ደመወዝ ይኸው ከነገ ጀምሮ ልጨምር በጎረቤቴ በጨርቆስ፣ መድኃኔ ዓለምና በልደታ ማርያም እምልላችኋለሁ::»

ሃይልዬ ወደፊት ራመድ አለ:: ወዲያው ባለቤቱ በፈጠነና

በሠራተኛው መሃል መለያየት ለመፍጠርና ሠራተኛውን በመደለል ፈጠነን ለመነጠል ያደረገውን ሙከራ በመቃወም ተናገረ፡፡

«ጋሼ! ትሰማኝ እንደሆን ልንገርህ! ከእንግዲህ ባንተና በፈጠነ መሀል የግል ጠብ የለም! ፈጠነ ያነሳው ሁላችንንም የሚመለከት ነው፡፡ አንድ ራሱን ብቻ ብሎ አይደለም፡፡ ሁላችንም የደረሰብንን በደል እንደ እኛ ሆኖ ነው ያነሳው፡፡ ከእኛ መስማማት ከፈለግህ ከእሱም መስማማት አለብህ፡፡ እኔ ሃይልዬ እሱን አሳልፌ ሰጥቼ እንጀራ አለኝ ብዬ አንተ ቤት አልሰራም፡፡ እኔና አንተ አብረን ነው ያረጀነው፡፡ ይህንን ጋራዥ ስንት ጊዜ በላያችን ላይ ስትገነባው፣ ስንት ኪራይ የምትበላበት ቪላ ስትሰራ፣ እኔ ሃይልዬ ያንገቴ ማስገቢያ ጎጆ እንኳ አልቀለስኩም፡፡ የእጄን ሙያ እየፈለግህ በደመወዝ ብዙ የበደልከው እኔንም ጭምር ነው፡፡ ይልቅስ ክፉ ባንዳረስ ይሻላል!፡፡»

ክፍሌ ስቱኮም ቀለም መለሰኛ ማንኪያዎቹን እርስ በርሳቸው እያፏጨ ሃይልዬን ተከትሎ ባለቤቱን ይናገረው ጀመር፡፡

«ሃይልዬ ካነሳው አይቀር እኔም ልንገርህ ብዬ ነው፡፡ በዚህ እናት አባት የሌለው ልጅ የደረሰው በእኛ እንደደረሰ ያህል ነው የቆጠርነው፡፡ ከዚህ ያዳረሰንም በዚህ ልጅ ላይ ያደረስክበት በደል ነው፡፡ እኛንም የቀሰቀሰንና ያነቃቃንም ይኸው የደመወዝ ጥያቄ ነው፡፡ አንዱን በነፃ አሰርተህ ስታባርር፣ ሌላውን ደሞ ስትሳደብና ስትረግጥ ኖረሃል፡፡ ከእንግዲህ ይበቃል፡፡ አሁንም በፈጠነ የመጣ በእኛ የመጣ ነው፡፡

እኛ ደመወዝ አግኝተን እሱ የሚቀርበት፣ እኛ ከሥራችን ተመልሰን አንተ እሱን ለብቻው ከእኛ ነጥለህ የምታጠቃበትን ዘዴ የምታስብ ከሆነ አይሆንም ብለናል፡፡»

ፈጠነ ራቅ ብሎ የቆመውን ዘበኛ የጋራዡን በር እንዲዘጋ በሃይለ ቃል አዘዘው፡፡ ፈንጠር ብሎ የሚያዳምጠውንም ገንዘብ ተቀባይ ወደ እነርሱ እንዲቀርብ ነገረው፡፡ ሁለቱም እንደታዘዙት አደረጉ፡፡ በላይ የበለጠ ሽብር የገባው የእዚህ ጊዜ ነው፡፡ ሠራተኛው በሙሉ ባደመበት ግቢ ብቻውን መሆኑ ተሰማው፡፡ ገንዘብ ያዡ ሆነ ዘበኛው ላድመኛው ወገን እንጂ ለእሱ እንደማይታዘዙ አወቀው፡፡ ዕድሉ በሌሎች እጅ መሆኑ ግልፅ ሆነለት፡፡

«በሰላም እንነጋገር ካላችሁ በሰላም እንነጋገር፡፡ እኔ መቼ እምቢ አልኩ? በጥሞና ደመወዝ አነሰን ብላችሁ ጠይቃችሁኝ፣ መቼ አልጨምርም

አልኩ? መቆጣትም እንደሆን የጠባይ ነገር ሆኖብኝ ከዱሮ አለቃዬ ከሲኞር ባሬታ ሙያውን እንደተማርኩ ጠባያቸውንም አብሬ ወስጄው እንጂ ክፉ ሰው እኮ ሆኜ አይደለም። አሁንም የጠየቃችሁትን ያህል እጨምርላችኋለሁ። እኔ በሰው አልጨክንም! ራሴም ከምን ተነስቼ ምን እንደደረስኩ አውቀዋለሁ። እንደናንተው ባሬታ ጋራዥ ባሸክርነት ተቀጥሬ ነው፣ ቀስ በቀስ ሙያ ተምሬ እዚህ የደረስኩት። ፈጠነስ ልጄ ማለት አይደል? ነገ የት ሂድ እለዋለሁ? እንዳው ብቻ ወደ ሥራችሁ ተመለሱ። እስካሁን እንኳ ስንት ገበያ ተመለሰብኝ እያለ ለማግባባት ሞከረ። ተለማመጣቸው።

ድንገት የተቀሰቀሰው የሠራተኛ ቁጣ በረድ ማለት ጀመረ። ፈጠነ ወደ ሠራተኛው ዞሮ ተመለከተ። እርሱንም የተናነቀውና ሠራተኛውን ለመቀስቀስ ያደረሰው ምሬት በረድ ያለለት መሰለ።

«ጌቶች የደመወዛችን ነገር መልስ ካገኘ እኮ! የሚያጣላን ነገር የለም። ተከባብሮ መኖር መች ጠላን እኛስ? ታዲያ የገቡትን ቃል እስኪፈፅሙልን ድረስ ምን ያህል ጊዜ እንስጥዎት?»

«ፈጠነ ደሞ ምን ሆንክ? እዚህ ከተዳረስን በኋላ የምን ጊዜ መስጠት ነው። ከነገ ጀምሮ የምከፍላችሁ ይህን ያህል ነው ይበለን እንጂ» በማለት ስቱኮ ገንፍሎ ተናገረ። ቀጠል አደረገና ደግሞ ወደ ባለቤቱ ዞር አለና «ጋሼ» ሲል ተጣራና «ከነገ ጀምሮ ደመወዛችንን ከፍ አድርገህ ልትከፍለን ትስማማለህ ወይስ እንዴት ነው?» ሲል ጠየቀው።

በላይ በተጠየቀው መስማማቱን በጨርቆስ፣ መድኀኔ ዓለምና በያመቱ በሚያዘክራት ልደታ ማርያም ስም እየማለና እየተገዘተ ነገራቸው። በማንም ላይ የበቀል እርምጃ እንደማይወስድ «ከልጆቼ ይነጥለኝ» እያለ ማለላቸው። በተለይ ፈጠነን ከልጁ የማይለየውና ምንም ቢሆን የሚጎዳውን ነገር እንደማያደርግበት ቃል ገባላቸው። ከዚህ በኋላ በጋራዡ የተፈጠረው ሁኔታ፤ የሚያሸብርና አልፎ ተርፎ የአካል ጉዳትም ሆነ የንብረት ጥፋት ከማድረስ የማይመለስ ይመስል የነበረው አመፅ እየበረደ ሄደ። ሠራተኞቹ በሙሉ የጋራዡን ባለቤት መንቀጥቀጥና መርበትበት፣ ያ ሁሉ እብሪት፣ ስድብ፣ እርግጫና ዱላው ቀርቶ ተለማማጭ ሆኖ የተጠየቀውን ለመፈፀም ቃል እስከማስገባት መድረሳቸውን እንደ ትልቅ ድል ቆጠሩት። የሚደፈር የማይመስለውን ያስሪና የእብሪተኛ ጉልበት አንድነት እስካለ ድረስ

ከማደናገጥና ማስበርገግ ያለፈ ማንበርከክ እንደሚቻል ተሰማቸው:: ይሁን እንጂ አንድነትና ሕብረት ያንድ ቀንና ያንድ ሰሞን ብቻ የሆነ እንደሆነ አሳዳሪዎችና አብሪተኞች ዳግመኛ እንደሚያጠቁ፣ ባለ ሃይላቸው ተዘጋጅተው ሠራተኛውን እንደሚገጥሙትና ብርቱ ጥቃት ሊያደርሱበት እንደሚችሉ የበላይ ጋራዥ ሠራተኞች የተገነዘቡ አይመስሉም:: እውነትም የእዚያን ዕለት ሠራተኛው በያለበት እየተገናኘ ሲደንቀውና ትንግርት ሆኖበት የዋለው፣ በራሳቸው ውስጥ ያለውን ኃይል ሳያውቁት ቀርተው ሲረገጡ መኖራቸው ነበር:: በተባበሩና ይበልጥ አንድ በሆኑ ቁጥር የማይደፈር የሚመስለውን አብሪተኛ ጌታ ሊደፍሩት እንደሚችሉ የተሰማቸው፣ ወሬያቸው ሁሉ ይኸው ሆኖ መዋሉ ነበር:: ለካስ ጩኸቱና ቁጣው፣ ስድቡና ዱላው የድፍረት ሳይሆን የፍርሃት ኖሯል ተባባሉ:: የራሳቸውን ኃይል ከመጠን በላይ የሚያጋንን አነጋገር ሆነ ንግግራቸው ሁሉ:: የጌታውን አቶ በላይ ሃይልና ጉልበት ከእዚያው የጋራዡ አጥር ግቢ የማይወጣና ከመንግሥትና ባለሥልጣን አጋርና ድጋፍ አግኝቶ ውሎ አድሮ እንደሚበቀላቸው አልተሰማቸውም:: አነጋገራቸው ሁሉ የመሳከር ነበር::

«ለካስ አንድነትን የሚያህል ኃይል የለም የሚባለው ሀሰት የለውም!» አለ ስቱኮ::

«ነው እንጂ! ማሽናታችን ራሱ መች ቀላል ነው? እስከ ዘሬስ የተጫወተብን ሁላችንም የየራሳችንን ብቻ በማየት በቀላሉ ሲገዛን በመቻሉ አይደል? እኔ ድረስ ካልመጣ እያልን የሌላው መበደል በደል ሳይመስለን ቀርቶ ጥሬ አሩን ሲያራብን የኖረ? ከእንግዲህ የበላይን ጉልበት አየነው:: ጉሮሮውን ሲያዝ እኮ የሚናገረው ጠፋው» ሲል ኃይልዬ ተቀበለው::

«እውነታችሁን እኮ ነው» ሲል በሣህሉ ፈንታ የተቀጠረው ኤሌክትሪሽያን ተናገረ:: ቀጠል አደረገና እንደቀጠረኝ ሰሞን አይዞህ ከሰሞኑ መደበኛ ደመወዝ አስብልሃለሁ ብሎኝ እኔም እውነት መስሎኝ ስጠብቅ ይባስ ብሎ ግልምጫውና ለሥራ ጉዳይ ወደርሱ የሄድኩም እንደሆነ ሲያዋክበኝና በጡጫ ሲለኝ በቅርቡ ከጠብ መድረሳችን እንደማይቀር ተሰምቶኝ ነበር:: ይባስ ብሎ ዕቃ ጠፋ፣ ቤንዚን ተሰረቀ ማለት ሲያበዛማ ያው እኛኑ አዲሶቹን ሠራተኞች ለማሸማቀቅ እንደሆነ ገባኝ:: ጠፉ የተባሉት ዕቃዎች ሁሉ በየስርቻው ሲገኙ ጎደለ

የተባለውም የቤንዚን ታንከር ስካፉ ድረስ ጢም እንዳለ ሁላችንም የማናውቅ መስሎት ቀልዶብን ነበር» አለ፡፡

የእዚያን ዕለት ከሰዓት በኋላው ላይ ሠራተኛው የፈጠነን ሁኔታና አስተያየት ከእነርሱ ለየት ያለ ሆኖ አገኙት፡፡ የእነርሱን ያህል የመፈንጠዝ ሆኖ አላገኙትም፡፡ ገሚሱ ገና በእጁ ባላስገባው ጭማሪ ስሌት ሲያወጣ፣ የቤቱን ችግር ለመተኮስ ሲደምርና ሲቀንስ የፈጠነ ሁኔታ የመተከዝ አይነት ሆነ፡፡ እሱ አለወትሮው እንደዚያ ተክዞና ተቆጥቦ መቀመጡን ሲመለከቱ ሁሉም በየተራ ጠጋ እያሉ የሚጠይቁትን ጠየቁት፡፡ በተለይ ለፈጠነ የሚቀርቡት ስቱኮና ኃይልዬ የተሰማውን ግልጥልጥ አድርጎ እንዲነግራቸው አጥብቀው ያዙት፡፡ በሆዱ የሚያስቀረውን አስቀርቶ እነርሱ ከጠየቁት ወጣ ብሎ ሌላ ጉዳይ አነሳላቸው፡፡ አላመኑትም፡፡ ቢቸግረው አንዳንዱን ነገር ጀመር አደረጋቸው፡፡ የጋራዡ ባለቤት እነርሱ እንዳሰቡትና እንዳቀለሉት የሚፈልጉትን ሁሉ ሊፈፅምላቸው ቃል ቢገባም አንዴ ከእጃቸው ራሱን ነፃ ካወጣ የሚያደርገው ተንኮል፣ የሚፈጥረው ደባ ሊኖር እንደሚችል በመጠኑም ቢሆን ጠቆም አደረገላቸው፡፡ ተስፋ ማስቆረጥም እንዳይሆንበት ቆጠብ ለማለት ፈለገ፡፡ ወደሌላ ጉዳይ ገባ፡፡ በዚያ ሰሞን የተዋወቀው አንድ የተማረ ወጣት ያጫወተውን ቁም ነገር አነሳላቸው፡፡ ሠራተኛው አሠሪው የሚያደርስበትን በደል ባንድ ላይ ሆኖ መመከት እስካልቻለ ድረስ ዘወትር ለጥቃት እንደተጋለጠ ይኖራል ሲል የነገረውን አነሳላቸው፡፡ ስቱኮና ሃይልዬ፣ ፈጠነ በትርፍ ጊዜው ከተማሩ ወጣቶች ጋር በመዋል ይዞላቸው የሚመጣውን ቁምነገር መከተል እንደማይችሉ እየተሰማቸው ቸል ይሉታል፡፡ ቢሆንም አንዳንድ አነጋገሩን ሲሰሙት ቢውሉ የሚሰለቻቸው አይመስሉም፡፡ ስለዚህም ፈጠነ ጀመር አድርጎ ተወት ከሚያደርገው ግልጥልጥ አድርጎ እንዲነግራቸው ፈለጉ፡፡ ከፈጠነ ይሰሙት የነበረው አዳዲስ ሃሳብ ጥቅሙ እንደብዥታ ይታያቸው የጀመረው ካሠሪው ጋር በተጋጩበት ዕለት ይመስል መወያየቱን ፈለጉት፡፡ የዚያን ዕለት ሥራ የመስራቱ ነገር ቀርቶ የተያዘውን የዕለቱን ግጭት ማስላሰልና ማኘክ ሆነ፡፡

«አለመማራችን ብዙ እንደጎዳን እርግጥ ነው» አላቸው ተክዞ ሲያዳምጣቸው ቆየና ያቀረቀረ አንገቱን ቀና እያደረገ፡፡ ያ በዚያ ሰሞን የተዋወቅሁት ያልኳችሁ የተማረ ወጣት የእኛን ኑሮ ስነግረው ሀብትና ሥልጣን ያላቸው ሰዎች ግፍና በደል ራሱ ውሎ አድሮ ባንድነትና

በሕብረት የመነሳትን አስፈላጊነት ያስተምራል ብሎኝ ነበር። እናንተም ቀለም ለይታችሁ፣ መፅሃፍ አገላብጣችሁ ባታውቁትም የጌታ ጭቆናና በደል ራሱ ትልቅ ትምህርት ቤት ነው ብሎኝ ነበር። ነገር ግን እውቀት፣ ጉልበትና ሃይል እስኪሆን ድረስ መንገዱ ረጅም መሆኑን ደግሞ ሲነግረኝ የእኛና የአቶ በላይ ጠብ ባንድ ቀን ተቋጥሮ ባንድ ቀን የሚቋጭና ዳር የሚደርስ አልመሰለኝ አለ።»

ካጠገቡ የከበቡት ሠራተኞች በፈጠነ አነጋገር እንደ መረበሽ አደረጋቸው። አንዳንዶቹ አምነው ላለመቀበል ምክንያት ይደረድሩ ጀመር። አንዳንዶቹም በባለቤቱ ላይ እየዛቱና «የት ይደርሳል እምቢ ካለ ደሞ እናሳየዋን እያሉ» ይፎልሉ ጀመር።

«ያልጠረጠረ ተመነጠረ ነውና ይህ ታናሻችን ሊጠቁመን እንደሞከረው አቶ በላይ ከመንግሥት ሊስማማብንና ተመልሶ ሊጨቁነን መሞከሩ አይቀር ይሆናል። ታዲያ ከተማረው ወጣት ጋር መገናኘት የጀመርክ አንተ ነህ። ስለዚህ ጉዳይ ምን እንደሚሉ? መላውን ይዘህልን አንተው ካልመጣህ እኛማ ምኑን እናውቀዋለን? አይናችንን የሚከፍትልን ካላገኘን የት እንደርሳለን ብለህ ነው? ያልተማርን እኮ ነን! ያለተማረ ደግሞ እንደ ዕውራን ማለት ያህል ነው። የብርሃኑን መንገድ ማየት አይቻለውም» ሲል ሃይልዬ መላ ፍለጋውን ወደ ፈጠነ መለሰው።

ፈጠነ ሁሉንም ከሰማ በኋላ መድሃኒቱ ሌሎች ሠራተኞች ከደረሱበት በማህበር መደራጀት እንደሆነ ገለፀላቸው። ማኅበር ማቋቋም የደረሱ ሠራተኞች የሚደርስባቸውን በደል በጋራ እንደሚመልሱ በቅርቡ ባንዳንድ የሥራ ቦታዎች የደረሰውን አስመልክቶ የሰማውን ተረከላቸው። የእዚያን ዕለት ሠራተኛው በፈጠነ ዙሪያ ተሰብስቦ ሲነጋገር አሥራ ሁለት ሰዓት ድረስ ቆየ። የጋራዡ ዘበኛ ደፈር ብሎ ከሥራ ሰዓት በኋላ እዚያው ቀርተው መወያየታቸውን ትተው እንዲወጡለትና እሱም የጋራዡን በር እንዲዘጋ ሊጠይቃቸው አልደፈረም። የጋራዡ ሥራ ሳይሰራ፣ አንድ ብረት ሳይቀጠቀጥ፣ የሞተር ድምፅ ሳይሰማ፣ የሠልዳቱራ ወላፈን ሳይረጭ፣ የተፈቱ ብሎኖች ሳይገጠሙ፣ ጋራዡ ባለቤት ይኑረው አይኑረው እንኳ ተረስቶ ቀኑ መሸ። ስለማህበር ማቋቋም ጉዳይ የተነሳው ጉዳይማ ስሜት የሚያሟሙቅ ሆነና አንድ ላይ አስመሻቸው። ከማሚቴ «ውሻ ገዳይ» ጠጅ ቤት ጎራ ብለው እንደሌላው ጊዜ ሳይበዛ አንዳንድ ብለው ሁሉም ወደየቤታቸው ለመግባት ሃሳብ ሲቀርብ የተቃወመ አልነበረም።

ምዕራፍ አምስት

የኢንዶ ጨርቃ ጨርቅ ፋብሪካ ወዛደሮች ጥያቄያቸውን በማህበራቸው በኩል ለአሠሪው ወገን አቅርበው ምላሽ ሳያገኙ እነርሱም ከነገ ዛሬ መልስ እናገኛለን ሲሉ ሲባል ከወር በላይ ሆናቸው፡፡ አሠሪው ክፍል ከሠራተኛው የቀረበለትን ጥያቄ እፈጽማለሁ አልፈጽምም ሳይል «አንዴ እናስብበት ጊዜ ስጡን» ሲል፣ ሌላ ጊዜ ደግሞ «ከፋብሪካው ባለ አክስዮኖችና የቦርድ አባሎች ጋር ለመመካከር ቀነ ቀጠሮ ይዘናል» ሲል ቆየ፡፡ ይህንኑ በሰበብ ባስባቡ የማጓተት ዘዴውን ሲጠቀም ቆይቶ በመጨረሻ የመንግሥት ባለሥልጣኖችና ሚኒስትሮች የሆኑትን ባለአክሲዮኖች ቦርድ አባሎችን ተማምኖ የሠራተኛውን ጥያቄ ለመቀበልም ሆነ ከመሪዎቹ ለመደራደር አሻፈረኝ አለ፡፡ ሲማ ከአሠሪው ክፍል ጋር እየተገናኘ ከሠራተኛው በኩል በቀረቡት ጥያቄዎች ላይ ስላደረገው ውይይት ሰፋ ያለ ዘገባ አቀረበ፡፡ አሠሪው ወገን ከሠራተኛው ጋር ተስማምቶ የተደራደረውን የሕብረት ስምምነት ዕብሪት በተሞላበት መንፈስ እንዳናናቀውና ስምምነቱ ሠራተኛውን ሊጎዳ አሠሪውን ሊጠቅም በሚችል መንገድ ክለሳ ሊደረግበት ይገባል እስከማለት መድረሱን በተወካዮች ስብሰባ ላይ አሳወቀ፡፡ የደመወዝ ጭማሪም ቢሆን እንደማይደረግና ኢንሹራንስ፣ ህክምናና ፈቃድን በሚመለከተው አሠሪው ክፍል ተገቢ በመሰለው መንገድ የሚፈፅመው እንጂ በሕብረት ስምምነቱ ላይ የተጠቀሰውን ሁሉ ፋብሪካው በሚገኝበት ተጨባጭ ሁኔታ ለመፈፀም አይገደድም እስከ ማለት መድረሱን ሲማ ለተወካዮቹ ገለፀላቸው፡፡ አሠሪው ወገን ለሰራተኛው የሚሰጠውን ምላሽ በቃል ከማድረግ ይልቅ በፅሑፍ እንዲያደርገው ተጠይቆም አሻፈረኝ ማለቱን ሳይቀር ዘረዘረላቸው፡፡ የሠራተኛው ተወካዮች የመሪያቸውን ገለፃ ሲያዳምጡ ነገሩ እውነት አልመስል አላቸው፡፡ የአሠሪው ክፍል ዕብሪትና ማን አለብኝነት ከገመቱትና ከጠረጠሩት በላይ ሆነባቸው፡፡ ከተወካዮቹ መሃል ቁጣና ንዴታቸውን ለመቆጣጠር ያቃቸው ከመሪያቸው የሚቀርበውን ገለፃ ማስጨረስ የተሳናቸው በመሃል እየተነሱ የመሰላቸውን አስተያየት ይሰጡ ጀመር፡፡

«እኛስ እንዲህ አልመሰለንም ነበር፡፡ የጊዜውን ለውጥ አይተው፣ ሠራተኛው በያለበት የያዘውን ማጉረምረምና የተናጠል አመፅ

ተረድተው፣ ባንዳንድ ስፍራማ የፖሊስ ድብደባና እስር የማይፈታው መሆኑን አይተው ይለሰልሳሉ፣ ይለዝባሉ ብለን ነበር!» ሲል ዓሊጋዝ በመሃል ጣልቃ ገብቶ ተናገረ:: ተወካዮቹ በጉዳዩ እንዲመክሩበት ስብሰባውን ለውይይት ገና ክፍት ሳይደረግ ትርምስ ሆነ::

«ኧረ ለመሆኑ የእኛ ጌቶች የሆኑት እነኚህ ባዕዳን መጤዎች ማን ይሆን? እንዲህ አይዟችሁ ያላቸው? ማን መሆናችንን ዘነጉት መሰለኝ፣ ያንን በቁማቸው እስከማስቀመጥ አድርሷቸው የነበረውን የጥንቱን የጥዋቱን አመፃችንን ረሱት መሰለኝ!» አለ ዲንቃ ድንገት በመሃል ገብቶ:: ግንባሩ ላይ እሳት የተጫረበት ይመስላል ሲናገር::

«የሚያሰኝ ነው! አይዟችሁ ያላቸው ቢኖር ነው እንጂ! ባዳ ምንም ባለሃብት ቢሆን ከባሕር ማዶ ድረስ መጥቶ መብታችንን አላከብር ብሎ እንዲህ ደማችንን ሊመጥና አጥንታችንን ሊግጥ ባልደፈረ ነበር» ሲል ደሜም አንገቱን እንዳቀረቀረ ተናገረ::

«እሱማ ነው:: እንኳን ዛሬ፣ የዛሬ አሥር ዓመት ማህበር ሳይኖረን የሕብረት ስምምነት ስንዳራደር፣ መብታችንን ስንጠይቅ እንዲህ አልተዘባነኑብንም ነበር:: ቢሆንም እኮ! ይህንን የተወካዮች ስብሰባ የተጠራበት ጉዳይ አላለቀም እኮ! እስቲ በትዕግሥት እንደማመጥ» አላቸው ሊቀ መንበሩ ሲማ:: የሰማው የለም:: አንዱ አንዱን እየተከተለና አንዱ ባንዱ ጣልቃ እየገባ ይናገር ጀመር:: ሙሉነሽም ከተቀመጠችበት ብድግ ብላ የመሰላትንና የታያትን በቁጣ አወረደችው::

«እንግዲያው አሠሪው ወገን ያ ሲያልቅ አያምር የሚባለው ትዕግሥታችን እንዲያልቅ ፈልጓል ማለት ነው:: ሆኖም እኛ ከመሪዎቻችን ፈቃድ አንወጣም:: ሁሉም ነገር ከእናንተ ከመሪዎቻችን ይምጣ:: እናንተ የምታዙንን ሁሉ ለየክፍላችን እንነግርና ያው የሚሆነው ይሆናል:: እናንተ አንጋፋዎቹ፣ በዚህ ፋብሪካ ውስጥ ስንትና ስንት ዓመት ለሠራተኛው መብት ታግላችሁ ያስገኛችሁልንን መብት፣ አሠሪው እገፋለሁ ካለ ውሳኔው ይሄ ነው ብላችሁ እናንተ ንገሩንና ያው ወደ የክፍላችን እንሂድ:: እንኳን እኔ ስንት የወለዱትም ቢሆኑ የሚታገሱት አይደለም:: የሕብረት ስምምነቱን ፈቅደው ከተደራደሩ በኋላ አናከብርም ማለት ከሠራተኛው ጋር ጠብ መፈለግ ነው:: እነኚህ ባዕዳን ማን? ልብ እንደሰጣቸው ነው እኔስ የማይገባኝ:: እኛ ቀጭን ፈታዮች መሮናል:: አሁን ይህንን እዚህ የሰማሁትን ለቀጭን ፈታዮች ብነግራቸው ምን እንደሚሰማቸው ይታወቀኛል::

ሆድ ለባሰው ማጭድ አታውሰው እንደሚባለው ነው:: የመጣው ቢመጣ ከወንድሞቻችን አንለይም::» ተወካዮቹ ጭብጨባቸውን አቀለጡት:: በመሃላቸውም የቁጣ ብቻ ሳይሆን ያንድነት ስሜት አየለባቸው::

የማሕበሩ መሪዎች ገና ውይይታችንን አልጨረስንም እያሉ ተወካዮቹን መማፀን ያዙ:: ለመደማመጥና የነገሰውን የመነሳሳት ስሜት ሰከን ለማድረግ እነሲማ ሙከራቸውን ቀጠሉ:: ከተወካዮቹ ደግሞ ተደጋግሞ የሚሰነዘረው ቃል «ለአሠሪው ክፍል ኃይላችንን እናሳያቸው» የሚል ብቻ ሆነ:: ቢቸግረው ሲማ ቆጣ አለ:: መከበርንና መወደድን ብቻ ሳይሆን መፈራትንም ያልተላበሰ መሪ፣ በንፅህናውና በእውነተኛ አቋሙ ብቻ ሊመራም ሆነ የበላይነት ክንዱን ሊያሳርፍ እንደማይችል እንደተረዳ ሰው ጠንከር ብሎና ጠረጴዛውን ደብድቦ ሲናገር ተወካዮቹ ረጭ አሉ::

እንደገና መደማመጥና በጥሞና መወያየት ነገሰ::

«ምነው? ምን ነካችሁ? መቼ ጨረስን? ገና ምኑን ሰማንና ነው ቶሎ ኃይል ለማሣየት የምንቻኮለው? እሱም ቢሆን እኮ ዝግጅት ይጠይቃል:: እባካችሁ አዳምጡኝ ገና ያልጨረስኩት ጉዳይ አለ» አላቸውና ወደሚቀጥለው ነጥብ አለፈ::

«ያው ቀደም አድርጌ እንደተናገርኩት በጽሑፍ ይሰጠንና ያሠሪውን ትክክለኛ መልስ ሠራተኛው እንዲያውቀው ይደረግ:: ይህንን የማድረግ ደሞ ግዴታ አለብን እያልኩ በመነጋገር ላይ እያለሁ እንደምታስታውሱት ለአሠሪው ያቀረብነውን ጥያቄ አንድ ኮፒ ለኢሠአማ የላክነው መልስ በፖስታ ደረሰን:: እኛ እንኳን ትክክለኛውን አሠራር ለመከተል ያህል ለኢሠአማ ግልባጩን ላክን እንጂ ከኢሠአማ መልስ ለማግኘት አልነበረም:: ይኸው ኢሠአማ የላከልን ደብዳቤ» ካለ በኋላ ደብዳቤውን ከፖስታው አውጥቶ አሳያቸው::

«አንብብልን!» ሲል ደሜ ጠየቀ::

«ይነበብልን!» በማት ዓሊ ጋዝም ደገፈው::

«እንወቀው እንጂ!» ስትል ሙሉነሽ ተጨመረች::

«ብናውቀው ይሻላል! ወዳጅና ጠላት የሚታውቀው በችግር ቀን ነው»

ሲል ዲንቃም ተናገረ። የቀረውም ተወካይ ከኢሠአማ የተላከው ደብዳቤ እንዲነበብለት በመሰለው መንገድ እየጮኸ ጠየቀ። ሲማ ደብዳቤውን ለፀሀፊው ለእምሬ ሰጠው። እሱም የተፃፈበትን ቀን፣ ዝባሩ ሳይቀር ጠቀሰና ከኢሠአማ የሥራ አስፈፃሚ ኮሚቴ ለኢንዶ ኢትዮጵያ ጨርቃ ጨርቅ ፋብሪካ የሠራተኛ ማህበር በማለት የደብዳቤው ዋና ቁም ነገር ከሰፈረበት መስመር አንስቶ ያለውን ያነበው ጀመር።

«... በ1954 የሠራተኛ ጉዳይ አዋጅ ሲወጣና ባመቱም ኢሠአማ ሲቋቋም አንዳንድ አንጋፋ ማሕበራትም በተከተሉት ዓመታት ከአሠሪዎች ጋር የሕብረት ስምምነት ሲደራደሩ፣ ሁላችንም ዓላማ አድርገን የተነሳነው በሠራተኛና በአሠሪ መሃል እስከዚያን ጊዜ ድረስ የነበረው አለመግባባት ተወግዶ ችግሮች በውይይትና በመረዳዳት እንዲፈቱ፣ አሠሪውና ሠራተኛው አንድ አካል ሆነው የሚጠበቅባቸውን መብትና ግዴታ እንዲወጡ እንደሆነ ግልፅ ነው። የኢንዶ ኢትዮጵያ ሠራተኞ ማህበር ግን ይህንን አቢይ ቁም ነገር በሚገባ የተገነዘበው አይመስልም። ከዚህም የተነሳ አሠሪና ሠራተኛ በቅርብ ተገናኝተው በመግባባትና በመረዳዳት ሊወጡት የሚችሉትን ችግር በማካረር ሠራተኛን ካሠሪው ለማጋጨት ጠብ ጫሪነትን ሥራዬ ብሎ እንደ ያዘው ከብዙ ጊዜ ጀምሮ የተከታተልነው ጉዳይ ነው። በአሠሪው በኩል ያሉትን ችግሮች ባለመረዳቱ ሠራተኛው በሕብረት ስምምነቱ ውስጥ የተዘረዘሩ፣ የተደረጉ ድርድሮች ሁሉ ባንድ ጊዜ እንዲሟሉለት ሠራተኛው ከመጠየቅ አልፎ እስከ ማስገደድ እንዲደርስ የሚገፋፉት በውጭ ሃይል የሚገፋፉ፣ ኃላፊነት የማይሰማቸው የማሕበሩ መሪዎች እንደሆኑ ደርሰንበታል። በመሆኑም ኢሠአማ የኢንዶ ኢትዮጵያ ሠራተኞች ማህበር ብቃት ያላቸው መሪዎች እንደሌሉት ልንገነዘብ መቻላችንን እየገለፅን፣ ሠራተኛውም መብቱን ብቻ እንዲጠይቅ እንጂ ግዴታውን እንዳያከብር የሚያደርጉ እነኚህ ኃላፊነት የማይሰማቸው የማሕበሩ መሪዎች፣ ወደፊት በሠራተኛውና ባሠሪው መሃል ለሚደርሰው ግጭት ተጠያቂ እንደሚሆኑ ካሁኑ ልናሳውቅ እንወዳለን። ስለዚህም ለአሠሪው ክፍል ከቀረቡት ጥያቄዎች መሃል የሠራተኛውን ችግር የሚመለከቱት ጉዳዮች በሰላም መልስ እንዲያገኙ ማህበሩ ኃላፊነት እንዳለበት እየገለፅን ይህንን ሰላማዊ መንገድ ከመከተል ይልቅ የአድመኝነትና የግጭትን ጎዳና እንዲመርጥ የሚያደርጉ የማሕበር መሪዎች በንብረትም ሆነ በሠራተኛው ላይ ለሚደርሰው ጥቃት ተጠያቂ መሆናቸውን እንገልፃለን። በመንግሥት

በኩል ለሚወሰደውም እርምጃ ኢሠአማ ምንም ኃላፊነት እንደሌለበት በዚህ አጋጣሚ ልንገልፅ እንወዳለን።

ፊርማ

የኢሠአማ ፕሬዝደንት

ደብዳቤው ተነበ ሲያበቃ ተወካዮቹ በኢሠአማ መሪዎች ላይ ያደረባቸው ጥላቻ ከምንግዜውም በላይ ሆነ። በቃላት ለመግለፅ የማይቻልበት ደረጃ ላይ የደረሰ ይመስል የስብሰባው አዳራሽ ለተወሰኑ ደቂቃዎች እንኳን የሰው ድምፅ ኮሽታም የማይሰማበት ሆነ። እምሬ ደብዳቤውን ለሲማ ሰጠው። እሱም ከፋይሉ ውስጥ መለሰና ከተወካዮች መሃል መናገር የሚፈልግ ካለ ዕድሉ የተሰጠው መሆኑን ተናገረ። ብስጭቱ እንዳይታወቅበት የፈለገ ይመስል ፀጉሩን በእጁ እየዳበሰ እንደ ማቀርቀር አደረገው።

«እኔ ቅድምም ተናግሬአለሁ፡ አሁንም ብናገር አብሰው እንደሆነ እንጂ አላበርደውም። እኔ ኢሠአማ ሲባል ስሰማ መመኪያችን ይመስለኝ ነበር። በዚህ በእኛ ማህበር ከምንመካበት የበለጠ በኢሠአማ መመካት ያለብን ይመስለኝ ነበር። አሁን ግን በቃኝ። አሠሪዎቹስ ከዚህ የባሰ ምን ያደርጉናል? ዱሮውንስ ቢሆን ኢሠአማ ሲባል በስማቸው ካልሆነ እዚህ መሃል አንድም እነርሱን የመረጠ እንደሌለ የታወቀ ነው። እንዲያውም ከነአካቴው መሪዎቻችሁ ጥሩ አይደሉም ይሉን ጀመር። ወየው ጉድ! ይገርማል እኮ! እናንተው፣ መሪዎቻችንን የመረጥነው እኛ ነን! ይሁኑን አይሁኑንም እንደሆን የምናውቅ እኛ ነን። እኔ በበኩሌ ኢሠአማ ላሠሪው ወገን እንዲህ ማድላቱን ስመለከት የማን ወገን እንደሆነ ማሰላሰልም አያስፈልገኝ። በቀጭን ፈታይ ስም ምን ማድረግ እንዳለብን እንዲነገረን ነው» ስትል ሙሉነሽ ከወንዱም ከሴቱም ቀድማ ተናገረች።

«ተይ ሙሉነሽ ግድ የለሽም። ሁሉም ነገር የሚሆን በዘዴ ነው። እርግጥ እኔ ያንቺን ያህል ትምህርት የለኝም። ያንቺን ያህል የትምህርት ብርሃን ያየና የለየ ከዚህ መሃል ብዙ የለም። ላንቺ ብሶቱና ችግሩ እንዲህ የተሰማሽ ቀለም በመለየትሽ ጭምር በመሆኑ ከእኛ ዕድሜ ካስተማረን የምትበልጪ እንጂ የምታንሺ አይደለሽም። ቢሆንም እኔ ከወጣት ዕድሜዬ አንስቶ ይኸው ሁለት ጠጉር እስካወጣ

ድረስ ኢንዶ ሠርቻለሁ:: ብሶቴንና ችግሬን ያወቅሁት በዕድሜ ብዛት ነው:: ለመብቴ ከመታገል ወደ ኋላ የማልለው ዘዴውንም ጭምር ማሰላሰል እንደሚጠይቅ ስለተረዳሁ ነው:: ኢሠአማ ያሠሪው አጋር ለመሆኑ ቀደምም ሲል የማውቀው ነው:: ደብዳቤ መላካቸው ለማስፈራሪያ ያሉት ለመሆኑ ጥርጥር የለውም:: እዚህ የነበራችሁ እንደምታስታውሱት ያኔ እንኳን ሥራ ያቆምን ጊዜ ያቃቂ ቀጠና ኢሠአማ ኃላፊ የሚባለው መጥቶ በቃላት ሽንግሎን አልሆን ቢለው አስፈራርቶን የሄደ ጊዜም እንደበቱ በተነበበው ደብዳቤ እንደነበረው አይነት የዛቻና መሪዎቻችንን የማጥላላት ነበር:: እኛን ያሠሪው ባሪያ አድርገው በመቁጠር ዝም ብላችሁ ተገዙ፣ በሰላም መበዝበዝ ይሻላችኋል ቢሉን አይገርምም:: ቁም ነገሩ ብቻ እኛ ካልመሰለን እዚህ ኢንዶ የአክስዮን ባለቤትና የቦርድ አባል የሆነው ሁሉ እየተሰበሰበ ወረቀት ቢፅፍ መንግሥት ሳይቀር ፈጥኖ ደራሽ ቢልክ እንኳ የምንፈራ አይደለንም:: እስቲ ዘዴውንም ጭምር እንምከርና አንድ ወሳኔ ላይ እንድረስ:: ከዚያ እንተያያለን» በማለት ደሜ ልምዱንና ምሬቱን አገናዝቦ ተናገረ::

የማሕበሩ መሪዎች ውይይቱ አንድ ማሠሪያ እንዲያገኝ ፈለጉ:: እንዲሁ ብሶትና ምሬት ቢነገር ቁርጥ ያለ ውሳኔ ላይ ሳይደርሱ ስብሰባው ሊበተን እንደሚችል ተሰማቸው::

«ወደ ቁም ነገሩ እንመለስና ዛሬ መወሰን ያለብን ጉዳዮች ላይ እንወያይ:: አንደኛው በጥያቄያችን ወደፊት እንገፋለን የምንል ከሆነ የሚያጠግብ መልስ ለማግኘት የምናስገድድበትን መንገድ መምረጥ አለብን:: ሁለተኛ ኢሠአማ ለማሕበራችን የፃፈውን ደብዳቤ በአንድ ቃል የምንቃወመው ከሆነ ባንድ በኩል ላሠሪው ወገን ያቀረብነው ጥያቄ ተገቢና መብትን ብቻ ሳይሆን ግዴታን ጭምር የተገነዘበ መሆኑን የምናሳውቅበትን መንገድ መምረጥና በጥያቄያችን የምንገፋ መሆኑንም ማሳወቅ አለብን:: በዚህ ላይ ተመካክረን ብንወስን ይሻላል» ሲል ሲማ ውይይቱን አቅጣጫ ለማሲያዝ ሞከረ::

«በጥያቄያችን ወደፊት መግፋት እንዳለብን ምን ይጠየቃል:: አሠሪውን የምናስገድድበት ዘዴ ሁለት ነው:: አንዱ ሥራ ማቆም ሌላው ሥራ ማቀዝቀዝ:: ከሁለት አንዱን መምረጥ አለብን:: ኢሠአማን በሚመለከተው ለተፃፈልን ደብዳቤ ከማሕበር አንድ ሰው እዚያው ቢሯቸው ድረስ ሄዶ እንዲነጋገርበት ወይም ደሞ በደብዳቤ መልስ

እንስጥ» ሲል የሚነገረውን ከማዳመጥ በስተቀር ሳይናገር የቆየው የማሕበሩ ዋና ፀሀፊ እምሬ ሀሳብ ሰጠ። እርግጥ ኢንዶ ውስጥ የቆየ ባይሆንም በድሬዳዋ ጨርቃ ጨርቅ ለብዙ ዘመን የሠራና በሠራተኛ ማህበር ውስጥ በተደጋጋሚ ተመርጦ ለሠራተኛው መብት በመከራከሩ በቅጣት መልክ ኩባንያው ከአሠሪዎች ጋር በመስማማት ወደ አቃቂ ያዛወረው ወዛደር ነው።

«እንግዲህ ባንዱ ላይ እንወስን። እምሬ ባለው እኔም እስማማለሁ። ሥራ አቁሙ ብትሉን! ወይ ደሞ አቀዝቅዙ ብትሉን እንዳላችሁን እናደርጋለን! ያለን ኃይል እሱ ብቻ ነው። ለመብታችን መታገል ለእኛ አዲስ አይደለም። ያው የፈጥኖ ደራሹን ድብደባም እንደሆነ እናውቀዋለን» አለ ዲንቃ።

«የኔም ሃሳብ ከዲንቃ አይለይም። ወረቀት መፃፉ የሚሆንላቸው ያውቁበታል። እኛ የምናውቀውን እናውቅበታለን። እኔ ልጆቼ ጦማቸውን ያድራሉ ከነቤተሰቤ ችግር ላይ እወድቃለሁ የምል አይደለሁም። ሚስቴንና ልጄን ያው እዚሁ ኢንዶ ታውቋቸዋላችሁ። እነሱም ቢሆኑ የእኔን ትዕዛዝ አይጠብቁም። ያኔስ ሥራ ያቆምን ጊዜ መቼ ወደኋላ አሉ። የቤታችን ችግር፣ የምንበላው፣ የምንጠጣው ይበልጥብናል አላሉም። ያን ጊዜ ሴቷ ልጄ የሚጠባ ልጅ ነበራት። ለልጄ ወተት ሳትል ሥራ አቆመች። አይዞህ አባዬ ነበር ያለችኝ እንጂ ከእኔ አልተለየችም። የራሴን ብቻ ሳይሆን የሚስቴንና የልጄን ጭምር ነው የምናገረው። እዚህ ኢንዶ ሴቱ ከወንዱ አይተናነስም። ከእናንተ አንለይም እያለ በሥራ ማቆሙ ጊዜ ከፊታችን የሚቀድሙ ሴቶች ቁጥር መች ከወንዱ ቁጥር አንሶ ያውቃልና እንዲያውም አብረውን በመሰለፍ እርስ በርሳችን እንድንበረታታ ምሳሌ የሆኑት እነርሱ ናቸው። እንዳው ብቻ ሃተታ ሳላበዛ እነሲማ ቶሎ የምንወስነውን አብረን እንወስንና እንለያይ» ሲል ደሜ በስሜት ተናገረ።

«እኔም ካሮጊት እናቴ በስተቀር ዘመድ የለኝም። ላንድ ራሴ ደግሞ ምንም ደንታ የለኝም። ቢሆንም በቀጭን ፈታይ ጓደኞቼ ስም ነው የምናገረው። ከሴትም ከወንድም ልባችን አንድ ነው። አሚና ብዙ እናት የሌላቸው ባባት በኩል ብቻ የምትገናኛቸው ወንድምና እህት እያላት የማሕበር ነገር ከተባለች ከእኔ ትብልጥ እንደሆን እንጂ አታንስም። ጥሬ ብታጣ ጦሟን ለማደር ወደኋላ አትልም። አሚና መሯታል። የመቃብር ኑሮ እያለች ነው ኢንዶን የምትጠራው። ኢንዶ

ጉልበቷ እስኪደክም፣ ወገቧ እስኪበጠስ፣ ዓይኗ እስኪጠፋ፣ በዚህ ላይ ሣሉ እያሰቃያት፣ ቀጭን ፈታይ ላይ እንደኔው ውላ፣ ይዛ የምትገባው አንዱ እንኳ የችግሯን ቀዳዳ እንዳልሸፈነላት ስለምታውቅ፣ በዚህ ዓይነት ኢንዶ እስካለች ድረስ ዋስትና እንደሌላት ስለገባት እንኳን አንድ ሰሞን ዕድሜ ልኩን ኢንዶ ቢዘጋ፣ ሥራ ቢቆም ግድ የለኝም እያለች በእልህ አውርታልኛለች። ታሪኩም ዕድሜው ከቀጭን ፈታዮች ሁሉ ያነሰም ቢሆን ችግሩ ገብቶታል። ብሶት ያለው ልጅ ነው ታሪኩ። የጉልበቱን መጋጠሚያዎች ካመመውና የጥጡ ብናኝ ማፈን ከጀመረው ወዲህ በኢንዶ ኑሮ ዕንባ አውጥቶ እስከማልቀስ ደርሷል። አንገፍግፎታል። በቀጭን ፈታይ በኩል ሥራ ማቆም ቢሆን፣ ማቀዝቀዝ ጥቂቶች አይፈልጉ እንደሆን እንጂ የቀሩት በሙሉ ኢንዶ በሚገባው ቋንቋ ተጠቅመን መብታችንን ማስከበር አለብን ባዮች ናቸው» ብላ ሙሉነሽ ተናግራ ያበቃች መሰለችና ካጠገቧ ከተቀመጠችው የአመልማሎ ፈታይ ተወካይ ሚልኮ ጋር ትንሽ ተንሾካሾከችና እንደገና መናገር ቀጠለች።

«በበኩሌ ብዙ ንግግር ሳላበዛ ብቻ ከነጋሼ ሲማ ወይም ደሞ ከነጋሼ ደሜ የበለጠ ባላውቅም አሁን አጠገቤ የተቀመጠችው ጓደኛዬ የአመልማሎ ፈታይ ሚልኮም እንደምትለው በመጀመሪያ ሥራ በማቀዝቀዙ እንሞክረው። መሪዎቻችን ባቀረቡልን ሃሳብ መሰረት እስከዚያ የመዋጮ ገንዘባችንን ይዘን ሌላ ምናልባት ከዕድሩ ገንዘብ የምንበደርበት ዘዴ ካለም ተበድረን አሠሪው ክፍል ጥያቄያችንን አልመልስም ካለ ለሥራ ማቆሙ ጊዜ መግዥያ እንዲሆነን ማድረግ ቢቻል ጥሩ ይመስለኛል» አለችና ቁጭ አለች።

ሲማ የተወካዮቹን ሃሳብ ሰበሰበ። እሱም ከሥራ ማቆም እርምጃ በፊት ሥራ ማቀዝቀዝ ቢቀድም የተሻለ መሆኑን ተናገረ።

«የሥራ ማቆም እርምጃ ለመውሰድ ለጊዜው በመዋጮ የተሰበሰበው የማሕበር ገንዘብ በቂ ስላልሆነ ከሠራተኛው በኩል ገቢ ያልሆኑ መዋጮዎች በቶሎ ገቢ ሊሆኑ እንዲችሉ ማድረግ ያስፈልጋል» አላቸውና፣ ከዚህ ቀደም የተወሰደው የሥራ ማቆም ከሁለት ቀናት በላይ ዕድሜ ሳይኖረው የቀረው ለሠራተኛው የአንድ ቀን ችግር እንኳን የሚሆን ገንዘብ በማሕበሩ እጅ ባለመኖሩ እንደነበር ገለፀላቸው። ሙሉነሽ የሰነዘረችው ከዕድሩ ብድር በማሕበሩ ስም የመጠየቁን ጉዳይ ለመሞከር ወደ ኋላ እንደማይሉና ከአስተዳደር ሠራተኞችም መሃል

አንዳንድ የሠራተኛውን ወገን የሚደግፉ ግለሰቦች ከዚህ በፊት በተደረገው ሥራ ማቆም እርዳታ እንዳደረጉ ሁሉ አሁንም እርዳታ ያደርጉ እንደሆን በሚስጥር እንዲጠየቁ ሙከራ ይደረግ የሚል ስምምነት ተደረሰ:: በመጨረሻም የማሕበሩ መሪ ከመቼ ጀምሮ ሥራ የማቀዝቀዙ እርምጃ እንደሚጀመር የሚያሳውቃቸው መሆኑን ገለፀላቸው:: እዚያ የተነጋገሩት ሁሉ በሚስጥር መያዝ እንዳለበት ከተነገረ በኋላና አሠሪዎች ጆሮ የደረሰ እንደሆነ የሚደርስባቸውን ችግር ከጠቆመላቸው በኋላ ወደየሥራችሁ ልትመለሱ ትችላላችሁ አላቸው:: ተወካዮቹ ተበተኑ::

ከሳምንት በኋላ ሥራ ማቀዝቀዙ ተጀመረ:: ከፈትል ክፍል፣ ከሸማኔ ክፍል፣ ከማጠናቀቂያ ክፍል በሥራ ማቀዝቀዙ ጉዳይ ቁልፍ ቦታ ያለው ቀጭን ፈታይ ነው:: ከዚህ ክፍል ቀጥሎ አይነተኛ ሚና ያለው መደባለቂያ ነው:: ማባዘቻም ሆነ ወፍራም ፈታይ ወይም ደግሞ አመልማሎ ፈታይ የቀጭን ፈታይን ያህል ሥራ ለማቅዝቀዝ ሁነኛ ክፍል አይደሉም:: እርግጥ አንድ ጊዜ በተወሰነለት ፍጥነት እየተሽከረከረ ፈትሉን የሚፈበርከው መኪና በተወሰነ ጊዜ ውስጥ ምን ያህል ሠርቶ እንደሚያወጣ አሠሪዎቹ ያውቁታል:: ይህም ሆኖ የእነርሱም ዕውቀት በግምት ላይ የተመሠረተ እንጂ ፍፁም ባለመሆኑ በብዙ ያልታሰቡ ምክንያቶች ምርቱ ቢቀዘቅዝ ከጥርጣሬ ያለፈ እርግጠኛው ምክንያት ይህ ነው ለማለት ያዳግታቸዋል:: በቀጭን ፈታይ ላይ የሚሠሩት ደግሞ ከማንም የተሻለ ዘዴውን ያውቁበታል:: በተለይማ ካቧቸው እልፍነሽ በመሆኗ ማቀዝቀዙ ላይ ከነሙሉነሽ ጋር ትተባበራለች:: ሌሎችም በፈትል ክፍል ከሚመደቡ መሃል ተባባሪ ባይጠፉም፣ የበላይ ካቦውን ቢተማንና ያቺን የወፍራም ፈታዩዋን ካቦ የመሰሉት ባሉበት ሥራ ማቅዝቀዝ ያስቸግራል:: እንደዚያ ሆኖ ሠራተኛው መላ አያጣም:: ሸማኔ ክፍልን በሚመለከት የሥራ ሁኔታው ከሌሎች ክፍሎች ሁሉ የከፋ፣ የሞተሩ ጩኸት ከጆሮ አልፎ አእምሮ የሚያሳምም፣ ለጨርቃ ጨርቁ ዓይነትና ጥራት ሲባል በክፍሉ ውስጥ የሚለቀቀው ሙቀትና እንፋሎት አዘል አየር፣ ወዛደሩን ያስመረረ በመሆኑ በየቀኑ አዙሮት የሚወድቀው፣ በአስምና ሳንባ በሽታ የሚለከፈው ሠራተኛ እንኳን ሥራ ማቀዝቀዝ ሌላም እርምጃ ለመውሰድ የማይመለስ ነው:: ይሁን እንጂ ይህ ክፍልም ቢሆን ከሥራው ዓይነትና ብዛትም በላይ የካቦዎቹና የፈረቃ ኃላፊዎቹ ቁጥር ሁሉጊዜም ቢሆን የበረታ በመሆኑ ለሥራ ማቀዝቀዝ አይመችም:: አንዳንድ ከካቦ ጀምሮ ወደላይ ከአሠሪው ክፍል ጋር

የሚደመሩና በሠራተኛው ማሕበርም ውስጥ የአባልነት መብት የሌላቸው በመሆኑ አሠሪውም ክፍል ከተራው ወዛደር ጋር እንዳያብሩበት ስለሚፈልግ በደመወዝ፣ በጉርሻና በመሳሰሉት መደለያዎች የያዛቸው ይገኛሉ። ያም ሆኖ አንዳንድ ከካቦነታቸው በፊት ወዛደር የነበሩ የፋብካውን ሕይወት የሚያውቁ፣ ከዚህም በላይ የሠራተኛው ማህበር የሚጠይቀው የደመወዝ ጭማሪ፣ የኢንሹራንስና የጤና፣ የፈቃድና የመሳሰሉት ጥያቄዎች እነርሱንም ስለሚመለከታቸው በሥራ ማቀዝቀዙም ሆነ በሥራ ማቆሙ የሠራተኛውን ወገንነት የሚመርጡ አሉ። እንደ እልፍነሽ የመሳሰሉ ካቦዎች ባነስተኛ ጉርሻ ተልከስክሰው ሠራተኛውን አሳልፈው የማይሰጡ ናቸው። ከእነርሱም በላይ የሆኑ የፈረቃ ኃላፊዎች በሽማኔ ክፍልም ይገኛሉ። የማጠናቀቂያውን ክፍል በሚመለከተው በተለይ በሰው እጅ ይሰራ የነበረው፣ በመኪና ከተተካ ወዲህ ሥራ ማቀዝቀዙ ከልብ እንደማያደርስ የዚያው ክፍል ሠራተኞችና አንጋፋዎቹ እነዲንቃ ያውቁታል። በፋብሪካው ቴክኒክ ክፍልም ያሉት የቧንቧ ሠራተኞች፣ ኤሌክትርሽያን የሚባሉትና ግምበኞች፣ አናጢዎች፣ ጥገናን ለማዘግየት፣ የብልሽት ቦታዎች ላይ ፈጥነው ባለመገኘትና ብልሽት ያለባቸውን ስፍራዎች ለመጠቆም ቸልተኛነት በማሳየት በሚችሉት ሁሉ የሥራ ማቀዝቀዙን ጉዳይ ለማሳካት ወደኋላ አይሉም።

ሙሉነሽ ማልዳ ከኢንዶ በር ላይ ተገኘችና ከቀጭን ፈታዮች መሃል ጥቂት የማይተባበሩትን ከለየች በኋላ ለአብዛኞቹ ስለ ሥራ መቀዝቀዙ ጉዳይ ነገረቻቸው። ሥራ ለመጀመር ወደ ቀጭን ፈታይ ከገቡም በኋላ ዘዴውን ለማያውቁት ጠጋ እያለች አንሾካሸከችላቸው። ካቦዋ እልፍነሽም ጉዳዩን ስለምታውቀው ከሙሉነሽ ጋር በዓይን ተጠቃቀሱ።

«እትዬ እልፍነሽ ዛሬ ደሞ የሆንኩትን አላውቅም እንደ ብርድ ብርድ ይለኛል። ሰውነቴ መቀዝቀዝ መቀዝቀዝ ይላል» አለቻት።

«መቀዝቀዝ መቀዝቀዝ ማለትስ እኔንም ይለኛል። እዚህ ሁላችንም ጋ የገባ በሽታ ቢኖር ነው እንጂ ታዲያ መድኃኒቱ ምን እንደሆነ አንቺው እወቂበት እንጂ ይሄ የያዝነው ወር ሳይሆን ይቀራል ያ ቃጠሎና ወባቃው ሽማኔ ክፍልም እንዲሁ ቀዝቅዞ ሠራተኞቹ ሁሉ ብርድ ብርድ አለን እያሉ ተቸግረዋል» አለቻትና ስለሥራ መቀዝቀዙ ጉዳይ ለመግባቢያ በፈጠሩት ቋንቋ ተነጋገሩና እልፍነሽ ከቀጭን ፈታይ ወደ ማዘጋጃው አለፈች። ሙሉነሽ ግን ከቀጭን ፈታይ ጓደኞቿ ጋር የባጥ

የቆጡን ማውራት ያዘች::

«አሚና ቅቅቅቅ ... ዝቃዜ አልተሰማሽም?»

«ኧረ ተሰምቶኛል!»

«እኔም እንደመብረድና መቀዝቀዝ ብሎኛል» ሲል ከወዲያ ማዶ ሆኖ ከቀጭን ፈታይ አጠገብ ዳር ዳር የሚለው ታሪኩ ተናገረ:: ቋንቋው የገባቸው ቀጭን ፈታዮች ቀደም ሲል ሙሉነሽ የነገረቻቸውን ተግባር መፈፀም ቀጠሉ:: አንዳንዶቹ ነገሩ ስላልገባቸው የወሩ በማለዳ መቀዝቀዝና መብረድ መሰላቸው:: ሌሎች ደግሞ ሙሉነሽ አንድ ቃል ስትናገር ምን ማለቷ እንደሆን ማሰላሰል ከሚወዱት መሀል ማሚቴ ጠጋ አለቻትና «አንቺ ደሞ ምን ማለትሽ ነው አሁን ምኑ ይበርዳልና ነው? እንዲህ የምትይው? እውነት በርዶሻል?» አለቻት::

«አንቺማ ምን ይሰማሻል ባልሽን አቅፈሽ ነው የምታድሪው» ስትል እንዳመጣላት መለሰችላት:: በእሷ ቤት ለጥርጣሬው መንገድ ላለመስጠት ያለችው ነው:: ማሚቴም የምትመልሰው አላጣችም::

«ባሌን አቅፌ ብተኛ ታዲያ እቤቴ ነው እንጂ! እዚህ ኢንዶ መሰለሽ እንዴ! ታዲያ ከዚህ ሁሉ ማግባት ነዋ እንዳይበርድ፣ እንዳይቀዘቅዝ መድሐኒቱ ባል ከሆነ ማግባት ነዋ:: ወንዱ እንደሆነ ጥንቡን ጥሏል:: ከዚህ የከፋ ቀን ካልመጣ!»

«አማጭኛ አማጭኝ! እንዲህ ጥንቡን ከጣለ! የባል ያለህ የሚያሰኝ ዘመን ከመምጣቱ በፊት ካዘንሽልኝ አማጭኛ!»

«አንቺ ሙሉነሽ እንዲህ ስትይ እንዳይሰማሽ? ያንን ስሙን ልጥራው እንዴ?» በማለት አሚና ተቀበለች::

«ምነው ባክሽ ሚስጥር የባቄላ ወፍጮ መሰለሽ እንዴ! ከፈለግሽ ጥሪው ስሙን፣ ፍቅርዬን! ኧረ እስቲ ጥሪው ለጠላቴ ደስ አይበለው::

«ይቅር ይቅር ስሙ ሲጠራ አልወድም:: በእጁ በልቻለሁ:: አንድ ጣሳ ጠላ ጠጥቼ የማላውቀውን፣ ምንም አይልህ ባመት አንዴ ብሎ የጋበዘኝ ሰው፣ እንኳን በክፉ በደግም ቢነሳ አልወድም» አለ ታሪኩም::

«አንተ ደሞ ለጠላ ነው ሽርጉዱ፣ ለቁም ነገር የሚፈለግ እኮ ነው! እባክህ፣ ለችግርህ የሚደርስ፣ ለራስ ማለት የማያውቅ እኮ ነው!

ያንዲት ምድር ልጆች፣ ቅፅ ፩ ገፅ 199

ብትፈልግ ባይቆጭ ያንገበግባል!» አለችና ሥራ መስራቱ ቀረና ቀሰሙን ከማጠንጠኛው፣ ፈትሉን ከቀሰሙ ማያያዙ፣ ሞተር ማስነሳቱ ቀረና ማውካት ሆነ፡፡ ተቆጪም ሆነ የሚገላምጥ ካቦ በሌለበት እንደልባቸው ሆኑ፡፡

«ጀማመራት ለራስ ሲቆርሱ አያሳንሱ፡፡ የሱ ነገር ሲነሳ ወሬው እኮ እንዲቆም አትፍልጊም አይደል? ለመሆኑ ስሞሻል? ግን እኮ ሲያዩት ደግ ከመምሰል በስተቀር ኪሲኒግ የሚያውቅበት አይመስልም» ብላ አሚና ተናግራ ሳትጨርስ ቀጭን ፈታዮች እንዳሉ መሳቅ ጀመሩ፡፡

ቀጭን ክፍል ሥራው አልተሰራም፡፡ እልፍነሽ የካቦነት ግብሯ እንዳይቀርባት ብላ፣ ብቅ ብላ መለስ ትበል እንጂ ሥራው ለመሰራቱ ደንታ አልነበራትም፡፡ የፋብሪካውን ምርት ለማቀዝቀዝ ቀጭን ፈታዮች በወሬ ብቻ አልተመለሱም፡፡ አራባ ክፍል የሚጠብቀው ከቀጭን ፈታይ ነው፡፡ ድርና ማግ ክፍል የአገር ባህል ሸማ ለሚሠሩ ሸማኔዎች ድርና ማግ ቱባ እየሠራ ለማቅረብ ከቀጭን ፈታይ ክሩ ሳይዘገይ ወደ አራባ ክፍል መድረስና ከአራባ ክፍልም ወደ ድርና ማግ መተላለፍ አለበት፡፡ አለበለዚያ ምርቱ ይቀዘቅዛል፡፡ የሸማኔ ክፍልም ሥራ ከቀጭን ፈታይ ጋር የተገናኘ ነው፡፡ ከዚያ የሚያገኘው ድር ሆነ ዘሃ ወደማዘጋጃ ክፍል እየሄደ በኮን ቅርፅ አይነት ከሃያ ሳንቲሜትር በማይበልጥ ቀሰም ላይ ካልተጠመጠመ፣ ይኸው ልቃቂት ሥፋቱ አንድ ሜትር ከአርባ ውፍረቱ ሃያ ሳንቲሜትር በሆነ የብረት በርሜል በመሰለ ሩሎ ላይ ካልተጠቀለለ ድሩ አይዘጋጅም፡፡ ድሩን ከማጉ መቀጠል አይቻልም፡፡ ይኸ ሁሉ ከመጀመሪያ እስከ መጨረሻ ያለው ሥራ በማዘጋጃ ክፍል የሚሠራ ሲሆን ከቀጭን ፈታይ ክሩ ከዘገየበት፣ ሥራው ቀጥ ማለቱ ነው፡፡ ማዘጋጃ ከቀጭን ፈታይ ያላገኘውን ለሸማኔ ክፍል ድሩን፣ ማጉን፣ ዘሃውን ማቅረብ አይችልም፡፡ የሸማኔ ክፍል ጨርቅ ሳይሠራ ወደ ማጠናቀቂያ ክፍል የሚያሳልፈውና ከፋብሪካው የሚወጣው ምርት ስለሚቀንስ የሥራ ማቀዝቀዙ እርምጃ ተሳካ ማለት ነው፡፡ እርግጥ ቀጭን ፈታይ፣ ወፍራም ፈታይም ከአመልማሎ ፈታይ፣ ከማባዘቻ፣ ከመደባለቂያ ሥራ ቢቀበሉም ለምርት ማቀዝቀዙ ቁልፍ ሚና የሚጫወተው የነሙሉነሽ ክፍል ነው፡፡

የቀጭን ፈታይ ክፍል ሞተር ተቀሰቀሰ፡፡ ወዲያው ደግሞ ሞተር ጠፋ፡፡ ለካስ ሙሉነሽ ክር ተበጥሶባት ኖሯል፡፡ እሷ ግን ዝም አለችው፡፡ አልቀጠለችውም፡፡ አንዱ ማጠንጠኛ፣ ቀሰሙ ላዩ ላይ ያለ ክሩ ሲበጠስ

ማጠንጠኑን ይተውና ሞተሩ ይጠፋል፡፡ ሌላ ጊዜ ቢሆን ሙሉነሽ ፈጥና ትቀጥለውና ሞተሩን በጉልበቷ ጫን በማድረግ ታስነሳዋለች፡፡ በሥራዋ ላይ መማገጥ የሚባል ነገር አለማወቋ ብቻ ሳይሆን ከቀጭን ፈታይ የተላመደችና የሚጠይቀውንም የአካልና የአእምሮ ቅንብር ስለተዋኃዳት ከሞተሩ፣ ከማጠንጠኛው እኩል አብራ ትፈጥን ነበር፡፡ አሁን ግን ዝም አለችው፡፡ እንደገና ሌላ ክር ተበጠሰ፡፡ አምስት ስድስት ቀሰም የያዙ ማጠንጠኛዎች ክሩ ላያቸው ላይ እየተበጠሰ ቀጥ አሉ፡፡ ከመቶ ስድሳ ማጠንጠኛዎች ክር ሳይበጠስባቸው ቀሰም የሞሉት ጥቂት ብቻ ናቸው፡፡ እንደወትሮው ቅልጥፍናና በፍጥነት ካንዱ ወዳንዱ እያለች የተበጠሰውን ክር አልቀጠለችም፡፡ አራት አምስቱ እስኪበጠስ ድረስ ትቆይና ቀስ ብላ አንዳንዱን ትቀጥላለች፡፡ አንድ ክር ተበጠሰ ብላና አንድ ማጠንጠኛ ቆመ ብላ ለመቀጠልም ሆነ ሞተር ለማስነሳት የባሻ ቢተው የልጅ ልጅ ሙሉነሽ አልፈጠነችም፡፡ አሚናና ታሪኩም እንደ እሷ ሲያደርጉ ዋሉ፡፡ ካቢቸው እልፍነሽም እንደሆነች እንዳላየ አይታ ነው የምታልፋቸው፡፡ የነሙሉነሽ ፈረቃ ቀጭን ፈታይ መኪና ቀኑን ሙሉ ሲሠራ ውሎ ለማዘጋጃ ክፍል ማሳለፍ ካለበት ሶስት ሺህ ቀሰም የተሠራው ከሺህ አምስት መቶ አይበልጥም፡፡ ሌላው ቀሰም አልሞላም እየተባለ እንደገና እንዲጠነጠን ወደ ቀጭን ፈታይ ተመለሰ፡፡ ሌላ ጊዜ ሙሉነሽ የምትሠራበት የሁለት ቀጭን ፈታይ መኪና አንዳንድ ወገን አንድ መቶ ስድሳ ቀሰም ሲገኝበት አልሞላም ተብሎ ከማዘጋጃ ክፍል የሚመለስ ቀሰም ቢኖር ከሰላሳና አርባ አይበልጥም፡፡ ክሩ ሲበጠስ ቶሎ ቀጥላ ሞተሩን ስለምታስነሳው አንዱ ቀሰም ከሌላው ብዙም ስለማያንስ አልሞላም ተብሎ የሚመለስበት ጊዜ በቁጥር ነው፡፡

ከቀጭን ፈታይ ወደ ማዘጋጃ ክፍል የሚሄደው ቀሰም ብዛት ቀነሰ፡፡ ከዚያውም ላይ የክሩ ጥራት፣ የፈትሉ ልልነት እየታየ ወደ ቀጭን ፈታይ የሚመለሰው ቀሰም ለአይን የሚታክት ሆነ፡፡

«ክሩ ዛሬ ምን ነካው? እየተበጣጠሰ እኮ አስቸገረኝ አሚና»

«ኧረ ምን ያንቺ ብቻ ሙሉነሽ የኔም እኮ እንዲሁ ወዲያው ወዲያው ሲበጠስ አታይውም?»

«ይህን ክር ምን ባደርገው ይሻላል? ወዲው ወዲያው ብጥስ እያለ እኮ አስቸገረኝ» አለ ታሪኩም ከወዲያ ማዶ ከሚሠራበት መኪና ሆኖ፡፡

«ሁላችንም ጋ ነው የዛሬውስ እንጃለት» ስትል ሌላዋ የሥራ መቀዝቀዙ ተባባሪ ተናገረች::

«ከጥጡ ይሆናላ!» አለች ሌላዋም::

«እውነትሽን ነው:: ከጥጡ ይሆናል! መደባለቂያዎች የሚደባለቁት የእግዜር ጥጥ ብቻ ሳይሆን ሰው ሰራሹንም ጭምር አይደል! ምናልባት ሲመጥኑ ተሳስተው ይሆናላ! ማን ያውቃል?» አለች ሙሉነሽ::

«ወፍራም ፈታዮችም ጋ ሊሆን ይችላል» አለች ሌላዋ ተባባሪ ሴት::

«አዎን ሲሆን ይችላል» አለች ሌላዋ ተባባሪ ሴት::

«አይ! እናንተ ደሞ ምን ወፍራም ፈታይ ትላላችሁ እኔ አውቀው የለም እንዴ ማባዘቻ ክፍል ነው እኔስ የሚመስለኝ:: ማባዘቻው በደንብ ካላባዘተው ክሩ እንዲህ ብጥስ ብጥስ አይልም ብላችሁ ነው?» ስትል ሌላዋ ነገሩ ያልገባት ተናገረች::

ቀጭን ፈታዮች በእነኚያ በለሰለሱ ጣቶቻቸው አንድ ክር ሲበጠስ ፈጥነውና ቀልጥፈው መቀጠላቸውን ትተው አምስት ስድስቱ እስኪበጠስና አምስት ስድስቱ ማጠንጠኛ መኪና እስኪቆም ድረስ በመጠበቅ የክር ምርቱ እንዲቀዘቅዝ አደረጉ:: ወደ እነርሱ የተመለሱትንም ያልሞላና በደንብ ያልከረረ ቀሰም እንዲሁ በማዘግየት ከማዘጋጃ እስከ ሽማኔ ክፍል ከዚያም አልፎ እስከ ማጠናቀቂያ ክፍል ድረስ ያለው ሥራ እንዲቀዘቅዝ ሲያደርጉት ዋሉ:: ማዘጋጃዎች የደረሳቸው ክር የከረረ ሳይሆን ብጥስ ብጥስ የሚል ሆነና ወዲህ ቢያደርጉት ወዲያ ቢያደርጉት፣ ለሽማኔ ክፍል ቀርቶ ላገር ባህል ሽማኔዎች የሚሸጠውን ጥራቱ ይህን ያህል ያልሆነውን ድርና ማግ እንኳ በተለመደው ብዛት ማቅረብ አልቻሉም::

ሽማኔ ክፍሎችም ቢሆኑ በደሜ አስተባባሪነት ሥራ አቀዘቀዙ:: በሽማኔ መሥሪያው ላይ አንድ አነስተኛ ብልሽት ሲፈጠር መኪናው ወዲያው ይቆማል:: መልሶ ለማስነሳት ሽማኔ ክፍሎች መቻኮሉን ተውት:: አራት አምስቱ ሽማ መስሪያ ቀጥ እስኪል ይጠብቁታል:: ከዚያ ሜካኒኮቹ ይጠሩ ይላሉ:: እነርሱም ደግሞ በተራቸው አንድ ሁለት ዙር በማዞር የላላውን ቡሎን በማጥበቅ ሞተሩ እንዲነሳ እንደማድርግ ይባስ ብለው ደህናዎቹን ቡሎኖች አላልተው ይሄዳሉ:: ገና ራቅ ብለው ሳይሄዱ እነኚህኞቹ መኪናዎች ደግሞ በተራቸው ይቆማሉ:: ሜካኒኮቹ

እኛ ሌላ ክፍል ደግሞ ቶሎ ድረሱ ተብለናል ይሉና ይቻኮላሉ። ተመልሰው መጥተውም እንደሆነ የሩብ ሰዓቱ ጥገና ከግማሽ ሰዓት ወይም አንድ ሰዓት በላይ ይወስድባቸዋል። የሽማኔ ክፍል አንድነት እርግጥ ለብቻው ነው። አንጋፋዎቹ ወዛደሮች እነደሜ እዚያው ነው የሚሠሩት። አንዳንድ የማይተባበር ወዛደር እንኳ ቢኖር የተቀረው ሳይወድ በግዱ ይተባበራል። አለበለዚያ እንደ «አድርባይና ከሃዲ» ስለሚቆጠር የቀረውን ወዛደር ኩርፊያና ብቸኛ መሆንን አይችለውም። በሽማኔ ክፍል አንድ ክር መበጠስ ቀርቶ ቢረግብ እንኳ በያንዳንዱ ክር ላይ ከአናት ወደ ታች የተሻጠበት የፀጉር ማስያዥ የመሰለ ነገር ከክሩ ስለሚለያይ ሽማ መስሪያው መኪና ይረግብና ቀጥ ይላል። ይህ ምን ጊዜም የሚያጋጥም ሲሆን እንደቀድሞው ሽማ ሠሪው ወዛደር ራሱ አስተካክሎ ሥራውን እንዲቀጥል ለማድረግ የነበረው ጥድፊያ እንደወትሮው አልታየም።

የሥራ መቀዝቀዙ እርምጃ በተሳካ መንገድ ተካሄደ። የፋብሪካው ምርት መቀነሱን አሠሪው ክፍል አወቀው። በፋብሪካው ሥራ አስኪያጅ ሊቀመንበርነት ፊናንስ፣ የምርት፣ የቴክኒክ ክፍል ኃላፊዎች ተሰበሰቡ። ምርት መቀነሱን ተወያዩበት። በዚያ ወር ከሺያጭ የተገኘው ገቢ ዝርዝሩ ቀረበ። አንዱ የሌላውን ሰማ። ሌላውም የራሱን አሰማ። ለምርት መቀነስ ምክንያት የሆነው ይህ ክፍል ነው ሊሉ አልቻሉም። የምርት ክፍል ሃላፊው የፈትል፣ የሽማኔና የማጠናቀቂያ ክፍል ሹሞቹን ሰብስቦ ስለምርት መቀነስ ጉዳይ እንዲነጋገር ተወሰነ። አሠሪው እርግጥ የምርት ማቀዝቀዝ አድማ ሳይመታ እንዳልቀረ ፍንጩ ቢኖረውም የትኛው ንዑስ ክፍል ቁልፍ ሚና እንደተጫወተ ለማወቅ የምርት ክፍል ሃላፊው እንዲያጣራ ተወሰነ። ሠራተኛውን በጅምላ ተጠያቂ ከማድረግ ይልቅ አንዱን ክፍል ነጥሎ እርምጃ መውሰድ ሠራተኛውን ሊከፋፍልልን ይችላል በሚል ዘዴ መጠቀም እንደሚሻል አመኑበት። ከተወሰነ ቀናት በኋላ የተገኘው ውጤት አንዱን ንዑስ ክፍል ለይቶ በምርት ማቀዝቀዙ ተጠያቂ ሊያደርግ አልቻለም። ቢቸግራቸው አሠሪዎች ካቦዎቹንና የፈረቃ ኃላፊዎቹን በጥርጣሬ አይን አዩዋቸው። ሌላው ጥርጣሬ ከጥሬ ዕቃው ሊሆን ይችል እንደሆን የሚል ሲሆን የጥሬ ዕቃ አዋቂውንና የጨርቃ ጨርቅ መሐንዲሱን ይዘው ከመደባለቂያ አንስተው እስከ ማጠናቀቂያው ድረስ ምርምር አደረጉ። መደባለቂያው ክፍል ሲደርሱ የክፍሉ ሹም «የመደባለቂያው መኪና አልፎ አልፎ ጥጡን በፍላት ፎርም ማውጣት ሲገባው ባንድ ወገን ወፈር በሌላ ወገን ቀጠን እያደረገ ያወጣዋል» ሲል

ችግር እንዳለበት ተናገረ። ወደ ማባዘቻ ክፍልም ሲሄዱ ከመሣሪያው ጋር የተያየዘ ችግር እንዳለ ነገራቸው። ማመን ተቸገሩ። ጥርጣሬያቸው የተቀናበረ የምርት መቀዝቀዝ መደረጉን ሲሆን ብሽቀታቸው ግን በካቦዎቹ፣ በሰዓት ተቆጣጣሪዎቹና በፈረቃ ኃላፊዎቹ ላይ ሆነ። ከሕንዶቹ መሃል ዋናው ሥራ አስኪያጅ አማርኛ አውቃለሁ ስለሚል በበኩሉ ለምርት መቀነስ እርግጠኛው ምክንያት ሠራተኛው ባሠሪው ላይ ካለው ቅሬታ ጋር የተያያዘ መሆኑን አመነ።

«እኔ አውካሎ በታም ቡዙ ቡዙ አገር ቴክስታይል ሠርቷል እኔ። ሌበር ወይ ደሞ ፕሮዳክሽን ኤክስፐርት አያስፈልግም። እኔ አውካሎ። ሠራተኛ ናው ፕሮዳክሺን የቀነሰ። በስሎው ዳውን ናው ፕሮዳክሺን የቀነሰ። ታይም ኪፐር፣ ፎርማን፣ ሺፍት ሊደር ጥሩ አይደለም። ሁሉ መከየር ያስፈልጋል። ቢተማ ብቻ፣ ብቻ ጥሩ ሌላ መጥፎ። አዲስ መከየር፣ ደሞዝ መጨመር። ፎርማን፣ ሺፍት ሊደር፣ ታይም ኪፐር ሪፖርት አላረገ ማለት ሠራተኒያ ደገፈ ማለት ናው። እኔ ሁሉ ያካል። ሠራተኒያ ቲያኬ አለ ማሌት ጆብ ስሎው ዳውን አላ ማሌት ናው።» ሲል ሥራ አስኪያጁ በብስጭት ተናገረ።

የሠራተኛው ማህበር በሥራ ማቀዝቀዝ የተሰነዘረበትን ክስ አስተባበለ። እንዲህ ዓይነቱን እርምጃ በሕቡዕ የሚያካሂድበት ምክንያት እንደሌለው አሳወቀ። ሠራተኛው የሚወስደውን እርምጃ ይፋ ባደረገ ቁጥር ተጠቃሚው ራሱ እንደሚሆንና በሕጋዊ መንገድ ተቃውሞውንና ብስጭቱን ማሰማቱና ተቃውሞውን መግለፁ የሕዝቡንም ሆነ የመንግሥት ባለሥልጣኖችን አስተያየት ለመሳብ እንደሚረዳው በመግለፅ ካሠሪው ወገን የቀረበበትን ክስ አስተባበለ። የነሲማ ኦፊሲዬል ማስተባበያና በሠራተኛው ልብ ውስጥ ያለው እርግጥ አልተመሳሰለም። ሙሉነሽማ «ለድካማችን ተመጣጣኝ ዋጋ ሳይሰጡ ምርት ቀነሰ ብሎ ነገር፤ ደመወዛችንን ይጨምሩ፣ የሕብረት ስምምነቱን ያክብሩ ምርቱ ይጨምራል፣ እኛም ግዴታችንን እናከብራለን አለች።» ይህን ስትናገር የሰማት የመረረው አንጋፋ ወዛደር ዲንቃ «ፋብሪካው ካልወደመ በስተቀር ኪሣራ የሚባል ነገር አይነካካውም። እኛ መቼ አጣነው። ምርቱ ካለፈው ቀንሶ ሳይሆን ከኮታ በላይ ተመርቶ የበለጠ ብር ለምን አልዛቅንም ነው ነገሩማ እኛ መች አጣነው!» ሲል እሱም የብሶቱን ተናገረ።

ምዕራፍ ስድስት

ፈጠነ ቤቱ እንደደረሰ በጋራዥ የተፈፀመውን አንድ ሳይቀር ለሁነኛው አጫወተው። የክንዋኔው ሂደት ከምን ተነስቶ ምን እንደደረሰ ገለፀለት። ሁነኛው የማይታመን ታሪክ ያህል የሚሰማ አድርጎ ቆጠረው።

«እንዳው እኮ ይህን የመሰለ ነገር የኛን ፋፍሪካ ዲያባኮን ወይም ደሞ ኢንዶን በመሰለው ፋፍሪካ የሚሞከር እንጂ በጋራዥ ይሞከር አይመስለኝም ነበር። በደሉ አይከፋ መስሎኝ ሳይሆን ማሕበር ከሌለ ይህንን የመሰለውን አመፅ ደፍሮ የሚቀሰቅሰው ያለ ስለማይመስለኝ ነው» እያለ በስሜት አዳመጠው። የፈጠነ ወሬ ሁነኛውን አንቆራጠጠው። በዚያች አንዲት ክፍል ብቻቸውን ሆነው ኩራዛቸውን አብርተው ሲደማመጡ ቆዩና ሁነኛው «እብሪተኛን ማሸበር ራሱ ተስፋ ይሰጣል! አይደለም እንዴ?» ሲል ጠየቀው። ፈጠነ አልመለሰለትም። እንደገና መለስ አደረገና «ኮራሁብህ እኮ ነው የምልህ! አንተዬ» አለው። የፈጠነ ሁኔታ ግን የመተከዝና የመፍዘዝ ሆነ። የገባውን ሃሳብ ሁነኛው የተረዳ መሰለ። ምን ብሎ፣ ምንስ ተናግሮ ሊያበረታው እንደሚችል እሱም ግራ ገባው።

«ከእንግዲህ የመጣ ይምጣ። ነገ አንተን ነጥዬ ከሥራ አባርራለሁ ቢል መልካም ስም አትርፈሃልና አይቆጭህም። ካልሆነ እኔ አገር ዝቋላ አቦ እንገባና አርሰን እንበላለን። እኔም እኮ የዲያባኮ ኩንታል ሸክማ ገድሎኛል። ኧረ እንዳው ነው የምታስብ! የጋራዥ ሙያ ያለው አይወድቅም። አንዱ ዘንድ ሥራ አታጣም። አንዴ ሆኗል። እንኳን አንተ የከተማው ልጅ ትምህርት የቀመስከው ይቅርና ደንቆሮው ያገሬ ሰው፣ የመረረውና የጎፈነነው እንደሆን ጥቃትና ውርደትን ከመቀበል፣ ከጠላቱ ጋር ተናንቆ መሞትን ይመርጣል። ከዱር የሚገባስ ወዶ መሰለህ? ኧረ! እንዳው ነው የምታስብ። አለ በላይ ቤት እንጀራ የለም ያለው ማነው? ትልቁስ ቁምነገር ፈጠነ ልንገርህ ስማኝ ተዋራጅነትን መጥላት ነው። አለበለዚያ ሰው መባልስ ምን ይረባ መሰለህ? እንደ ውሻ ነገራችን ሁሉ ጭራ የመቁላት ከሆነ።»

ሁነኛው የቆጥ የባጡን ሲያስቀባጥረው ፈጠነ ሰማ ሰማና ድንገት ቡፍ። ሳቁ አወላከፈው። እሱን ለማፅናናት ብሎ የተናገረው አንዱ

ካንዱ እንዴት ሆኖ እንደተገጣጠመለት ታሰበውና ተንከተከተ። ሆኖም የሁነኛውን ደግነትና አፅናኝነት ሲያስበው ደግሞ ስሜቱን ለመግለፅ ቃላት ያጠረው ይመስል የሁነኛውን አይን አይን ከማየት በስተቀር መናገር አቃተው። ወዲያው ደግሞ ነገ ወደሚጠብቀው የማይታወቅ ዕድል በሃሳብ ነጎደ። አስተከዘው። ሁነኛው ከሣር ፍራሹ ላይ እንዳለ ሲያስተውለው እሱ ራሱ በራሱ ሀሳብ ውስጥ ጨርሶ ከመዋጡ የተነሳ ከሁነኛው ጋር የጀመረውን ጨዋታ ዳር ማድረስ እንደሚያስፈልግ ሳይታሰበው ቀረ። ከራሱ ጋር መነጋገር ጀመረ። «ምናባቱ!» ይላል ቆይቶ ቆይቶ። ከዚያም ቀጠል ያደርግና «እኔ እንደሆን ነግሬአቸዋለሁ። ጊዜው በየቦታው፣ በየጋራዡ! ማሕበር፣ ማሕበር የሚባልበት ነውና ማሕበር ማቋቋም አለብን ብያቸዋለሁ። ከዚህ በተረፈ ምናባቱ! ... የራሱ ጉዳይ! ... እኔ እንደሆነ ለችግር ነው የተፈጠርኩት! ... ሳይደላኝ እስከዚህ ደርሻለሁ! ... ምን ይቀርብኛል? ኤኤ ... ደግሞስ የነገን ማን ያውቃል?»

ፈጠነ እንደዚያ ለብቻው እየተናገረ፣ ሁነኛው የጤንነት አልመስል ብሎት ዓይኑን እንዳፈጠጠበት ያች ብርሃን የምትሰጣቸው በጥላሸት የተነከረች ኩራዝ ላምባዋ ከውስጧ አለቆ ኖሮ ደጋግማ ጨልጨል ስትል ልብ ሳይሏት ፈትሉ ብቻውን ሲነድ ቆየና ድንገት ድርግም አለ። እንደተፋጠጡ በጨለማ ተዋጡ።

በማግሥቱ ፈጠነ ሥራው ለመግባት ከጋራዡ በር ላይ እንደደረሰ በላይ በነጭ ለባሽ አስያዘው። ነጭ ለባሾቹም እንደ እባብ አናት አናቱን እየቀጠቀጡና እያዳፉ፣ እጆቹን የኋሊት ጠምዝዘው እንደያዙ ወስደው አምስተኛ ፖሊስ ጣቢያ አደረሱት። ፈጠነ በነጭ ለባሽ ተይዞ መወሰዱን እንዳወቁ ሠራተኞቹ ሥራቸውን መጀመር ትተው አንድ ቦታ ሰብሰብ ብለው ያጉረመርሙ ጀመር። ከመረበሻቸው የተነሳ በላይ እንዲያነጋግራቸው ደፈር ብለው ባንድ ድምፅ ለመጠየቅ ሃሳቡን እንኳ የሚያፈልቅ ሰው ከመሃላቸው ጠፋ። በየግላቸው የጋራዡን ባለቤት ሊዳፈሩ የቆረጡ ቢኖሩም ስቱኮና ሃይልዬ ብቻ ሆኑ። የቀረውን ሠራተኛ ማስከተል አልቻሉም። አቶ በላይ ሠራተኞቹ በየሥራቸው መሰማራታቸውን ትተው እንደተሰበሰቡ በተመለከተ ጊዜ እየተገሰለ ቀረባቸው። አብዛኞቹ አንድም ምላሽ ሳይሰጡት እንዳቀረቀሩ ከተሰባሰቡበት በተን እያሉ ወደ የሥራቸው መሰማራት ያዙ። የፖሊስና የነጭ ለባሽን ሃይል ባንድነት ሊመክቱ እንደማይችሉ ታወቃቸው። ባለጊዜና ሀብት የሆነውን አቶ በላይን መዳፈር

ቢ.ቃጣቻቸውና እንደገና እንሞክረውም ቢሉ የሚጋጩት ከመንግሥት ጋር እንደሆነና መንግስትም ማለት ለድሃና ለተገፋው ምኑም እንዳልሆነ አብዛኞቹ የተገነዘቡት መስለው ጥርሳቸውን እርስ በርስ እያፏጩና ከንፈራቸውን እየነከሱ ወደ ሥራቸው መመለስ ግድ ሆባቸው:: ይሁን እንጂ አንድ ሁለት የሚሆኑት እንደ ስቱኮና ሃይልዬ የመሳሰሉት በየግላቸው የሚመስላቸውን እርምጃ ከመውሰድ አልተመለሱም::

«እናንተ ደሞ ወደ ሥራችሁ አትመለሱም ማለት ነው? ለአንድ አድመኛ ብላችሁ እንጀራችሁን ረግጣችሁ ክፉ ቦታ እንድንዳረስ ትፈልጋላችሁ ማለት ነው? ፈጠነ እንደሆነ ዳግመኛ የኔን ቤት አይረግጠውም:: የእናንተን ደመወዝ ግን በተስማማሁት መሠረት ጨምሬላችኋለሁ:: ከዚህ በላይ ምንም የምትፈልጉብኝ ነገር ያለ አይመስለኝም:: ሕዝባዊ ኑሮ ዕድገትም ቢሆን ካቅምህ በላይ ክፈል አይለኝም:: ከፈለጋችሁ ደግሞ አስማሚ ክፍሎችን አምጥቼ እንድታነጋግሯቸው ላደርግ እችላለሁ» ሲል በላይ የመለማመጥም የማስፈራራትም አነጋገር እያደባለቀ ይወተውታቸው ጀመር::

«እኔን ከዛሬ ጀምሮ አሰናብተኝ ነው የምልህ» ሲል ስቱኮ ወደ ሥራው ለመመለስ ካኮበኮበው ሠራተኛ መሃል ድንገት ወጣ ብሎ መናገር ጀመረ:: ያንተም ቤት ጋራዥ፣ የሌላውም ቤት ጋራዥ:: እጄ ደህና ይሁን እንጂ የትም ብሄድ ሠርቼ በላለሁ:: እጅህን ስመን ካልቀጠርንህ የሚለኝ ሞልቷል:: ይኸው ነው:: እንደለመድከው አንተ በላዬ ላይ ሰው አፈላልገህ እስክታባርረኝ አልጠብቅህም:: ያው አንተ ዘንድ የቀረኝ ሂሳብ አለ፣ አሁኑኑ እንድትከፍለኝ:: አንድ ፈጠነን ለይተህ አሳደመብኝ ብለህ ከምታሣሥር አሳደሙብኝ ብለህ እኛንም ማሣሠርና ማባረር ከጀግንነት በተቆጠረልህ ነበር:: እኔ ፈጠነን አሳልፌ የመስጠት ያህል እቆጥረዋለሁ:: አንተ ዘንድ ተለማምጬ ከምሠራ ይቅርብኝ:: ውርደት አልወድም:: ድህነቴን መዋረጃ አላረገውም:: በል ብዙ ሳንነጋገር ሂሳቤን ሰጥተህ አሰናብተኝ::»

በላይ የሚሰማውን ማመን አቃተው:: ስቱኮ ግን የለበሰውን የሥራ ልብስ አወላለቀ:: ኮቱን ከተሰቀለበት አውርዶ ለበሰ:: ሃይልዬም ስቱኮ የሚያደርገውን እንደተመለከተ ፊቱ ከሰል መሰለ:: ከንፈሩን ነክሶ መቆሙን ትቶ እሱም ሥራውን በገዛ ፈቃዱ ለቆ ለመሄድ መወሰኑን ለባለቤቱ ይነግረው ጀመር::

«ባንተ ቤት መዘየድ ያልከው ነው። ስማ በላይ ምነው ፈጠነን አሳስረህ እኛን ተውከን? እሱ ታሰረ ብዬ ቃሌን አጥፌ፣ የምርበተበትና የምለማመጥ ሰው እንዳልመስልህ! እኔ ሃይልዬ የትም ብሄድ ፈላጊዬ ብዙ እንደሆነ አንተም ታውቀዋለህ። አብረን ያንን ያህል ዘመን መኖራችን አሳዝኖኝና አንተም ከነገ ዛሬ ይሻልህ ይሆናል ብዬ ነው እንጂ አላንተ ቤት እንጀራ የሌለ መስሎኝ እንዳይመስልህ። ክህደት አልወድም። ፈጠነን አሳልፎ የመስጠት ያህል ነው የኔ እዚህ መቅረት። በል እንደ ስቱኮ የኔንም ሂሳብ ሰጥተህ አሰናብተኝ!»

በላይ የእነኚህ ሁለት ሰዎች ድፍረትና ቆራጥ ውሳኔ መልሶ አሸበረው። ስቱኮና ሃይልዬ ከእሱ ዘንድ መሄድ ማለት የጋራዡ ከግማሽ አካል በላይ በድን መሆን ማለት ነው። የጋራዡ ተፈላጊነትና የደንበኞቹ መበርከት ለተገለበጡና ለተጋጩ መኪናዎች በቅጥቀጣ፣ በብየዳ፣ በስቱኮና ቀለም ቅብ እንደ ሴፌሪያንና ኦርቢስ ከመሳሰሉ የውጭ የመኪና አስመጭ ኩባንያዎች በስተቀር ተፎካካሪ የሌለው በመሆኑ ነው። በሞተር ሥራም ቢሆን ባዲሳባ ከታወቁት ምናልባት ከሙሴና አብርሃ ጋራዦች በስተቀር ተወዳዳሪ የለውም። የመኪናዎች ኮፈንና ሻሲ አዲስ አስመስሎ በመሥራት ስቱኮና ሃልዬን የሚተካ ሰው ለማግኘት እንደማይችል ባለቤቱ ያውቀዋል። ፈጠነን ሲያሳስር በእሱ ቦታ ሌላ ሰው እስከሚያገኝ ድረስ ለጊዜው ራሱ ለመሥራት ወስኖ በመሆኑ ስቱኮና ሃይልዬ የሱን ቤት ረግጠው ለመሄድ መወሰናቸውን ሲያይ አተርፍ ባይ አጉዳይ መሆኑ ታወቀው።

ምዕራፍ ሰባት

በኢንዶ ሥራ ማቀዝቀዙ አብቅቶ፣ ሠራተኛ ካሠሪው ጋር የጀመረው ድርድር ተጨባጭ ውጤት ያስገኝ አያስገኝ ሳይታወቅ ወራት አለፉ:: ሁኔታው በዚህ ዓይነት እንዳለ ድንገት የፋብሪካው የአደጋ ማስጠንቀቂያ እየደጋገመ ጩኸቱን አቀለጠው:: ሠራተኛው አንድ ነገር መድረሱን ይጠርጥር እንጂ አደጋ የደረሰው በሰው ይሁን በንብረት ወዲያውኑ አላወቀም:: ዜናውም ወዲያው አልተዳረሰም:: የአደጋ ማስጠንቀቂያው ግን ጩኸቱን እንደቀጠለ ነው:: ሠራተኛው እርስ በርሱ ይባላ ጀመር:: የሚፈልገው ትንሽ ምክንያት ስለነበር ስለደረሰው አደጋ ምንነት በቅጡ ሳይረዳ የሥራ ቦታውን እየለቀቀ ወደ ውጭ ግልብጥ ብሎ መውጣት ጀመረ:: «ከእንግዲህ ምን እስክንሆን ነው የምንጠብቀው፣ ትዕግሥታችን አልቋል፣ የመጣ ቢመጣ በራስ ሕይወት ላይ ከሚመጣ አደጋ የሚብስ ነገር የለም» እያለ መታመስ ያዘ:: ያልተጠበቀ ግብታዊ አመፅ በኢንዶ ቅፅር ግቢ ተቀሰቀሰ:: የሠራተኛው ማህበር መሪዎች ሊቆጣጠሩት አልቻሉም:: እነርሱ ለሥራ ማቆሙም ሆነ ካሠሪው ጋር ለመጋፈጥ ሳይዘጋጁ ሠራተኛው የቀደማቸው መሰለ:: ብዙም ሳይቆይ የደረሰው አደጋ ምንነትና ማን ላይ እንደደረሰ በሠራተኛው መሀል ተዳረሰ:: የእዚህ ጊዜ በእርግጥም ሠራተኛው ከፊት ማህበሩ ከኋላ የተገላቢጦሽ መሪና ተመሪ እንደሆኑ ግልፅ ሆነ:: «ኤክስፐርት» በመባል የሚታወቁት ወዳሠሪው ወገን የሚደመሩት ግን በሠራተኛው ላይ ስለደረሰው አደጋ ሆነ ሠራተኛው አምፆ መነሳቱን የሚያስተውሉ፣ የሚያዩና የሚሰሙ ፍጥረቶች አይመስሉም:: እርስ በርሳቸው የያዙትን ክርክርም ሆነ የሚጠቀሙበትን የመከላከያ ቋንቋ ለሚሰማ፣ ስለ ሰው ልጅ መቆርቆራቸው ቀርቶ እያንዳንዳቸው የሰለጠኑባቸውን የማምረቻ መሳሪያዎች ከደሙ ንፁህ ለማድረግ የሚሞክሩ ይመስላሉ:: ከእርሱ ጀርባም ባካባቢያቸው ያለው የሰው ፍጡር ምን እንደሚመስልና አደጋውን እንዴት እንደተቀበለው ልብ አላሉትም::

«መደባለቂያውን እስቲ ቼክ ላርገው መደባለቂያ ማሽን ያው ማሺን ነው:: እኔ ያጠናሁባቸው የኢጣልያንና የአሜሪካን ናቸው:: ይሄኛው የጃፓን ነው:: ስለ እሱ በደንብ አላውቅም:: እርግጥ የማሺኑ ዲዛይን አይለያይም:: ፓተንቱ ያው ነው» ሲል የማትቀረውን የእንግሊዝኛ

ቃል እየደባለቀ ሲናገርና ሌሎቹም ኤክስፐርት የሚባሉት ሲጨማምሩበትና ራስ በመነቅነቅ ሲደጋገፉ ለመመፃደቅ ጭምር እንጂ ለችግሩ መፍትሄ ለመሻት አልመሰለባቸውም፡፡ ለነገሩ ያህል የቴክኒክ ክፍል ሹሙ ማስታወሻ ያዘ፡፡ ይሄ ሁሉ ሲሆን አደጋ ወደደረሰበት ሰው ለመጠጋት ያደረጉት ሙከራ አልታየም፡፡ ሠራተኛው ገንፍሎበት የሥራ ቦታውን እየጣለ በመውጣት አደጋ ወደደረሰበት ሥፍራ ሲኮለኮልና ተመልሶ ወደሥራ ቦታው በቀላሉ እንደማይመለስ ከሁኔታው ግልፅ ሆኖ እየታየ የፋብሪካው ሥራ አስኪያጅ የሚመራው የኤክስፐርት ቡድን ከመደባለቂያው ማሺን ወደ ማባዘቻው አለፈ፡፡

«በዚህ ማሺን ላይ ያየነው ጉድለት የለም» ሲል የክፍሉ ኃላፊ ሲናገር «ማሺን ዲዛይነር» በሚል መጠሪያ በቅርቡ ኢንዶ የተቀጠረው ውጭ አገር ተምሮ የመጣ ወደ ሠራተኛው የሚጠጋ ወጣት ቢጤ ኤክስፐርት ጣልቃ ገብቶ አስተያየቱን መስጠት ጀመረ፡፡

«የማባዛቻው ማሺን አንዴ ከተንቀሳቀሰ በራሱ ፍጥነት ስለሚሠራ ሞተር እስካልቆመ ደርስ ከመደባለቂያ የሚያገኘውን ፍላፕ እያባዘተ በስሱ በአመልማሎ ፎርም እያወጣ ለአመልማሎ ክፍል ስለሚያሳልፍ ማባዘቻው እርግጥ እንደተባለው ዲፌክት የለውም ማለት ይቻል ይሆናል፡፡ ነገር ግን ሠራተኛውን ሊያጋጥም ከሚችለው አደጋ አንፃር ያየነው እንደሆነ ሞተር ከቆመ በኋላም ቢሆን የማባዘቻው ማሺን በራሱ ኢነርሺያ መሽከርከሩን ስለሚቀጥል ድንገት የሠራተኛውን ልብስ ሊጠልፍና ጎትቶ ወደሞተሩ በማስገባት እስከሞት የሚያደርስ አደጋ ሊያስከትል ይችላል ... » ብሎ ገና ንግግሩን ተናግሮ ሳይጨርስ የሕንዶቹ ምክትል የሆነው ኢትዮጵያዊው ሥራ አስኪያጅ አቋረጠው፡፡

«የተጠየቅኸው ስለሠራተኛው አይደለም» አለውና ወደ ቀጭን ፈታይ አልፈው እዚያ ያሉትን ማሺኖች ለመመልከት እንዲሄዱ የቀሩትን ኤክስፐርቶች ጋበዛቸው፡፡ እዚያም ሲደርሱ የይስሙላ ገለፃውን በራሱ መሪነት ማካሄድ ጀመረ፡፡

«እዚህም ቢሆን ያው ስለቀሩት ማሺኖች ስንነጋገር፣ የተናገርነውን ህግ ነው አፕላይ የሚያደርገው» አለ እንደተለመደው የእንግሊዝኛ ቃል እየቀላቀለ፡፡ ከዚያም ቀጠል አደረገና ወደቀሩት ኤክስፐርት ወደተባሉት እየተመለከተ «ማሺን እስከተንቀሳቀሰና እስካልቆመ ድረስ ፍጥነቱ የታወቀ ስለሆነ በደቂቃም ሆነ በሰዓት የሚያጠነጥነው ቀሰም ካልኩሌትድ ነው፡፡ ምናልባት ከዚህ ክፍል የደረሰን ኮምፕሌንት ቢኖር

ክር ቶሎ የመበጠስ ችግር ብቻ ነው። ይህንንም ሪፖርቱ እንደደረሰኝ ለቴክስታይል ኤክስፐርቱ አስተላልፌአለሁ።» በማለት እሱም እዚያው አብሯቸው የሚገኝ በመሆኑ አስተያየቱን እንዲሰጥበት ጠየቀው። የጨርቃ ጨርቅ ኤክስፐርቱ ግን ብዙውን ጊዜ ከሠራተኛ ማህበር መሪዎች ጋር በድብቅ የሚገናኝና ውጭ አገር ለትምህርት በቆየባቸው አመታት፣ የሙያ ማሕበራት ካሠሪዎች ጋር የሚያደርጉትን ትግል እንዴት እንደሚቀይሱ የሚያውቅና ለሰራተኛው ከመቆርቆር ያለፈ አሠሪው ሳያውቀው ከነሲማ ጋር የሚመካከር ሰው ነው። ከማሺን ዲዛይነሩ ኤክስፐርት ይልቅ ይህኛው ብስለት ያለው በመሆኑ የኤክስፐርት አስተያየቱን ሆነ ከሰራተኛው መሪዎች ጋር ያለውን ግንኙነት በህቡዕ መምራት የሚችል ነው። በተጠየቀው መሠረት ቀጭን ፈታይን ስላጋጠመው የክር መበጠስ መናገር ጀመረ።

«የክር መበጠስ ብዙውን ጊዜ የሚያጋጥመው ከጥጡ አይነት ሊሆን ይችላል። ናቹራል ና አርቴፊሽያል ጥጥ በኩዋሊቲ ደረጃ ብቻ ሳይሆን በኩዋንቲቲም ሳይመጣጠኑ ከቀሩ ክሩ ብዙውን ጊዜ ሊበጠስ ይችላል። በሌላ በኩል የጥጡ አይነት መጋዘን እስኪገባ ድረስ የሚያስፈልገውን ቴምፐሬቸርና ሁሚዲቲ ሳያገኝ ከቀረ የመበጠስ ችግር ሊገጥም ይችላል» ሲል የጨርቃ ጨርቅ አዋቂው ተናገረ። ቀጭን ፈታዮች ይህ ሁሉ ገለፃ ሲደርግ የሥራ ቦታቸውን ለቀው አደጋ ወደደረሰበት አካባቢ ሄደዋል። ያሠሪው ወገኖችና አዋቂዎቻቸው ከእነርሱም መሀል ለሠራተኛው መቆርቆር ያላቸው ቢገኙባቸውም በሰው ሕይወት ለደረሰው አደጋ ሳይቻኮሉ በምርት መሣሪያዎቻቸው ጥራት ላይ ትኩረት አድርገው ተመለሱ። ሠራተኛው ግን መተራመሱን ቀጥሏል። የደረሰው አደጋ ባሰቃቂነቱ ከብዙ ዓመታት በፊት ኢንዶ ደርሶ ከነበረው አይተናነስም።

የማባዛቸው መኪና ሞተር ሲቆም ወዲያው አይቆምም። ሞተር ከጠፋም በኋላ በራሱ ውስጣዊ እንዝረት መሽከርከሩን ይቀጥላል። «ሩሎ» በሚል ስም የሚጠሩት ረጃጂም በርሜል መሳይ ድፍን ብረቶች ወይም ድራም፣ በላያቸው ላይ የተጠመጠሙት ጥጡን የሚያባዝቱት የሽቦ ማበጠሪያ የሚመስሉት ቀጫጭን ብረቶች ከእነኚህ ድፍን በርሜል መሳይ ብረቶች ጋር አብረው ይዞራሉ። የማባዘቻውን መኪና ከሁሉም አደገኛ የሚያደርገው ሩሎዎች ሲሽከረከሩ ይኸው አብሮ የሚሽከረከረው ማበጠሪያም ድንገት የሰው ልብስ የያዘ እንደሆነ ነው። የኢንዶ ወዛደሮች የሚፈሩት ይህ ሞተር ከጠፋም በኋላ በራሱ

እንዝረት የሚሽከረከረው መኪና ላይ ያሉት ማበጠሪያዎች አንድ ቀን ድንገት ለቀም ያደረጓቸው እንደሆን፣ ጎትተው ወደ መኪናው ውስጥ ያስገቡንና የጨፈለቁን እንደሆን የሚል ሲሆን በዚህ አይነት አደጋ የደረሰባቸውም እንደሆን ባሰቃቂ ሁኔታ እስከ መሞት እንደሚደርሱ ወዛደሮች ያውቁታል፡፡ እንኳን መሃል ለመሃል ሰው ከያዘ ይቅርና ከዳር ትንሽ ጨርቅ ለቀም ያደረገ እንደሆነ በማባዘቻው የተያዘውን ልብስ ቶሎ በስለት በመቁረጥ ሰውዬውን ካላስለቀቁት ወደ ላይ እያነሳ መልሶ ከመሬት እያላተመ ከዚያም ወደ ውስጥ ጎትቶ በማስገባት ሊዳምጥና ሊገድል ይችላል፡፡ ማባዘቻው ሲተከል ለቦታ ቁጠባ ተብሎ ቅርብ ለቅርብ ስለተተከለ ካንዱ ወደ ሌላው የሚተላለፈውን ሠራተኛ በቀላሉ ልብሱን ሊይዘው እንደሚችል አሠሪዎች ልብ ቢሉትም ደንታ አልሰጣቸውም፡፡ በተለይ የሴቶች አለባበስ በማባዘቻው ላይ ለመሥራት ምቹ ባለመሆኑ በቀላሉ ልብሳቸው ሊያዝና እስከሞት የሚደርስ አሰቃቂ አደጋ ሊደርስባቸው የሚችለውም በእነርሱ ላይ በመሆኑ ሴቶች በዚህ ክፍል እንዳይሰሩ ወይም ደግሞ ፋብሪካው ለአደጋ የማያጋልጥ የሥራ ልብስ እንዲታደላቸውና ጥንቃቄም እንዲያደርጉ ተገቢው ትምህርት እንዲሰጣቸው የሠራተኛው ማህበር ለአሠሪው ክፍልና ለኢሠአማ ጭምር አቤት ቢል ሰሚ አላገኘም፡፡ በተለይ ካሠሪው ወገን የተገኘው ምላሽ ሴቶች ለሥራ አመቺ የሆነ ልብስ እንደ ወንዶቹ ገዝተው በራሳቸው ወጭ ይልበሱ የሚል ነበር፡፡ ፋብሪካው ግን የሥራ ልብስ በነፃ የማደል ግዴታ እንዳለበት ለማስገደድ ማህበሩ አቅምና የባለሥልጣን ድጋፍ በማጣቱ ሳይገፋበት ተስፋ በመቁረጥ ላይ እንዳለ የተፈራው አይነት አደጋ ባንዲት በማባዘቻው መኪና ላይ በምትሠራ ሴት ላይ ደረሰ፡፡ ሞተር ከቆመም በኋላ በራሱ ሃይል በመሽከርከር ላይ ያለው ማባዘቻ የራሷን ፈረቃ ጨርሳ ከሥራ ልትወጣ ባጠገቡ የምታልፈውን ያምስት ሕፃናት እናት ቀሚስ አፈፍ አደረጋትና ወደ ውስጥ ጎትቶ አስገባት፡፡ ያንን በመሰለ የብረት ሩሎ እየዳመጠ ጨፈለቃት፡፡ ምኗም አልተገኘም፡፡ ይህንን አሰቃቂ ዜና የሰማው ሠራተኛ በቁጣ ገንፍሎ የሥራ ቦታውን እየለቀቀ ወጣ፡፡ በሠራተኛውና ባሠሪው መሃል የተካረረ ሁኔታ ተፈጠረ፡፡

ሲማ አደጋው በደረሰበት አካባቢ ደርሶ ብዙ ከጠበቀ በኋላና ትዕግሥቱ አልቆ ወደ ክፉ ለመዳረስ በማይመለሱ ወዛደሮች ታጅቦ አሠሪው ክፍል ከቢሮው ከመሸገበት አካባቢ ለመሄድ ሲዘጋጅ የፋብሪካው ሥራ አስኪያጆችና የየክፍሉ ኃላፊዎች እነርሱም በዘቦቻቸው ታጅበው

ወደሠራተኛው ሲመጡ ተመለከታቸው፡፡ በቁጣ የተነሳው ሠራተኛ በአሠሪው ላይ ምንም አይነት አደጋ እንዳያደርስባቸው ሲማ ተማፀነ፡፡ ሴት ወዛደሮችና በማባዘቻው በመጨፍለቅ የሞት አደጋ የደረሰባት ሴት የቅርብ ወዳጆች ደረታቸውን ይመታሉ፡፡ ዋይታቸው እንደቀለጠ ነው፡፡ ከወንዶችም መሃል አላስችል ያለው ዕንባውን የሚያፈስ «ወይኔ እህቴን» የማይል እከሌ ከእከሌ አይባልም፡፡

አሠሪዎቹ ሲማ ወዳለበት እንደደረሱ እሱ አላስችል አለው፡፡

«እናንተ ጨካኞች! የሥራ ልብስ ገዝታችሁ፣ ሴቶች የፋብሪካው ወዛደሮችን አልብሱ ብንል ለዚህ ተብሎ በፋብሪካው የተያዘ ባጀት የለም በማለት፣ መሥራት የማትፈልግ ሴት ካለች እናሰናብታለን እያላችሁ በማባዘቻ ክፍል እየዞራችሁ ስታስፈራሩን ብዙም ሳይቆይ ይኸው የፈራነው አደጋ ባምስት ልጆች እናቷ፣ በመጨቷ ሴት ላይ ደረሰ፡፡ እናንተ ለሰው ሕይወት ደንታ የሌላችሁ፣ ትርፋችሁን ብቻ የምታሳድዱ ገንዘብ ዓይንና ልባችሁን ያሳወራችሁ ፍጥሮች ናችሁ» ሲል ሲማ ዕንባ እየተናነቀው ነገራቸው፡፡ እነርሱ መልስ እስኪሰጡት ድረስ ራሱን መቆጣጠር አቅቶት እየተንሰቀሰቀ ማልቀስ ያዘ፡፡ የአሠሪው ወገኖች የሲማን ሁኔታና ሠራተኛውም ለምንም እንደማይመለስ፣ ንዴትና ቁጣውን የተረዱ መሰሉ፡፡ መልስ መስጠቱ ወዳላሰቡትና ወዳልተዘጋጁበት አይነት ግጭት እንደሚወስድ የተረዱ መስለው፣ መልስ መስጠቱን ትተው የሠራተኛውን መሪዎች ማዳመጥ ቀጠሉ፡፡

«ያው ደስ ይበላችሁ የእኛ ላብና ደም አላጠግብ አላችሁ፣ ይኸው የስንት ልጆች እናት አጥንቷን ሳይቀር ቆርጥማችሁ በላችሁ፡፡ እናንተ ናችሁ የበላችኋት፡፡ የምንፋረደው እናንተን ነው» ሲል ደሜም በጣቱ ሳይቀር እየዛተና ከንፈሩን እየነከሰ አይኑ ደም እንደለበሰ ተናገራቸው፡፡

ሙሉነሽ እየከነፈች ነጣላዋና ሻሿ ከላዩዋ ላይ የት? እንደደረሱም ልብ ሳትል እዬዬ እያለችና ደረቷን እየደቃች እነሲማ ካሠሪው ወገኖች ጋር ሃይለ ቃል ሲመላለሱ ደረሰች፡፡ ግራና ቀኙን እያየች ጓደኛዋን አሚናን ተጣራች፡፡ ቀጥላም ሚልኮን ተጣራች፡፡ ከዚያም «ጋሼ ሲማ» አለች ንግግሯን ሲቃ እያወላከፈውና ዕንባዋን እያዘራች፡፡ ቀጥላም ደረታቸውን እየመቱ ወደሚያለቅሱት ሴቶች ተደባለቀች፡፡

«... እትዬ አዛለች እኮ ነች እንዲህ የሆችው! ያምስት ሕፃናት እናት

እኮ ነች የተጨፈለቀችው! ኧረ ምን እስከንሆን ነው የምንጠብቀው? በስንቱ እንበደል? ኧረ እስከ መቼ ነው የምንታገሰው?» እያለች «እትዬ አዛለች» እያለች ትጠራት ለነበረውና በሁሉም ዘንድ ተወዳጅ ለነበረችው ሴት ዕንባዋን ዘራችው። የእዚህ ጊዜ ባንድ አካባቢ ተሰባስበው የነበሩት ሴቶች ቀፎዋ እንደተነካ ንብ ወደሠሪው ተወካዮች ግር ብለው ተጠጉ። ከወንዶቹም መሃል የቡጢ ጭብጡን እያሳመረ መከተል ያዘ። ሌላው ቆመጥ የቀረው ደግሞ ድንጋይ ቢጤ ፍለጋ መሬት መሬቱን ማየት ጀመረ። አሠሪው ክፍል አይቶት የማያውቀው የወዛደር ቁጣ መሆኑን ተረድተውና የተከሏቸው ዘቦችም እንደማያድኗቸው በመገመት ሸሸት ማለት ጀመሩ። ሠራተኛው ሮጥ ማለት ያዘ። ሲማ፣ እምሬ፣ ዲንቃና አሊጋዝ ሠራተኛውን ለማብረድ አንድ ሁለት ቃል ቆጣ ብለው ይናገሩት ጀመር። ደሜ ግን ከቀረው ሠራተኛ ጋር ተደምሮ የፋብሪካውን ተጠሪዎች «አፈር ማስገባት ነው እንጂ» እያለ እነሲማን አልሰማ አላቸው። ሠራተኛው ካሠሪው ወደ ራሱ መሪዎች ከመዞር የማይመለስ መሰለ። በዚህ መሃል ያሠሪው ወገኖች ወደቢሯቸው መሮጥ ሲጀምሩ ከነርሱ መሃል የውጭ ሰው የሆነው ህንዱ ሥራ አስኪያጅ ሮጦ ማምለጥ ሃፍረት መስሎት ይሁን አይታወቅም ወደ ኋላው ቀረት አለ። ሙሉነሽ ከነሲማ የሚዳረቁትንና ቁጣቸው ገንፍሎ ባሠሪው ላይ ጉዳት ለማድረስ የሚጋበዙትን ትታ እሷ ወደ ህንዱ ምክትል ሥራ አስኪያጅ ሄደች። ኢንዶ ብዙ ዘመን የኖረና በግርድና የቀጠራትን ሴት ያለውዴታዋ አስረግዞ ቆይቶም እንደሚስት በማስቀመጥ ሁለት ልጆች የወለደና አማርኛ የሚችል በመሆኑ ሙሉነሽ ታወርድበት ጀመር።

«የት ትሄዱ? ወዴት ትሸሹ? እንደ እናንተው ሰዎች ነን ወዴት ትሸሹናላችሁ?

እርሶ በተለይ ከእኛ የተዛመዱና የተዋለዱ መሆኑን አገር ያውቀዋል። ታዲያ ምናል ከእርሶ አልፎ ላገርዎ ሰዎች ሃዘኔታንና ርህራሄን ቢያስተምሯቸው? ምነው እንደዚህ የኛን ላብና ደም ከመምጠጥ አንመለስም አላችሁ? አዛለችን የበላችኋት እናንተ ናችሁ። የተማመናችሁትን ተማምናችሁ ተዘባነናችሁብን። ፋብሪካው ብቻ ሳይሆን አገሩም ጭምር የእናንተ ሆነ። አሠሪ ማለት ግፈኛና ርህራሄ የሌለው እንኳን ስጋችንን አጥንታችንን ለመቆርጠም የማይመለስ መሆኑን ባመጣችሁት ማባዘቻ የልጅ እናቷን ቆረጣጠማችኋት!» ብላ ወደ ኋላው ሸሸት ከማለት በስተቀር መልስ የማይሰጠውን ምክትል

ሥራ አስኪያጅ ስትጠጋው የካቦ ዕልቅና በቅርቡ የተሾመው ቢተማ ድንገት በመሃል ጣልቃ ገባ::

«ይህቺ ዕብድ እንግዲህ ዕብደቷ ተነሳ! አዛለች እንደሆን አንዴ ሞታለች አትመልሻት! ይኸው እንግዲህ ሥራ አልሠራም ለማለት ምክንያት አገኛችሁ እንግዲህ» አለና በያዘው ቆመጥ ሊያስፈራራት ሲቃጣው እሷ ቀድማ ሁለት እጆቿን እንደዘረጋች ነበርና ፈጥና በጥፍሮቿ ከፊቱ ላይ አረፈች::

«ኧረ የት አባትክ! አንተ አረመኔ እበላ ባይ ባዕዳኑ በለጡብህ? ከእኛ ከወገኖችህ አይደል?» እያለች ተለተለችው:: እሱም በያዘው ቆመጥ አወራረዳት:: ሙሉነሽ እንደ እባብ ተጠቅልላና ተሸመድምዳ ከመሬቱ ላይ ተዘዘረች:: ጠቅላላ ኡኡታ ነገሠ:: ደሜ ደርሶ ቢተማን በቡጢ አንገቱ ላይ ቢያሳርፍበት አዙሪት እንደያዘው ተሽከርክሮ እሱም ከሙሉነሽ አጠገብ ተዘረረ:: የቢተማ አጋዥ ሆኖ ሌላው ካቦ አረሩ ደግሞ በተራው ደሜን ገጠመው:: ጠቅላላ ትርምስ ነገሰ:: ሠራተኛው ሴቱ ወንዱ በካቦዎቹ ላይ ተረባረበ:: ከሴቶች መሃል አንዳንዶቹ የሚጠሏቸውን የሴት ካቦዎች አነቁ:: አሚና የወፍራም ፈታዪዋን ያዘቻት:: ሚልኮ የአመልማሎ ፈታይዋን ትደቁስ ጀመር:: ሠራተኛው በካቦዎቹ ብቻ ሳይመለስ ሥራ አስኪያጆቹና ሹሞቹ ወዳሉበት ለመሄድ ተጋበዘ:: በኢንዶ ግቢ በቅርቡ ተቆርጦ ከተከመረው ባህር ዛፍ በቆመጥነት የሚያገለግለውን እየመረጠ በማንሳት መንገዱን ወደ አሠሪዎቹ አቀና:: ሲማ «ተው! ይበቃል! ኧረ የት ትሄዱ?» ቢል የሚሰማው አላገኝም:: «ኧረ ደሜ እባክህ ይበቃል! ሠራተኛው ላይ የባሰ መከራ ታመጣለህ» ቢለው አልሰማ አለው:: ሠራተኛውም ግር ብሎ አሠሪው ወደ መሸገበት ሕንፃ መንጎዱን ቀጠለ:: ሙሉነሽ ከተነሳችበት ተነስታ ተከተለች:: እነዲንቃ፣ ዓሊጋዝ፣ እምሬ በግብታዊው አመፅ ከመዋጣቸው የተነሳ እንደ ሲማ ከፊት ቀድመው ሠራተኛውን ተመለስ ለማለትም ሆነ ለሲማ ድጋፍ ለመስጠት ተሳናቸው:: የፋብሪካው ስራ አስኪያጆች ከቢሯቸው ቆልፈው የተፈጠረው ሁኔታ እስከሚያልፍ ከመጠበቅ ይልቅ ወደ መንግሥት በመደወል ድጋፍ መጠየቅ እንደሚሻል አመኑበት:: ካሠሪው ወገን መሃል የሠራተኛውን ከበባ ደፍሮ በመውጣት ሠራተኛውን ለማነጋገር የደፈረ አንድም አልተገኘም:: በዚህ ሁኔታ አንድ ሰዓት ያህል ሆነ:: በዚህ ጊዜ ሁሉ የሠራተኛው ቁጣ አልበረደም:: ወዲያው ለየት ያለ ድምፅ ተሰማ:: ለካስ የአዛለችን ሬሣ ለማንሳት የተጠራው አምቡላንስ

ከኢንዶ ግቢ መድረሱ ኖሯል፡፡ እሱኑ ተከትሎ ፊጥኖ ደራሽ ፖሊስ የጫነው ማርቼዲስ ከኢንዶ አጥር ግቢ ከተፍ አለ፡፡ ጨንበሉን ፊቱ ላይ ዱላና ጋሻውን በእጁ እየያዘ ከነማርቼዲሱ ከኢንዶ አጥር ግቢ ደረሰና አካባቢውን ወረረው፡፡ ሠራተኛው ይህንን ሲመለከት ቁጣው እንደገና አገረሸበት፡፡ ፈጥኖ ደራሹ አንድ ቦታ እጅብ ወዳለው ወዛደር ርምጃውን ማስተካከል ያዘ፡፡ ወዛደሩ ግን ካለበት ንቅንቅ አላለም፡፡ አንድም መረበሽ አልታየበትም፡፡ እንደ መዘጋጀት እያለ የፈጥኖ ደራሹን የጥቃት እርምጃ ባለው አቅም ለመከላከል እንደቆረጠ አስታወቀበት፡፡

ፈጥኖ ደራሹ ወደ ወዛደሩ እየቀረበ ሲሄድ ድንገት ከዚህ ወይም ከዚያ ሳይባል ሴት ወዛደሮች ቀድመው በመሃል ተጋረጡ፡፡ ከሴቶች ፊት ቀድማ የተገኘችው ሙሉነሽ መሆኗን የሠራተኛው መሪ ሲማ ተመልክቶ ኖሮ ቀደም ሲል በቢተማ ዱላ የተቀጠቀጠችው ሳያንሳት ቀድማ የሳት እራት ለመሆን መቁረጧ ሲዘገንነውና ፈጥኖ ደራሹ በያዘው ቆመጥ ወደ ሽንጧ አካባቢ ሲያሳርፍባት አንድ ሆነ፡፡ የእዚህ ጊዜ ሲማም ወዛደሩን ከቀጥታ ግጭት መመለስ ተሳነውና በግብግቡ እሱም ተሳተፈበት፡፡ ባይገባበትም ወዛደሩ እንደሆነ ቀድሞት ቀፎው እንደተነካ የንብ አውራ በተገኘው ሁሉ የፈጥኖ ደራሹን ጥቃት ከመመከት አልፎ ወደማጥቃቱ ለመሸጋገር መሟሟት ያዘ፡፡ ነገር ግን ብዙም ሳይቆይ የመንግሥቱን የፖሊስ ሃይል መቋቋም ተሳነው፡፡ ጥቃቱ አየለበት፡፡ ስለዚህም የማይቀረውን ሽንፈት በጊዜያዊነት ለመቀበል ተገደደ፡፡ ከወንድ ሆነ ሴት ወዛደር አናቱ ያልተበረቀሰ፣ እጁና እግሩ ያልተሰበረ፣ ያልደማና በትንንቁ መሃል ከመሬት ወድቆ በፈጥኖ ደራሹ ጫማ ያልተረገጠ፣ ከፊኛው ላይ ያልተቆመበት ጥቂት ሲሆን እሱም ቢሆን ከሌላው የአካል ጉዳት ካልደረሰበት ወዛደር ጋር እየታፈሰ ከማርቼዲሱ ላይ ተጫነ፡፡ የፋብሪካው ሥራ አስኪያጆች፣ የክፍል ሹሞችና ከካቦዎችም መሃል እነቢተማንና አረሩን እስከተለው ወደ ፈጥኖ ደራሹ መኮንን መጡ፡፡ አነጋገሩት፡፡ ለካስ በገፍ ከታፈሰው መሃል የአድማ መሪዎች የሚባሉትን ለመጠቆም ኖሯል፡፡ ከጠቋሚዎቹ መሃል ካቦዎች ዋናዎቹ ሲሆኑ ኢትዮጵያውያን ሹሞችም ቀንደኞች ሆነው በጥቆማው ሥራ ተሳተፉበት፡፡ ሙሉነሽ ከሴቶቹ አንዷ ቀንደኛ አነሳሽ ተብላ ከሌሎቹ ተለይታ ለብቻዋ እንድትቆም ተደረገ፡፡ ቀጥሎም ደሜና ዲንቃ ተደባለቁት፡፡ ሲማ፣ ዓሊጋዝና እምሬም ተጨመሩበት፡፡ ወዲያውም ለጥያቄ እንደሚፈለጉ ለተቀረው ወዛደር ድምፁን ከፍ በማድረግ ከተናገረ በኋላ ሠራተኛው አንድ ቦታ

እጅብ ከማለት እንዲበተንና ባስቸኳይም ወደ ሥራው እንዲመለስ ለፍፎ የኢንዶን ቅፅር ግቢ የወረረውን ፈጥኖ ደራሽ በመጣበት አኳኋን እየመራ ዲቢዚቶ ከሚገኘው ግቢው ለመመለስ መንገዱን አቀና:: ሠራተኛው ግን እንደገና መታመስ ቀጠለ::

«ወንድሞቻችንና እህቶቻችን ለእኛ ብለው ሲታሠሩ ተመልሰን ወደ ስራችን አንገባም!» አለች አሚና::

«እኔ እንደሆን አላለፈልኝም፣ ለምኑ ብዬ ነው በዚህ ዕድሜዬ ቅሌት ውስጥ የምወድቅ፣ ባይበላ ይቅር! እነኛን የመሰሉ ደጎች ለእኛ ብለው መቀመቅ ሲወርዱ፣ ተመልሶ ሥራ መግባት ቅሌት ነው ትርፉ በዚህ ዕድሜዬስ አልዋረድም:: ሁለት ሞት ማለት ውርደትን ተቀብሎ ለባለጊዜና ለጌታ ማደር ነው፣ ለዚህች ለቀረችው ዕድሜዬስ ብዬ አላረገውም» አሉ በዕድሜያቸው ጠና ያሉት የአመልማሎ ክፍል ሠራተኛ የሆኑት ሴት ወዛደር::

«ኧረ ምናባቱ ባይበላ! አፈር ይበላ! እትዬ አዛለችስ ምን አተረፈች? ልጆቿን በትና ይኸው ቀረች:: እነ ጋሼ ሲማና ሙሉነሽ ከእኛ መሃል ተወስደው፣ ኢንዶን እንጀራዬ ብዬ ዞር ብዬም አላየው!» አለችና የተንዘረፈፈ ነጠላዋን ሰብሰብ አድርጋ ሚልኮ ካጥሩ ወጥታ ወደ ቤቷ ለመሄድ መንገድ ጀመረች::

«እኔም ባጣ ባጣ ኩሊነት አላጣም ከራስ ሕይወት አይበልጥም ነገ ደሞ የምጨፈለቀው እኔ ነኝ:: አለ ኢንዶ እንጀራ አይገኝም ያለው ማነው?» ሲል ታሪኩም ከኢንዶ አጥር ሚልኮን ተከትሎ ወጣ:: መቁረጥ አቅቶት የሚንቆራጠጠው መሃል ሰፋሪ ተነጥሎ ብቻውን ሲቀር የቀረው የኢንዶን አጥር ግቢ እየጣለ ወደ የቤቱ ለመሄድ ጉዞ ጀመረ:: ሠራተኛው ያንን ዕለት ትምህርት ያገኘበት ዕለት አድርጎ ቆጠረው:: ለካስ የፋብሪካ ጌታና መንግሥት አንድ ኖረዋል እያለ እርስ በርሱ መነጋገር ያዘ:: ፈጥኖ ደራሽ እየደበደበ ሲያፍሰውና ባሠሪዎች ፈቃድ ማን መለቀቅ? ማን ለምርመራ? ተብሎ ወዳምስተኛ ፖሊስ ጣቢያ እንደሚወሰድ እዚያው ከፋብሪካው ግቢ ሲወሰን መመልከት መንግሥት ከፋብካው ባለቤቶች ከሆኑት የባዕድ ከበርቴዎች ጋር በጥቅም የተሣሰረና ለዚህም ሲል የሠራተኛውን ደም ለማፍሰስ እንደማይመለስ ለመገንዘብ እንዲችል አደረገው:: ሲማ ግን ወደ አምስተኛ ፖሊስ ጣቢያ ተወስዶ ትንሽ ቀናትም ቢሆን ለምን እንዲቀፈደድ አሠሪዎቹ እንዳልፈለጉና ዘዴያቸውም ምን እንደሆነ

ሠራተኛው ለጊዜው ሊደርስበት አልቻለም። የወዛደሩ የእርስ በርስ መነጋገሪያ ሆኖ የሰነበተውና ጥርስ ሲያስነክስ፣ ከንፈር ሲያስመጥጥ የከረመው ጉዳይ ጊዜያዊ ሽንፈትን ከመቀበል በስተቀር ሌላ ምን ምርጫ አለመኖሩን የመገንዘብ ሆነ። የወደፊቱ ትግል ባገሪቱ ዳር እስከዳር ያለው ወዛደር ተነጣጥሎ ሳይሆን እንደ አንድ ሰው ሆኖ በመነሳት መንግሥትን ጭምር ከመግጠም ወደማያፈገፍግበት ደረጃ ላይ እስከሚደርስ ታግሶ መቆየት እንደሚበጅ ማመን ግድ ሆነ።

ክፍል ሶስት

ምዕራፍ አንድ

የአቃቂ ኢንዶ ወዛደሮችን ቀጥቅጦ የተመለሰው ፈጥኖ ደራሽ ማይጨው አደባባይን ይዞ ልደታን፣ ደጃች ካሣ ገብሬ ሠፈርን፣ በግ ተራን አቋርጦ ኮልፌ ዲቢዚቶ ከሚገኘው ካምፑ ከመመለሱ በፊት ለጥያቄ እንዲወሰዱ ባሠሪው ክፍል የተጠቆሙትን ወዛደሮች አምስተኛ ፖሊስ ጣቢያ ጣላቸው፡፡ እንደ ተረኛ መኮንን የተመደበው ሃምሳ አለቃ ቀደም ተብሎ ጉዳዩ ተነግሮት ስለነበር እነ ሲማን፣ ሙሉነሽን፣ እምሬን፣ ዲንቃ፣ ደሜንና ዓሊ.ጋዝን ተቀበለና ስማቸውን መዝግቦ ለወንድና ሴት ተለይቶ ወዳለው የእስር ክፍል ከመውሰዱ በፊት ካንድ አግዳሚ ወንበር ላይ አስቀመጣቸውና የእስር መዝገቡን ለማምጣት ወደ ቢሮው ገባ፡፡ በዚህ ጊዜ ውስጥ ያምስተኛ ፖሊስ ጣቢያ አዛዥ ድንገት ከተፍ አለ፡፡ ፈጥኖ ደራሽ ወደ አቃቂ መላኩንና ቀንደኛ አነሳሽ የሚባሉትን ወዛደሮች ወደ እርሱ ዘንድ እንደሚላኩለት ከፖሊስ ጠቅላይ መምሪያና ልዩ ምርመራ ከሚባለው ክፍል በኩል በቅድሚያ ተደውሎ ተነግሮታል፡፡ ከፖሊስ ጣቢያው ደርሶ ስለጉዳዩ ሲናገርም አዲስ አይመስልም፡፡

«እንዴት ነው? ዘመኑ የሌባና የቀመኛ መሆኑ ቀረና በፋብሪካና በየጋራዡ አልፎ ተርፎም በመንግሥት ላይ አመፅ የማነሳሳት ሆኗል ያላችሁ ማነው?» ሲል ወደ ሙሉነሽንና ዲንቃን እያየ ተናገረ፡፡

«ጌታዬ እነኚህ ሁሉ ካንድ ቦታ ተይዘው የመጡ አይደሉም» በማለት በዕለቱ ሃምሳ አለቃው ጣልቃ ገባ፡፡

«ታዲያ ይሄ ጉጭማና ይቺ የኮማሪት ልጅ የመሰለች ደግሞ ከየት የመጡ ናቸው?» አለና የፖሊስ ጣቢያው አዛዥ ጠየቀ፡፡

«ጌታዬ ይህኛው ጥዋት በስልክ ያነጋገሩዎት አቶ በላይ የጋራዥ ሠራተኞቼን እያሳመፀ አስቸገረኝ ብለው የላኩት ነው፡፡ ይቺኛዋ ደግሞ ...» ብሎ ንግግሩን ከመጨረሱ በፊት አዛዡ አቋረጠውና

እንደተንደረደረ ሄዶ ፈጠነን ጆሮ ግዱን በጥፊ አጮለው። ወዲያውም «አንተ ነህ ለካ! አንት ቅማላም የድሃ ልጅ ሠራተኛ የምታሳድመው ስላንተ የማላውቅ እንዳይመስልህ! ብዙ መረጃ ደርሶኛል።» እንደገና በጥፊና በርግጫ አቀሰመው። ወደተረኛ መኮንኑ ዞር አለና «በል አሁኑኑ መዝግብና ማረፊያ ክፍል ውሰድልኝ» ብሎ ትዕዛዝ ሰጠና ወደ ሙሉነሽ ደግሞ ዞረ። ገና ፈጠነን እንደዚያ ሲያጮለውና እንደሌላ ነገር ሲረግጠው ስትመለከት ሰውነቷ ውሃ ሆኗል። እኔንም እንደዚያው ያደርገኛል ብላ ከመደንገጧ ያላነሰ ከዚያ በፊት አይታ በማታውቀውና የጋራዥ ሰራተኞችን ለአመጽ በመቀስቀስ ተይዞ በመጣው ፈጠነ ላይ ሲፈፀም ያየችው ጭካኔ እጅግ አሰቀቃት። በዚህ ላይ ገና ስታየው በምን ምክንያት እንደተያዘ ለመጠየቅ ድፍረት አነሳት እንጂ በፊቱ ላይ ያየችበት የመከፋትና የቁጡነት ስሜትና ሁኔታው በሌብነትና በደረቅ ወንጀል ተይዞ እንደመጣ ሰው አልሆነባትም። ያምስተኛ ፖሊስ አዛዥ ያሳረፈበት ዱላና ቅጥቀጣ ሰውነቷን ከመውረሩና የፈጠነ ሁኔታ ከሳዘናትም ሌላ፣ በወሬ የሰማችውንና በአያቷ በባሻ ቢተው የደረሰውን የፀጥታ ፖሊሶችን አረመኔያዊነት እዚያው አይኗ ሥር ሲፈፀም ስታየው በዚያች አገር መፈጠርን የሚያስጠላ አድርጋ ብትቆጥረው ምንም ኃጢአት እንደሌለበት ተሰማት።

የፖሊሱ አዛዡ ግን እሷን የጀመራት በተለየ መንገድ ነው። የሰውነት ክብሯን ለማጉደፍ ጥፊና እርግጫ አላስፈለገውም። በስድብ ጀመራት።

«አንቺ የኮማሪት ልጅ ምን ሆንኩ ብለሽ ነው የሥራ ገበታሽን ረግጠሽ የመጣሽው? ከእነኚህ ወንዶች መሃል አይዞሽ ያለሽ የትኛው ነው? የወሸመሽና ድንግልሽን የወሰደ ከዚህ መሀል ያለ ይመስል እንዲህ ወንዶች ሲቀብጡ አንቺም አብረሽ የቀበጥሽው ምን ልሁን ብለሽ ነው? ሴት አመፅ አመፅ የሚላት ወንድ ስታጣና አለቅጥ ሲቆላት እኮ ነው!» አለ አብሽቅ አይነት ሳቅ የሚስቅ እየመሰለ ተዘባነነባት። ሙሉነሽ ወዲያውኑ ሰውነቷ ተለዋውጦ ዕንባዋ እንደ ገደል ውሃ በጉንጮቿ መሃል እያቆራረጠ ይወርድ ጀመር። የፖሊስ ጣቢያውን አዛዥ ማንነት አለማወቋ በጃት የሚያሰኝ ነው። እናቷ በላይነሽ አራተኛ ፖሊስ ጣቢያ አንዴ ወይዘሮ ሥራሽ ብዙ «ውሽማዬን ነጠቅሽ» ብለው ባስቀፈደዷት ጊዜ፣ ሌላ ጊዜ ደግሞ ከቀጣሪና አስቀጣሪው ቱፋ ቤት አዳር የወሰዳት ጎረምሳ ገንዘቤን ወሰደች ብሎ በሃሰት ባሳሰራት ጊዜ የፖሊስ ጣቢያው አዛዥ የነበረው ይኸው ደፋሩ ነበር። በዚያን ጊዜ የዕድሜ ወጣትነትና የሻምበልነት ማዕረግ ነበረው። ከዚያን ያህል ዘመን በኋላ ወደ ሻለቃነት

ማዕረግ ከፍ ቢልም ስድ አደግነቱና ካፉ የሚወጣው ቅስም የሚሰብር ስድቡና ደብዳቢነቱ አልተለዩትም። ከሻለቅነት ወደላይ አለማደጉ ገሚሱ በጉቦኛነቱ የተነሳ ማዕረግ ተላልፎት ነው ይለዋል። ሌላው ደግሞ ያገሪቱ ዋና ፖሊስ አዛዥ ዘንድ አማላጅ ልኮ ማዕረግ እንዲያልፈው ያደረገው ራሱ ደፋሩ ነው ይለዋል። ጊዜውን የጠበቀ ማዕረግ የመጣለት እንደሆን በፖሊስ ጣቢያ አዛዥነት መቆየቱ ይቀርና የወረዳ ፖሊስ አዛዥነት የተሾመ እንደሆነ ወይም ደግሞ ከፖሊስ ጠቅላይ መምሪያ የተዛወረ እንደሆነ በፖሊስ ጣቢያ አዛዥነቱ በወር ከደመወዙ አስር እጥፍ በጉቦ የሚያገኘው ጥቅም ይቀርበታል እየተባለ ይነገርለታል። ያራተኛና አምስተኛ ፖሊስ ጣቢያ አዛዥ መሆን ማለት የማትነጥፍ ጊደር እንደመሸለም ማለት መሆኑን የሚያውቁት ስለ ደፋሩ ሲናገሩ ከነጋዴው፣ ከወንዱ፣ ከሴቱ የሚበላው ጉቦ አይነትና ብዛት ከማዕረግ የሚያስመርጠው ቢሆን እንደማይገርም በደፋሩ ለከስካሳ ጠባይና ይህም ሆኖ በዘረፋ በሠራው ቤት ልትፈርዱ ትችላላችሁ ይሉታል። ይልቅስ ሩቅ ሳይሔድ ፈጠነን እንዴት ቁም ስቅሉን እንዳሳየው ሲታይ ውሻ በበላበት ይጮሃል የሚባለው ሀሰት የለውም የሚያሰኝ ነው። የጋራዡ ባለቤት አቶ በላይ በየግሮሰሪው እያዞረ ደፋሩን ውስኪ ሲያጠጣው ኖሯል። የዕቁብ ገንዘብ ጎደለብኝ ባለ ጊዜ ሲሞላለት አይኑን አላሸም። ታዲያ እንኳን ፈጠነን ሌላም ሰው እርገጥልኝ ቢለው ደፋሩ አፈር ያስገባለታል። ለበላይ ጋራዥ የሚቀርበው ያምስተኛ ፖሊስ ጣቢያ አዛዥ መሆኑ የጠቀመውን ያህል ለበላይም ሠራተኞቼ አንድ ችግር ፈጠሩብኝ ባለ ጊዜ ቶሎ የሚደርስለት እሱ ነው። የሰራተኛውን ጉልበት ያለርህራሄ በሚበዘብዙና ህግና እስር ቤቶችን በበላይነት በሚቆጣጠሩ መሃል ያለውን የጥቅም መተሳሰር ለፈጠነም ሆነ ለሙሉነሽ የነገረና ያስተማራቸው ባይኖርም በራሳቸውና በወላጅ አያትና ቅድመ አያቶቻቸው ላይ የደረሰው ታሪክ ራሱን የቻለ ትምህርት ሆናቸው።

በላይነሽም ተይዛ ከፊቱ በቀረበችም ጊዜ ደፋሩ ያደረገው ይህንኑ ነው። በባለጊዜና ባለገንዘብ በነበሩ ሰዎች ትዕዛዝ እሷንም ቀፈደዳት። ባራተኛ ፖሊስ ጣቢያ ትኋንና ቁንጫ እንዲጎበኛት አደረጋት። እርግጥ በላይነሽ ከሞተች ዘመን የላትም። ልጇ አድጋ የፋብሪካ ወዛደር ከመሆን አልፋ በሥራ ማቆም አድማ አነሳሽ ተብላ አምስተኛ ፖሊስ ጣቢያ ለጥያቄ ስትወሰድ ያጋጠማት ደፋሩ በላይነሽን ቅስም ለመስበር የተጠቀመበትን ቋንቋ በልጇ በሙሉነሽም ላይ ማሳረፍ ምንም አልመሰለውም። እነኚህን የመሳሰሉ የፖሊስና ፀጥታ መኮንኖች ከሌብነት ጋር

ባልተያየዘና በድብደባ ለማወጣጣት በማያስችል እንደ ሥራ ማቆም ወይም እንደተቃውሞ ሰልፍ በመሰለ ጉዳይ ተይዘው ከፊታቸው የሚቀርቡላቸውን! በተለይም ሴቶችን የሰውነት ክብር ለማዋረድና ቅስም ለመስበር እንዲረዳቸው የተማሩትና የሰለጠኑበት ዘዴ ይህንን ይጨምር ይሆን አይታወቅም:: ሙሉነሽ ላይ ያንን የመሰለ ሰውነት የሚያኮማትር የስድብ ናዳ ሲያወርድባት እሷ የምትመልሰው ጠፋት:: በመሃሉ ጣልቃ ገብቶ ሊከላከልላት የሞከረው ሲማ ነው::

«ጌታዬ ለምን እንዲህ ይናገራሉ? ተይዘን የመጣንበትን ጉዳይ ቢያውቁት እንዲህ የሚናገሩ አይመስለኝም:: እንዳውም ለእኛ ያዝኑልን ይመስለኛል» ሲል ተናገረ:: ደፋሩ ግን ሳቀበት::

«አንተ የእንጨት ሽበት! ገመድ አፍ! ባንተ ቤት እናንተ ለምን እዚህ እንደመጣችሁ አታውቅም ማለትህ ስራህን አታውቅም ማለትህ ነው? አይደለም እንዴ? እኮ ተናገር?»

«ኧረ ጋሼ ሲማ እንዲህ ማለታቸውም አይደል! ጓደኛችን ላይ በደረሰው አደጋ አዝነንና ከዚህ በፊትም እንዲህ አይነቱ አደጋ እንዳይደርስ አሠሪው ምን ማድረግ እንዳለበት አቤት ብለን ሳይሰሙን ቀርተውና በደመወዛችንና በመሳሰሉት በደረሰብን በደል መከፋታችንን በምንገልፅበት ጊዜ ፈጥኖ ደራሽ ግቢያችን ድረስ ገብቶ ደብድቦን፣ የጓደኞችንን የአዛለችን ሬሣ እንኳ ሳናነሳ በአፈሳ መልክ ተለቅመን ከዚያም መሀል እኛ እንደ አድማ መሪ ተቆጥረን መጣን እንጂ የበደልነው ነገር የለም:: በዚህ ላይ ደግሞ ጋሼ ሲማ እኔን እንዲህ ሲናገሩኝ ለራሴ አንድ ፍሬ ልጅ መሆኔን ስለሚያውቁና እሳቸውም ሴት ልጅ ስላላቸው እርሶም ሴት ልጅ ይኖሮት እንደሆን ስለልጅዎ ብለው ከሌለዎትም መቼም ከሴት ተወልደዋልና እንደዚያ እያሉ ከሚሰድቡኝ የሚጠይቁኝና የምሰጠው ቃል ካለ ባግባቡ ቃሌን እንድሰጥ ነው እንጂ ለሌላ አይደለም» ስትል ዕንባዋ እየተናነቃትና እልህ ይዟት ተናገረች::

ደፋሩ ለነገሩ ይህል አዳመጠና ወዲያው ደግሞ ቆጣ ብሎ ወደሙሉነሽ መለስ በማለት ዕድሜዋን ጠየቃት:: መለሰችለት::

«ታዲያ ምኑን ነው አንድ ፍሬ ልጅ ነኝ የምትይው? ጡትሽ ከቀሚስሽ ጥሶ ሊወጣ ምን ቀረውና ነው:: በዚህ ላይ እንደኮማሪት ልጅ ቀና ቀና ማለቱን የት ተማርሽው?» እሷን ማናገሩን ተወና ደግሞ ወደ ተረኛ

መኮንኑ ዞረ።

«ይህንን ወርጋጥ ከበላይ ጋራዥ ተይዞ የመጣውን መዝገብና ማረፊያ ቤት አስገባልኝ አላልኩህም ነበር?» አለው።

«ጌታዬ እነኚህ ሁሉ ከአሠሪ ጋር በመጋጨት የመጡትን አንድ ላይ ለመመዝገብ ብዬ ነው» ሲል መለሰ፤

ደፋሩ ከጠቅላይ መምሪያ ስልክ ተደውሎለት ኖሮ ሁሉንም እዚያው ትቶ ወደ ቢሮው ገባ። ጠቅላይ መምሪያ ደግሞ ሦስተኛ ከሚገኘው ልዩ ምርመራ ያገኘውን ትዕዛዝ ለፖሊስ አዛዡ ለሻለቃ ደፋሩ አስተላለፈ። ከኢንዶ ተይዘው የመጡት በቶሎ ቃላቸውን ሰጥተው በዕለቱ እንዲለቀቁ የሚል ነበር። ባጠቃላይ ባገሪቱ ያለው ሁኔታ ያልተረጋጋና አንድ ቦታ የተለኮሰ የሠራተኛ አድማ በቀላሉ ሊቀጣጠል ይችላልና መሪ ተብለው የተያዙት ቶሎ ወደ የሥራ ገበታቸው ተለቀው ካልተመለሱ ሌላው ደግሞ እነርሱን ካላስፈታሁ ብሎ ይነሳና ሁኔታው ከቁጥጥር ውጭ ይሄዳል በሚል የንጉሠ ነገሥቱ ልዩ ካቢኔ የመከረበትን ጉዳይ ሹሙ ከፍያለው የሚባለው ለልዩ ምርመራው የበላይ ኮሎኔል ለሰይፉ፣ ሰይፉ ደግሞ ለበታቹ ኮሎኔል ለይርዳው በስልክ ነግሮት ይርዳውም ወደ ጠቅላይ መምሪያ ከበላይ የመጣለትን ትዕዛዝ አስተላልፎ ኖሯል። በትኂንና በቁንጫው በደንብ ሳይታሹ፣ የሻማ በሚጠይቅና በሌብነት ተይዞ ፍርድ ቤት ለመቅረብ በሚጠባበቅ ዱርዬ ሳይረገጡና አገጫቸው ሳይወልቅ ለምን በቶሎ እንዲለቀቁ እንደተወሰነ ደፋሩ ከበላይ ሲሰማው ተደናገጠ። ባገሪቱ ውሎ አድሮ የሚሆነውን አለማወቅ በራስ ላይ ጠላት ማብዛት መሆኑን የጠረጠረ ይመስል ወደ ሙሉነሽና ሲማ ሲመለስ ሌላ ሰው ሆኖ ተመለሰ። አስፀያፊ ስድቡና ማመናጨቁ ቀረና ተለሳለሰ። ፈጠነንም ቢሆን አይቶ እንዳላየ ዝም አለው።

«አይዟችሁ ያው ቃላችሁን ሰጥታችሁ ቶሎ ትለቀቃላችሁ። ለደንቡ ያህል ነው» ሲል ጨርሶ ሌላ ሰው ሆኖ በመለማመጥ አይነት አነጋገራቸው። ወዲያው ደግሞ ወደ ተረኛ መኮንኑ ዞር አለ፤ «ድንገት እግረ መንገዴን ነው ወደ ቢሮ የመጣሁት እንጂ ጠቅላይ መምሪያ መሄድ እንዳለብኝ ታውቃለህ! አይደለም እንዴ?» ሲል ጠየቀው። ቶሎ መልስ ሲያጣ «ምን ይዘጋሃል አትመልስም እንዴ? ስማ ለማንኛውም እኔ አሁን መሄዴ ነው። ተረኛው አንተ ነህ እነኚህን በእስር መዝገቡ ላይ መዝግብና ቃላቸውን ባጭር ባጭሩ ተቀበላቸውና ዘመዶቻቸው

ሲመጡ ዋስ አስጠርተህ ልቀቃቸው። ካልመሸና ዋሶቻቸው ካልመጡ በስተቀር ወደ እስር ቤት አትውሰዳቸው። በሌብነት ስላልተያዙ እዚሁ ከበረንዳው ላይ አንድ ፖሊስ እየጠበቃቸው ይቆዩ! ያ ጉጭማም አብሯቸው ሊቆይ ይችላል። ሲመሽ ግን እሱን አስገባልኝና ይቅመሰው። ጌታው ይፈታ ብሎ እሳካልጠየቀ ድረስ ቀን ቀን ለፀሃይ ብቻ አውጣው እንጂ ዋስ ቢመጣለትም እንዳትለቀው! ጥጋቡ መብረድ አለበት!» ሲል ትዕዛዝ ሰጥቶ የፖሊስ መኪናውን አስነስቶ ሄደ።

ሙሉነሽና ፈጠነ ራቅ ራቅ ብለውም ቢሆን ለማውራት ጊዜ ያገኙት የእዚህ ጊዜ ነው። ወንድና ሴት እስረኛ ጎን ለጎን መቀመጥ የለበትም የሚል ትዕዛዝ እንኳ ለመስጠት ተረኛ መኮንኑ አልደፈረም። በሌብነት የተያዙ አለመሆናቸውና የደፋሩ ሁኔታ ከስልኩ በኋላ ጨርሶ መለወጥ ተረኛ መኮንኑ ለጠባቂው ወታደር የሚሰጠውን ትዕዛዝ አለሰለሰው። አብረው አንድ ክፍል አለመታሰራቸው ካልሆነ በስተቀር መለያየቱ፣ ተራርቆ እንዲቀመጡም ሆነ እርስ በርሳቸው እንዳያወሩ የሚከለክልበት ምክንያት አልታይ አለው። እንዳያመልጡ ከመጠበቅ ያለፈ ሌላ ሃላፊነት ያለበት አልመሰለውም። ተረኛ መኮንኑ ስማቸውን ከመዘገበና ቃላቸውን ባጭሩ ከተቀበለ በኋላ እንዲህ አላቸው።

«እረኛ ከብቱ እንዳይጠፋበት ከመጠበቅ ያለፈ አምቧረቀ አላምቧረቀ ጉዳዩ አይደለምና የእኔም ጥበቃ እንደዚያው ነውና እንደልባችሁ ልታወሩ ትችላላችሁ» አላቸውና ፈንጠር ብሎ ለብቻው ካለው ወንበር ላይ ተቀመጠ። ወዲያው ደግሞ ወደ ዓሊጋዝ መለስ አለና «ወሎዬ ነህ መሰለኝ?» ሲል ጠየቀው። በአዎንታ መለሰለት። ቀጠል አደረገና ደግሞ «ወሎ ቀረ ተንቀዋለ» በማለት አከለበት።

«ምነው ጌታ ወሎዬ ሁሉ ይሰደብ ተብሏል እንዴ? ካሉስ የእርሶም የጌታዬ አፍ ወሎዬ ወሎዬ የሚል አይነት ነው» በማለት ዓሊጋዝ የጨዋታ አስመስሎ ተናገረ።

«ነኝ እንጂ! ያውም ወልድያ! ታዲያ ምን ያረጋል ዘር ቢቆጥሩት፣ የእናንተን ጉዳይ አታዩትም። አንተ ዓሊጋዝ እኚህ እኛውም ሸበቶው ኦሮሞ፣ ያኛው ልጅ ትግሬና መንዜ ድብልቅ፣ ይህች ሴት ደሞ ምን ትሁን ምን አነጋገሯ አይገልጥም ያዲሳባ ልጅ ትመስላለች። ደፋር ቢጤ ነች። ይሁን ብቻ ተዚሁ ካማራው አገር ነች ልበል። ታዲያ መተሳሰባችሁና አንድ ሆናችው ተበደልን መብታችን ተነካ ብላችሁም አይደል ለዚህ የደረሳችሁት? መወለድ ቋንቋ ነው። ለነገሩማ

አሣሪዎቻችሁስ ሆነ እኛ ጠብቁ ተብለን ጠመንጃ ከነቃታው የታጠቅን ያው የዚችው አገር ልጆች አይደለን? እንዳው ይህ የእናንተው ጓድ የዓሊጋዝ ወሎዬ አንደበት፣ ያው ውትድርና ገብቼ ሃምሳ ዕልቅና እስከደረስኩ ድረስ ያልተመለስኩበትን ወልድያን አስታውሶኝ በምን ጨዋታ ላነሳሳው ብዬ ነው እንጂ፣ ያው ሁሉቻችን ወንድማማች አይደለን? እኛም የእንጀራ ነገር ሆኖብን ነው እንጂ መች ደላን? ማጉረምረም ላይ ገና አልደረስንም ለማለት ካልሆነ፣ በዚህ በኑሮ ውድነት የምናገኘው ደመወዝ በዚህ ብንለው በዚያ ብንለው መች ይበቃናል? ኧረ ወደዚያ! ቢናገሩት ሆድ ባዶ ይቀራል ሆኖ ነው እንጂ መች ነገሩ ሁሉ ጠፋን መሰላችሁ?» አላቸውና ወደ ፈጠነ መለስ አለ:: እርግጥ ሰዓት እየመሸ ሄዷል:: ሲማ፣ ደሜም ሆነ ዲንቃ፣ ዓሊጋዝም ሆነ እምሬ ሙሉነሽም ጭምር ከጣቢያው ታስረው የማደራቸው ነገር እንደማይቀር ያወቁ መስለዋል::

«አንተን ደሞ ካቶ በላይ ጋር ምን አጣላህ? እሳቸውና ሻለቃው የጣቢያው አዛዥ እንደሆነ ሰምና ወርቅ ናቸው:: በትንሹም ሆነ በትልቁ እዚህ አምስተኛ እንደሚያስቀፈድዱህ አታውቅም ነበር? እሳቸው ራሳቸው ይፈታ እስካላሉ ድረስ አዛዡ እንደሆን ታሥሮ ይቆይ ብሏል:: ለመሆኑ ዘመድ አለህ እዚህ ቅርብ?» ሲል ጠየቀው::

ፈጠነ ዘመድ አዝማድ የሌለው መሆኑን ብቻ ሳይሆን የደረሰበትን ሁሉ አንድ ሳይቀር መናገር ጀመረ:: ተረኛ መኮንኑ ብቻ ሳይሆን የቀሩትም የኢንዶ ወዛደሮች እንደሚያዳምጡት ሲሰማው ካቶ በላይ ያጣላው የጥጋብ እንዳልሆነና የሚጠግበበት ምክንያት እንደሌለው አስተዳደጉን፣ በልጅነት ያሳለፈውን ስቃይና አቶ በላይም ዘንድ ከመጣ በኋላ ስንት ዓመት ሙሉ ሲያገለግል የደመወዝ ጭማሪ ይቅርና የረባ ደመወዝ እንኳ ተቆርጦለት እንደማያውቅ ያጫውታቸው ጀመር:: ሙሉነሽ ከፈጠነ የምትሰማው ታሪክ ከራሷ ኑሮና አስተዳደግ ጋር ከመመሳሰሉ ያለፈ ያደገችበትን መንደር፣ ያምቧረቀችበትን ቀዬ ጭምር ያስታውሳት ጀመር:: ባይኗ ሠረቅ አድርጋ ልታየው ትሞክረና የሌላ ይመስልብኛል ብላ አንገቷን ደፍታ አዳመጠችው:: እሱም የሷን ሁኔታ በምን እንደሚጠረጥረው ተስኖት ድንገት አይኑ ካይኗ ጋር የገጠመለት እንደሆነ ቶሎ ሰበር ለማለት እየሞከረ ስለ ሕይወት ታሪኩ ተረከላቸው:: ደሜ ምንም ሳይናገር ቆይቶ «እንግዲያውማ ጓዳችን ነህ! አንተማ ከልጅነት ጀምሮ ፈተና ስትቀበል ከዚህ ከደረስክ የወደፊቱን ማን ያውቃል:: እኛ ወዛደሮች በተስፋ ነው የምንኖረው!» ብሎ ተናግሮ

ሳይጨርስ እምሬ ተቀበለውና «ደሃ በሕልሙ ቅቤ ባይጠጣ ንጣት ይገድለው ነበር የሚባለውስ ለዚሁ አይደል?» ሲል ንግግሩን ደመደመበት።

በማግሥቱ ከእስረኛ ቆጠራ በኋላ ዋስትናውም ቀረና በነፃ ተለቃችኋል ተብለው ኢንዶዎች ወደመጡበት እንዲሄዱ በጣቢያው አዛዥ በሻለቃ ደፋሩ ተነገራቸው። ፈጠነ ግን እዚያው ቀረ። በማግስቱም አልተፈታም። በሦስተኛውም ቀን ማለዳ ገደማም ሳይፈታ ቀረ። ወደ ቀትሩ ላይ አዛዡ ከቢሮው አስጠራው። ወዲያውም የእስር መዝገቡን ከፊቱ አስቀርቦ ስልክ አነሳና ከበላይ ጋር መነጋገር ያዘ።

«አሎ! አሎ ካምስተኛ ፖሊስ ጣቢያ ነው። ሻለቃ ደፋሩ ነኝ። አቶ በላይ ነህ?»

«አሎ! አዎ በላይ ነኝ። ታዲያስ ደፋሩ? ስለዚያ ልጅ ጉዳይ ነው የደወልከው?»

«አዎን! ታዲያ እንዴት ነው? ትንሽ ላከራርመው ወይስ ይበቃዋል?»

«ፈተህ ልቀቀው። ታዲያ ግን ሁለተኛ እዚህ እኔ ጋራዥ እግሩ እንዳይረግጥ ደህና አድርገህ አስጠንቅቅልኝ!»

«ሊቆይም ይችል ነበር። እዚህ እኮ የቤት ጥበት የለብንም» እያለ ደፋሩ ማስካካት ያዘ።

«እሱስ ነበር። ብቻ በእሱ ምክንያት አንድ ሁለቱ አሰናብተኝ ብለው ሄደውብኛል። እነርሱን በዘዴ ለመመለስ እየሞከርኩ ነውና ፈጠነ ቢበቃው ይሻላል። ብቻ ደህና አርገህ አስጠንቅቀህ ልቀቅልኝ።

«ይህን እንኳ ለኔ ተወው። ሥራዬ አይደል አውቅበታለሁ። እኮ ታዲያ የት ነው የምንገናኘው?»

«አንተም በዚህ በኩል የምታልፍ ከሆነም ይሆናላ። ያ ነገር እንደሆን ተዘጋጅቶ ይጠብቅሃል። ለመሆኑ ቤት ድረስ የላኩት ሙክት ደህና ደረሰ? ኧረ አይገባም ወንድም ለመቼ ነው? እንግዲህ ሁሉንም አበራሽ ግሮሰሪ ነዋ የምንጨዋወተው» እያለ ከደፈሩ በሰማው ላይ እሱም እየመለሰ ማታውኑ በቀጠሮ ሊገናኙ ተስማሙ።

ሻለቃው ስልኩን ከዘጋ በኋላ ፈጠነን በጥሞና የሚያነጋግር መስለና

ጢጋ አለው። ፊቶ እንደሚለቀው ነገረው። ከዚያም ወደሌላ የሚያይ መስሎ ፈጠነን ካዘናጋ በኋላ ዓይነ ስቡን በጥፊ አጮለው። ውሃ የነበረው ደፋሩ እሳት ሆነ። እንዲህ የሰው ፍጡር ወደ አውሬነት ለመለዋወጥ እንደሚያፈጥነው ለተመለከተው ደፋሩን የመሳሰሉ በሰው ስቃይና ዕንባ የሚደሰቱ ጨካኝና አረመኔዎች የሚቀጡበት ቀን መቼ ይመጣ ይሆን የሚያሰኝ ነው።

ፈጠነ ቀልቡ ተገፈፈ። ጆሮ ግንዱ ጭው አለበት። ደፋሩ ግን መገሰሉን ቀጠለ።

«አቶ በላይ ባመት ለመንግሥት ስንት ሺህ ብር ግብር እንደሚከፍሉ ታውቃለህ ወይስ አታውቅም? ለመሆኑ አንተ ነህ ባድማ የእሳቸውን ቤት የምታዘጋው? በል እኮ ተናገር! ትሰማለህ? ሁለተኛ አንድ ጉዳይ አለኝ ብለህ ከበላይ ጋራዥ ትደርስና የባሰ ፍዳ እንደሚያገኝህ እወቅ! በል ሂድ ጥፋ ከፊቴ!» ብሎ ደንፍቶና አፈራርቶ ለቀቀው።

ፈጠነ ለሦስት ቀናት ያህል አምስተኛ ፖሊስ ጣቢያ አድሮ እንደተፈታ በቀጥታ በቅሎ ቤት ከሁነኛው ጋር ወደሚኖርበት ሄደ። ሁነኛው የት ብሎ እንደሚፈልገው ግራ ተጋብቶ፣ ተክዞና አዝኖ ከሣር ፍራሹ ላይ ኩርትም ብሎ እንደተቀመጠ አገኘው። ፈጠነን ገና ሲያየው ዘሎ ተጠመጠመበት። በደህና ስለአገኘው የተሰማውን ደስታ በምን እንደሚገልፅለት ግራ ገባው። መጎሳቆሉን፣ አለቅጥ መቆሸሹንና የሰውነቱም ክሳት እንዲያ መንምኖ ሲያገኘው አንድ ክፉ ነገር እንደገጠመው ተሰምቶት መናገርም ተስኖት የፈጠነን ዓይን ዓይን እያየ ከቆመበት ቀረ።

«የዚያን ዕለት ማለዳ እንደወጣህ በዚያው ስትቀርብኝ የፈራሁት እንደደረሰብህ ታወቀኝ። እኔም ከመሸ በኋላ የት ብዬ እፈልግሃለሁ ብዬ አያድሩ አዳር አደርኩ። እንቅልፍ ባይኔ አልዞረም። ሲነጋልኝ ዲያባኮ ደረስኩና ለካቦው አንድ ወንድሜ ከቤት ወጥቶ ሳይመለስ ስለቀረ አንድ አደጋ ሳያገኘው አልቀረምና አንዳንድ ቦታ ሄጄ እንደፈልገው ፈቃድ ስጠኝ ብለው ከለከለኝ። እኔም አምባጓሮ ፈጥሬ በዚያው እህል ውሃዬ ባለቀ ስል ዲባባም በነገሩ ገብቶበት ሃይ ሃይ ብሎ ገላገለን። ለዲባባም ፈቃድ የፈለኩበትን ጉዳይ ነገርኩት። ከእኔ ይልቅ ለካቦው እሱ ስለሚቀርበው አስተዛዝኖ ቢነግረው ይሁን ይሂድ ብሎኝ ያንድ ቀን ደመወዜ ካንተ አይበልጥብኝም ብዬ አንተን ፍለጋ ማለዳ የወጣሁ ቀኑን ሙሉ ስባዝን የት ብዬ እንደማገኝህ ቢቸግረኝ ይኸው ተስፋ

ቆርጬ ከቤቴ ገባሁ። እረ እንኳን ለቤትህ አበቃህ አንድ ቦታ ተደፍተህ ቀርተህስ ቢሆን፣ ታስሮ መፈታት ምን አለበት። በሌብነት ወይ በሴት ላይ ተይዞ መታሠር ነው እንጂ የሚያሳፍር ያንተማ የዠግንነት ነው። ታዲያ ይኸውልህ ከጋራገቹ ብሄድ ዘበኛው አላስቀርበኝ ቢል ልቤ የጠረጠረው እውነት ሳይሆን ባይቀር ነው ብዬ አምስተኛ መሄድ። እዚያም እንደምንም ብዬ አንዱን ፖሊስ ወንድሜ! ወንድሜ ስለወንድ ልጅ አምላክ! ብዬ ብጠይቀው ደግ ሰው ኖሮ ካቃቂ ኢንዶ የመጡ ትናንት ሄደዋል እንጂ ከሌላ ቦታ የመጣ የለም ቢለኝ የማደርገው ጥፍት አለኝ እልሃለሁ» አለውና ከሸመተው የዘንጋዳ ዱቄት በእጁ ጠፍጥፎ የጋገረውን ቂጣ ለራሱ ሠርቶ ካስቀመጠው ሽሮ ወጥ ጋር አድርጎ ለፈጠነ ሊያቀርብለት መሯሯጥ ያዘ። ፈጠነ ከሣር ፍራሹ ላይ ሆኖ ፊቱን ማሻሻት ጀመረ።

«በጥፊ ጆሮ ጥላዬን ያለኝ እስካሁን ያቃጥለኛል፣ እናቱንና ያ የፖሊስ አዛዥ» ሲል ፈጠነ ተናገረ።

«እሱንስ የዝቋላ አቦ በማቃጠያው ያቃጥሉት! ይቀርለት ብለህ አንድ ቀን! የሰው ዕንባና ደም ክፉ ነው። አንድ ቀን እሱስ ሳያገኘው ይቀር መሰለህ ለመሆኑ ማን ይባላል?»

«ማን ቢሉህ ማንን ታውቃለህ?»

«አይ እንዳው ያመል ነገር ሆኖብኝ ነው እንጂ እሱማ የት አውቀዋለሁ ብለህ ነው።»

«አይ እኔም ስቀልድህ ነው። ይኸውልህ ያምስተኛ አዛዥ አንድ ሻለቃ ደፋሩ የሚሉት እኮ ነው። ዛሬ ተፈተሃል ብሎ ከፊቱ ካቆመኝ በኋላ ሳላስበው በጥፊ ጆሮ ጥላዬን ቢለው አዙሮኝ ከወለሉ ልደፋ ምን ቀረኝ መሰለህ።»

«እህ! እነሱማ አሪዮሶች እኮ ናቸው። ያቃጥለው እሱንስ! ደፋሩ አሉት ስሙን! የዘመኑ ነገር ሆኖ የሰው ቀልብ ለመግፈፍና ለማሰቃየት ቢሆን ነው እንጂ ደፋሩ ያሉት ጥንት ባገራችን ይህን የመሰለ ስም የሚወጣ ለጀግና፣ ላገሩ ድንብርና ነፃነት ከጠላቱ ጋር ተናንቆ ለሚዋደቅ ነበር እንጂ በገዛ ወገኑ ላይ ለሚጨክን እበላ ባይ አልነበረም። ምን ይደረግ ብለህ? እስቲ ይሁን ብቻ በደህና ተፈተህ ለቤትህ መብቃትህም አንድ ነገር ነው። ታፍኖ ተወስዶስ የት እንደደረሰ የማይታወቀውስ ሞልቶ የል?»

ሁነኛው ቂጣውን ከሽሮ ብረት ድስት ውስጥ እንዳደረገ ለፈጠነ ካቀረበለት በኋላ እሱ ከፊት ለፊቱ ቁጭ ብሎ የሚነግረውን ለመስማት ቢቻኮልም በረሃብ የታጠፈ አንጀቱን በቅድሚያ እንዲያስታግስ «ብላ እንጂ እኔኮ ድርሻዬን ስለበላሁ ነው እንጂ አባላህ ነበር» ይለው ጀመር።

«እንግዲህ ሁነኛው እንድታውቀው ከሥራ ወጥቻለሁ። ከፖሊስ ጣቢያ የሰጡኝም ማስጠንቀቂያ ከበላይ ጋራዥ እንዳትደርስ የሚል ነው። ያቺን የቀረችኝን ሂሣብ እንኳ ሳልቀበለው በልቶት ሊቀር ነው። ምንም አይደል አንድ ቀን እሱም የሥራውን ያገኝ ይሆናል።»

ሁነኛው የፈጠነን የምሬት አነጋገር አዳመጠው። እንደተለመደው ሊያፅናናው የራሱን ፍራሽ ትቶ ከፈጠነ ፍራሽ ተቀመጠ። የራሱን ባናና ካሊም ትቶ ከፈጠነ ተጋርቶ እግሩን አለበሰ። የማያውቀውን ሰው ፊት ያይ ይመስል ፈጠነን ክፉኛ አስተዋለው። ለተናገረው መልስ ሳይሰጠው ብዙ ቆየ።

«አይዞህ አታስብ። እንደምንም ሆነን መኖር የሚሳነን እንዳይመስልህ። ይዋል ይደር እንጂ የጋራዥ ሙያ ይዘህ እንጀራ ታጣም አይመስለኝ። እኛም ዘንድ ዲያባኮም ቢሆን ጤና ያለ እንዳይመስልህ። ሠራተኛው ማጉረምረም ይዟል። ትንሽ ነው የሚበቃው። አንዴ እሣቱ ከተያያዘ መብረጃ የለውም። እኔም ያበጠው ይፈንዳ እያልኩ ነው። የፋፍሪካው ቱጃሮች ጥሬ አራቸውን አርተውብናል። ኑሮ እየተወደደ እያየን እነርሱ ደመወዝ ብለው በሚሰጡን ልንገፋው አልቻልንም እያልን ነው። መንግሥትም ቢሆን ለድሃው ምኑም እንዳልሆነ እየተገለጠልን ለመሄዱ ከሰሞኑ ኢንዶ የደረሰውን ከሰማን በኋላ ነው። እርግጥ ማሕበራችን አቅም የለሽ ሆኖብን ተቸገርን እንጂ ምሬቱስ ከምንችለው በላይ ነው የሆነ። እኔስ ቀፎው እንደተነካ ንብ አንዴ ተነስተን ከቱጃሮቹ ጋር ብንሞካከር የሚል ሃሳብ ነው ያለኝ። ወይ አንድ ነገር እናገኝ ይሆናል ካልሆነም የሚቀርብን ነገር ያለም አይመስለኝ። «ድመት ያው በገሌ» ያለችው አይነት ነው። ሌላማ ምን ይመጣብናል?»

ሁነኛው ይህን ተናግሮ ገና ሳያበቃ ፈጠነ ከነበረበት ድንገት ተፈናጥሮ ብድግ አለና እንደመተከዝ አድርጎ ተመልሶ ደግሞ ከሣር ፍራሹ ላይ ጉልበቱን ጭምቅ አድርጎ በእጁ ይዞ ቁጢጥ እንደማለት አለ። ሁነኛው ደንገጥ ብሎ ሲመለከተው እሱ ግን ካጠገቡ እርቆ የሄደ ይመስል «ሁነኛው ... ሁነኛው!» እያለ ተጣራ።

«አለሁ እኮ እዚሁ ነው ያለሁ! ምነው ጓዴ? ምነው? ምን ትዝ አለህ?» ሲል መለሰለት።

«አይ ምንም አይደል! ስለኢንዶ ስታነሣ አምስተኛ አግኝቻቸው የነበረው የኢንዶ ወዛደሮች ያጫወቱኝ ቁም ነገር እንደ አዲስ ስሜቴን ቀስቅሶት ነው። በተለይ ከእኔ ዕድሜ ብዙም የማትበልጥ ወጣት ሴት የማሕበር መሪ ተብለው አብረዋት ተይዘው ከመጡት ያላነሰ ስለ ሠራተኛው ብሶት ስትናገር የሰማሁት አጥንት ድረስ ሰርፆ የሚገባ መሆኑ እያደር እየተሰማኝ ሄዶ እኮ ነው። የኢንዶን ነገር ሲያጫውቱኝ ለካስ የባሰ አለ የሚያሰኝ መሆኑ ትዝ ብሎኝ እኮ ነው። በቀን ስንት ሰዓት እንደሚሠሩ፣ የሚያገኙትን ደመወዝ፣ በሥራ ላይ የሚያገጥማቸውን አደጋና የሥራ ማቆም እርምጃ ለምን መውሰድ እንደተገደዱ፣ በመጨረሻም ፈጥኖ ደራሽ ካዲሳባ ወርዶ እንደደበደባቸው፣ ከወጣቷ ሴት ጋር እየተቀባበሉ ሲናገሩ ስሰማ ከእነርሱ መገናኘቱ ራሱ ትልቅ ትምህርት እንደሆነኝ ተሰማኝ። የት መልሼ ባገኘኋቸው እያሰኘኝ እኮ ነው። እኔም የራሴን ታሪክ ስጀምርላቸው በተለይ ሴቷ የእሷም አስተዳደግ በብዙ ከኔው ጋር መመሳሰሉን፣ አልፎ አልፎ ጠቆም ስታደርገው ስሰማ በድህነት ያደገ ሁሉ ያንድ እናት ያንድ አባት ልጅ ይመስል መመሳሰያው የበዛ መሆኑ ይገርመኝና መልሼ ደግሞ ታዲያ መብታችንን ባንድነት ለማስከበር የጎደለን ነገር ምን ይሆን ብዬ መልሱን ፍለጋ አዋቂና የተማረ ፍለጋ ብረር ብረር እያለኝ እኮ ነው ሁነኛው፣ ከተቀመጥኩበት ድንገት ከንፌ ብድግ ያልኩት። እንደ እብድ ያረገኝ ከመሰለህ አትፍረድብኝ። ግፋ ቢል አማኑኤል መግባት ነው። እሱስ ቢሆን ቢቀበሉኝ አይደል» አለና ሁነኛውን ማደናገጡ ታወቀውና የምር ንግግሩን ወደ ፌዝ ለወጠው።

ፈጠነ አንዴ በጀርባው ሌላ ጊዜ በሆዱ እየተንጋለለ የሁነኛውን ፊት ሳያይ ብቻውን ያለ አድማጭ የሚናገር መሰለና ወዲያው ደግሞ ከሣር ፍራሹ ተነስቶ ወደ ደጅ ወጣ አለ። በጠፍ ጨረቃ እየተደናበረ ራቅ ብሎ ሄደ።

ምዕራፍ ሁለት

ሙሉነሽ በተፈታች ማግሥት ኢንዶ አጥር ግቢ ስትደርስ ወደ ሥራችን አንመለስም በሚል አሻፈረኝ ሲል የነበረው ወዛደር ለመመለስ ዳር ዳር በማለት ላይ ነበር። በዚያን ዕለት በፋብሪካው ውስጥ ጎልቶ የሚታየው ትርዒት የፋብሪካው ባለአክሲዮኖችና የቦርድ አባሎች በቦርዱ ሊቀ መንበር የካቢኔ ሚኒስትር ሰብሳቢነት የያዙት ስብሰባ ነበር። በዚህ ስብሰባ ላይ የአሠሪዎች ፌዴሬሺንና የማህበራዊ ኑሮ ዕድገት ሚኒስቴር ተወካዮችም አለወትሮአቸው ተገኝተዋል። የአሠሪዎች ፌዴሬሺን በበኩሉ ከኢሠአማ ጋር አስፈላጊውን ምክክር አድርጎ የተጨበጠ ሃሳብ ይዤ መጥቻለሁ ባይ ሆነ። በማግስቱ ደግሞ ሌላ ትርዒት ታየ። በተራው ኢሠአማ ከአሠሪዎች ፌዴሬሺንም ሆነ ከፋብሪካው የጥቅም ተካፋዮች ጋር ያልመከረና ያላበረ ለመምሰል የሠራተኛውን ተወካዮች እናነጋግራለን በሚል ኢንዶ ድረስ መጣ። የሠራተኛው ማህበር መሪዎችና ተወካዮች ይሰብሰቡልኝ ሲል አስተዳደርን ጠየቀ። ስብሰባው በሠራተኛው ማህበር ቢሮ ውስጥ ተጀመረ። የኢሠአማው ተወካይ ንግግሩን ጀመረ።

«ከሁሉ አስቀድሜ እንድታውቁት የምፈልገው የምናገረው በኢሠአማ ዋና ፀሐፊ ስም ነው። እሳቸው ከሥራ ብዛት የተነሳ እዚህ እናንተ መሃል ሊገኙ አልቻሉም። እኔ የፅህፈት ቤቱ አባል ከተገኘሁ ያው የኢሠአማ አመራር አባል እንደተገኘ ስለሚቆጠር የማስተላልፍላችሁም መልዕክት የኢሠአማን ኦፊሲዬላዊ አቋም መሆኑን እንድታውቁት ያስፈልጋል። ከሁሉ በፊት ሃላፊነት በማይሰማቸውና ብቃት በጎደላቸው የማሕበር መሪዎች ተመርታችሁ የፈፀማችሁት ስህተት ኢሠአማንና አሠሪውን ክፍል ብቻ ሳይሆን መንግሥትን ጭምር ማሳዘኑን ልንገልፅላችሁ እንፈልጋለን። ማንኛውም የሠራተኛ መብት ሥራ በማቀዝቀዝና ሥራ በማቆም ብቻ ይፈታ ይመስል እናንተን ከሥራ ገበታችሁ ለይተው ችግር ላይ እንድትወድቁ ከማድረግ አልፈው ሁከት እንዲነሳ በሰውና በንብረት ላይ ጥፋት እንዲደርስ ያደረጉ የማሕበር መሪዎች ያሳዘኑት እኛን ብቻ ሳይሆን መንግሥትንም ጭምር ነው። እኛ እስከምናውቀው ድረስ ከአሠሪዎች ሁሉ ቀደምትነት ሥፍራ በመያዝ የሕብረት ስምምነት ከሠራተኛው ጋር የተደራደረ ቢኖር ኢንዶ ኢትዮጵያ ጨርቃ ጨርቅ ነው። ይህ

ማለት ደግሞ ማንኛውም የሠራተኛውን ችግርና ብሶት የሕብረት ስምምነቱ በሚፈቅደው መሠረት ለመፈፀምም ሆነ ከሠራተኛ ማኅበራችሁ ጋር ለመወያየት ፈቃደኝነት ያለው አሠሪ ኢሠአማ እስከሚያውቀው ድረስ ኢንዶ ብቻ ነው:: አሠሪና ሠራተኛ እንደ አንድ ቤተሰብ ሆኖ በመግባባትና በቅርብ በመገናኘት ማንኛውንም ችግር መፍታት እንደሚቻል የተገነዘበ አሠሪ ክፍል ቢኖር ኢንዶ ጨርቃ ጨርቅ ነው:: ሃላፊነትና ብቃት በጎደላቸው የማሕበር መሪዎች ሠራተኛው እየተቀሰቀሰ እንዲህ ዓይነት እርምጃ ሲወስድ ኢሠአማ ሠራተኛውን ለመደገፍ አይገደደም:: በመጨረሻ ንግግሬን ላሳጥረውና በአሠሪው ክፍልም ሆነ በመንግሥት በኩል የሚወሰደው ማንኛውም እርምጃ ጉዳቱ በእናንተ ላይ መሆኑን እንድታውቁት ያስፈልጋል:: ኢሠአማም በበኩሉ ያለበት ሃላፊነት አንድም የሠራተኛውን ደህንነት ከበላይ ሆኖ የመጠበቅና የመንከባከብ ነው:: በመሆኑም ተገቢ ጥያቄዎች ከሠራተኛው በኩል ተነስቶ አሠሪዎች መልስ ሳይሰጡበትና ኢሠአማ ኢንዲያውቀው ሳይደረግ በጥቂት በውጭ ኃይል በተገፋፉ፣ አሠሪንና ሠራተኛን በማጋጨት ጥቅም እናገኛለን በሚሉ የማሕበር መሪዎች ተገፋፍቶ እርምጃ መውሰድ ጉዳቱ በሠራተኛው ላይ መሆኑን ማሳወቅ እንወዳለን:: ኢሠአማ የሚያምነው አሠሪና ሠራተኛ በቅርብ ተገናኝተው በመመካከር በመሃላቸው ያለውን ችግር መፍታት ይችላሉ የሚል ነው:: አሁንም እዚህ የተሰበሰባችሁት ሠራተኞች ከእንግዲህም በኋላ በተወካዮቻችሁ በኩል ከአሠሪዎች ጋር በቀጥታ ተገናኝታችሁ ለጥያቄዎቻችሁ መፍትሄ ከማግኘታችሁ በፊት ሕገ ወጥ እርምጃ የምትወስዱ ከሆነ ለሚከተለው ችግር ኢሠአማ በሃላፊነት እንደማይጠየቅ ተገንዝባችሁ ዛሬውኑ ወደ ሥራችሁ እንድትመለሱ ስል ንግግሬን እደመድማለሁ:: ለመሆኑ ጥያቄ ያለው አለ?»

የኢሠአማ ተወካይ የማስፈራሪያ ብቻ ሳይሆን በተራ ሠራተኛና በመሪዎቹ መሃል መለያየት ለመፍጠር ያሰበበት የሚመስል ንግግሩን አሰምቶ ሲጨርስ ደፍሮ ጥያቄ የሚጠይቅ አልተገኘም:: የእሱም አስደንጋጭ የሚመስለው አነጋገሩ ሠራተኛው እንዲጠይቅ ሳይሆን እንዳይጠይቅ ሆን ብሎ የታሰበበት ይመስላል:: ቢሆንም ከጥቂት ዝምታ በኋላ መደናገጡ የለቀቃቸው የሚመስሉ እጆች ለጥያቄ ብቅ አሉ:: ከዚህ መሃል አንዱ የሙሉነሽ ነበር:: አክብሮት ለማሳየት ይሁን የተለምዶ ነገር ሆኖ ሙሉነሽ ከተቀጠመችበት ዘና እያለች ብድግ አለች:: እንድትናገር ዕድሉ እንደተሰጣት ስታውቅ ቶሎ ብድግ ብላ ለመናገር አልተቻኮለችም::

«ከሁሉ አስቀድሜ እዚህ ድረስ መጥተው ስላነጋገሩን በበኩሌ አመሰግኖታለሁ:: እርሶ እንግዲህ ኢሠአማ ጽሕፈት ቤት ሆነው የመጡትና ያቀቂ ቀጠና ሃላፊ የሆኑት በሠራተኛው ተመርጠው ሳይሆን በመንግሥት ቅጥር መሆኑን ብቻ ልብ ካሉልኝ ይበቃል:: ይህንን ለማለት የደፈርኩበት ምክንያት አነጋገርዎ በሠራተኛው ተመርጦ ወደ ኢሠአማ በውክልና ወደፅሕፈት ቤቱ የተላከ ተወካይ የሚናገረው አይነት አነጋገር የተናገሩ ስላልመሰለኝ ነው:: ታዲያ ይህንን ስነግርዎት በቅድሚያ አላከበረችኝም እንዳይሉኝ አደራዎትን:: ይህም ምንድነው ቢሉኝ ይሄ ሁሉ ሰው ዝም ስላለ እርሶ በተናገሩት የተስማማ መስሎት እንዳይሞኙ ነው:: ለመሆኑ የማሕበር መሪዎቻችን ከእኛ መሃል ታስረውብን እንደነበርና ከተፈቱም በኋላ ኢንዶ ቅፅር ግቢ እንዳይደርሱ ተብለው ይህንን የማሕበራችንን ቢሮ ቁልፍ ጭምር ባሠሪው እጅ እንደሚገኝ እርሶ ያውቃሉ ወይስ አያውቁም? ይህንን በመጀመሪያ ይመልሱልኝ!»

«መታሠራቸውን አላውቅም:: ደግሞስ ሲማ የሚባለው የማሕበር መሪ ከመሃላችሁ አለመገኘቱ በሌላ ሳይሆን እናንተኑ የሚመለከት ብርቱ ጉዳይ ካሠሪው ክፍል ጋር ለመነጋገር ተፈልጎ እንደሆነ እናንተም ታውቁታላችሁ:: አይደለም እንዴ?» ሲል የኢሠአማው መልዕክተኛ ንግግሩን ወደጥያቄ መለሰው::

«ጥሩ መልሰውልኛል:: እኛ የማናውቀውን ጭምር እንደሚያውቁ ጭምር መልሰውልኛል:: ግን ጥያቄዬን አልጨረስኩምና እንድናገር ይፈቀድልኝ:: እንዳው ለመሆኑ መሪዎቻችን ከእኛ መሃል ሳይኖሩ ስለ እነርሱ መጥፎነት ማውራት እግዜርስ ይወደዋል? ስለመሪዎቻችን መጥፎነት የሚነግሩንስ እኛ ክፉንና ደጉን የማንለይ ሕፃናት አርገው ቢቆጥሩን ነው ወይስ እንዴት ነው? ስለመሪዎቻችንም ሆነ ስለኢሠአማ መጥፎነት ወይም ጥሩነት የማናውቅ ይመስሎታል ወይስ አይመስሎትም? እስቲ ይህን ይመልሱልኝ? በኢንዶ ሠራተኛ ልብ ውስጥ ያለውና በእናንተ ኢሠአማ በምትባሉት መሃል ያለው አንድ እንዳልሆነና ልብ ለልብ እንደተራራቅን ያውቃሉ ወይስ አያውቁም? በሉ እነኚህን ጥያቄዎቼን ይመልሱልኝ?» አለችና ቁጭ አለች::

የኢሠአማው ተወካይ በሙሉነሽ አነጋገር እንዳልተደሰተ በገፅታው አስታወቀበት::

«ይህች ሴት የተናገረችው ጥያቄ ስላልሆነ መልስ አያስፈልገውም» አለ

ጅንን ያለ::

«እንዴት ጥያቄ አይደለም ይላሉ!» ምናልባት ንግግር ባለማወቄና የእርሶን ያህል ስላልተማርኩ ይሆናል» ስትል የመናገሩም ዕድል ሳይሰጣት ድንገት በቁጣ ገንፍላና ከተቀመጠችበት ብድግ ብላ ተናገረች:: ሠራተኛው ብቻ ሳይሆን የኢሠአማው ተወካይ ጭምር የሙሉነሽ ሁኔታ እንግዳ ሆኖበትና ተደናገጠ:: ሊያቋርጣት ሲቃጣው ደግሞ የቀረው ሠራተኛ «አያቋርጧት እንጂ!» እያለ አጉረመረመ::

«አያቋርጡኝ እንጂ!» እያለች አባባሰቸው:: ዕድሉ እንዳልተነፈጋት አልጠፋትም::

«ለመሆኑ ከዛሬ ሦስት ወር ጀምሮ የኅብረት ስምምነቱ እንዲከበርልን መጠየቃችንን ያውቃሉ? ስንት ጓደኞቻችን በሥራ ላይ ሲታመሙና አደጋ ሲደርስባቸው የሕክምናና የፈቃድ መብት ሲከለከሉ ይህ አግባብ አይደለም ማለታችን ሕገ ወጥ ነው? እስቲ እርሶ ይንገሩኝ? ይኸው ባለፈው ጊዜ የወሊድ ፈቃድ የተከለከለች ጓደኛችን ምጧ መጥቶ እዚሁ ስትወልድ አየን:: እርግጥ ይህ ለእኛ አዲስ አይደለም:: የወሊድ ፈቃድ በሕብረት ስምምነቱ ውስጥ አለ ተብሏል:: ታዲያ እንዲከበር መጠየቅ ሀጢአት ነው እንዴ? ይኸው ከትናንት ወዲያ አዛለች የምትባለዋ የልጆቸ እናት በማባዘቻው መኪና ተጠልፋ በመጨፍለቅ ባሰቃቂ ሁኔታ ሞተች:: ሬሣዋን እንኳን ለማንሣት ዕድሉ አልተሰጠንም:: ከዚህ በፊት በሥራ ላይ አደጋ ሲደርስ ኢንሹራንስ አለ ተባለ እንጂ አንድም በሥራ ላይ ያለ ጉዳት የደረሰበት ሠራተኛ የረባ ነገር ሲያገኝም ሆነ ሲከፈለው አይተንም ሰምተንም አናውቅም:: በማባዘቻ ክፍል ሴቶች እንዳይሰሩ ማሕበራችን ስንት ጊዜ አቤት ቢል መሪዎቻችን ላይ ተፌዘባቸው እንጂ የሰማቸው አልተገኘም:: የደመወዛችን ጉዳይም ቢሆን ካመስት ዓመት ወዲህ ጭማሪ የሚል ነገር አላየንም:: ታዲያ እርሶ ከኢሠአማ ድረስ መጥተው በመንግሥት ቅጥርም ቢሆን ያውም ያቃቂ ቀጠና ሃላፊ ተብለው ለእኛ ማድላት ሲገባዎ ላሠሪው ክፍል የሚያደላ ንግግር ሲያደርጉልን ዝም ብለን መስማታችን አክብረንዎት ነው እንጂ፣ በውስጣችን እርር ድብን ማለታችንን ሁላችንም ተነስተን ባንናገርም እንዲያውቁት ያህል ይኸው እኔ ነግሬዎታለሁ::»

የኢሠአማው ሰው አነጋገሩን ከማለስለስና ከማፈግፈግ በስተቀር ከረር ያለ የቃላት ልውውጥ ውስጥ እንዳይገባ መጠንቀቅ ፈለገ:: ሠራተኛው መሸበርና የማፈግፈግ ሁኔታ ካሳየ ቆጣ ብሎ መናገሩን

ሊቀጥልበት ግን ደግሞ ባንድ ሰው አነሳሽነት እንኳ ሠራተኛው ቁጣውን የሚገልፅና የመቀስቀስ አዝማሚያ ካሳየ በቶሎ ሊለሳለስና ሠራተኛውን አግባብቶ ወደ ሥራው እንዲመለስ እንዲያደርግ የላከው የኢሠአማው የበላይ አለቃ በሚገባ አስጠንቅቆታል፡፡ የሙሉነሽ አነጋገር የፈጠረውን ሁኔታ እሷን የመደገፍ መሆኑን በማጉረምረምና እርስ በርስ በመንሾካሸክ ሠራተኛው መግለፁን ሲመለከት ሌላ ዓይነት አነጋገር አመጣ፡፡

«እኔ እኮ የምለው ብሶታችሁን አሠሪው ክፍል በሕብረት ስምምነቱ መሠረት አንፈፅም ካለ ለምን ኢሠአማ እንዲያውቀው አላደረጋችሁም ለማለት ነው እንጂ ለሌላ አልመጣሁም፡፡ ኢሠአማ ቢያውቀው ዝም አይልም ለማለት እንጂ ተገቢ ጥያቄ የላችሁም ለማለት አልነበረም፡፡ ባነጋገር ሚስ አንደርስታንድ ማለትም ሳንግባባ ቀርተን መሆን አለበት» በማለት ድንገት የመጣለትን የእንግሊዝኛ ቃል ቀላቅሎ ቀደም ሲል በዛቻና በማስፈራራት ያልተናገረ ይመስል መለሳለስ ያዘ፡፡ ሠራተኛው ባንድ ድምፅ በመጮህ ተቃውሞውን አሰማው፡፡ ሙሉነሽ እንደገና ከተቀመጠችበት ተነስታ እንደቆመች ቀረች፡፡

«ምነው እባክዎ ይህንን ያህል ጊዜ ችግራችንንና ብሶታችንን ለኢሠአማ ደብዳቤ መፃፋችንና ግልባጩም በእጃችን መሆኑን መሪዎቻችን አሳይተውናል፡፡ አሁን እዚህ መሃላችን ተገኝተው እውነቱን እንዳይናገሩ ከስብሰባው እንዳይገኙ ተደረገ እንጂ እውነቱን እነ ጋሼ ሲማ ያስረዱ ነበር» አለች፡፡ የኢሠአማው ፅሕፈት ቤት ተወካይና ያቃቂ ኢንዱስትሪ ቀጠና ሃላፊ ስለዚህ እንደማያውቅ ሽምጥጥ አድርጎ ካደ፡፡ ይሁን እንጂ ላብ ላብ ያለው ከመሄዱ የተነሳ መሃረብ ፍለጋ ካንዱ ኪስ ወደ ሌላው ኪስ መግባት መውጣት ያዘ፡፡ ሠራተኛው የበለጠ የተደፋፈረው ተወካዩ በግንባሩ ላይ ችፍ ያለበትን ላብ ለመጥረግ ዳር ዳር ማለቱን ከተመለከተና ንግግሩ እየተሳሰረና አንደበቱ እየተቆለፈ መሄዱን ከታዘበ በኋላ ነው፡፡ የእዚህ ጊዜማ ሙሉነሽን ማን ይቻላት፡፡

«ኢሠአማስ ለደብዳቤያችን የሰጠውንስ መልስ አያውቁም?»

«አላውቅም፡፡ እኔም የበላይ አለብኝ! የበላይ የሚሰራውን ሁሉ አላውቅም፡፡ አንቺ የበላይ የለሽም መሰለኝ!»

«ታዲያ የበላይዎን ጠይቀው ይምጡ እንጂ የእኛ ጥያቄ ከየት ተነስቶ የት እንደደረሰ ሳያውቁ እንደተላኩ ብቻ መጥተው ያውም የቀጠናችን

ሃላፊ ሆነው መሪዎቻችንና እኛን እንዲህ አድርገው መናገር እግዜርስ ይወደዋል? እኛ ኢሠአማ ማለት ያሠሪ ወገን ማለት መሆኑን በእርሶ አነጋገር ተረድተነዋል፡፡ ያው መቼም ሃይልና ጉልበት የእግዜር ነው፡፡ መቼም አንድ ቀን እንዲህ በግፍ በፊጥኖ ደራሽ የተደበደብንበትና ደማችን የፈሰሰበት እንዲሁ አይቀርም» በማለት ዕንባ እየተናነቃት ተናገረች፡፡

በስብሰባው እንዲገኙ ከተፈቀደላቸው ወንድ ወዛደሮች መሃል አንድ በዕድሜ ጠና ያሉ ሰው ሙሉነሽን እንደመገሰፅ ብለው ዝም አሰኟት፡፡ በራሷ ላይ መከራ እንዳታመጣ ብለው የሰጉ መስለው «አይ እንግዲህ ንግግር አንድ ጊዜ ነው! ይበቃሻል፡፡ ይህም ኢሠአማውም ቢሆን ማስቀፍደድ ይችላል፡፡ በቃሽ እንግዲህ!» አሏት፡፡ የአመልማሎ ፈታይዋ ሚልኮም ካጠገቧ ተቀምጣ በሙሉነሽ ድፍረት መደነቋን ተወችውና ዝም እንድትል ነገረቻት፡፡

«እንግዲህ የእርሶንም ሰምተናል፡፡ ከእኛም በኩል ያለውን ይቺ ልጃችንም ታናሻችንም ደህና አርጋ ተናግረዋለች፡፡ ነገር ቢያበዙት ባህያ አይጫንም እንደሚባለው ነው፡፡ ኢሠአማ የእናንተ ወገን ነኝ የሚለን ከሆን በሚችለው ይርዳን፡፡ እርሶን እዚህ ድረስ በማድከማችን ይቅርታ ያድርጉልን፡፡ ቤትዎ አዲሳባ ከሆነ ሳይመሽቦት በጊዜ ቢዘልቁ ይሻላል፡፡ ስለምክርዎ እናመሰግናለን፡፡» ይህንን ያሉት አዛውንት የሸማኔ ክፍል ወዛደር ከዚያ በፊት በሠራተኛው እንቅስቃሴም ሆነ በስብሰባ ተገኝተው ካሠሪውም ከሠራተኛው ወገን የሚነገረውን ከመስማት በስተቀር ተናግረው አያውቁም፡፡ የቀረውን የስብሰባ ተሳታፊ ከማስገረሙ ያለፈ እውነታቸውን ነው እያለ ድምፁን በማሰማት የኢሠአማው ተወካይ ጆሮ እንዲደርስ አደረገ፡፡ እሱም ከዚህ በኋላ ምንም እንዳልቀረው ተገነዘበና ሹክክ ብሎ የስብስባውን አዳራሽ በመልቀቅ ከጥቂት አጃቢዎቹ ጋር በመሆን ወደመጣበት ተመለሰ፡፡ የስብሰባው ነገር ግን በዚህ አላበቃም፡፡ የሚቀጥለው ቀንና ከዚያም በተከተሉት ቀናት የፋብሪካው ቦርድ አባሎችና ባለአክሲዮኖች ተሰብስበው ዋሉ፡፡ የቦርዱ ሊቀ መንበር ከንጉሠ ነገሥቱ ጋር በጋብቻ የተሣሠረና የሚኒስቴር ማዕረግ ያለው ነው፡፡ የቦርድ አባሎችና ባለአክስዮኖች ተብለው ከሚደመሩት ከዋና ዋናዎቹ መሳፍንትና ሚኒስትሮች መሃል ጥቂት የየመሥሪያ ቤቱ ዳይሬክተሮች ይገኙበታል፡፡ የእነኚህን ያህል ቁጥር ያላቸው ያገሪቱ ትላልቅ ነጋዴዎችም በቦርድ አባልነት ይገኛሉ፡፡ የባለቤትነትን ጉዳይ በሚመለከተው አርባ በመቶው የሚሆነው

የፋብሪካው ንብረት በመሳፍንቱና በካቢኔ ሚኒስትሮቹ እጅ የተያዘ ሲሆን ስድሳ በመቶው ደግሞ እርግጥ በባዕዳኑ ሕንዳውያን አሠሪዎች እጅ የተያዘ ነው። ይህ ቦርድ ከትርፍና አክሲዮን ክፍልፋይ አብሮት የሚቀራመተውን ትንሽ ቡድን ይዞ፣ የሠራተኛውን አመፅና ሥራ ማቆም እርምጃ አስመልክቶ እርስ በርሱ ሲመካከር፣ ሲያሻው ካሠሪዎች ፌዴሬሺን ጋር ሲወያይ፣ የሕዝባዊ ኑሮ ዕድገት ሚኒስቴርን አስተያየት ሲሰማ አሳለፈ። ባገሪቱ ባጠቃላይ ያለውን ሠርቶ አደር ሕዝብ ብሶት አስመልክቶ ያለውን የመነሳሳት አዝማሚያ በሚመለከት ከፀጥታው መሥሪያ ቤት ካገኘው መረጃ ባሻገር ኢሠአማ ደግሞ በጉዳዩ ላይ አስተያየቱን እንዲሰጥበት ትዕዛዝ ሲያስተላልፍ ከረመና አንድ ውሳኔ ላይ መድረሱን አስታወቀ። የኢንዶ ሠራተኞች ማህበር አቅርቦት ከነበረው ጥያቄዎች መሀል አሠሪው የሚቀበል የሚቀበለውን በቶሎ እንዲቀበል ሃሳብ አቀረበ። አሠሪው ወገን በሕብረት ስምምነቱ ወቅት ከተደራደሩባቸው በርካታ ነጥቦች አብዛኛውን ለማክበር ወሰነ። ኢንሹራንስን በሚመለከተው በሥራ ላይ ለሚደርስ ማንኛውም አደጋ እንደ አደጋና የአካል መጉደል ደረጃ እየታየ የሕብረት ስምምነቱ በሚፈቅደው መሠረት ለመክፈልና በማባዘቻው መኪና ላይ የሞት አደጋ ለደረሰባትም ወዛደር አዛለች ቤተሰብ ሙሉ ካሣ እንዲከፍል ተስማማ። የወሊድ ፈቃድም የሕብረት ስምምነቱ በሚፈቅደው መሠረት ከነሙሉ ደመወዝ፣ በሞት፣ በሕመም ሆነ በሠርግ የተወሰኑ ቀናት ፈቃድ ከነሙሉ ደመወዝ እንዲከፈል ወሰነ። ሕክምናን በሚመለከት ከዚህ ቀደም በፋብሪካው ውስጥ ከሚሰጠው የመጀመሪያ እርዳታ ሌላ የሠራተኛው ማህበር በጠየቀው መሠረት «ስታፍ» በመባል የሚታወቁትን ባለሰማያዊ ኮሌታ የፋብሪካው ሠራተኞች ለማከም የተቀጠረው ዶክተር በፋብሪካው በሚሠሩ ሠራተኞች ላይ ምንም ልዩነት ሳያደርግ ሕክምና እንደሚሰጥ አረጋገጠ። ይኸው ሃኪም በሠራተኛው ላይ የሚደረሰው የጤና መታወክ ከሥራው ጋር በተያያዘ መንገድ መሆኑን በጽሑፍ ካረጋገጠ ሠራተኛው ከፋብሪካው ውጭ ከፍተኛ ሕክምና እንደሚደረግለትና የሕመም ፈቃድ ሐኪሙ በሚወስነው መሠረት እንደሚፈቀድ ገለፀ።

የኢንዶ ወዛደሮች ትግላቸው በተናጠልም ቢሆን የከፈሉት መስዋዕትነት ባስገኘላቸው ድል ፈነጠዙ። አንድ ሰሞን ወሬው ይሄው የተገኘው ድል ሆነ። ውሎ አድሮ ግን እነርሱ ባልተዘጋጁበትና በተረጋጉበት ጊዜ አሠሪዎች ጦርነት ከፍተው ያልተጠበቀ ሽንፈት አደረሱባቸው። በመጀመሪያው ላይ የደመወዝ ጥያቄ በቅርቡ መልስ

ያገኛል በሚል ተሸንግለው ሥራ ጀምረው ነበር:: ነገር ግን የደመወዝ ጥያቄ መልስ እንደሌለውና በዚያው ዓመት ምንም አይነት ጭማሪ እንደማይደረግ ውሎ አድሮ ተነገራቸው:: ይህ ራሱን የቻለ አሳዛኝ ዜና ቢሆንም የበለጠ አስከፊና ቅስም የሚሰብር የሆነባቸው የሠራተኛው ማኅበር መሪዎች ላይ የተወሰደው እርምጃ ነው:: የአሰሪው ወገን አረሳስቶና አዘናግቶ የወሰደው እርምጃ ከነገ ዛሬ ወደ ሥራቸው ይመለሳሉ ተብለው ሲጠበቁ የነበሩትን የሠራተኛው ማህበር መሪዎች ከእስር ከተፈቱ በኋላ፣ ወደ ሥራቸው ተመልሰው ለጥቂት ጊዜ ሲሠሩ ቆይተው ሳያስቡት የሥራ መሰናበቻ ደብዳቤ ደረሳቸው:: ያለ ሥራ መፈለጊያ የኢንዶን ቅፅር ግቢ እንዳይረግጡ ከተወሰነባቸው መሃል የማሕበሩ መሪ ሲማ፣ ፀሃፊው እምሬ ሲገኙባቸው ሙሉነሽ፣ ደሜ፣ ዐሊ.ጋዝና ዲንቃ በማስጠንቀቂያ ታለፉ:: በሲማና በፀሀፊው እምሬ ላይ የደረሰው ሠራተኛው ያልጠረጠረው ነበር:: አሠሪው ክፍል አዘናግቶ ይህንን እርምጃ የወሰደው ሠራተኛው ያንን አደገኛ አመፅ የወሰደው በራሱ ተነሳስቶ ሳይሆን ከኋላው የአዲስ አበባ ዩኒቨርስቲ ተማሪ ንቅናቄን የመሰለ ወይም ደግሞ ሌላ ሃይል ሳይኖር አይቀርም በሚል ፍራቻ ሆነ:: መሪዎቹን ማቆየት ውሎ አድሮ ወዛደሩን እንደገና ለአመፅ እንዲቀሰቅሱ ሌላ እድል ይሰጣል በሚል ፍራቻ ነበር:: ሠራተኛው የተነሳሳው በራሱና ውስጥ ውስጡን ያደራጀው ሌላ ሃይል አለመኖሩንና ያነሳውም ጥያቄ ከሥራ ሁኔታው ጋር የተያየዘ መሆኑን አሠሪውና የቦርድ ምክር ቤቱ በፀጥታው ሃላፊ በኩል ምርመራና ክትትል ተደርጎ ሪፖርት የቀረበለት ቢሆንም የማኅበሩን ሊቀመንበር ሲማንና ፀሃፊውን ነጥሎ ለማጥቃትና ሠራተኛውን ያለ መሪ ለማስቀረት ወሰነ:: ሲማና እምሬ ከሥራ ከተባበረሩም በኋላ በኢንዶ አካባቢ እንዳይታዩ በፖሊስ በኩል ማስጠንቀቂያ ተሰጣቸው:: ሠራተኛው ይህንን ጥቃት ሳይወድ በግድ ተቀበለው:: ያገኛቸውን ድሎች ገና በሚገባ ሳያጣጥመው ካሠሪው በኩል ውሉ አድሮ ይህንን የመሰለ ጥቃት ሲሰነዘርበት ወዲያውኑ ባንድ ልብ ሆኖ ለመነሳት አቅም አላገኘም:: ሠራተኛው ባገኛቸው ድሎች ከተሰማው ደስታ ያላነሰ መሪዎቹን በመነጠቁና ያለመሪ በመቅረቱ የገባውን ሀዘን የተመለከቱት ጥቂት ታጋይ ወዛደሮች፣ የወደፊቱ ትግል ሌላም አጋዥ የሚጠይቅ እንጂ ብቻቸውን የሚገፉት እንዳልሆነ ተገነዘቡት:: ባንድ ፋብሪካ ብቻ ትግላቸውን መወሰኑ ተመልሶ የሚያስጠቃ መሆኑን ተረዱት:: ከዚህ በፊት ወደ ሠራተኛው የተጠጉና በተለያየ መንገድ ድጋፋቸውን በማሕበሩ መሪዎች በኩል ያቀርቡላቸው የነበሩትን ውጭ

ተምረው የመጡና በሙያቸው ኢንዶ ተቀጥርው የሚሰሩትንና በውጭም የተማሩና ለድሃውና ሠራተኛው ህዝብ ተቆርቋሪ ከሚባሉት ወገኖች ጋር የሕቡዕ ግንኙነት በማድረግ ጠቃሚ ሃሳቦችን ማግኘትና እነኚህንም ምክሮች የመደራጂያና የንቃት ማዳበሪያ ማድረግ እንደሚያስፈልግ ተገነዘቡት:: የማያዳግም ድል ለማግኘት ከሌሎች ወንድሞቻቸው ጋር እእርስ በርስ መያያዝና የሠርቶ አደሩን ትግል ከጠቅላላው ሕብረተሰብ ችግርና ትግል ጋር ማያያዝ እንደሚያስፈልግ ቀደም ሲል ከውጭ ሆነው ትግላቸውን ሲደግፉት ከኖሩት ወገኖች ያገኙ የነበረውን ምክር መልሰው መላልሰው ማስታወስ ጀመሩ:: ውይይታቸውንም ሆነ ግንኙነታቸውን በተቻለ ሚስጢራዊ ማድረግ የአሠሪው ወገኖችም ሆኑ፣ ለጥቅማቸው ያደሩ አድርባዮች ዝግጅታቸውን በእንጭጩ እንዳይቀጩባቸው አይነተኛ ዘዴ አድርገው ተቀበሉት:: በዚህ አዲስ የትግል መስክ አካባቢ ተስፋ የተጣለባት ሙሉነሽ ሆነች::

ምዕራፍ ሶስት

ፈጠነ ቋሚ ሥራ ሳያገኝ ሰነበተ። አንዳንዴ ወዳዲሱ ቄራ አካባቢ ብቅ ሲል ያጋጠመው እንደሆነ አንድ ዝቅተኛ ጋራዥ ይገባና በሙያው ለጥቂት ሰዓቶች የሚሠራው ካገኘ ይሠራና ሁለትም ሦስትም ብር ይዞ ቤቱ ይገባል። ከመንገድ ዳር ተበላሽቶ የቆመ መኪናም ካጋጠመው እዚያው በቀላሉ ብልሽቱን ማስተካከል ከሆነለት ያስተካክልና የሰጡትን ጉርሻ ይቀበልና ለእሱና ለሁነኛው ከርስ መሙያ ያደርገዋል። ፈጠነ ይህችንም ያህል ሳያገኝ የሚውልበት ቀናት ሞልቷል። ከዚህም የተነሳ ብዙም ከሱ በማይሻለው ጓደኛው ላይ ሸክም መሆኑ ሲሰማው የሁነኛውን ዓይን ማየት እስከ መሰቀቅ ይደርሳል። የበቆሎ ቂጣ ለሁለት ገምሶ ያካፍለውና ድቁስም ቢሆን ከገበያ ገዝተው እያረመዱ መብላት ሁነኛው ሰለቸኝ የሚለው ባይሆንም ፈጠነ ከበደው።

«ኧረ ፈጠነ እንደ ወንድምህ ባታየኝ ይሆናል እንጂ እንዳው አንድ ቂጣ ተካፍለን ብናድር እኔ ምን ይሰማኝ ብለህ ነው እንዲህ የምታስብ? እኔ መቼም ያንተ ዕድል በኔ ቢደርስ የምወድህ ጓደኛዬ ሆነህ አንተን ተጠግቼ አንድ መላ እስካገኝ ብቀመጥ የምሰቀቅም አይመስለኝ» አለው የፈጠነን ሁኔታ ደህና አድርጎ ያጤነውና ቢሆንልኝም ባይሆንልኝም ወዳንዱ አገር ተሰድጄ ዕድሌን ካልሞከርኩት እያለ ቢያስቸግረው።

«ግድ የለህም ሁነኛው የመሳፈሪያዬን ያህል ከወዲያም ከወዲህም ብዬ በእጄ ከጨበጥኩ፣ አንዱ አገር ብሄድ እንጀራ አላጣም የምልህ እንዳው ባንተ ላይ ጥገኛ መሆኔ ተሰምቶኝ ብቻ እንዳይምሰልህ። አዲሳባ እንደኔ የጋራዥ ሙያ ያለው ብዙ ነው። በሌላው አገር ግን ይህንን ያህል አይመስለኝም። ተው! ልሞክረው ሄጄ! ግድ የለህም። አንተን እንደ ወንድሜ ባይህ እኮ ነው ሃሳቤን የማካፍልህ። የሚሆን ቢመስልህ ይሆናል እንድትለኝ አይሆንም የምትልም ከሆነ ምክርህን ልሰማ እኮ ብዬ ነው የማማክርህ።»

«እኔ ግን ባዲሳባ በሰፊው አገር እንጂ ያንተ የእጅ ሙያ በማይታወቅበት አገር ብትሄድ የሚሆንም አይመስለኝ። ይልቅስ የምትቆርጥ ከሆነ ካባቴ አገር ዝቋላ እንግባና አርሰን እንብላ። አንተ ግን የከተማ ልጅ ሆንክና አርሶ መብላትን ክብር የምትሰጠውና የሚለመድ አልመስል ብሎህ ፈራኸው መሰል እኔንም አሳነፍከኝ።

የኔስ ሃሳብ የከተማ ኑሮ አልሆን ካለኝ ያው እርፍ ጨብጬ፣ አርሼ ብበላ ነው እንጂ ደስ የሚለኝ! ለፋፍሪካ ፋፍሪካ አዲሳባ ሆነ ድሬዳዋ ያው ነው! ልዩነትም የለው።»

ፈጠነና ሁነኛው ባንዱም ሃሳብ ሳይስማሙ፣ ባንዱም ሳይረኩ፣ ፈጠነም በሁነኛው አልፎ አልፎ እየቀለደበትና እንዳው ግብርና መግባት የሚለው ሃሳብ ከመወራቱ ያለፈ ሁነኛው ደፍሮ የሚገባበት እንዳልሆነ እያነሳለት እሱ ራሱ ግን ያለሥራ ጊዜውን ይገፋ ጀመር። መለወጫ ልብሱም ከወደ ቂጡና ትልበቱ አልቆ መጣፍ ግድ ሆነበት። ሸራ ጫማው ከፊቱ ሳስቶ አውራ ጣቱን አሾለከ። ችግሩ፣ ውስጥ አንጀቱ ድረስ ሲሰማው በልጅነቱ ጥሎት የሄደው የወይዘሮ አገኘሁሽ ቤት ፊቱ ላይ ድቅን ይላል። ያባቱን ያቶ ታደሰን ነገር እርም ብሏል። በዚህ በችግሩ ጊዜ እንኳን አይታወሱትም። የጣቃ ንግዱ በሚገኝበት በረንዳ ብዙ ጊዜ ተመላልሷል። አላውቅህም ካለው ወዲህ ሳት ብሎት እንኳን አይኑን ጣል አድርጎ እሳቸው ወዳሉበት ተመልክቶ አያውቅም። ደብሪቱ የምትባል ሴት በግርድና ቀጥሮ እንደማያውቅና በሕግ ካገባት ሚስቱ በቀር ልጅ የሚባል ነገር እንደሌለው ከነገረው ወዲህ የታደሰ ነገር በአእምሮው አይመጣበትም። እሱም አዲስ ፔጆ ከገዛ ወዲህ በላይ ጋራዥ ብቅ ብሎ አያውቅም። ይልቅስ በሃሳቡ የሚመጡበት ያልተወለዱትና ለተወሰኑ አመታትም ቢሆን አንቀባረው ይዘውት የነበረው ወይዘሮ አገኘሁሽ ናቸው።

እሳቸው በሕይወት ይኑሩ አይኑሩ አያውቅም። ቢኖሩም ከስንት ዘመን በኋላ ምን ብሎ አይናቸውን እንደሚያይ ለራሱም እየቸገረው ሊረሳቸው ይፈልጋል። ጨካኝን ሰው መርሳት፣ መጥላት ያህል በመሆኑ ወላጅ አባቱን የረሳውንና የማይናፍቀውን ያህል የወይዘሮ አገኘሁሽ ደግነትና አዛኝነት የሚናፈቅ፣ የሚወደድ እንጂ የሚጠላ ባለመሆኑ ሊረሳቸው አልቻለም። እሳቸውን መፈለግ ያለበኝ ሰው ሆኜ ራሴን ስችል ላደረጉልኝ ውለታ ምስጋናዬን ለማቅረብ እንጂ ከሥራ ወጥቼ ተቸግሬ ተመልሼ የእሳቸውን እጅ ለማየት አይደለም ይልና ወደ ወይዘሮ አገኘሁሽ ቤት እየሸፈተ ያስቸገረ መንፈሱን ሊገስፀው ይሞክራል።

እሁድ ዕለት ማታ ከጨላለመ በኋላ ፈጠነ እዚህ ቦታ ደርሼ መጣሁ ሳይል ሁነኛውን ከቤት ትቶ ወጣ አለ። እግሩ ወደመራው እህል ጎተራን አያይዞ ወደ ደብረ ዘይት የሚዘልቀውን መንገድ እንደቀልድ

ተያያዘው። እህል ጎተራው ካለበት ደረሰ። የመንገድ ጥገና ለማድረግ ከግራ ከቀኝ ከፈሰሰው አሸዋና ካትራሜ ከተሞላቸው በርሜሎች ካሉበት ደረሰና ቆም አለ። በእግሩ አሸዋውን ጫር አድርጎ ሄድ አለና የአስፋልት መዳመጫው ሩሎ ወደ ቆመበት ጠጋ አለ። ወደ ቤቱ ከመመለስ በፔፕሲ ኮላ ፋብሪካ በኩል ወደ ቁራ በሚወስደው መንገድ አድርጎ ጉዞውን ቀጠለ። ሰዓቱ ወደ ውድቅት እየተጠጋ መሆኑን አላስተዋለም። ብዙም ራመድ ሳይል ድንገት አንድ እንደ ፈንጂ ያለ ከፍተኛ ድምፅ ሰማና ከድንጋጤው የተነሳ ቀልቡ ተገፎ ከቆመበት ደርቆ ቀረ። ድምፅ ወደ ሰማበት አቅጣጫ ጥቂት በመንገዱ የነበሩ ሰዎች ወደዚያ እየሮጡ ለመሄድ ሲጣደፉ እሱም ወደ ኋላው ተመልሶ የተፈጠረውን ነገር ለማየት መንገዱን አቀና። ሆኖም ሮጥ ለማለት ሲሞክር እግሮቹ ሽምድምድ እያሉበትና ልቡ ክፉኛ እየመታበት አስቸገረው። እግሩ ከመዛሉ የመንቀጥቀጡ። መንገደኛው እየተጯጯኸ ወደዚያው ለመድረስ ሲቻኮል ፈጠነ ከግራ ከቀኙ የሚካለበውን ሰው ምን ነገር ፈንድቶ ነው? ብሎም ለመጠየቅ ድፍረት አንሶት እንደምንም ካካባቢው ደረሰ። እዚያም ሲደርስ ቁጥር ስፍር የሌላው ሰው አንድ ነገር ከቦ ጉድ ሲል ተመለከተ። የሰው ብዛት፣ ጩኸቱ፣ አለመደማመጡ ሌላ ሆነበት። ፈጠነ ምን ነገር እንደተፈጠረ ያገኘውን ሰው ቢጠይቅም የሚመልስለት አላገኘም። ከሰው ሁካታና ከጩኸቱ የመኪና አደጋ መድረሱን አወቀው። እንደዚያ በከፍተኛ ድምፅ እየጮኸው ከደብረ ዘይት አቅጣጫ ወደ አዲስ አበባ እየበረረ የሚመጣ አንድ አራት መቶ አራት ፔጆ፣ ከመንታው መንገድ ላይ ድንገት ከገጠመው ሌላ መኪና እሸሻለሁ ሲል ሾፌሩ ፍጥነቱን ማብረድና መሪውን መቆጣጠር ተስኖት ለመንገድ ጥገና ዳር ወጣ ብሎ ከቆመው የመንገድ መዳመጫ ሩሎ ጋር በመላተሙ የተፈጠረ የመኪና አደጋ መሆኑን ፈጠነ ተገነዘበው።

«ሰው ተርፏል?» ሲል አንዱ ይጠይቃል።

«ኧረ መኪናው እንደፈለገው! ሰው ብቻ በተረፈ!» ይላል ሌላው ይቀበልና።

«ከዚህ መኪና ምን ሰው ይተርፋል ብላችሁ ነው። እረ እንዳው እንዴት ፈረደባቸው?» አለች አንዷ ሴት።

ትርምሱ፣ ከንፈር መምጠጡ አንዱ ትርዒት ሲሆን፣ ያደጋው አሰቃቂነት የዘገነነው ራሱን ይዞ «ውይ ውይ» እያለ ከሰው መሃል ወደ

ዳር ለመወጣት የሚጣደፈው በረከተ።

ፈጠነ ስለደረሰው አደጋ ካንድ ሁለቴ በኋላ መጠየቁን ተወና የተሰበሰበውን ሰው እየሰረሰረ ከመንገድ መዳመጫው ሩሎ ጋር ከተላተመውና ወደ ኋላው ተሽቀንጥሮ ከውሃ መውረጃ ጉድባ ውስጥ ከተቀረቀረው ፔጆ መኪና አጠገብ ደረሰ። መኪናው ዱቄት መሆን አይቶ ሰው በተዓምር ካልሆነ በሕይወት ሊወጣ እንደማይችል ወዲያውኑ እየታወቀው ይበልጥ ወደ መኪናው ተጠጋ። ሰው ግን እርስ በርሱ እንደታመሰ ነው።

«ኧረ ደም እንዳትረግጡ!»

«ሰው ምን ሆነ?»

«ምናል ወሬውን ትቶ! ሰውዬውን ከውስጥ ጎትተው ቢያወጡት?»

«ፖሊስ እንዴት እስካሁን ብቅ አይልም?»

«ኧረ ምኑ ይታያል? አያድርስ ነው!»

«ሰውዬው በሕይወት አለ ብላችሁ ነው? ይህንን ያህል ደም ፈሶት እስካሁን አለ ብላችሁ ነው?»

ፈጠነ የመኪናውን የፊት መስተዋት በረገፈበት በኩል አሻግሮ በደም ተነክሮ የተንጋለለውን ሰው ተመለከተው። ወዲያው በድንጋጤ በድን ሆነ። ሰውነቱ ፍስስ አለበት። ሌሎች ሰዎች በፈጠነ በኩል ተጠጉና ወደ መኪናው ዝቅ ብለው የመኪናውን አሽከርካሪ ሁኔታ አዳመጡና ሞቷል ሲሉ ተናገሩ። ፈጠነ ይህን ሲሰማ ጩኸቱን አቀለጠው። ከፊቱ የከበበውን ሰው እየጣሰ የሚያባርረው ሰው ያለ ይመስል የቤቱን መንገድ ይዞ ይሮጥ ጀመር። ከድንጋጤው የተነሳ ከቤቱ ከመቼው እንደደረሰ አልታወቀውም። ቁና ቁና እየተነፈሰ ገርበብ ያለውን በር ገፍትሮ ገባና ከሣር ፍራሹ ላይ ወደቀ። ራሱን መግዛት እስኪችል ድረስ ለሁነኛው ያጋጠመውንና የሆነውን ሊነግረው አቅም አነሰው። በዚህ ላይ አፉ ደርቆ ኩበት ሆነበት። የላይና ታች ከንፈሩ ይንቀጠቀጣል። ገና ከድንጋጤ ዓለም ራሱን መመለስ አልቻለም። ያ ዞማ ፀጉሩ አለተፈጥሮው ቀጥ ብሏል። ፈጠነ ከሣር ፍራሹ ላይ እየተወራጨ ያቃስታል። ብርቱ ነገር ፈጠነን እንደገጠመው ሁነኛው ቢታወቀውም ለመጠየቅ ድፍረት አነሰው።

ፈጠነ መለስ ሲልለት ለሁነኛው ያጋጠመውን አጫወተው:: ተዓምር አይባል አይኑ እንዲያይ ያጋጠመው ደግ ነገር አይደለም:: ፈልጎት በቀነ ቀጠሮ የሄደ ይመስል ወይም ደግሞ ፈጠነ አምላኩን በዚያች ቀንና በዚያች ሰዓት ታሳየኝ ዘንድ አንድዬ እማፀንሃለሁ ብሎ የለመነውና ላርባ አራቱ ታቦት ስለት ያገባ ይመስል ያቶ ታደሰን በዚያ አሰቃቂ የመኪና አደጋ መሞት ሲያጋጥመው ከየትና ምንስ ብሎ ለሁነኛው እንደሚጀምርለት ግራ ገባው:: ቢቸግረው እስኪዚያን ዕለት ድረስ ለማንም ሳይገልፀው በሆዱ ደብቆ ያኖረውን ገበናውን ግልጥልጥ ሊያደርግለት፣ ከእናቱ ከደብሪቱ ሊጀምርለት ወሰነ:: እሷን ባነሳት ቁጥር ሀዘኑ እያገረሸበት የጀመረውን ዓረፍተ ነገር መጨረስ እያቃተው፣ ዕንባውን እየታገለ እየመለሰ የሕይወት ታሪኩን ዘረዘረለት:: የታደሰን ጭካኔ ዘከዘከለት:: ሆኖም ስለ ታደሰ ሲያወራለት ስሜቱ አደጋው ሲደርስ በተመለከተው ጊዜ ከተሰማው የተለየ ሆነ:: ድንጋጤና ጩኸቱ ለምን እንደነበር? ለራሱም ግራ የገባው መሰለ:: ለታደሰ ምንም ስሜት ያለው ላለመምሰል ብሎ ወይስ የውስጥ ስሜቱን ለመቆጣጠር በሚችልበት ሁኔታ ውስጥ ሆኖ ማውራቱን ፈልጎት ይሁን አይታወቅም:: ፈጠነ አለቅጥ ዘና ብሎ በታደሰ ክህደት እሱና እናቱ ያሳለፉትን ሕይወት ተረከለት::

«የእናቴን ሞቷን በዓይኔ ባላየውም በሕይወት አለች ብዬ አላምንም:: ያባቴን ሞት ግን ይኸውልህ ፈልጌ የሄድኩለት ይመስል በዓይኔ አይቼው መጣሁ:: እሳቸው በእኔ እንደጨከኑ፣ እኔ መጨከን አቅቶኝ ሰው ጉድ እስኪል ድረስ ራሴን ይገኙ ኡኡ ብዬ! ከዚያ የበረርኩ ከመቼው እዚህ እንደደረስኩ እንኳ ጨርሶ ሳላውቀው እዚህ ደረስኩ:: ይኸውልህ ግፈኛ በግፉ መቀጣቱ አይቀርም የሚባለው ወልደው በካዱኝ አባቴ አጉል አሟሟት ደርሶ አየሁት:: እናቴ ደብሪቱ ግን ያለ በደሏ የደረሰባት ቅጣት፣ በተለይም እኔን ይዛ የደረሰባት ችግር፣ ብዥ ብዥ እያለ ሲታወሰኝ፣ ባባቴ ላይ የደረሰው ቅጣት ያንሳቸው እንደሆን እንጂ አይበዛባቸውም::»

«ይቅር ተወው ፈጠነ:: ገና በልጅነት ዕድሜህ የመከራና የችግር ዋሻ መሆንህ ነው እኔስ ያሳዘነኝ:: እናትህን ባላውቃቸውም የተወለዱኝን ያህል ነው በደረሰባቸው ያዘንኩት:: መቼም ግፍ ለዋለ፣ ክፉ ላደረገ ዋጋው ከራሱ አንድ ሞት በላይ እጥፉን ቢሞት አንዴ ለተገፋውና ለተበደለው ምንም ቢሆን ማካካሻ ይሆነው አይመስለኝም:: እንዳው ቢሆንም ያባቴ አሟሟታቸው አነሳቸውስ አትበል:: ክፉ አሟሟት ነው

የሞቱ። እንደወጡ መቅረት ክፉ ሞት ነው። ቢሆንም በሥጋ ወልደውሃል። ትንሽ ሥጋ እንደመርፌ ትወጋ፤ የሚባለው ሀሰት የለውም። እኔ እንኳን ለነገሩ ያህል አነሳሁት እንጂ ይህንን የመሰለ አሰቃቂ ሞት ያንተም ዓይን ማየቱ አጋጠሚውስ ቢሆን ደግ ነው ፈጠነ? ኧረ እንዳው ሳያገጣጥምህ በቀረና ውሎ አድሮ የወሬ ወሬ ሰምተኸው እርምህን ባወጣህ ይሻል ነበር። እንደ እኔስ ያባትህ ከሞታቸው መኖራቸው በተሻለ ነበር። እግዜር ዕደሜ ሰጥቶአቸው ለመፀፀትና ንስሓ ለመግባት ቢበቁ ደግ ነበር።»

ፈጠነ የሚናገረውን አጥቶ ሲያዳምጠው ቆየ። አልፎ አልፎ በሁነኛው ንግግር ጣልቃ ገብቶ ሊያቋርጠው ይፈልግና ክርክር መግጠም ይመስልብኛል ብሎ ማስጨረሱን መረጠ።

«እርግጥ ነው! ሁነኛው በተናገርከው ሁሉ እኔም ልስማማበት እችላለሁ። እንዲህ ዓይነቱን አደጋ እንኳን ለሟቹ ለተመልካቹም ቢሆን እንደ ቅጣት ሊቆጠር ይችላል። እኔ ግን ብዙ የተቀጣሁ በመሆኔም ይሁን አላውቅም እንደቅጣት ሳይሆን፣ አንድ ነገር ከውስጥ አንጀቴ ብጥስ ብሎ ከውስጤ በሮ ሲሄድ ነው የተሰማኝ። የእኔና ያቶ ታደሰ አባትና ልጅነት ዘወትር በኔ አእምሮ ውስጥ ሲንቀዋለል ከሚኖር እሳቸው በልጅነት እንዳልተቀበሉኝ እያወቅሁ እኔ ብቻ አባትነታቸውን ሳሰላስል ከመኖር እንዲህ መገላገሉም እንዲቆርጥልኝ አድርጎኛል። ያልተወለዱኝንና እንደ ልጃቸው ያዩኝን ፍቅራቸውን አሳይተው ያሳደጉኝን ወይዘሮ አገኘሁሽን ሳስብ፣ ኧረ መወለድ ምናባቱ ያሰኛል። እባክህ ተወኝ ሁነኛው ከእግዲህ ከታሰርኩበት የዘር እትብት ተፈትቼ ነፃ የተለቀቅሁ ያህል ተሰምቶኛል። ታደሰን ለሰማዩ ጌታ ዳኝነት ሰጥቼዋለሁ።»

«በል ተወው። ይህን ያህልስ ጨካኝ አትመስለኝም ነበር። እና እንግዲያ ላትቀብራቸው? ሃዘንም ላትቀመጥ?»

«በቃ! የኔና ያቶ ታደሰ ነገር አለቀ ደቀቀ ስልህ!» አለውና ከተንጋለለበት ፍራሽ ላይ ድንገት ብድግ አለ። በሃዘን ጭፍግግ ብሎ አመድ የነዛበት ይመስል የነበረው ፊቱ ፈካ አለ። በዚያ በውድቅት እግሮቹን ለሩጫ ውድድር እንደሚያፍታታ ጥሩ ስፖርተኛ ወርወር መለስ፣ እጥፍ ዘርጋ አደረገው። በሰውነቱ የገባውን የሚያንሰፈስፍ ብርድ መልሶ ለማስወጣትና ለመሟሟቅ እንደሚሻም ሰው ሁለት እጁን እርስ በርሱ አፋተገው፣ አፏጨው። ከአፉ የሚወጣውን ሞቃት አየር ኡፍ እያለ

በሁለት እጁ እየተቀበለ መልሶ መላልሶ እያፋተገ፣ ከታች ወደላይ እንጋጦ የሚመለከተውን ሁነኛውን ታዲያስ «ሁኔ! ... ሁነኛው! ... ታዲያስ? አይዞሽ አይክፋሽ ያልፍልናል። እስከዚያው ግን እንደ ቅሪላ እየለፋን ነው» እያለ ተሚሚቀበት።

በማግሥቱ ፈጠነ ከቤቱ ሳይወጣ ዋለ። ዕለቱ የሰኔ ኪዳነ ምሕረት ነው። በዚህ ላይ ማለዳ የጀመረው ካፊያ ዝናብ ቀኑን ሙሉ ለቀቅ ሳያደርግ በመዋሉ ወደ አዲሱ ቄራ፣ ወደ ፖፖላሬ አካባቢ ብቅ ብሎ ተባራሪ የጋራዥ ሥራ ሠርቶ ሁለት ሦስት ብር እንኳ ይዞ እንዳይገባ ኪዳነ ምሕረት የላከችበት ካፊያ የተመቀኘው መሰለው። የፀሐይ ብርሃንም ቅፍፍ ባለው ሰማይ መፈንጠቅ ጀመር አደረገና ቀኑ እየፈካ የሚሄድ የሚመስል ተስፋ እየሰጠ መሰለና እንደገና ከዚህ መጣ ሳይባል ነፋስ ቀላቅሎ ከባድ ዝናብ መዝነቡን ቀጠለ። ቢቸግረው ፈጠነ እዚያው ከቤቱ በባናና ካሉሙ ተጠቅልሎ ከፍራሹ ላይ እንደተንጋለለ ዕንቅልፍ ሸለብ አደረገው። ወዲያው በር ተቆረቆረ። ዝናቡ አላሰማው ስላለ ነው መሰል የጎረቤት በር መሰለውና ተመልሶ ጋደም ሲል ሲል እንደገና በሩ ተደበደበ። ተነስቶ ቢከፍተው ያልጠበቃቸው እንግዶች ስቱኮና ሃይልዬ ሆኑበት። ፈጥነው ወደ ውስጥ ገቡ።

«ምነው ምን ጉዳይ አጋጠማችሁና በዝናብ እግር ጣላችሁ?» ሲል ጠየቃቸው።

«ዝናቡ እኮ አላስተረፈንም ጃል! ለመሆኑ ደህና ነህ?» አለው ስቱኮ።

«ሰው ጠፋ ብለህ አለመፈለግህ፣ ከበላይ ቤት እንዳልደርስ ብለህ ወይስ እኛን ባማላጅ ተለማምጦ ደመወዛችንንም ጨምሮ ስለመለሰን ከዱኝ ብለህ በእኛ ተቀይመህ?» ሲል ሃይልዬም ጠየቀው።

«ኧረ! እኔ ምን አስቀየመኝ? አንዱ ተጎድቶ አብዛኛው ቢመቸው አይከፋኝም። ምነው እናንተስ ምን እግር ጣላችሁ ዛሬስ?» ብሎ መለሰላቸው።

«እንዴት ነው? ተዘነጋህ መሰለኝ! ዛሬ እኮ የሰኔ ኪዳነ ምሕረት ነች።»

«እንዴ! አሁንም በላይ ኪዳነ ምሕረትን የሚያዘክረው በሠራው ኃጢአት እምዬ ካንድ ልጇ እንድታማልደው ብሎ ነው? አይመስለኝም! እሷ ሥራ አላጣችም አታረገውም።»

ስቱኮና ሃይልዬ በፈጠነ አነጋገር በሳቅ ፈነዱ:: ሥራ አጥ ሆኖ በሰነበተ ቁጥር በቀልድና ተረብ የመሠልጠኛ ጊዜ ያገኘ መሰላቸው::

«ምን ብሎ ዝክሩን ይተወዋል ብለህ ነው? እኛ ምን ቸገረን? እሱ ኪዳነ ምሕረትን ብሎ ጋራዡን ሲዘጋ እኛ ዕረፍት እናገኛለን:: ፊታችንን ለማስመታትና የጌትነት ክብሩን ያስቀረንበት እንዳይመስለው ቤቱ ሄደን መቀማመሳችን አይቀርም:: ታዲያ እኮ አመጣጣችን መጨረሻውን ያሳምረው እንጂ ላንተ የሚሆን ሥራ አግኝተንልህ ይዘንህ ልንሄድ ብለን ነው በዚህ በዝናብ የመጣነው:: ይልቅስ ተዘጋጅና እንሂድ» አለው ሃይልዬ::

«እውነቱን ነው! ሃይልዬ ከቤቱ የቀጠረው አንተን ሊያነጋገር የሚመጣ ሰው አለና ዝናቡ እንዳባራ እንሄዳለንና ተነስ!» ሲል ስቱኮም ጨመረበት::

ስቱኮና ሃይልዬ ዝናብ ያበሰበሰውን ልብሳቸውን እያራገፉ መቀመጫ በሌለው ቤት ለወገባቸው ማሳረፊያ ከሁለቱ ሣር ፍራሾች ባንዱ ላይ እንኳ አረፍ ሳይሉ የመጡበትን ጉዳይ እንደቆሙ ለፈጠነ ገለፁለት:: እሱም ነገሩ እንደ ሕልም ሆነበት:: በዚያ በዶፍ እየበረሩ ካለበት ድረስ መጥተው ሥራ አግኝተንልሃል፣ ተነስና እንሂድ ሲሉት ቸኩሎ እንደ መነሳት የጥርጣሬ ሁኔታ በገፅታው ታየበት::

«እኮ! ምን ሃሳብ ገባህና ተክዘህ ቀረህ? በል እንጂ ተነስ! ዝናቡም እኮ እያባራ ነው:: የሃይልዬ ባለቤት የጡት እናት ልጅ ሥራ ላገኝለት እችላለሁ እኮ ስላለ ነው:: በዚህ ላይ አስተዋይነትህንና ከበላይ ጋር ያደረከውን ትግል ሰምቶ በማድነቁ እኮ ነው! እዚያው እሱ ከሚሠራበት ሊወሽቅህ ያሰበው:: ኧረ አይዞህ ሰውየው የማኅበር ሰው ነው እንዲህ እንዳይመስልህ!» አለና ስቱኮ ፈጠነን ሊያነቃቃው ሞከረ::

«አይ! እንዳው እንደ ምንም ብላችሁ አግባብታችሁ ከበላይ ጋር ልታስታርቁኝ መስሎኝ ነበር እኔማ:: ይህ ከሆነ አላደርገውም» አላቸው ፈጠነ::

«ኧረ አይደለም:: እኛ ታርቀን የገባነው አንሶ አንተን ለመጨመር ሃፍረቱስ መች ወጣልንና ብለህ ነው:: ይልቅስ ሃይልዬ እንዳለው ነውና እስቲ አሁን ዝናቡም አባርቷልና ብንሄድ ይሻላል» ሲል ስቱኮ ደግሞ ነገረው::

ወሎ ሠፈር ሃይልዬ ቤት ደርሰው ብዙም ሳይቀመጡ የሃይልዬ ሚስት የጡት እናት ልጅ በቀጠሮው ሰዓት መጣ። የሚቼል ኮትስ ጋራዥ ሠራተኛና የጋራዡ የሠራተኛ ማህበር መሪ ነው። ሺበሺ ይባላል። የሚሠራውም ነፋስ ስልክ ከሚገኘው የሚቼል ኮትስ ቅርንጫፍ ጋራዥ ነው። ስለፈጠነ ሃይልዬ አጫውቶታል። ሲገናኙም ከዚህ በፊት የሚያውቀው ያህል የሆነው ለዚህ ነው። የሃይልዬ ሚስት ፈንጠር ብላ ከበርጩማዋ ተቀምጣ ሳለ አራቱ ወንዶች እርስ በርሳቸው ተነጋገሩ። ስሙ ሺበሺ ይባላል። አንዳንድ እንዳወሩ ለፈጠነ ተስፋ ሰጠው። የጋራዡ ፐርሶኔልና የዕቃ ግምጃ ቤቱ ሹም ደህና የሚግባባው በመሆኑ ለሞተሪስትነት የሚሆን ሰው ካገኘህ እቀጥርልሃለሁ እንዳለውና ሃይልዬም ስለፈጠነም ይነግረው እንደነበር አጫወተው። የማሕበር ጥቅሙ የገባውና ተናግሮ ማሳመን የሚችል ሰው በቅርቡ ከእኛ ዘንድ የተባረረ አለ ሲለው ሌላ ሰው ፍለጋ ከመሄድ እሱኑ ለማሕበራቸው ጭምር የሚጠቅም ሰው ማስቀጠር እንደሚሻል ስላመነኩበት ፈጠነን ካለበት ድረስ ፈልገው እንዲያገኙት የጠየቃቸው እሱ መሆኑን ጭምር ገለፀለት። ሺበሺ የተቀመጠበት አልተመቸው ይመስል ለመመቻቸት ሞከረ። እሱ በሠራተኛ ማህበር ውስጥ እንቁ ሆኖ መሳተፍ ከጀመረ ብዙ ዓመታት አልፎታል። በቅርቡም የማኅበሩ መሪ ሆኖ የተመረጠው ባንጋፋነቱ ብቻ ሳይሆን በብስለቱ ጭምር ነበር፣ በዚህ ላይ በትምህርት «ማትሪክ» ተፈትኖ ለዲግሪ የሚያበቃ ውጤት ባያመጣም ለዲፕሎም ተቀብለውት በዩኒቨርስቲው፣ በማታ የአስተዳደርና ሂሳብ አያያዝ ትምህርት በመከታተል ላይ ይገኛል። ይህም ሁኔታ ዕድሉን ስለሰጠው በአነጋገሩ ጣልቃ የሚጠቀምባቸው ቃሎችም ሆኑ የሚሰነዝራቸው አስተያየቶች የወዛደር ኑሮ ካስገበየው ዘልቆ የሄደ ነው። «ብዝበዛና ጭቆና መብትና እኩልነት» ከሚሏቸው ቃላቶች ባሻገር «ስር ነቀል ለውጥ» ና «አብዮት» የሚባሉትን ፅንሰ ሃሳቦች ከዘመኑ ምሁራን ከመስማት ያለፈ እሱም ምንነታቸውን ደህና የተረዳው መሆኑ አነጋገሩ ብቻ ሳይሆን በፊቱ ላይ የሚነበበው ስሜት ይናገሩለታል።

«ነገር ግን ምን መሰለህ? ሲል የጀመረውን ጉዳይ ቀጠለለት። «... የኩባንያው ባለሥልጣኖችና የጥቅም ተካፋዮቻቸው በዘመድ፣ በወገን እርስ በርሳቸው እየተጠቃቀሙ እኛ ድሆቹ ዕድሉን ስናገኝና መንገዱና ዘዴው የተመቸ ሲሆንልን ልንጠቀምበት መድፈር እንጂ ተመልካችና ከውጭ ሆነን የሚሠራውን ሁሉ የምንቃወም መሆን የለብንም። አንተስ ምን ይመስልሃል?»

«እኔ ምን አውቃለሁ ብለህ ነው? መቼም ሁሉም ቢሆን ወገኑን፣ የተወለደውን፣ ዘሩን እየቆጠረ መርዳቱ መቼም ቢሆን የሚቀር አይመስለኝም::

እንደኔ አይነቱ ወገን፣ ዘመድ የሌለው ደሃ ግን ወይ እርሶን የመሰለውን ካልጣለለት በስተቀር የትም ወድቆ ይቀራል:: የሚያሳዝነኝ ግን እኛ ድሆቹ እንደሚገባን መተባበርና መተጋገዝ አለመቻላችን ነው:: የተባበረ ምንም ቢሆን ጥቃት አይደርስበትም:: ሳይሆን ቀረ እንጂ በበላይ ጋራዥም የሞከርነው ይህንኑ ነበር:: ምን ያረጋል? መጨረሻው ሳያምር ቀረ::»

ስቱኮና ሃይልዬ የፈጠነን ንግግር ድምፃቸውን አጥፍተውና እርስ በርሳቸው እየተያዩ አዳመጡት:: በጋራዡ የደረሰው ነገር እሱ ተነጥሎ ከሥራው እስከ መባረርና ታስሮ እስከ መደብደብ የደረሰበት ጉዳይ ከነከናቸው:: የሚናገሩትን ያጡ መሰሉ::

«አሁን አንተ ወንድሜ ሺበሺ የተናገርከውም ሆነ ፈጠነ የተናገረው በሁላችንም ልብ ያለ ነው:: ሆኖም የመናገርን ያህል ጉዳዩ ቀላል አልመስሎን ብሎ ነው የተቸገርነው:: ዛሬ ጊዜ በልጦ ያየነው ጉዳይ ሃብታሞች በገንዘባቸው የሚገዙት ተባባሪሪና ደጋፊ፣ የሚጠጉት ወዳጅና ባለሥልጣን ደህው ምን ቢያብር ሊቋቋማቸው የማይችለው ሆኖ ነው የተቸገርነው::»

«እኔም እንደ ሃይልዬ ነው ሃሳቤ:: መተባበር ደግ ነገር ነው:: ባንተባበርና እንደ አመፅ ባይሞክረን ይህንንም ያህል ደመወዛችንን አስጨምረንም ሆነ የሰው ፍጡር መሆናችን ታውቆ ትንሽም ቢሆን እንድንከበር ማድረግ ባልቻልን ነበር:: ሆኖም የእኛም አቅም ገደብ አለው:: ፈጠነ ወንድማችንን ከሥራው እንዳይወጣ ማድረግ አቃተን:: ለወደፊቱ እንዳንጠቃ መላ ካላገኘንለት አሰሪዎች አንድ መብት ሰጥተው እንደሆነ ሁለት አርገው ይቀበሉናል:: መላው የጠፋ ነገር ነው:: መንግሥት እንደሆነ ለእኛ ምናችንም አይደል» ሲል ስቱኮ የራሱን አስተያየት ሰጠ::

ሽበሺ ሁሉንም በጥሞና አዳመጣቸው:: የእሱ አነጋገር መነሻ ሆኖ ፈጠነ መልስ መስጠቱ፣ በዚያ ላይ ደግሞ ሃይልዬና ስቱኮ የየራሳቸውን ሁኔታ አስመልክተው የተናገሩት ብዙ የሚያወያያቸው መሰለው:: ቢሆንም ነገራቸውን ባጭሩ በመቁረጥ እሱም

ወደሚቻኮልበት ጉዳይ ካልሄደ በስተቀር ሌላ ዘዴ የሌለው መሰለው።

«የኔ አስተያየት ከማናችሁ ጋር እንደሚገጥም እርግጠኛ አይደለሁም። ሆኖም በጭቁኖች መሃል የሚፈጠር ትብብር በዝቅተኛ ደረጃው ላይ እያለ የሚያጋጥመውን ችግር ዘላቂ አድርገን ከወሰድነው ተስፋ መቁረጥ ላይ ያደርሰናል። ስህተትም ነው። አንድነትና ትብብር በግለሰብ ደረጃ ከመቋጠር ያለፈ፣ በማኅበር መሰባሰብ ደረጃ ላይ መድረስ አለበት። ይህም ቢሆን አይበቃም። ባገር አቀፍ ደረጃ መዘርጋት ይኖርበታል። አለበለዚያ ጨቋኞች በቀላሉ ይበትኑታል። አላማችንም ያለም ጭቁንና የተረገጡ ሕዝቦች እንዲተባበሩና ብሔራዊ ድንበር፣ ዘርና ሃይማኖት ሳይከልላቸው ለነፃነታቸውና ለመብታቸው በጋራ እንዲታገሉ እኮ ነው። ከሁሉ አስቀድሞ መጣር ያለብን እኛ ራሳችንን ችለን ከፋብሪካው፣ ማምረቻና ማከፋፈያው ያለን ሠራተኞች ተባብረን አገር አቀፍ ሃይል ለመሆን ነው። እዚያ እስክንደርስ ብዙ ችግር ማጋጠሙ አይቀርም። በየደረጃው የጭቁኖች አጋር የሆኑ የተማሩ ሰዎች ሲናገሩ የሰማሁትን እናንተም ብትቀበሉት ጥሩ ይመስለኛል። አለበለዚያ ግን ጊዜያዊ ጥቃትን እንደ ዘላቂ ጥቃትና ሽንፈት ከቆጠራችሁት ይቅርታ አድርጉልኝና ተሳስታችኋል። የእኛን የሠራተኛ ማህበር ታሪክ ታውቁት ይሆናል። ስንወድቅ ስንነሳ ዛሬ በመላ ኢትዮጵያ የሚገኙ የፋብሪካ፣ የእርሻ፣ የወደብና የጋራዥ ሠራተኞች በአንድነት ተነሳስተው ለመብታቸው ለመታገል ተዘጋጅተዋል። ታዲያ ወንድሞቼ ይህንን ምን ትሉታላችሁ? በመጀመሪያም ሆነ በተደጋጋሚ የሚደርስ መሸነፍ የበለጠ አንድ ሆኖ መታገልን የሚጋብዝና በመጨረሻም ማሸነፍን የሚያስገኝ ለመሆኑ የታሪክ ምስክር የሚገኝለት ነው።»

ሽበሺ የተናገረውን ሁሉ ምናልባት ከፈጠነ በስተቀር የቀሩት የሚከተሉ መሆኑን ተጠራጠረና ንግግሩን ባጭሩ ሊቀጨው ወሰነ። በተቻለ በሚቀጥለው ቀን ከፈጠነ ጋር በቀጠሮ ተገናኝቶ ከሚቼል ኮትስ ጋራዥ ቀጣሪ ክፍል ጋር የሚያገናኝበትን በቶሎ ለመቁረጥ ፈለገ። ይህንኑ ከሁሉም ጋር ተነጋገረ።

በማግሥቱ ሺበሺና ፈጠነ በቀጠሮ ተገናኙ። የፔርሶሌልና ዕቃ ግምጃ ቤት ሃላፊ ከሆነው ሰው ጋር ሺበሺ ወስዶ ፈጠነን አገናኘው። ሃላፊውም ለፈጠነ ፈተና እንዲሰጠው ዋናውን የሞተር ክፍል ሜካኒክ አዘዘው። ሆኖም ሃላፊው ሺበሺን ጠራውና «በችሎታው ተማምኖ

ፈተናውን ካለፈማ እኛም በሠራተኛ አቀጣጠር በኩል ሥራችን ንፁህ እንዲሆን ረዳን ማለት ነው፡፡» ሲል እያሾፈ ነገረው፡፡

ፈጠነ ለፈተና ቀረበ፡፡ የቃል ሳይሆን የልምድ ዕውቀት የሚመለከት ፈተና ነበር፡፡ የሚቼል ኮትስ ጋራዥን የሞተር ክፍል ዋና ሚካኒክ «የምጠይቅህ ፕራክቲካል ነው» አለው የእንግሊዘኛ ቃል አስገብቶ፡፡ አንዲት ከቆመችበት ሳትንቀሳቀስ ከጋራዡ ቆማ የምትታይ የቤት አውቶሞቢል ውስጥ ቆይቶ መጣና ፈጠነን ይዞት ወደዚችው አውቶሞቢል አመራ፡፡

«ይህች አውቶሞቢል ያለባት ብልሽት አንድ ሰዓት ባልሞላ ጊዜ ውስጥ ፈልገህ እንድትታገኝና ብልሽቱንም አስተካክለህ እንድታስነሳት፡፡ እንደምታየው የማትነሳ ነች፡፡ ችግሩን ማግኘት ያንተ ፈንታ ነው፡፡ የሚያስፈልጉህ መሣሪያዎች ያው እንደምታየው ተዘጋጅቶልሃል» አለውና ፈጠነን ከመኪናዋ አጠገብ ትቶት ሄደ፡፡

ፈጠነ የተሰጠውን ጊዜ ያህል መጠቀም ሳያስፈልገው ብልሽቱን አገኘው፡፡ ፈታኙም ተመልሶ በመጣ ጊዜ የብልሽቱን አይነት ይገልፅለት ጀመር፡፡

«ከዲስትሪቡተሩ እሳት ስለማይወጣ ስታርተሩ ሲከፈት ኩዋድሮ አይመታም፡፡ ስለዚህም መኪናዋ አትነሳም፡፡ ይህም የሆነበት ምክንያት የስፓርክ ፕላጉ ገመዶች ስለተለዋወጡ ነው፡፡ አሁን ስፓርክ ፕላጎችን በየቦታቸው መልሻቸዋለሁ፡፡ ይኸው እንደሚያዩት መኪናዋ ተነስታለች፡፡

«ይህንን ዲፌክት በቀላሉ አግኝተኸዋል፡፡ እርግጥ ብልሽቱ ቀላል ስለነበር ጥያቄውም ቀላል ነበር፡፡ አሁን ደግሞ ሌላ መኪና ዘንድ እወስድሃለሁ፡፡ ከበድ ያለ ብልሽት ያለው ነው እያለ አንድ እንዲሁ የማይነሳ ላንድ ሮቨር ከቆመበት ደረሱና የእዚህንም መኪና ብልሽት ፈልጎ እንዲያኝና መኪናውን አስነስቶ እንዲጠብቀው ነገረው፡፡ የሰዓት ገደብ አያስፈልግም» አለው፡፡

ፈጠነ በተነገረው መሠረት ሥራውን ጀመረ፡፡ ፈታኙ እንዳለው ፈተናው ከበድ ያለ ሆነና ጊዜ ወሰደበት፡፡ ብልሽቱን ግን በመጨረሻ አገኘው፡፡ መልሶም ለማስተካከል ጊዜ ወሰደበት፡፡ ፈታኙ ወደ እሱ ሲመጣ ተመለከተውና ስለ መኪናው ጉድለት ይነግረው ጀመር፡፡

«ጉድለቱ ያው ሁለት የተለያዩ ቦታዎች ነው» ሲል ፈጠነ ለፈታኞቹ ጀመረላቸው:: አንደኛው በካርቦራተሩ ነው:: ከካርቦራተሩ ውስጥ ሚድል ቫልቭ ጎድሏል:: በዚህ ላይ ጋስኬቱ የት እንደሄደ አላወቅሁም:: ስለዚህ ሁለቱን ዕቃዎች ቢያመጡልኝ እገጥመዋለሁ:: ሚድል ቫልቡ እንኳ ቢገጠም ያለ ጋስኬቱ አይነሳም:: ቢነሳም ተፍ ተፍ እያለ ተመልሶ ይጠፋል:: ምክንያቱም አየር ከውጭ ይሰርቃል:: ሁለተኛው የመኪናው ብልሽት ከነዳጁ ፓምፕ ነው:: ከታንከሩ እስከ ነዳጅ ፓምፑ ድረስ ያለውን ጠቅላላ መስመር ፈትቼ አይቼዋለሁ:: ከነዳጅ ፓምፑ ጋር ያለው ዲያፍራም ተለጥጧል:: ከብዙ አገልግሎት በኋላ መለጠጡና መላሸቁ አይቀርም:: ቤንዚን ወደ ካርቦራቶሩ የማያልፈው ዲያፍራሙ ወደ ውስጥ ስለማይስብና ወደ ውጭ ስለሚሰርቅ ነው:: ስለዚህ አዲስ የነዳጅ ፓምፕ ከቀረበልኝ ፈትቼ ልገጥመው እችላለሁ:: ይሄ ሁሉ ብልሽት ከተስተካከለ መኪናው ይነሳል» አለው::

ፈታኙ ፈጠነን እያደነቀ አዳመጠው:: ራሱን እየነቀነቀ ያድንቆት ሁኔታ አሳየው:: ለረዳት ሞተሪስትነት ከዚያ የበለጠ ፈተና እንደሌለ ነገረው:: እንዳውም ያንተ ደረጃ ከረዳት ሞተሪስትነት በላይ ነው አለው:: ይህንኑ ካንተ የተሻለ ችሎታ ያለው ሙያተኛ አለመቅረቡን ጭምር ለፔርሶኔሉ አስረዳለሁ በማለት ነግሮት ተጨባብጠው ተለያዩ::

ፈጠነ በሚቼል ኮትስ ጋራዥ በወር ዘጠና ብር ተቀጠረ:: ከስድስት ወር በኋላ ደረጃው ተስተካክሎ መቶ ሃያ ብር እንደሚሆንለት ተነገረው:: የቅርብ አለቃው ደግሞ በማሕበሩ ፅሕፈት ቤት በፀሃፊነት የተመረጠውና የሺበሺ የቅርብ ተባባሪ በመሆኑ ፈጠነ ከሰው ለመለማመድ ቀለለው:: ሽበሺም ከቀረው ሠራተኛ ጋር ደህና አስተዋወቀው:: በተለይ ሁለቱ ባጭር ጊዜ ውስጥ ደህና ተቀራረቡ:: ብዙ ዘመን አብረው ያሳለፉ ይመስል፣ ሲወያዩና ሲከራከሩ ለብቻው ሆነ:: ይህም ራሱ እርስ በርስ ለመተማመን በሩን ከፈተላቸው::

አንድ እሁድ ከሽበሺ ቤት መጠነኛ ስብሰባ ተደረገ:: ፈጠነ ይህን በመሰለው ስብሰባ ሲገኝ የመጀመሪያው ይሁን እንጂ ሠራተኛውን በሚመለከት ከሽበሺም ሆነ ከማሕበሩ ሥራ አስኪያጆች ጋር እዚያው ሚቼል ኮትስ ብዙ ሃሳብ ተለዋውጧል:: በማሕበሩ መሪ ቤት በተደረገው ስብሰባ ፀሐፊውና ሌሎችም ሁለት ሰዎች ተገኝተዋል:: መጀመሪው ላይ ውይይቱ መስመር ይዞና አጀንዳ ተከትሎ ሳይሆን ሁሉም ዘና ብሎ ሠራተኛውን በሚመለከት ማንኛውም ጉዳይ ላይ

ሃሳቡን የሚሰጥበት ሆኖ ቆየና ቀስ እያለ አንድ ዋና ሃሳብ ላይ ብቻ ማተኮር ያዘ።

«ለሠራተኛ ማሕበራችን የመተዳደሪያ ደንብ ያረቀቀልን አንድ ምሁር ነው። ከውጭ አገር ትምህርቱን ጨርሶ እንደመጣ እኛ ዘንድ ተቀጥሮ ነበር። ዛሬም ቢሆን ምንም ሌላ ቦታ ቢሠራም በሃሳብ ከእኛ አልተለየም። በብዙ ይረዳናል። ሕዝባዊ ኑሮ ዕድገት ተቀብሎ ለማፅደቅ ብዙ አስቸግሮን ነበር። እንዲህ ዓይነት የመተዳደሪያ ደንብ ከአዋጅ ውጭና ከሕብረት ስምምነቱ ጋር የማይስማማ ነው ብለውን ነበር» ሲል ሺበሺ መጀመሪያ ሲወያዩበት ከነበረው አርዕስት ወደዚህኛው አርዕስት ተሸጋገረ። ከቀሩት ሁለት የማሕበሩ ሥራ አስኪያጅ አባላት ካንዱ እጅ ላይ የማሕበራቸውን መተዳደሪያ ደንብ ተቀበለና ፈጠነ ያነበው ዘንድ ሰጠው። እስኪያነበውም ድረስ ጊዜ ሳይሰጥ በዚሁ ጉዳይ ላይ ሺበሺ ንግግሩን ቀጠለ።

«ሕዝባዊ ኑሮ ዕድገቶች የሠራተኛ ማህበር ዓላማ አሠሪና ሠራተኛን ማቀራረብ፣ ማግባባትና ችግሮቹን በፍቅርና በሰላም በጋራ ማስወገድ ነው እንጂ የሠራተኛ ሞያ ማህበር፣ የሠራተኛን ጥቅም ለማስጠበቅ አሠሪዎችን የሚታገል ማህበር ነው የሚለውን አብይ ቁም ነገር አያምኑበትም። አይቀበሉትም። እንዲህ ብሎ የሚከራከራቸውን ኮሚኒስት በሚል ለፀጥታ ክፍል ሠራተኞች አሳልፎ ለመስጠት አይመለሱም።» ሸበሺን ተከትሎ የማሕበሩ ዋና ፀሐፊ ቀጠለበት። ፈጠነ ብዙውን ነገር በላይ ጋራዥ በነበረበት ጊዜ የሚያውቀውም ቢሆን እንዲህ በተቀነባበረና በሚመስጥ፣ አልፎ ተርፎም በሚያነሳሳ አይነት የማሕበር ጉዳይ ውይይት ሲደረግ የሰማበት ጊዜ ባለመኖሩ ሰውነቱ ሙቀት እየተሰማውና ውስጥ እግሩና እጁ እየጋለበት ያዳምጣቸው ጀመር። አንድ ሰሞን በዚያች አንዲት እሁድ የዕረፍቱ ቀን አልፎ አልፎ ይገናኛቸው የነበሩት እዚያው በቅሎ ቤት አካባቢ የሚኖሩ የኮሎጅ ተማሪዎች ይህንን የመሰለ በርካታ ቁም ነገሮች አጫውተውታል። በበላይ ጋራዥም መደፋፈሪያ የሆነው ከነኚሁ የኮሌጅ ተማሪዎች ያገኘው የነበረው እውቀት እንደነበር ያስታውሳል። ይሁን እንጂ እነርሱም የት እንደደረሱ? ሳያውቅ በመቅረቱና ከሥራውም ከወጣ በኋላ ይህንን የመሰለውን እውቀት ለማግኘት ፍለጋ የሚሄድበት ምክንያት ያለው ስላልመሰለው እዚያው ከደሣ ጎጆው ተደፍቶ እህህ ከማለት በስተቀር ሌላ ምርጫ አልነበረውም ነበር።

«ሕዝባዊ ኑሮ ዕድገቶች እንዲህ ዓይነት ሰዎች ስለሆኑ እነርሱ ለሠራተኛ ማህበር የሚሰጡትን አሠሪና ሠራተኛ ማግባባት የሚለውን ፍቺ ሠራተኛው አይስማማኝም ያላቸው እንደሆነ ማሕበሩን አይፈቅዱለትም። መተዳደሪያ ደንቡን አያፀድቁለትም። የራሳቸውን መተዳደሪያ ያረቁና ሠራተኛውን ተቀበል ይሉታል። የሠራተኛ ማሕብር የአባሎቹን መብት መጠበቂያና ማስከበሪያ ስለሆነ መተዳደሪያ ደንቡን መንግሥት ጣልቃ ሳይገባበት ሠራተኛው በመሰለው መልክ የማርቀቅ መብት ሊኖረው ይገባል ብለህ የተከራከርካቸው እንደሆነ፣ ይህማ መንግሥትንና ያገርን ፀጥታ ማደፍረስ፣ ሕዝቡን አሠሪና ሠራተኛ፣ ገዥና ተገዥ በሚል መከፋፈልና ኮሚኒስት መሆን ነው ብለው ከናካቴው በሌላ ይፈልጉሃል» ሲል ሌላኛው ተናግሮ እንዳበቃ፣ ሳይናገር ቆይቶ የነበረው ሦስተኛው ሰው ደግሞ ተከተለ፡

«እኛም የሠራተኛ ማሕበራችን ዓላማና ግብ ምን እንደሆነና መሆንም እንዳለበት የገባን በቅርቡ ነው። ሕዝባዊ ኑሮ ዕድገቶች የሚሉትን አምነን ስንት ዓመት ተቀብለን ኖረናል። የገባን ጥቂት የተማሩ ሰዎች እየቀረቡን ከመጡ ወዲህ ነው።»

አንዱ ካንዱ እየተቀበለ በሚናገረው ሃሳብ ፈጠነ ተማረከ። ከተቀመጠበት ሆኖ አንዱ ሲናገር ፊቱን ወደ ተናጋሪው ይመልስና የሰማውን ለመረዳት ከሞመከሩ በፊት ሌላው ይቀጥላል። ወደ ሌላው ዞሮ ያዳምጥና አብላልቶ ሳይጨርሰው ደግሞ ተረኛው ያክልበታል። ምርኮኛነቱ የማድነቅ ብቻ ሳይሆን በሚሰነዝሩት ሃሳብ የመቀስቀስም ጭምር ሆነ። ቅስቀሳው ግን በዚህ አላበቃም።

«ኢሠአማም የሚያምነው በዚሁ ነው። ሕዝባዊ ኑሮ ዕድገቶች ለሠራተኛ ማህበር የሰጡት ትርጉም የኢሠአማም ትርጉም ነው። በኢትዮጵያ ሠራተኞች ስም በመጠራት እኛን መጠቀሚያና ከመንግሥት ባለሥልጣኖች ጋር የመሻረኪያ ነው ያደረጉን። እኛማ የኢሠአማ መሪዎች ከላይ ሆነው ጥቅምና መብታችንን ያስከብሩልናል፣ ይከራከሩልናል ስንል ይባስ ብለው ከአሠሪው ወገን ተሰልፈው የእኛን ብሶትና ችግር አልኮሰኮሱብን። ጠንክረን እንነሳለን ስንል ከመንግሥት ተባብረው ያዳክሙናል። በብዙ ቦታዎች ታታሪ የሠራተኛ ማህበር መሪዎች ቢኖሩ ለእኛ አትታዘዙም፣ ሠራተኛውንና አሠሪውን ታጋጫላችሁ፣ አልፋችሁ ተርፋችሁ መንግስትን እንዲጠላ እያደረጋችሁ ነው እያሉ ከመንግሥት ጋር ሆነው ማሕበራቱ

እንዲዳከሙ፣ መሪዎቻቸው በማስጠንቀቂያና በአፈና እንዲሸበሩና የሠራተኛው ሕዝብ ትግል ጥንካሬ እንዳይኖረው አድርገዋል። ኢሠአማ ታጋይ ወዛደሮች እየተጠቆሙ ከሥራ ሲባረሩ፣ ሲታሠሩና ሲጋዙ የእዚህ እርምጃ ደጋፊ ከመሆኑም ሌላ ለአሠሪዎችና ለባለሥልጣኑ ተገዥ የሆነ የተልከሰከሰ የማሕበር አመራር እንዲመሠረት አድርጓል።»

ሺበሺ በመሃል ጣልቃ ገባ። ፈጠነ የሚያውቀውንና አምስተኛ ፖሊስ ጣቢያ ታስሮ በነበረ ጊዜ የሰማውን ታሪክ እንደ አዲስ ይተርክለት ጀመር።

«ሩቅ ሳንሄድ እዚሁ ቅርባችን አቃቂ ኢንዶ የሠራተኛው ማህበር መሪዎች በነበሩት በነሲማ ላይ የተፈፀመው ጥቃት በኢሠአማ ተባባሪነት ነበር። ስለዚህ የእኛ ማህበር ሠራተኛውን ከአሠሪው ማስማማት ቢችል ባለከፋ ነበር። አሰሪው ከሠራተኛው ጋር ከመስማማትና መብትና ጥያቄውን ከመመለስ ማስፈራራት፣ ማፈንንና ማዳከም ከመረጠ ሠራተኛው ካሠሪው ጋር የመስማማት ግዴታ የለበትም። ሠራተኛው አሠሪዎችን እየታገለ መብትና ጥቅሙን ማስከበር ግዴታው ይሆናል። ከሌሎች ማሕበራት ጋር በመተባበር ኢሠአማን መታገልና በመንግሥት ሹመት፣ በኢሠአማ አናት ላይ የተፈናጠጡትን የወዛደር መሳፍንትና የትኛውንም ሠራተኛ የማይወክሉ የአሠሪና የባለሥልጣን ድጋፍ ያላቸውን፣ መሪዎች አውርዶ በምትካቸው የሠራተኛው ወኪልና የመብቱ ተከራካሪ የሆኑ መሪዎች እንዲመረጡ ማድረግ ነው። ስምንት የሥራ ሰዓታት፣ መነሻ ደመወዝ፣ የወሊድ መብት፣ የኢንሹራንስና ጡረታን የመሳሰሉት ሁሉ መንግሥት እንዲያከብራቸውና የትኛውም ባለሥልጣን መሥሪያ ቤት በሠራተኛው የውስጥ ጉዳይ እንዳይገባ መጠየቅ ደግሞ ሌላው ከመንግሥት ጋር የምንታገልበት ጉዳይ ነው። ይህን ያህል ካጫወትንህና ሚስጥራችንን አምነን ካካፈልንህ አንተም በትግላችን እንድትተባበረን እንፈልጋለን። የጋራዥ ሠራተኛ በነበርክ ጊዜ ሠራተኛው መብቱን እንዲጠይቅ አድርገህ አንተ ግን ለዚያ ዋጋውን ከፍለህ ከሥራ እስከ መባረር መድረስህን እናውቃለን። ስላንተ ለእነኚህ ጓደኞቼ ሳጫውታቸው ሚቼል ኮትስ ተቀጥረህ መምጣትህ አስደስቷቸዋልና አንተም የሚከፋህ አይመስለኝም» አለው ሺበሺ።

ፈጠነ ከገባበት የሕልም ዓለም ለመመለስ ጊዜ የወሰደበት መሰለ።

አንድ የሚያውቀው ሰው ስም ከሽበሺ አፍ ወጥቶ ሲሰማ ድንገት ብንን እንደማለት አደረገው፡፡

«እነ አቶ ሲማንማ እኔም አምስተኛ ፖሊስ ጣቢያ በተገናኘን ጊዜ አግኝቻቸው ያጫወቱኝን ምንጊዜም አልረሳውም፡፡ በርጋታቸውና ባነጋገራቸው ልቤን የነኩ ሰው ናቸው፡፡ ከባዕዳኑ የኢንዶ ባለንብረቶች፣ ከኢሠአማና ከባለሥልጣኖች ጋር ማሕበራቸው ያደረገው ትግል ቢያወሩት ቢያወሩት የማይሰለች ነበር» ሲል እንደመጣለት ተናገረ፡፡

«እንግዲህ ሲማ ማለት አሁን አንተ ያልከው ሰው ነው፡፡ አንጋፋ ወዛደርና ለሠራተኛው መብትና ጥቅም ያንተን ዕድሜ ያህል የታገለ፣ እንዲህ አይነቱን በጥቅም፣ በዘርና ሃይማኖት የማይገዛ የሠራተኛ ማህበር መሪ ካሠሪዎችና ከሕዝባዊ ኑሮ ዕድገቶች ያላነሰ ኢሠአማም ስለሚጠላው፣ በፈጥኖ ደራሽ ተደብድቦ እንዲታሠርና ወደ አቃቂም ሆነ ፋብሪካዎች ወደሚገኙበት እንዳይደርስ ሲወሰንበት ኢሠአማ አልተከራከረለትም፡፡ እንዲያውም አሳልፎ ሰጠው፡፡ ይህ እንግዲህ አንተም የምታውቀው በመሆኑ አነሳነው እንጂ ዛሬ በያለበት የሚገኘው ሠራተኛ እንዲህ በኢሠአማ ላይ የተነሳበትን ምክንያት እያደር ትረዳዋለህ» ሲል ሌላው የማሕበር መሪ ነገረው፡፡

ፈጠነ ነፋስ ስልክ ከሚገኘው የሚቼል ኮትስ ጋራዥ መሥራት ከጀመረ ወዲህ ይበልጥ ወደ ሠራተኛው ንቅናቄ ተሳበ፡፡ ባካባቢው ከሚገኙ የፋብሪካ ሠራተኞች መሪዎች ጋር ተዋወቀ፡፡ በየፋብሪካው የሚሠሩ ሠራተኞችን ባወቀና የየፋብሪካውን የሥራ ሁኔታ በተረዳ ቁጥር ከሠራተኛው በኩል የሚሰነዘረው ብሶትና ምሬት እያሳመነው ሄደ፡፡ በሚቼል ኮትስ የጋራዥና የበታች ሠራተኞችም የተጠራቀሙ ሮሮዎች ያሏቸውና ማሕበሩም በበርካታ ጥያቄዎች ዙሪያ ሠራተኛውን ለማታገል የያዘው ትንንቅ፣ በኩባንያው ባለሥልጣኖች በተለይም በኢሠአማ በኩል የሚሰነዘርበትን ተፅዕኖ እያደር በተገነዘበው ቁጥር የትግል መንፈሱ እያየለበት ሄደ፡፡ ከሽበሺም ጋር ከሚቼል ኮትስ ሠራተኞች አልፎ አጠቃላይ በኢሠአማ ሥር የተደራጁ የሠራተኛ ማሕበራትን ችግር በሚመለከት የሚመካከር፣ ከሌሎች የማሕበር መሪዎች ጋር በሚስጥር አብሮ የሚገናኝ እሱ ሆነ፡፡

ምዕራፍ አራት

ኢንዶ አዲስ የሠራተኛ ማህበር መሪዎች ተመረጡ፡፡ አዲሶቹ የማሕበር መሪዎች እንደ ቀድሞዎቹ ከፋብሪካው የምርት ክፍል የተውጣጡ አይደሉም፡፡ በፋብሪካው የቴክኒክ ክፍል በኤሌክትሪክ፣ በብረታብረት፣ በእንጨት ሥራ፣ በግንበኝነትና በመሳሰሉት የሥራ ዘርፎች የሚሰሩ ሠራተኞችም አይደሉም፡፡ ገሚሶቹ በፋብሪካው ውስጥ ለፅዳት ሥራ የተቀጠሩ ናቸው፡፡ የሠራተኛ ማህበር መሪው የፅዳት ሹሙ ሲሆን አሠሪው ወገን ከዚህ ግለሰብ ጋር የሚስጥር ስምምነት አካሄደ፡፡ ከነበረው የሹምነት ሥልጣን ለነገሩ ያህል ዝቅ በማድረግ የፈረቃ ሃላፊ ካደረገው በኋላ የማሕበር መሪነቱን ሥልጣን እሱ እንዲጨብጥ አደረገው፡፡ በፅዳት ሹምነቱ ዘመን ከአስተዳደር የሚደረብ ያሠሪው ወገን በመሆኑ የሠራተኛ ማህበር አባል መሆን አይችልም ነበር፡፡ ይህንን የተረዱት አሠሪዎች ለእነርሱ የሚጠቅም ሁነኛ ሰው ሆኖ ስላገኙት ከፅዳት ሹምነት ዝቅ ቢያደርጉትም የሙያ ማሕበሩን እስኪያዘላቸው ድረስ የጎን ጥቅሙን አላስቀሩበትም፡፡ ማንም ሊጠይቅና ሊደርስበት የማይችል የተወሰነ የወር ገቢ በደመወዙ ላይ አከሉለት፡፡ የቀድሞው የሠራተኛ ማህበር መሪ የነበረው ሲማ የማሕበሩን ሃላፊነት በመደበኛ ሥራው ላይ ደርቦ እንዲሠራ ተገዶ እንዳልነበር አዲሱ የማሕበር መሪ ከምርት ሥራ ተሳትፎም ሆነ ከሚመረትበት አካባቢ ነፃ ሆኖና ከፋብሪካው ጪስ፣ ጩኸት፣ ወበቅ፣ የኬሚካል ሽታና ብናኝ እንዲሁም የፋብሪካ ሞተሮች አደጋ ከማያገኘው ፀዳ ያለ፣ ያማረ ወንበርና ጠረጴዛ ካለው ክፍል መሸገ፡፡ ከዚህ አሰሪዎች በጥቅም ከገዙት የማሕበር መሪ ጋር በሰባቂነቱ ኢንዶዎች የሚያውቁት አድርባይ ቢተማ ደግሞ የማሕበሩ ዋና ፀሃፊ ሆነ፡፡ አብሮት ደግሞ አንድ የመጀመሪያ ርዳታ መስጫ ክሊኒክ ውስጥ የሚሠራ ሰው በሰዓት ተቆጣጣሪነት ከመሾም ያለፈ የማሕበሩን ሥራ አስኪያጅ ኮሚቴ አብሮ እንዲይዝ ተደረገ፡፡ በሌላም በኩል አሠሪው ክፍል በሠራተኛው ማህበር ውስጥ ንቁ ተሳትፎ ከነበራቸው ወዛደሮች መሃል አንድ ሁለቱን በሹመት ስም ወደ ካቦነት አዛወሯቸው፡፡ አነስተኛ የደመወዝ ጭማሪም ተደረገላቸው፡፡ አንዴ ካቦ ከሆኑ ከአሠሪው ወገን ስለሚቆጠሩ በሠራተኛው ማህበር ውስጥ አባልም ሆነ ተመራጭ መሆን አይችሉም፡፡ ይህ ዘዴ አሠሪዎች የሠራተኛውን የመብት ትግል

ከማዳከሚያ ዘዴዎቻቸው አንዱ ነው። ሌሎች ታጋይ ወዛደሮችን ግን በደረጃና በደመወዝ አሳድገው ከሠራተኛው እንቅስቃሴ ማራቅ አላስፈለጋቸውም። አስተዳደርና ቀጣሪ ክፍል እያቀረቡ ከፍተኛ ማስጠንቀቂያ ሰጧቸው። ማስፈራሪያውና ዛቻው ለብቻው ሆነ። አሠሪዎቹ የፋብሪካው የቦርድ አባሎች፣ የሕዝባዊ ኑሮ ዕድገት ባለሥልጣኖችን ድጋፍ ይዘው የቀድሞዎቹን የማሕበር መሪዎች አሳስረውና በአቃቂ አካባቢ እንዳይገኙ አድርገው ለእነርሱ መሣሪያ የሆኑ ጥቂት አድርባይ ግለሰቦች የሚመሩት የሠራተኛ ማህበር ሲያቋቁሙ፣ ሲሾሙና ሲሽሩ ኢሠአማ አልተቃወማቸውም። እንዲያውም ተባበራቸው። የኢሠአማ ጠቅላይ ምክር ቤት ሳይመክርበትና ሳይሰማው መሪዎቹ ከአሠሪዎች ፌዴሬሽን፣ ከሕዝባዊ ኑሮ ዕድገት ባለሥልጣኖች ጋር በቀጥታ እየተገናኙ የሠራተኛው መብት ከአሠሪዎች ጫማ ሥር እንደተረገጠ እንዲኖር የሚቻላቸውን አደረጉ። አዲሶቹን አድርባይ የማሕበር መሪዎች ብቃት ያላቸው፣ ሃላፊነት የሚሰማቸው፣ አሠሪውንና ሠራተኛውን በበለጠ በማቀራረብ ማንኛውንም ችግር በመግባባትና በመረዳዳት ሊያስወግዱ የሚችሉ መሆናቸውን ኢሠአማ ተገንዝቦታል የሚል የቡራኬ ቃል ተላፈፈላቸው። እንዲህ ዓይነት ጊዜያዊ ሽንፈት በደረሰበት ሠራተኛ መሀል የሚገኙት እነ ሙሉነሽ፣ ደሜና ዲንቃ በየዕለቱ በአሠሪዎች በኩል የሚወሰደውን እርምጃ እያዩ፣ በጥቅም የማሕበር መሪዎችን የኮነኑ የኢሠአማ የወዛደር መሳፍንቶችን ይበልጥ እየጠሉ እንደቀረው የእዚያች አገር መብት የለሽ ዜጋ፣ እነርሱም ለጊዜው ዝም ብለውና አንገታቸውን ደፍተው ተቀመጡ። እንኳንስ የኢንዶን ወዛደር ለትግል የመቀስቀስ ሙከራ ሊያደርጉ ይቅርና በእነርሱም መሃል ያለውን ያላሰለሰ የየዕለት ግንኙነት ለጊዜው ቸል አሉት። በዕቁብ ሰበብ እመት ጌጤነሽ ቤት መገናኘት ቀረ። በዕረፍት ቀን ድምፅ እንዳጠፉ ገብቶ ጠላ ጠጥቶ ድምፅ እንዳጠፉ ከመውጣት በስተቀር ደሜም ሆነ ዲንቃ ፊታቸው ፈታ ብሎ፣ ብስጭትና መከፋት ያስጎነበሰውን አንገታቸውን ቀና አድርገው ከሰው ሲጫወቱ፣ ሲስቁና በጋራ ችግር ሲወያዩ የሚታዩበት ጊዜ ጠፋ። ጠላ አስቀድቶ፣ ያስቀዱትን ግጥም አድርጎና ደጋግሞ መውጣት ሆነ የነደሜና ዲንቃ ነገር። በየቤታቸውም ቢሆን ከሚስትና ልጆቻቸው ጋር የመነታረክና የመቻቿረፍ፣ ውሃ ቀጠነ ብሎ የመቆጣት፣ እስከጥልና ድብድብ የመድረስ አዳዲስ ጠባዮች እንዳመጡ ሚስቶቻቸው በየዕለቱ እያዘኑ የሚናገሩት ጉዳይ ሆነ።

«ስካሩስ እሺ ይሁን አልፎ አልፎ መቼም ጠጥቶ የማይሸነፍ ወንድ ልጅ የለም:: እኔን አይንሽ ላፈር ማለቱስ እሺ ይሁን:: የገዛ ልጆቹን አይናችሁ ላፈር ማለት ምን አመጣው? አዲስ ያመጣው ጠባይ እኮ ነው!» እያለች የደሜ ሚስት ለዲንቃ ሚስት ስትነግራት ሰምታት እሷም በበኩሏ «እባክሽ ባሎቻችን የሆኑትን እንጃ፣ ምን ጋሼ ደሜ ብቻ? ዲንቃስ ቢሆን ከዚያ ከሥራ ማቆም አድማ ወዲህ በተለይ እነ ጋሼ ሲማ ከሥራ ከወጡ ጀምሮ ለብቻ የሚያናግርና ከመሬት ተነስቶ ኩርፍ የማለት ጠባይ አምጥቷል:: ሌላ ሌላውም ያው አንቺም ያልሺው ነው» እያለች ትመልስላታለች::

ሙሉነሽም ከእመት ጌጤነሽ በሚረባና በማይረባው መጋጨት አበዛች:: ኢንዶም ውላ ቢሆን ጓደኞቿ ከእነ አሚናና ሚልኮ ጋር እንኳን ሳትነጋገር የምትውልበት ጊዜ በረከተ:: አንዳንዴ ሲመጣባት ብቻ አንዳንዶቹ ሠራተኞች ስለእነ ሲማ ክፉ ሲናገሩ ስትሰማ ሄዳ ልታንቃቸው ትደርሳለች:: ያኔ ብቻ ሙሉነሽ ሌላ ሰው ትሆናለች:: ቀጭን ፈታይ ላይ የፈረቃ ሹሟ ያቸው እልፍነሽ መሆኗ በጃት እንጂ ከሥራ ትባረር ነበር:: በተረፈ ቅስሟ የተሰበረ መስላ ፊቷ ሳይፈታ ኮሶ እንደመሰለ፣ ዘወትር የገዛ ከንፈሯን እንደነከሰች ከሥራዋ ወደ ቤቷ ስትሄድ ትታያለች:: ቤቷም ስትገባ አያቷን «እንደምን ዋልሽ እማዬ መጥቻለሁ» ማለቱንም ስለተወችው እመት ጌጤነሽ የሙሉነሽን ከሥራ መመለስ የሚያውቁት ከቤት ውስጥ የሚንጎዳጎድ ድምፅ ሲሰሙ መለስ ብለው ሲያዩዋት ብቻ ከሆነ ሰነበተ::

ፋብሪካው ተንቀሳቅሷል:: ቀጭን ፈታዮች ከሥራቸው ላይ ናቸው:: የሁለት ቀጭን ፈታይ መኪና አንዳድ ወገን ላይ በድምሩ መቶ ስድሳ ቀሰም ማስገባት፣ ወፍራሙን ፈትል በቀሰሙ ላይ ማያያዝ፣ በጉልበት ገፋ አድርጎ ሞተር ማስነሳት ክር ሲበጠስ፣ መቀጠል፣ በዓይን መጠበቅ፣ ማፍጠጥ፣ እንደቆሙ እንደጎበጡ በብናኝ መታፈን፣ ማሳል፣ ማስነጠስ፣ በወበቅ መቅለጥ፣ ላብ መጥረግ፣ በዚያው መሃል እርስ በርስ ማውካት፣ መነታረክ::

«አይ እቴ! አየነው! አይ ማሕበር! ... ድንቄም! ... አይ እነሲማ! እንኳን ለእኛ ለራሳቸውም አልሆኑ! እኔ ዱሮም ብያለሁ:: ማን ቢሰማኝ የተቀጠሩበትን ሰርቶ፣ ያችኑ የሚሰጡንን ይዞ እንደ መግባት እነ ሲማን እሆናለሁ ማለት ትርፉ ምን እንደሆነ አይተናል:: ሲማ ራሱንም ማዳን አልቻለ:: ይኸው አቃቂ እንዳትደርስ ተባለ፣ ደርሶ የቀጠሩንን

ጌቶቻችንን መጋፋት ትርፉ ይኸው ነው::»

«አንቺ ማሚቴ የሰው ስም አታንሺ! የሎስ ያንሳሽና! ዝም ብለሽ ስራሽን ትሠሪ እንደሆነ ሥሪ» ስትል ሙሉነሽ መለሰችላት::

ቀጭን ፈታዮች ስጋት ገባቸው:: አብዛኞቹ የማሚቴን ንግግር ባይወዱትም የሙሉነሽ ደፍሮ መልስ መስጠት አሳሰባቸው:: ድጋፋቸው ለሙሉነሽ ቢሆንም ኢንዶ የዱሮው ኢንዶ ባለመሆኑ ፈሩላት: ለሠራተኛው የሚከራከር የሠራተኛ ማህበር አመራር በሌለበት አነስተኛ ሰበብም ከሥራ እንደሚያስወጣ የተረዱት፣ ለሙሉነሽ ሰጉላት::

«ዛሬም ለሲማ ጥብቅና ልትቆሚ! አልበረደልሽማ! ምን ታደርጊ?»

ሙሉነሽ የምትሠራበትን መኪና ትታ ተንደርድራ ማሚቴን አነቀቻት:: ፀጉር ለፀጉር ተያያዙ:: ተጓተቱ፣ ተደባደቡ:: እልፍነሽ የፈረቃ ሹሟ ደረሰች:: እሷንም እያዩ አንላቀቅ አሉ:: ሙሉነሽ ማሚቴን የምትጎዳት መሆኑ ሲታይ ከአሚናና ታሪኩ ጋር ተጋግዛ አላቀቀቻት:: ማሚቴ ብዙ የተሰደበች፣ የተበደለችና ምኗም ሳይተርፍ የተደበደበች መስላ ክሷን ለእልፍነሽ ደረደረችላት:: እልፍነሽ ለዳኝነት ቸገራት:: በሥራ ላይ ከድብድብ መድረሳችሁ እንኳን አስተዳደር አዲሶቹ የማሕበር መሪዎች እነቢተማ ቢሰሙ ከስራ መውጣታችሁ መሆኑን አታውቁም!» ስትል እንደ መገሰፅ አደረገቻቸው:: ማሚቴ ሙሉነሽን ጥፋተኛ አድርጋ ብትከሳት እንደሚፈረድላት ገምታ ከእልፍነሽ ጋር ለመከራከር ሞከረች:: እሷ ግን ሁለቱንም ጥፋተኛ አድርጋ ለፈረቃ ሹሙ ብትናገር ማሚቴም ክፉ እንደሚያገኛት ጠንከር ባለ ቃል ነገረቻት:: ነገሩ በዚሁ አበቃ::

በማግሥቱ ሙሉነሽ ከፈረቃዋ በኋላ ቢሮ ድረስ እንድትመጭ መባሏን በቀጭን ፈታይ ሰዓት ተቆጣጣሪ በኩል ተነገራት:: ከቀጭን ፈታዮች አብዛኞቹ ደነገጡላት:: ተከሳ ካልሆነ በስተቀር ከቢሮ የምትጠራበት ምክንያት የለም ሲሉ አሰቡ:: ከሥራ የምትባረርባቸው መሰላቸውና ዓይን ዓይኗን አዩዋት:: አሚናና ታሪኩማ ከድንጋጤያቸው የተነሳ ደፍረው መነጋገር ቢያቀታቸው ሰረቅ እያደረጉ በሃዘኔታ ተመለከቷት:: በልባቸው ማሚቴን ረገሙ:: እሷ ላዲሱ ማህበር መሪ ለቢተማ ነግራው እሱም ሽማኔ ክፍል በሚሠራ ሠራተኛ ላይ እንዳደረገው ለአሠሪው ጠቀሞ ሙሉነሽ ከሥራ እንድትወጣ አድርጎ ይሆናል እያሉ

ገፅ 262 ያንዲት ምድር ልጆች፣ ቅፅ ፩

ቢተማንም በሆዳቸው ረገሙት። በተለይ አሚና የሙሉነሽን መጠራት እንደሰማች ከድንጋጤዋ የተነሳ ቀጭን ፈታይ መኪናን መቆጣጠር ተሳናት። ክር ሲበጠስ መቀጠሉም፣ ቀሰም ሲሞላ መቀየሩም ጠፉት። እሷ ግን ከቢሮ መፈለጓን ከምንም አልቆጠረችው። እርግጥ ለደግ አልተጠራሁም ብላ ጠርጥራለች። ሊያባርሩኝ ነው ስትል ራሷን አሳምናለች። ፈረቃዋን ጨርሳ መውጫዋ ደርሶ ከተጠራችበት እስከትሄድ ድረስ ባለው የሥራ ጊዜ ቀጭን ፈታይ መኪናን ቀለደችበት። ክር ሲበጠስ ዝም አለችው፣ ቀስም እየተበላለጠ እንዲሞላ፣ የሚጎድለው ቀስም እንዲበረክት ቶሎ ቶሎ የሚበጠሰው ክር እየተበጣጠሰ እንዳይሽከረከር አደረገችው። ቀጭን ፈታይን እንዳላየ አየችው። አንዱ ክር ሲበጠስ ወዲያው ቀጥላ ሞተር ለማስነሳት ልትቻኮል ይቅርና መንቀሳቀሱንም ተወችው። ማዘጋጃ ክፍል ሄዶ ለሸማኔ ክፍል የሚዘጋጀው አራባ ከቀጭን ፈታይ በሚሄደው የክር ብዛትና ጥራት የሚወሰን መሆኑን የምታውቀው ሙሉነሽ፣ እሷ የምትሠራበት መኪና ላይ ክሮች በደንብ እንዳይከሩና ማዘጋጃ ክፍል እንደገና በኮን መልክ በሚያጠነጥንበት ጊዜ ብጥስ ብጥስ እንዲልና በጠቅላላው የማዘጋጃና የሸማኔ ክፍል ሥራ እንዲቀዘቅዝ በምታውቀው ዘዴ ተጠቀመች። የራሷን ዓመፅ በራሷ አካሄደች።

ሙሉነሽ ወደ አስተዳደር ክፍል ልትሄድ ስትል ጓደኞቿ ከበቧት። አሚና የምትናገረው ጠፍቷት እዝን እንዳለች ከሙሉነሽ ፊት እንደቆመች ቀረች። ታሪኩም ሙሉነሽን የሚያፅናናበት መላ ችግር ቢለው እጁን አንገቱ ላይ አድርጎ ከኋላዋ ቆመ። ሚልኮ ሙሉነሽን የምታበረታታ ለመምሰል ሻሿንና ነጠላዋን አስተካከለችላትና «ደርሰሽ እስክትመጪ እዚሁ እንጠብቅሻለን» አለቻት።

«ምነው ምን እስከዚህ ድረስ እንዲህ ያደርጋችኋል? ቢበዛ ከሥራ ወጥተሻል ነው የሚሉኝ ሌላ ምን ያደርጉኝ መሰላችሁ? የሚሰቅለኝ የለ! አለ ኢንዶ ሰርቶ አይበላም ያለው ማነው? እኔ እጅና እግሬ ደህና ይሁን እንጂ ለምን ግርድናስ ቢሆን ተቀጥሬ አልበላም? እኔ እኮ የእናንተ እንዲህ መሆን ነው የሚገርመኝ! ሆሆሆ!» ስትል ከፊቷ እዝንዝን ብለው የሚያስተውሏትን ጓደኞቿን ተቆጣቻቸው።

«አይ ... ሙሉነሽ እንዲህ አትበይ። እንዳው ነገራቸው አብሽቆኝ ነው። በእነርሱ ቤት ጊዜና ሰበብ መፈለጋቸው ነው የሚገርመኝ። አሁን ማ ይሙት? ከማሚቴ ስለተጣላሽ መሰለሽ? አይምሰልሽ! ያለፈውን

ቁጭታቸውን በተለይ በነጋሼ ሲማ ላይ ያላቸውን ቁጭት ባንቺ ሊወጡ ብለው በሰበብ እንፈልግሻለን ማለታቸው ነው ንድድ ያረገኝ» አለቻት አሚና፡፡

«ይሄ የቢተማ ሥራ ነው መች አጣሁት?» ስትል ሚልኮም ተቀበለች፡፡

«እሱማ የቢተማ ሥራ እንደሆነ መች ጠፋኝ አውቀዋለሁ፡፡ ሌላማ የማን ሥራ ይሆናል፡፡ እሱን ብሎ የማሕበር መሪ! ዕድሜ ልኩን ያሠሪዎች መረጃ ሆኖ ሲመርጀን የኖረው አንሶ ዛሬ እነ ጋሼ ሲማ ቢባረሩ እኛ ሳንመርጠው ራሳቸው እሱንና የፅዳት ሹም የነበረውን በላያችን ላይ ሾሙብን፡፡ ይኸው አንዱን አድመኛ ነው፣ ሌላውን ደግሞ የፈለገውን ክስ እየለጠፈበት የሚያስቀጣና ከሥራ የሚያስወጣ እሱ ነው፡፡ ለእኛ ጥቅምና መብት የሚከራከርልን የማሕበር መሪስ ከእነ ጋሼ ሲማ ወዲህ የምናገኝም አይመስለኝ፡፡ እኔስ ወይ ዛሬውኑ ውጭ ይሉኝ ይሆናል! ይብላኝ ለእናንተ እዚሁ ኢንዶ ለምትቀሩት» አለቻቸውና ወደ ተጠራችበት ቢሮ አመራች፡፡

ትንሽ ሄድ እንዳለች የተጠራችው ከየትኛው ቢሮ እንደሆነ እንዳላረጋጠጠች ታወሳት፡፡ ከቀጣሪ ክፍል ካልሆነ ሌላ ቢሮ የተከሰሰ ሠራተኛ እንደማይቀርብ ታወሳትና ወደዚያው ሄደች፡፡ ከቀጣሪው ክፍል ደርሳ በሩን ብታንኳኳ መልስ የሚሰጣት አጣች፡፡ ዝግና ሰው እንደሌለ አረጋገጠች፡፡ ቢቸግራት እዚያው ቆም እንደማለት አለች፡፡ ይህ ሁሉ ሲሆን ከቴክኒክ ክፍሉ ሹም በር ላይ አንድ ሰው ይመለከታት ነበር፡፡ ሙሉነሽ ምናልባት ቢሮ እንድትቀርቢ ያላት የቀጣሪ ክፍል ሹም ከቴክኒክ ክፍሉ ሹም ቢሮ ይገኝ እንደሆን ብላ ስታሰላስል ከቢሮው በር ላይ ቆሞ ይመለከታት የነበረው ሰው ወደ እርሱ ጠራት፡፡ በቅርቡ ከፋብሪካው የተቀጠረ የተግባር ዕድ ትምህርት ቤት ምሩቅ የቴክኒክ ክፍል ሠራተኛ ነው፡፡ ሙሉነሽ ወደ እሱ ስትቀርብ እሷን ሲጠብቅና ቴክኒክ ክፍል ድረስ እንድትቀርብም ያስጠራት እሱ ይመስል ወደ ቢሮው ይዟት ገባ፡፡ ከቢሮው ስትገባ ከውጭ አገር በጨርቃ ጨርቅ መሃንዲስነት ተመርቆ የመጣው የቴክኒክ ክፍሉ ሹም ፈገግ ብሎ ተቀበላት፡፡ ያስፈለጋት እሱ መሆኑን ሲነግራት ሙሉነሽ ልታምን አልቻለችም፡፡ ከዚህ በፊት አመልማሎ ፈታይ መኪና በሰው ህይወት ላይ አደጋ ሊያስከትል እንደሚችል ላሠሪው ወገን ደጋግሞ የተናገረ ይኸው የቴክኒኩ ክፍል ሹምና የጨርቃ ጨርቁ መሐንዲስ ነበር፡፡ በተለይም የሴቶች አለባበስ አመልማሎ ክፍል ለመሥራት

የማያመች መሆኑንና እንደ ማበጠሪያ በአመልማሎ ፈታይ ላይ የተሰገሰጉት ሹል ብረቶች በቀላሉ ልብስ ሊጠልፉና ወደ መዳመጫው ጠልፈው ሊያስገቡ እንደሚችሉ አስጠንቅቆ ነበር። የምርት እጥረት በፋብሪካው በደረሰም ጊዜ አሠሪው ከሥራ ማቀዝቀዝ ጋር በተያየዘ መንገድ መሆን አለበት በሚል ሠራተኛው ላይ ትልቅ ጥርጣሬ ባሳደረም ጊዜ የቴክኒክ መረጃዎች ተብለው ባሠሪው በኩል የተሰበሰቡት ሠራተኛውን በኃላፊነት ለማስጠየቅ በቂ አይደሉም በሚል ከራሱ እውቀት ጋር የተያየዙ ነጥቦችን በማቅረብ ሠራተኛውን ነፃ ለማውጣት የተከራከረ ነበር። ሙሉነሽ ከቢሮው ስትገባ ከፈገግታውም ሌላ ከፊት ለፊቱ ካለው ወንበር ላይ እንድትቀመጥ ጋበዛት።

«ምን ነበር? ምን ጉዳይ ኖሮሽ ነው እዚህ የመጣሽው?» ሲል ለነገሩ ያህል ጠየቃት።

«አይ! ምናልባት እዚህ እርሶ ዘንድ ተፈልጌ እንደሆን ብዬ ነው» ብላ እንደ ማፈር እያረጋት መለሰችለት።

«እዚህ እኔ ዘንድ እንድትቀርቢ ያለሽ ማነው?»

«አይ! እርሶ ዘንድ ይሁን አይሁን አላወቅሁም ብቻ፣ የቀጭን ፈታይ እልፍነሽ የሚሏቸው ካቦ ቢሮ ድረስ እንድትቀርቢ ተብለሻል ሲሉኝ ቀጣሪው ዘንድ መስሎኝ ብሄድ ቢሯቸው ዝግ ሆኖ ሳገኘው ጊዜ ምናልባት እርሶ ዘንድ እንደሆነ ብዬ ላጣራ ብዬ ነው።»

የቴክኒክ ክፍሉ ሹምና ከተግባረ ዕድ ተመርቆ ከዚሁ ክፍል በቴክኒሽያንነት የሚሠራው ወጣት እርስ በርሳቸው ተያዩ።

«አንቺ ነሽ ሙሉነሽ ቢተው ማለት?» ሲል የቴክኒክ ክፍሉ ሹም መልሶ ጠየቃት።

«አዎን እኔ ነኝ»

የተግባረ ዕዱ ምሩቅ ሙሉነሽን የሚያጠና ይመስል ደህና አድርጎ ተመለከታት። የቴክኒክ ክፍል ሹሙ ማስታወሻውን ገለጠ። ብዕሩን አነሳ።

«ዕድሜሽ ስንት ነው?»

«አሥራ ስምንት ሳያልፈኝ አልቀረም መሰለኝ። ግን በደንብ

አላውቀውም::»

«አባትና እናት አለሽ?»

«አያቶቼ ናቸው ያሳደጉኝ:: እናቴም አባቴም ብዬ ያደግሁት እነርሱን ነው::»

«ያንቺ አባትና እናት ምን ሆነው ነው አያቶችሽ ያሳደጉሽ?»

ሙሉነሽ መዝናናት ጀመረች:: ከሹሙ አጠያየቅ ከቴክንሺያኑም አስተያየትና ሁኔታ እንደጠረጠረችው ለክፉ እንዳልተጠራች እየተሰማት ሄደ::

«እናቴ ቡና አበጣሪ ሆና በአስምና ሳንባ በሽታ ተለክፋ በዚያው ስለሞተች አባቴም የጦር ሠራዊት አሥር አለቃ ከመሆኑ በስተቀር አይኑን አይቼው ስለማላውቅ፣ እናቴም ገና ነፍስ ሳላውቅ ለወላጆቿ ሰጥታኝ እነርሱ እንዳሳደጉኝ ነው የማውቀው» በማለት መለሰችለት::

ሹሙ ጥያቄውን ቀጠለ:: ከሙሉነሽ የሚሰማውን መልስ አንድ እጁን አገጩ ላይ አድርጎ በወረቀት ላይ ይጫጭራል::

«የአያቶችስ መተዳደሪያ ምን እንደሆነ ልትነግሪኝ ትቺያለሽ?»

«ወንድ አያቴ የድሮ አርበኛ ነበር:: ከዚያም የዶክቶር ላምቤ ዘበኛ ነበር:: ከዚያም የብላታ ኀበዝአየሁ ግብረ አበር ነህ ተብሎ ሰባት ዓመት ተፈርዶበት ከርቸሌ እንደታሰረ ፍርዱን ጨርሶ ሊወጣ ሁለት ወር ሲቀረው ብላታ በሞቱ ማግስት እሱም ሞተ:: ከዚያ ሴት አያቴ እኔን ይዛ እዚህ አቃቂ ተሰዳ ዛሬ ድረስ እሷ ጠላ እየጠመቀች እኔም እዚህ እየሠራሁ አብረን ተደጋግፈን እንኖራለን::»

«እንግዲያው የፈለግንሽ እኛው ነበርን» ሲል ሹሙ ፈገግ ብሎ ከተቀመጠበት ወንበር ብድግ እንደማለት ብሎ ያናግራት ጀመር:: መነሳቱ ለራሱ ምቾት ብሎ እንጂ ለእሷ አክብሮት ለመስጠት ብሎ ያደረገው አልመሰላትም::

«ለክፉ ነገር መስሎሽ ሃሳብ እንዳይገባሽ:: ምናልበት ሌላ ሰው የት እንደተጠራሽ ቢጠይቅሽ እኛ ዘንድ እንደነበር መንገር የለብሽም:: ካስፈለገ መስጠት ያለብሽ መልስ አስተዳደር ክፍል ድረስ መጠራትሽንና ምክንያቱንም ብትጠየቂ ከዚህ በፊት እዚሁ ያው ተደርጎ

በነበረው የሥራ ማቆም እርምጃ የተነሣ ተጨማሪ ማስጠንቀቂያ ሊሰጡኝ ነው የጠሩኝ በያቸው:: ከዚህ በተረፈ እሱ ወንድሜ አንቺንም ሆነ ሠራተኛውን በጠቅላላ በሚመለከቱ ጉዳዮች ያነጋግርሻል:: የቀረውን ጉዳይ እሱ ሊጨምርበት ይችላል::»

የተግባረ ዕዱ ምሩቅ በተራው የቢሮውን ጣራና ወለል አልፎ አልፎም የአለቃውን ፊት አየት እያደረገ አንዳንድ ጉዳዮች ያነሳላት ጀመር::

«የምንተዋወቀው ወደፊት ነው:: ከእኛ ጋር ምን እንደተናጋገርሽ ለሌላ መንገር እንደሌለብሽ ያው አሁን ተነግሮሻል:: ስለ አንቺ ከነገርሽን የበለጠ የምናውቀው ይኖረን ይሆናል:: እርግጥ አቶ ደሜና ዲንቃ ወይም ስሙን እዚህ መጥቀስ የማያስፈልግ ሰው አንዳንድ ጉዳዮችን ቢያነሱብሽ መደናገር የለብሽም:: እስከዚያው ማለትም ጉዳዩ ከእነርሱ እስኪመጣ መጠበቅ አለብሽ:: እነርሱ የአንቺ ትብብር ሳያስፈልጋቸው አይቀርም:: እኛም ለማንኛውም አለን:: ያው ስለ ሠራተኛ ማሕበራችሁ እኔ ከምናገረው የበለጠ ያመራሩን ማንነት እናንተው ታውቁታላችሁ:: በቅርቡ የተወካዮች ስብሰባ ይጠራ ይሆናል:: አንቺ ከቀጭን ፈታይ ተወክለሽ እንድትሄጂ የሥራ ጓደኞችሽ ቢመርጡሽ እምቢ ማለት የለብሽም:: ሁሉንም ነገር ተስፋ ቆርጦ ላዲሶቹ የማሕበር መሪዎች መተው የሚጠቅመው አሠሪዎችንና የሚጎዳውም ሠራተኛውን ማለትም እናንተን ነው:: የሠራተኛው ወገን ከሆናችሁትና መብትና ጥቅሙን ለይታችሁ ከምታውቁት መሃል በማሕበሩ አካባቢ መገኘት ይኖርባችኋል:: አሠሪዎቹ በጥቅም የገዙትን የማሕበር መሪ በእናንተ ላይ ሲጭኑባችሁ ከማሕበሩ አካባቢ እናንተን ለማራቅና የእነርሱ ወገኖች የሆኑትን ብቻ ለማሰባሰብ ብለው ያደረጉት መሆኑን የምትገነዘቡት ይመስለኛል:: በጊዜያዊ ጥቃት ተስፋ ሳትቆርጡ እንደገና ለመብታችሁ ለመታገል በተገኘው አጋጣሚ ሁሉ ዝግጁ መሆን ይኖርባችኋል::»

ሙሉነሽ የምትሰማውን ማመን አቅቷት እንደፈዘዘች ቀረች:: ከሥራ ለመባረር የተጠራች የመሰላት ጉዳይ ቀረና አዕምሮዋ በሌላ ተጠመደ:: ዘወትር ካሠሪው ወገን ደምራ ከምታያቸው ሰዎች መሃል ለሠራተኛውና መብቱና የሰውነት ክብሩ ለተገፈፈ ጭቁን ሕዝብ የሚቆረቆሩ ይኖራሉ ብላ አስባ አታውቅም:: ለእሷ ሹም ያው ሹም ነው:: ቢሮ ተቀምጦ ያዛል:: ያሠሪ ወገን ነው:: የቴክኒክ ክፍሉ ሹምም ሆነ ቴክኒሽያኑ ምኑም እኛን ይመስላል ብላ አምና አታውቅም::

ካሠሪው የሚቆጠር እንጂ እሷን ለመሳሰሉት የሚቆረቆርበት ምንም ተዓምር እንደሌለ ትቆጥረዋለች:: ሁለቱም ቢሆኑ በደመወዛቸው፣ በሹምነታቸው፣ በተጠሪነታቸውም ሆነ በሁለመናቸው ለሠራተኛው አጋዥ ሊሆኑ ይችላሉ ብላ ልትቀበለው ተሳናት:: የሚናገሯትን ጨርሰው እስኪያሰናብቷት ድረስ ጠበቀች:: በእነኚህ የሠራተኛው ኑሮ ያልዳሰሳቸውና በምቾት የሚኖሩ የተማሩ ሰዎች ምን ጎደለብን ብለው ወደሠራተኛው ለማድላት እንደመረጡ ግራ የሚያጋባ ሆነባት:: እምነት ለማሳደርም ላለማሳደረም ተቸገረች:: ባንድ በኩል ቢሆንም፣ የመቆርቆር መንፈስ ባይኖራቸው ይህንን ያህልም ድረስ ገፍተው ቢሮ ድረስ አስጠርተው ሁሉንም በሚስጥር እንዲሆን ባላነጋገሩኝ ነበር በሚል ራሷን ለማሳመን ሞከረች:: በሌላ በኩል ደግሞ ቢሆንም፣ ለጊዜው በጥርጣሬ አይን ማየቱ ይሻላል የሚል ሃሳብ መጣባት:: ምናልበት በሠራተኛው ውስጥ ያለውን ሁኔታ ለመሰለልና ሲማም ከተባረረ በኋላ እነደሜና ዲንቃ ሠራተኛውን ለማሳደም ውስጥ ውስጡን ያሴሩ እንደሆነ በእሷ በኩል ለመሰለል እንደሆን ማን ያውቀዋል? የሚል ሃሳብም በጭንቅላቷ እየተመላለሰ ቢያስቸግራት ለጊዜው ይህንኑ ለማመን ወሰነች::

«ማን ያውቃል ሴት ነች ብለውም እኮ ይሆናል ያስጠሩኝ:: እኔ እንደሆነ የዚህን ነገር መጨረሻ ሳላውቅ እነኚህን ሹሞች አላምናቸው! እርግጥ ለእኛ አሳቢና ተቆርቋሪ ከሆኑ፣ ውሉ አድሮ ይታወቅ የል? እውነት የሚነግሩኝ ከልባቸውም ከሆነ ደስ የሚል ነው!» እያለች ከራሷ ጋር በማውራት ላይ እንዳለች የቴክኒክ ክፍል ሹሙ ሃሳቧን አቋረጠባት::

«እኔ እንኳን በቅርቡ ኢንዶን ለቅቄ መሄዴ ነው:: አሠሪዎቹ አልወደዱኝም:: ያኔ ምርት ቀነሰ በተባለና ሥራ ባቆማችሁም ጊዜ እኔን የሠራተኛው ደጋፊ አድርገው በክፉ አይን ስለተመለከቱኝ ይህ ጥርጣሬያቸው ሥር ሳይሰድ ቦታዬንና መልኬን መቀየር ይኖርብኛል:: አለበለዚያ ባጠቃላይ ለሠራተኛው ህዝብ የመብት ትግል የሚቻለኝን እንዳላደርግ እንቅፋት ይበዛብኛል:: እኔም ብሄድ ይህ ወንድሜ አለ:: አሠሪዎች በምንም የማይጠረጥሩት ነው:: ላስተዋውቃችሁም የፈለግሁት ለዚህ ነው:: እሱ ወደፊት ከእናንተ ጋር በምን መንገድ ግንኙነት እንደሚያደርግ ያውቀዋል:: እንግዲህ ደግሜ የምነግርሽ እኛ ዘንድ መጠራትሽን ለማንም መንገር እንደሌለብሽና አጥብቆም የሚጠይቅሽ ካጋጠመሽ ያው ቀደም ሲል የነገርንሽን መንገር ነው::

እንግዲህ ልትሄጂ ትችያለሽ::»

ሙሉነሽ አንገቷን አቀርቅራ ከሰማቻቸው በኋላ ቢሯቸውን ለቃ ወደ ቀጭን ፈታዩዋ ተመለሰች:: ለማመን የቸገራት ነገር እንደገጠማት ቢታወቃትም ልቧ ደስ ደስ እንደ ማለት አለው:: ከመቼው ቀጭን ፈታይ እንደደረሰች አልታወቃትም:: አሚናና ሚልኮ ከተፈለገችበት ደርሳ እስክትመለስ ይጠብቋት ኖሮ እንደ ደረሰች ስለሄደችበት ጉዳይ ጠየቋት:: ከሥራ ሊያባርሯት ይሆን የሚል ስጋት ገብቷቸው ስለነበር ሙሉነሽ ከተጠራችበት እስክትመለስ በምድብ ሥራቸው ላይ ማተኮር አቅቷቸው ነበር:: እሷ ግን ያነጋገራት አስተዳደር መሆኑን ስትገልፅላቸው ተንፈስ አሉ:: ባለፈው በሆነው የመጨረሻ ማስጠንቀቂያ ሊሰጧት እንደሆነ በደፈናው ስትነግራቸው ዋናው ቁም ነገር ከሥራ አለመውጣቷ መሆኑ ስለሆነ ደስታቸው በፊታቸው ፈገግታና በእፎይታ ገለፁላት:: እዝን ክስል ብሎው የነበሩት ፀሃይ ብርሃኗን እንደፈነጠቀችበት ሰማይ ፊታቸው ማብራት ጀመረ:: «እረ ይሁን እንኳን ውጪ ያላሉሽ!» እያሉ ገፅታቸው ሳይለወጥ እንደፈኩና እንደፈገጉ መለሱላት::

በሳምንቱ እሁድ የኢንዶዎቹ ደሜና ዲንቃ እመት ጌጤነሽ ቤት ተቀምጠው ጠላ ሲጠጡ የቃጫው ማህበር መሪ ግርማ ከተፍ አለ:: ሙሉነሽ ውጭ ወጣ ከማለቷ በፊት ከቤታቸው ጥላው የሄደችው ዓሊጋዝን ብቻ ነበር:: ስትመለስ ግን ሌሎችም ተጨምረው ጠላቸውን እየጠጡ ሲያወኩ አገኘቻቸው:: አዲስ ነገር ሆነባት:: ከቤታቸው ከቀሩ ሰንብተው ነበር:: አንዳንዶቹም አልፎ አልፎ ብቅ ቢሉም ጠላቸውን ጠጥተው ለብቻቸው እንደመጡ ለብቻቸው ውልቅ ይሉ ነበር::

እንኳን ካቃቂ መሸተኛ ይቅርና ከእመት ጌጤነሽ ጋር ሳይጫወቱ፣ ሳይስቁ፣ ሳይሳለቁ ፊታቸው ሳይፈታ ነበር የሚገቡ የሚወጡት:: ሙሉነሽ ከጉዳዩዋ ደርሳ ስትመለስ በዚያ ለሠራተኛው ሁሉ የዕረፍት ቀን በሆነው ዕለተ ሰንበት ከቤታቸው ያጋጠማት ሁኔታ እነኚያ ከቢሯቸው ያስጠሯት ሰዎች የነገሩኝ እውነት ይሆን እንዴ የሚል ሃሳብ አመጣባት:: ዱሮ እንደቀረ አድርጋ ተመልክታው የነበረው እርስ በርስ ማውካት መሳሳቅና መቃለድ በእነደሜ. ግርማ ዲንቃና ዓሊጋዝ መሃል ተመልሶ ሲነግስ፣ በየፊታቸው ላይ ሲነበብ የነበረው የምሬትና ተስፋ መቁረጥ ምልክት በኖ ሲጣፋና ተመልሰው አዲስ ሰው መሆን ሲታይባቸው ሙሉነሽ ፈገግ ማለት ከጀላት::

«ኖር! ኖር! ከማሕበራችን የጎደልሽ አንቺ ነበርሽ:: እስቲ እንግዲህ በሰንበትም ደፋ ቀና ማለቱን ትተሽ ከኛው ጋር ተደባለቂ እንጂ! እንዴት እኮ ነው ራቅ ራቅ ማለቱ ይጠቅም ብለሽ? ሲል ግርማ እንደመቀለድ እያለ አናገራት::

«እኔማ ዛሬ ምን አገኛችሁና ነው? እንዲህ ፍድቅድቃችሁ የወጣው ብዬ! ሁኔታችሁ አዲስ እኮ ነው የሆነብኝ» ስትል ቅላፄ በተሞላው አነጋገር መለሰችለት::

«ምን እናገኛለን ብለሽ ነው ሙሉነሽ? ባይሆን ተስፋችን ወደፊት አንድ ነገር እናገኛለን የምንል መቼም እንደ እኛ ዓይነቱ የሚኖረው በተስፋ ነው:: እስከነ ተረቱስ ደሃ በህልሙ ቅቤ ባይጠጣ ንጣት ይገድለው ነበር! ይባል የል?» ሲል ደሜ በመሃል ገብቶ መለሰላት::

«እንዴት እኮ ነው? ዛሬ ሁኔታችን ሁሉ አዲስ የሆነብሽ? ዱሮ እንዲህ ሆነን አይተሽን አታውቂ ይመስል!» በማለት ዲንቃም ቀለደባት::

«የጋሼ ደሜና የጋሼ ዲንቃ እንኳን እሺ ይሁን፣ ካቦነት ተሾመው ነው:: ደመወዛቸውም ጨመር ብሎላቸው ነው:: አንቺም እኮ ፈገግ ያልሽና ፈካ እያልሽ እኮ ነው ወደኛ የመጣሽ! እኮ አንቺም ያጋጠመሽን ንገሪን እንጂ?» ብሎ ዓሊ ጋዝም ተናገራት::

«ኧረ እናትዬ! ... ሆ! ... ወደኔው ዞራችሁ እንዴ? ቆይ እስቲ መጣሁ እማዬን ላናግራትና» ብላ ወጣ ብላ የተመለሰችበትን ጉዳይ ከእመት ጌጤነሽ ለመጨረስ እሳቸው ወዳሉበት ወደ ጓዳው ገባች:: እዚያው ስታንጎዳጉድ ቆይታ ተመለሰች:: መቀመጫ ቢጤ ፈለገችና ከግርማ አጠገብ ተቀመጠች::

እመት ጌጤነሽም ሰው ወዳለበት ብቅ እንደማለት አሉ:: ወዲያው ደግሞ እግራቸውን ምልስ አድርገው ከጓዳቸው ቀሩ:: እሳቸውስ በሃሳባቸው የመጣው የልጅ ልጃቸው አድጋ ከአዋቂ እኩል ለቁም ነገር ትፈለጊያለሽ ተብላ አብራ መሰለፏ፣ ማውካቷና ስታናገርም ያባት ያህል የሚበልጧት ወንዶች መሃል የመደመጧ ነገር ነው::

«ኧረ ወዲያ መውለድን የመሰለ መድኃኒት የት አለ?» ብለው እመት ጌጤነሽ ለብቻቸው ተናገሩና መልሰው ደግሞ የሙሉነሽ ዕድሜም ቢሆን ላቅመ ሄዋን መድረሱን ልብ ሲሉት «እንዲህ አይነቱን ነገር ሲያነሱባት አትወድ የተዚህ ቀደሙስ የልጅነት ነገር ሆኖባት ነው

እንጂ አሁንስ እሷም ቢሆን ውላ አድራ ትዳር ማበጀቱ አይጠፋትም» ሲሉ ራሳቸው ለራሳቸው መልስ ሰጡ:: ታዲያ ሙሉነሽን ሰው አፍ አላስገባ እያሉት ነው እንጂ ለትዳር የጠየቃቸው ጠፍቶ አይደለም:: ያውም ካንድ ሁለት ሶስት:: በተለይ እስከዛሬ ከልባቸው አልጠፋ ያለ አንድ ዘመን ውሃ ጥም ተቃጥለው ከቤታቸው እግር ከጣላቸው መሃል ያዩትና የሚያውቁት መስሏቸው የደነገጡለት ወጣት አይነ ውሃው ይመጣባቸዋል:: ምን ጊዜው ቢረዝም መልኩና ቁመናው አልጠፋባቸውም:: በመኪና ዘይት ግራሶ የቆሸሸም ቢሆን ሙያው መኪና ጎርጉሮ ማደር መሆኑ ሲታሰባቸው እንደሱ አይነቱ እያደር ደህና እንጀራ እንደማያሳጣውና ትልቅ ቦታ እንደሚደርስ የሚታያቸው ይመስላቸዋል:: ፈጠነን ግን የትም ብለው እንደማያገኙት ሲሰማቸውና አንድ ጊዜ እግር የጣለውን ካንድ ጊዜ በስተቀር እግዜሩም መልሶ የማሳየት ተአምር መስራቱን ይጠራጠሩና «አንድዬ መች ሥራ አጣና» ይላሉ:: የእሳቸው አእምሮ አትረፍ ያለው ይመስል «አሁን ያ አንድ ፍሬ ልጅ ቢቀር እሱን የሚመስል ከሙያው፣ ካይነ ውሃው ሆነ ጠባዩ ከሰው ማደር፣ እንደ ባል ማሳደር የሚሆንለትን ነው ተንግዲህስ ለልጄ የምመኝ:: በላይነሽ የተዳረች የአየለ ወታደርነት፣ ከሙያ ሁሉ በልጥብን ላገሩ ብሎ ውትድርና የሚገባ የሚመረቅ ብቻ ሳይሆን የሚሞሽር መስሎን አይደል? ለዚያ የጠባይ ደሃ ድረናት የዕድሜ ልክ መጠጣ የሆነን:: ሙሉዬስ የዘመኑ ልጅ ነች:: ከሷ ፈቃድ ውጭ የሚደረግ ነገር የለም:: ብቻ ደህናውን ያስመልክታት:: መውደድ ክፉ ነው:: አጉል ሰው ላይ ይጥላል:: አደራህን እማፀንሃለሁ:: የዲማው ጊዮርጊስ ለልጄ የሚሆናትን አስመልክታት» ብለው ለብቻቸው ማውራታቸው ትዝ ብሏቸው ካሳባቸው ብንን አሉና ሰው ወዳለበት ብቅ ቢሉ ከቤታቸው አለወትሯቸው የተሰበሰቡት እንግዶቻቸው ለካስ የጀመሩትን ቀልድ ትተው ቁምነገራቸውን ሊጀምሩት ዳር ዳር ብለዋል::

«ቀልዱ ቀልድ ነው:: እስቲ ዛሬ እዚህ በቀጠሮ የተገናኘንበትን ጉዳይ እንጀምረው» ብሎ የቃጫው ግርማ መናገር ሲጀመር ሙሉነሽ የጠረጠረችው ነገር እውነት መሆኑ ተሰማት:: በተለይማ «አንቺኑ ስንጠብቅ ነበር» ሲላትም እነኚያ ቢሯቸው ድረስ አስጠርተዋት የነበሩት ሰዎች አይኗ ላይ መጡባት:: የልቧ ምታት ጨመረባት:: ቀና ብላ የምታየው ነገር የሌላት ይመስል እንዳቀረቀረች ቀረች::

«መቼም እንዲህ እንደዛሬው ሰብሰብ ብለን ቁም ነገር ከተወያየን ጊዜው

ቆየት ብሏል። ያኔ ሰብሳቢያችንና መካሪያችን፣ የሚበጀውንና የማይበጀውን እየለየ ከመንገር ያለፈ፣ በቤታችን በጓዳችን ገብቶ ለኑሯችን፣ ለችግራችን የሚደርስልን፣ ከዚያም በላይ እዚህ አቃቂ ከኢንዶ ተርፎ እኛ ወዛደሮች ለመደራጀትና ለጥቅማችን እንድንታገል ያስተማረን ሲማ በመሃላችን ባለመኖሩ ሃዘናችን በየልባችን ያለ ነው።

እኛ ወዛደሮች ሃብት አለን የለንምም ማለት እችላለሁ። ሃብታችን የገንዘብ ባለመሆኑ እንደሌለን ስቆጥረው፣ ጉልበታችንን ደግሞ ስመለከተው ሃብት እንዳለን ያህል እቆጥረዋለሁ። ግን የእኛ ጉልበት ለፋብሪካ ጌቶች ከብር አልፎ አልማዝና ወርቅ የሚዝቁበት ሆኗቸው፣ እኛም እከካችንን እንዳከክን መኖራችን ደግሞ ያው የተገኘንነት ሆኖ ሳናውቀው ቆይተናል። እጅና እግራችን ከሀብትነት አልፎ ሃይል መሆኑን እርግጥ እያወቅነው መጥተናል። ግን የፋብሪካ ጌቶችም በእኛ ጉልበት ያካበቱት ሃብት ሃይል ሆኗቸው ከመንግሥት ተዋውለውብን ብዙ ሲያጠቁን ከመኖራቸውም ሌላ፣ ያኔ ገና ባምሣ ሦስት መንግሥቱ ነዋይ አልጋ ልገልብጥ ባለ ማግሥት የሸዋ ፖሊስ አዛዥ ጀኔራል አብተው በዛብህ የሚባል፣ በፖሊስ ተኩስ አስከፍቶብን ደማችን ከፈሰሰ ዕለት አንስቶ እስከ ዛሬ ይኸው የመንግሥት ወታደር የአሠሪዎች በተለይም የባዕዳኑ ፋብሪካ ጌቶች ወገን ሆኖ ሲደበድበን፣ ሲያስረን ኖሯል። በመንግሥት ላይ የነበረን ተስፋ የጨለመው ሲማን የመሰለ የሠራተኛ ወገን እንኳን በኢንዶ በአቃቂ አካባቢ እንዳይደርስ መባሉን ከሰማንና የፋብሪካ ጌቶችም መንግሥት የእነርሱ ጠባቂ እንጂ ለእኛ ምናችንም እንዳልሆነ ከነገሩን ወዲህ ነው። የእኛ ወዛደሮች ሃይል ሥራ ማቆም ነው። ሥራ አቁመን የፈለግነውን ሳናገኝ ተመልሰን ወደ ሥራ የተመለስንበት ጊዜ ብዙ ነው። ያኔ ተስፋ እንቆርጥና እንቀዘቅዛለን። ውሎ አድሮ ደግሞ ባለን በዚሁ አንድ መሣሪያ እንጠቀማለን። ጥያቄያችን ተመልሶ ድልን ተጎናፅፈን ወደሥራችን እንመለሳን። እንዲህ የመሰለ፣ የመጠቃት፣ የመሸነፍና የማሸናፍ ሕይወት ተፈራርቆብናል። የመጀመሪያችንና ኋላ የሆነውን፣ ያገኘነውንና ያጣናውን ሁሉ ዘንግተነው አናውቅም። የኢንዶንም ሆነ የቃጫን ታሪክ ለእናንተ ብናገረው ለቀባሪው አረዱት ይሆናል። እኔ ራሴ የዳቦ ቅጥር ነበርኩ። ይህም ሆኖ መቆየት ደግ ነው እንደሚባለው ሆኖ ሽልጦው ቀርቶ ጥሬ ገንዘብ ይከፈለን ጀመር። መቼስ ያለፈው አለፈ ብለን በማሕበር ለመቋቋም ጥረታችንን ቀጠልን። እንደምታውቁት ያሳለፍነው መከራ ቀላል አይደለም። ታዲያ እኮ መብት መጠየቅን የመማገጥ፣ በእንጀራችን የመቀለድ አድርገው ሲመለከቱት እግዜሩን

እንኳ አይፈሩም። ታዲያ ዛሬም ቢሆን የከፋ ሁኔታ ላይ ነን። እኛ ኢንዶዎች ባለፈው የሥራ ማቆም እርምጃ ወስድን፣ የደረሰብን ደረሰብን። እኛማ ኢሠአማ አሳልፎ አይሰጠንም ብለን ነበር። አሳልፎ ሰጠን። ሕዝባው ኑሮ ዕድገት እንዲህ ለባዕድ አድልቶ ይጨክንብናል አላልንም ነበር። ከነአካቴው የመንግሥት ፈጥኖ ደራሽ ደበደበን። አሠሪዎቻችን ቀርተው መንግሥት የነርሱ ተፋራጅ ሆነ። አሠረን። ጓደኞቻችን ከሥራ መመለስ ቀርቶ አቃቂ እንዳይደርሱ መንግሥት ከለከለ። እኛም በመንግሥት ላይ እጅግ አድርገን አዘነን፣ ተበሳጭተን፣ ተስፋ ቆርጠን ካሠሪዎቻችን ያላነሰ መንግሥትን ጠልተን ተቀመጥን። ከመንግሥት ጋር የሚያጋጭ ጉዳይ ያለን አልመሰለንም ነበር። ሳይገባን ቀርቶ ነው እንጂ ከፋብሪካ ጌታ መጣላት ከመንግሥት መጣለት ኖሯል! ስንጠረጥረው የኖርነው ጉዳይ ቢሆንም የገባን ባለፈው ሥራ ያቆምን ጊዜ ነው። የመንግሥት ባለሥልጣኖች ከቤተ መንግሥት ጀምሮ ለካስ ከባዕዳኑ ጋር የጥቅም ተካፋይ ኖረዋል? ያው የኛው መንግሥት ደበደበን። ስንት ዘመን የደከምንለት ማሕበራችን የእኛ መሆኑ ቀርቶ አሠሪዎች በጥቅም የገዟቸው በእነ ቢተማ በኩል የሚቆጣጠሩት የራሳቸው አደረጉት። እርግጥ መቼም ውሎ አድሮ እኛም ብስጨትና ተስፋ መቁረጥ እየለቀቀን ሲሄድ ምንም ቢሆን ለነገሩ አማራጭ አላጣንለትም። አማራጩ እንኳ አዲስ አይደለም። ያው ያለን ጉልበት ነው። እንዳው ባጭሩ ይህንኑ ጉዳይ እስቲ እንነጋገርበት። መቼም እንደሰማነው ዛሬ ባገሪቱ በመላ፣ ሠራተኛው እያጉረመረመ ነው። አንድነት ኃይል መሆኑ የሚታወቀው የኢንዶ ወዛደር ትግል ከኢንዶ አጥር ወጥቶ ወደ ቃጫ፣ ኢትዮ ጋርሜንት፣ ወደ ሳቢያን፣ ወደ ሲሚንቶ እያለ ከዚያም ወደ ሌላ ሌላው ሲዛመትና ባገሪቱ በመላ ሲቀጣጠል መስሎኛል።

እንዲህ አይነቱን ተስፋ ያሳደረብኝ ግርማ ሲሆን እሱ ደግሞ እስቲ ይናገረው፣ ከእኔ የበለጠ የተማረና የሚያውቅ፣ በማሕበር መሪነት የኖረ ነው። እስቲ ደግሞ ከእሱ እንስማው።

ሙሉነሽ ያልጠበቀቸው ውይይት፣ ያልተዘጋጀችበት የመነጋገሪያ ሃሳብ እሷ የማታውቀው በቀጠሮ የተወሰነ ስብሰባ ሆነባት። ዓይኗን ከወዲያ ወዲህ ከማንከራተት በስተቀር የሚባለውን ሁሉ ልታምነው አልቻለችም። ትናንት ተስፋ ቆርጦ ተበታትኖ የነበረ ሁሉ፣ ዛሬ ነፍስ ዘርቶበት እንደገና ተሰባስቦ በዚህ አይነት መወያየቱ ደስ የሚያሰኝ እንደሆነ ተሰምቷታል። ባገሪቱ ዳር እስከዳር ሠራተኛው ምሬቱን

በማስማት ላይ እንዳለ የምታውቀው ቢሆንም እንደዚህ የተዘጋጀ ነገር ያለ ባልመሰላት ሰዓት የእነደሜ፣ ግርማና ዓሊጋዝ በድንገት ተገናኝቶ ይህን የመሰለውን ውይይት ማካሄድ የጥድፊያም ነገር መሰላት። ወዲያው ደግሞ የኢንዶ ቴክኒክ ክፍል ሹም ያነጋገራት አለምክንያት እንዳልሆነ ታሰባት። የበለጠ ለመስማት አነቃቃት። ግርማ የሚለውን ደግሞ ለመስማት ራሷን አዘጋጀች።

«ደሜ እንዳለው ከእናንተ ብዙ አውቃለሁ ለማለት ሳይሆን እንዳው እንደ ቀድሞው ተገናኝተን ስለችግራችን ብንመካከር የሚል ሃሳብ ያመጣሁት እኔ ሆኜ ነው። ሆኖም እንዲህ ለመገናኘት እንኳ ደሜና ዲንቃ ምን ያህል እንዳስቸገሩኝ እነርሱ ያውቁታል። ይኸው አሁን እንዲህ እንሳሳቀለን እንጂ ከእንግዲህ ምን እንፍጠር ብለን? ብለህ ነው እባክህ ተወን እያሉ አስቸግረው ነበር። ነገር ግን የእኛ የወዛደሮች ህይወት ባንድ ከመሰባሰብ፣ ችግራችንን በጋራ ለመፍታት ከምመከር የማይርቅ የመሆኑ ጉዳይ ለያንዳንዳችን ከመታየት የሚቀር ባለመሆኑ ይኸው መልሶ አሰባሰበን። መቼም ባለፈው ጊዜ ኢንዶ ሥራ ሲቆም እኛም ጋ ሥራ እንዲቆም ሠራተኛው ከታች በእኛ ማህበር ላይ ግፊት አሳድሮ እንደነበር የምታውቁት ነው። የእኛ አሠሪዎች የቦርድ ስብሰባ ጠርተው ካሠሪዎች ፌዴሬሽንና ከኢሠአማ ጋር በእኛ በማሕበሩ መሪዎች ጀርባ ተመካክረው አንድ ውሳኔ ላይ ደርሰው አነስተኛ የደመወዝ ጭማሪ አደረጉ። የኢንሹራንስ፣ የህክምናና እንዲሁም የፈቃድ አሰጣጡ ጉዳይ በህብረት ስምምነቱ መሠረት የተከበረ እንዲሆን ማድረጋቸውን የሰማችሁት ቢሆንም ይህንን እንኳ በሥራ ላይ ለማዋል እስከ አሁን አልተቻለም። ከዚያም በኋላ ኢንዶ በፈጥኖ ደራሽ መከበቡን፣ በሠራተኛው ላይ የደረሰውን ድብደባና ከዚያም በኋላ የተከተለውን ሁኔታ የቃጫ ፋብሪካ ወዛደሮችን ከማስቆጣቱም ያለፈ፣ ከእኛ ከማሕበሩ መሪዎች ቁጥጥር ውጭ ወዛደሩ የሥራ ማቆም እርምጃ ለመውሰድ ዳር ዳር ማለቱንም ያው ታስታውሱታላችሁ። እኛ ግን በቂ ዝግጅት ያልተደረገበት በራሱ በፋብሪካው ወዛደሮች ጥያቄ ላይ ያልተመሠረተ የሥራ ማቆም እርምጃ ተቀስቅሶ በዚያው እንዲቀጥል ማድረግ የሚጠቅመው ማንን እንደሆነ በመገንዘባችን ለጊዜው ያንን የመሰለ አሠሪዎች፣ መንግሥትም ሆነ ኢሠአማ የሠራተኛውን የመብት ትግል ለማዳከምና አመራር ለማሳጣት ደህና አጋጣሚ ያገኙ የመሰላቸውን ሁኔታ ቀድመን አስቀረነው። ከዚህም ሌላ በእኛ ግምት ዋናውና በዚያን ጊዜ እናንተን ኢንዶዎችን ተከትለን ሥራ የማቆም እርምጃ ያልወሰድንበት ምክንያት ከዚያ ቀደም ሲልና

እስከአሁንም ድረስ ባጠቃላይ በሁሉም ቦታ ባሉ ፋብሪካዎች ቀስ በቀስ እየተቀሰቀሰ በመምጣት ላይ የሚገኘውን የሠራተኛ እንቅስቃሴ አገር አቀፍ ማድረግ ይቻላል የሚል ተስፋ አሳድረን ስለነበር ነው:: እኛም ሃይላችንንና ጉልበታችንን ያለ ወቅቱና ያለ በቂ ምክንያት ከሚባክን ቆጥበንና ተዘጋጅተን መገኘቱ የተሻለ ነው በማለት ነበር:: ይኸው ዛሬ የእኛ ማህበር እንደተጠናከረ አገር አቀፍ የሠራተኛ እንቅስቃሴ ለማስከተል የሚችል ሁኔታ በየአካባቢው እየተፈጠረ ባለበት ባሁኑ ወቅት ደረስን:: ሲማ አሁን እዚህ በመሃላችን ባይኖርም የሠራተኛው ትግል ባገር አቀፍ ደረጃ የሚቀጣጠልበት ዋዜማ ላይ እንዳለ ጫፍ ጫፉን እንደነገራችሁ ታስታውሳላችሁ:: ይኸው አሁን ባንድነት የምንነሳበት ቀን ነገ ዛሬ የማይባልበት ሁኔታ ላይ ደርሰናል:: ላሠሪውና ለመንግሥት ያደሩት የኢሠአማ መሪዎች ጭምር ይህንኑ እየተገነዘቡት ሄደዋል:: ምርጫቸው በመጨረሻው ቀን እኛኑ መስለው ከእኛ መሰለፍና እንደመሪ መታየት ወይም ካሠሪው ተሰልፈው በእኛ ላይ ቁርጥ ያለ ጠላትነታቸውን አደባባይ ማውጣት ነው:: እርግጥ የቱን እንደሚመርጡ ገና በውል አልታወቀም:: አሁንም እንዲህ ተገናኝተን ሃሳብ ለሃሳብ ለመለዋወጥ ያስፈለገው በኢንዶ የተዳከመውን ትግል እንደገና የመቀስቀስ ግዴታ ዞሮ ዞሮ የሚወድቀው ያው በእኛው ላይ በመሆኑ ነው:: ምንም እንኳን የእናንተ ማህበር፣ አሠሪዎች በጥቅም በገዟቸው በነቢተማ እጅ የወደቀ ቢሆንም ሁሉንም ነገር ለአድርባዮቹ መተው ስህተት መሆኑን መገንዘብ ያስፈልጋል:: ሠራተኛውን ከታች ከታች በማነሳሳት ማሕበሩን ካሠሪዎች ጋር የመታገያ መሣሪያ ለማድረግ ሃላፊነቱ አሁንም የሚወድቀው በእናንተው ላይ ነው:: የእኛ ማህበር ዛሬ አመራሩ በእኛው እጅ በመሆኑና እኛም ጠንካራ ከሚባሉት የሠራተኛ ማሕበራት ጋር በመገናኘት የምንመካከር ስለሆነ ኢንዶ ያጣውን የሠራተኛ ማህበር አመራር፣ እኛና እናንተ እስከተባበርን ድረስ ለጊዜው የአመራርን ችግር በመጠኑም ቢሆን ልናቃልለው የምንችል ይመስለኛል::»

ሙሉነሽ የግርማን ንግግር ስትሰማ አንደበቱም ሆነ ያነሳቸው ቁምነገሮች እንዳለ እነኒያን ትፈገለጊያለሽ ተብላ ያነጋገረቻቸውን ሰዎች አነጋገርና አንደበት መሰለባት:: በምን በምን? አድርገው እንደተገናኙ ወይም ግርማ የእነኒሁኑ ወዛደራዊ ምሁራን አይነት ተመክሮ ካላቸው ሌሎች ሰዎች ጋር ግንኙነት ይኑረው ወይስ አይኑረው መጠርጠር አሰኛት:: ወዲያው ደግሞ ይህንኑ ጉዳይ ተወት አደረገችውና ይልቁንስ

ይህንኑ የተመሰጠችበትን ጉዳይ ዳር ማድረስ እንደሚበልጥ ተሰማት። ከግርማ ለጥቆ ዲንቃ ለመናገር ድምፁን ሲሞርድ እሷ ለማዳመጥ ፊቷን ወደ እሱ መለሰች።

«እኔና ደሜ እንኳን የማሕበር አባል እንዳንሆን ሆን ተብሎ የተሠራብንን ተንኮል ያው ታውቁታላችሁ። እርግጥ ኢንዶ የቅጥር ዘመናችን እንኳን ለካቦነት ለሌላም ቢሆን የሚያሳንሰን አልነበረም። ሆኖም የኢንዶ ሠራተኞችን ትግል ለማዳከም ዘዴ መዘየድ ብለውት እኛም ካሠሪዎች ክፍል ተቆጥረን የሠራተኛ ማህበር አባል እንዳንሆን በሹመት ስም አሠሪዎች ያደረጉትን ያው ታውቁታላችሁ። የኔም ሆነ የደሜ ካቦ መሆን በደመወዛችንም ላይ ጭማሪ ማግኘት፣ ቀስ በቀስ ያሠሪው ወገን ለማድረግ ብለው የወጠኑት መሆኑ አይጠፋንም። የሠራተኛው ሚስጥር ገበናውን፣ ምርት ማቀዝቀዝ የሥራ ማቆም ቢሆን ሌላም ሌላም፣ በሠራተኛ የሚታሰብ ነገር ቢኖር ያውቃሉ የሚሉትን በጥቅም መግዛት የተለመደ ነው። ሰዓት ተቆጣጣሪ፣ የፈረቃ ሹም ወይም ካቦ አድርጎ በመሾም የእነርሱ ሰላይ ያደርጉታል። የዛሬው የማሕበር መሪ ቢተማ ሚስጥራችንን የሚያውቅ በመሆኑ ለእነርሱ በመመረጅ እንዲያገለግላቸው ባጭር ጊዜ ውስጥ ስንቴ እንደሾሙት መች እንረሰዋለን? ይኸው ሲያስፈልጋቸው ደግሞ ከደረጃው ዝቅ አድርገው ለማሕበር መሪነት አበቁት።

እንደ እኔና እንደደሜ ዓይነቱ ከሠራተኛው መሃል የተመረጠ ሲሾም፣ የራሱን ወገኖች አሳልፎ መስጠት ብቻ ሳይሆን መቆጣጠሩንም ያውቅበታል ብለው አሠሪዎች ያደረጉት መሆኑን ልባችን ያውቃል። ሠራተኛውን ማፈናፈኛ ለማሳጣት አሠሪዎች ደህና መሣሪያ የሚሆናቸውን፣ ከሠራተኛው መሃል እየመረጡ በሹመትና በመደለያ በሠራተኛው ማህበር አናት ላይ ያስቀምጡታል። ለዚህ መድሃኒቱ ግርማ እንዳለው እኛው ራሳችን ከሠራተኛው ሥር ሥር እየሄድን ማነሳሳት ነው። ጥርሳችንን ነቅለን ያደግነው ኢንዶ ስለሆነ ዘዴውን አናጣበትም።»

ዓሊ ጋዝ ዝም ብሎ ማዳመጡን የወደደው መሰለ። ሆኖም በውይይቱ ጣልቃ መግባቱን የፈራው ይመስል እዚያው ካለበት ሆኖ ጭንቅላቱን በመነቅነቅ ድጋፉን ለሁሉም ተናጋሪ መስጠቱን ቀጠለ። ዲንቃም ቢሆን ንግግሩን የጨረሰና ሃሳቡንም መቋጠሪያ ያገኘለት ስላልመሰለው መናገሩን ቀጠለ። «ዛሬ እርግጥ ማሕበራችን የእኛ አይደለም። ከእጃችን

መሃል ፈልቅቀው አሠሪዎች ወስደውብናል። ለማሕበር ለመብቃት ያደረግነው ትግል ሲታወሰኝ አሁን እነቢተማ የማሕበራችንን አናት አንቀው መያዛቸው እንዳበሳጨኝና ተስፋ አስቆርጦኝ እንደነበር የሚካድ አይደለም። ሁላችንም እንዲሁ ሆነን ነበር. ነገር ግን ሰንበትበት ብዬና መላልሼ ሳስበው እኛ ስንወድቅ ስንነሳ፣ አንድ ነገር ስናገኝ ሌላ ነገር ስናጣ ነው እዚህ የደረስነው። ነገር ግን ጥቃትን፣ ሽንፈትን፣ መብት የለሽነትን፣ የዘወትርና የማያልፍ አድርገን ተቀብለን አናውቅም። ለጊዜው ተዳክመን ቆይተን እንደገና ሃያልነት ተሰምቶን አሠሪዎቻችንን በቂጣቸው ቁጭ ያደረግንበት ጊዜ አንድ ሁለት አይባልም። አሁንም ቢሆን ማሕበራችንን የመብታችንና የጥቅማችን መጠየቂያ፣ መታገያና ማስከበሪያ ለማድረግ ቸል ሳንል መታገል እንዳለብን አምንበታለሁ። እንዳው ብቻ ንግግሬን ላሳጥረውና አንድ ድንቅ ያለኝን ጉዳይ ልንገራችሁ። እኛ በየፋብሪካችን ካሠሪዎቻችን ጋር ያለን ጉዳይ እንዳሳዘነንና እንዳውም የተሸነፍን አድርገን እያየነው ሳለ ለካስ ባገሪቱ በመላ ባሉት ፋብሪካዎች ያለው የሠራተኛ ትግል እርስ በርሱ ለመደጋገፍ በመፈላለግ ላይ ኖሯል። እንዲህ ላስተዋለው ለካስ እንደ እኛ የሚጠቃ፣ በፈጥኖ ደራሽ የሚደበደብ፣ የሚታሠር፣ ከሥራ የሚባረር፣ የማሕበር መሪዎቹን የሚያጣ ወዛደር በመጠንከሩ. በመበርታቱ እንጂ በመድከሙና አቅም የለሽ በመሆኑ እንዳልሆነ ታወቀኝ። ተስፋችን ሁሉ በንኖ እንደጠፋ ጉም እንደልሆነ ተሰማኝ» አለ ዲንቃ። «የእኛ ትግል ለብቻው ይጀምራል። ረዘም ላለ ጊዜ ለየብቻ በየፋብሪካችን መብታችንን እንጠይቃለን። እንታገላለን። ሥራ እናቀዘቅዛለን ወይ ደግሞ እናቆማለን። ነገር ግን ከዕለት ዕለት አሠሪዎቻችን ከመንግሥት ተባብረው ሲያጠቁን፣ ስንትስ ዘመን ታግለን ያገኘናቸውን መብቶች አናከብር ሲሉ፣ ሲነጥቁን እኛም በየፋብሪካው ካሉ ወንድሞቻችን ጋር መተባበር ግድ ይሆብናል። እርግጥ በየዕለቱ ልብ ሳንለው እንቅር እንጂ ዛሬ እያሳመነን የሄደው ወዛደሮች ከየፋብሪካቸው አጥር አልፈው የጋር ጥያቄቸውን በጋራ አንስተው ባንድነት ሃይል ሆኗቸው የሚታገሉበት ወቅት ላይ መድረሳቸውን ነው» ሲል ግርማ ባገሪቱ ሠራተኞች መሃል በመታየት ላይ ያለውን እንደ መደብ የመቀስቀስ መንፈስ ባጭሩ ጠቀሰና ውይይቱ የሚቀጥልበትን አቅጣጫ ለማሳየት ሞከረ። ግርማ በወዛደር መሪነት ያካበተው የብዙ ዓመት ልምድ ከቃጫ አልፎ፣ ከኢንዶ አልፎ፣ ከሳቢያን አልፎ፣ ሲሚንቶና ዲያባኮ ድረስ እንዲደመጥ አድርጎታል። በተለይም አገር አቀፍ የሠራተኛ እንቅስቃሴ እያስገመገመ የመጣ

በመሰለበት ወቅት ከበርካታ የወዛደር መሪዎችና ባገሪቱ አሉ ከሚባሉ የሥር ነቀል ለውጥ አራማጅ ምሁራን ጋር የሚያደርገው ያላሰለሰ ግንኙነት በሃሳብ አሰነዛዘሩ፣ ባመለካከቱና ባጠቃላይ ወዛደራዊ አንደበቱ የተለየ ሲያደርገው፣ መሪነቱንም ተቀባይነት እንዲኖረው አድርጎታል:: ያችን ዱሮ አናጢ ክፍል ሲሰራ የተቆረጠ ጣቱን እያሸሸ ሲናገር ለሰሚዎቹ በብስለቱ እየመጠቀ የሄደ ሌላ ግርማ ሆነባቸው::

ውይይቱ ቀጠለ:: ዓሊ.ጋዝም ሃሳቡን ሳይሰጥ ቆይቶ ኖሮ በበቂ ያዳመጠ ከመሰለው በኋላ የተሰማውን አስተያየት ይሰጥ ጀመር::

«የተባለው ሁሉ ማለፊያ ሃሳብ ነው:: እርግጥ እኛ ወዛደሮች በየፋብሪካችን ለየመብታችን መታገል የጀመርን በቅርብ ባይሆንም ከእኛ የቀደሙ አንጋፎች ነፍሳቸውን ይማረውና እነ አበራ ገሙን የመሰሉት የወዛደር መሪዎች ከካያ ኣመት በፊት ጀምረውት ለእኛ አስረከበው የሄዱት ጉዳይ መሆኑን ያነዜ ኑረን ባናውቀውም የነበሩ ነግረውናል:: ያስተማሩ አስተምረውናል:: ምን ይኸ ብቻ ወንድሞቼ? ለያውስ ቢሆን ኢሠአማ የሚባለውንስ ማልደው ያሰቡቶችስ አንጋፋ የእኛ ቢጤ ወዛደሮች አይደሉ? ያነዜ ይኸን ኢሠአማ ማሰባቸውስ ባገር ያለ የተገፋ፣ የተበደለና ደጋፊ ያጣ የእኔ ቢጤ ለፍቶ አዳሪ መብቱን ሊጠይቅና ሊከራከር የሚበጀው በማሕበር ቢሆን ነው ብለው እንደነበር መች ተዘንግቶን ያውቃል:: እንግዲህ የፊቶቹ አንጋፎች እንኳ ሁሉም በየቅሉ ከሚሠራበት ፋፍሪካ እያለፈ ከሌሎች ጋር በማበር አንድነት ፈጥሮና በማሕበር ሆኖ መገኘት ይበጃል ማለታቸው ሃሳባቸው ከእኛም ከዛሬዎቹ የላቀና የመጠቀ ነበር ማለት ነው:: ድር ቢያብር አንበሳ ያስር የሚባውልስ ከተባበሩ፣ ደካሞች ሃይለኞች ይሆኑና የማይደፈር የማይሞከር የሚመስለውን ሊያንበረክኩት ይችሉ የል? ኢሠአማ ግን ሲቋቋምና እስከዛሬም ዕድሜ አግኝቶ ሲኖር መዋጮአችንን ከመብላት ያለፈ የጠቀመን ነገር የለም:: ያነዜ እኮ እንዲህ መሆኑን አላወቅነውም ነበር:: የእኛ አለኝታ መስሎን ብዙ ስንታለል ኖርንና መቼም ሁለዜ መታለል የለምና ያሠሪዎች ባንዳ መሆኑን ስንረዳው ይኸው ዛሬ ሌላ መንገድ ለመሻት ተገደድን:: ቀደም ሲል ግርማ እንደተናገረው፣ እኛ እዚሁ አቃቂ በቅርብ ያለነው የበረታ የደከመውን እያገዝን በርትተን ልንገኝ ይገባል:: ጊዜው በያለበት ያለ ሠራተኛ ሁላ ማጉረምረም ላይ ያለ መሆኑ፣ ጥያቄውም ሆነ መነሳሳቱ ያለ መሆኑ እኛም አውቀነው መዘጋጀቱ ይበጅ መስሎኛል:: እናሳ ምነው ዝም ብለሽ ቀረሽሳ እህት ዓለም?» ብሎ ዓሊ.ጋዝ ሙሉነሽ

ውይይቱን ከማደመጥ ያለፈ አለወትሮዋ ሃሳቧን ከመስጠት መቆጠቧ እንግዳ ነገር ሆኖበት እሷም የሚመስላትን ትናገር ዘንድ ሊጋብዛት ሞከረ:: ሙሉነሽ ከገባችበት የህልም ዓለም እየነቃች በመሄድ ላይ ያለች መሰለች:: በቀደመው ጊዜ ቢሆን እሷ በማንኛውም ጥያቄ ሆነ ውይይት ሃሳቧን ለመስጠት ፈጣን ነበረች:: የመሰላትን፣ የታያትን፣ የመጣላትን ሃሳብ ከመሰንዘር ወደ ኋላ አትልም ነበር:: ዓይን አፋርነት አያውቃትም:: ከሁሉም በላይ ነገር ቶሎ የሚገባበት፣ የነገሮችን አቅጣጫ ለመረዳት ጊዜ የማይወስድባት ነበረች:: በገባትና የተከተለች በመሰላት ጉዳይ ላይ የምትሰነዝረው አስተያየት ከተጠበቀው በላይ ትርጉም ያለውና የታሰበለትን ግብ የሚመታ ስለመሆኑ የሚያወቋት ሁሉ አውርተው የጨረሱት ጉዳይ ነው:: በዚህኛው ውይይት ግን ባይተዋር ሆና ቆየች:: እነግርማ፣ ደሜ፣ ዲንቃና ዓሊጋዝ ሙሉነሽን ጨምረው ሊነጋገሩበት ወስነው የመጠቡት ጉዳይ በእሷ ህሊና ውስጥ ከመብላላት አልፎ ግልፅ ያለና የተሟላ ሥዕል ለመፍጠር፣ የራሱን ሂደት ለማጠናቀቅ ጊዜ አስፈለገው:: ይህንኑ እስኪያገባድድና የእሷም አንደበት የዚሁ የተጠናቀቀ ሂደት መግለጫ ሆኖ በውይይቱ እስኪከተት ድረስ በማታውቀው አገር ገብታ የማታውቀውን ቋንቋ ለመረዳት የምትጨነቅ ፍጡር መስላ ቆየች::

ሙሉነሽ በታጠፉት ጉልበቶቿ ላይ አንገቷን ደፋችና መልሳ ቀና አለች:: ወለል ብሎ በተከፈተው በር አሻግራ ተመለከተች:: ዓይኖቿ ከተተከሉበት ፊት ለፊቷ ከተንጣለለው ሰማይ ሃሳብ የምትጨልፍ ይመስል እንዳተኮረች ቆየች::

«ከቅድም ጀምሬ ሳዳምጣችሁ የቆየሁት ጉዳይ ትልቅ ቁም ነገር በመሆኑ እንደ እኔ ዓይነቷ በተነሳው ጉዳይ ላይ ሁሉ ዘላ ለምትነከር፣ የመሰላትን ሁሉ እንደተሰማት ለምትናገር፣ በዕድሜም ሆነ በብዙ ዓመት የሥራ ልምድ የሰበሰበችው ቁም ነገር ሳይኖራት ነገር ለምትደፍር ሴት ልጅ የተሻለ የሚመስለኝ የበሰለ ነገር እስክይዝ ድረስ ዝም ብዬ ማዳመጡ ነው፣ ብዬ ነው» ስትል ጀመረች:: ከእሷ ያልጠበቁት ቢሆንም ይህ አነገገሯም ቢሆን ክብደት ያለው የብስለት አነጋገር ሆኖ አገኙትና ሁሉም ራሳቸውን እየነቀነቁ አክብረውላት ዝም አሉ:: የተናገረችውን ንግግር ውስጥም ትርጉም ማሰላሰል ያዙ:: በመሃላቸው ፀጥታ ነገሠ:: የሁሉም እጆች ወደ ጠላ ብርጭቆው ሲዘረጋና ካግዳሚው ጠረጴዛ ጋር ሲገናኝ ከሚሰማው ኳኳቴ በስተቀር ለጊዜው ሌላ የሚሰማ ድምፅ አልነበረም::

«እንዳው ይሁን እስቲ ባሳባችንስ ቢሆን የምትገድፊን መሆንሽን እንኳ ላትነግሪን ማለት?» ሲል ዓሊጋዝ ጠየቃት።

«እሱን እኮ ማለቴ አይደልም!» ብላ ሙሉነሽ ከመመለሷ ደሜ ጣልቃ ገባ።

«ኧረ ሌላ የምንጠይቃት ጉዳይ አለ። የደበቀችን ብዙ ነገር ሳይኖር አይቀርም» አለ ደሜም።

«እንዴ! ... ሆሆ ... ! ጋሼ ደሜ? ደሞ ምን ጉድ ሊያመጡ ነው። ደሞ ከእናንተ የደበቅሁት ጉዳይ ምን አለና ነው እንዲህ የሚሉት?»

«እስቲ ብቻ እንደርሳለን። ከእኛ ሚስጥር ደብቀሽ በሆድሽ ማኖር ጀምረሻል መሰለኝ?» በማለት ዲንቃም አከለበት።

«እውነታችሁን ነው ለካ እኔ እኮ ጋሼ ደሜም ሲቀልዱ መስሎኝ ደሞ የምን ሚስጥር? ኧረ ጉድ ፈጠጠልሽ እማምዬ!» ስትል እመት ጌጤነሽ ደርሰው ከጉድ ያወጧት ይመስል እርዳታቸውን ተማጠነች።

«የምትነጋገሩት ሚስጥር ካላችሁ ባይሆን እኔና ዓሊጋዝ ስንሄድላችሁ ያደርሳችኋል» ብሎ እሱም ነገሩ ለቀልድ እንዳልተነሳ ለሙሉነሽ ጠቆመላት። ግርማም እነደሜ ባነሱት ጉዳይ በመጨመር የሙሉነሽን ልብ አንጠለጠለው።

ትጠየቂያለሽ የተባለችው ሚስጥር ምን ይሆን የሚል ሃሳብ መጣባት። እነኛ ለብቻዋ ጠርተው ያነጋገሯት የፋብሪካው የቴክኒክ ክፍል ኃላፊና ቴክንሺያኑ ውልብ አሉባት። ግርማ የእሷን መጨነቅ አስተውሎ።

«ለማንኛውም ነገራችንን ለማሠር ያህል የምለው ነገር ቢኖር ኢንዶ የሠራተኛው ተወካይ እንደ አዲስ መመረጫው መድረሱን ሁላችንም ስለምናውቅ ተወካዮች ሲመረጡ ለሠራተኛው ወገን የሚከራከሩ እውነተኞች፣ በጥቅም የማይገዙ፣ ድፍረትና ቆራጥነት ያላቸው ሰዎች እንዲሆኑ መምከር የእናንተ ግዴታ ነው። በተረፈ ኢሠአማ ላይ ሠራተኛው ባንድ ልብ ተነሳስቶ እንዲታገል የማድረጉ ሥራ ቀላልና ባጭር ጊዜ የሚጠናቀቅ ባለመሆኑ ዝግጅት ይጠይቃል። በእኛ ብቻ የሚያልቅ አይደለም። ከሌሎች የሠራተኛ ማህበር መሪዎች ጋር መገናኘት፣ መሰብሰብና መመካከር ያስፈልጋል። የኢትዮ ጋርሜንት፣ የሳቢያን፣ የሚቸል ኮትስን. የሲሚንቶና የቀሩትንም በዚሁ በእኛ

አካባቢ የሚገኙትን ማሕበራት መቅረብና ተገናኝተን ባንድ ሃሳብ ለመምከር መቻል አለብን። አገር አቀፍ የሥራ ማቆም አድማ የማይቀር ጉዳይ ነው። በኢሠአማ መሪዎች ጀርባ ጠንክረው የሚታገሉ ሰዎች እንዲመረጡ እስካላደረግን ድረስ የምናካሂደው ትግል አሰሪዎች ባዕዳኑ የፋብሪካ ጌቶች የመንግሥትን ድጋፍ ይዘው፣ እናት እናታችንን እያሉ ዳግም እንዳንነሳ አድርገው ማዳከማቸው አይቀርም። ከ1953 ጀምሮ የኢሠአማን አመራር አንቀው ይዘው ሠራተኛውን ባሠሪው ሲያስረግጡ፣ የመንግሥት ወገን ሆነው አንድም ቀን የረባ ድጋፍ ሳይሰጡ የኖሩትንና ሠራተኛው በህጋዊ መንገድ ያልመረጣቸውን በእኛ መዋጮ የከበሩትን መዥገሮች ከሥልጣናቸው ማውረድ እንደሚያስፈልግ የማይቀበል ሠራተኛ አጋጥሞኝ አያውቅም። እርግጥ ይህን ስል ጥቂት አድርባዮችን ዘንግቼ ሳይሆን ከቁጥር የማይገቡ አድርጌ ስለቆጠርኩ ነው። ስለዚህም ኢንዶዎች በዚህ በኩል ጥረት ማድረግ እንዳለባችሁና የትግል ታሪካችሁንም ማደስ እንደሚገባችሁ አውቃችሁ ሠራተኛውን ከሥር ከሥሩ የማነቃቃቱን ሥራ እየተመካከራችሁ መሥራት አለባችሁ። ይህንንም ስል ማንንም ማለቴ አይደለም። ያው እናንተኑ ማለቴ ነው። ሙሉነሽ ታዳምጭኛለሽ? ብቻችሁን እኮ አይደላችሁም፤ ባልጠረጠራችሁትና ባላሰባችሁት ስፍራ የሠራተኛው ወገን የሆኑ ሰዎች ይጠፉ እንዳይመስላችሁ!» በማለት እሷን እሷን እየተመለከተ ተናገረ። ሙሉነሽ የግርማን ንግግር ከልብ ስታዳምጠው ቆይታ በመጨረሻ «ብቻችሁን እኮ አይደላችሁም!» የሚለው ቃል ካፉ ወጥቶ ስትሰማ ልቧ ስንጥቅ አለባት። ቢሆንም የተሰማትን ስሜት ዋጥ አድርጋ ነገሩ ያልገባትና ምንም አዲስ ነገር ሲነገር ያልሰማች መስላ ዝም አለች። እሷ ዝም ትበል እንጂ የቀሩት ዝም አላሏትም። ዓሊጋዝ ተጨምሮ በተነጋገሩበት ቁም ነገር ላይ ያላትን አስተያየት እንድትሰጥ እንደገና ጠየቋት።

«በይ እንጂ! ተራው እኮ ያንቺ ነው። እስካሁን የኛን ሰምተሻል። አሁን ደሞ ካንቺ መስማት አለብን» አላት ግርማም።

«እኮ የምትረጂን፣ የምንገልፅልሽ ጉዳይ አንቺም የምትገልጭልን ሚስጥር ያለ መስሎን ነበር እኛስ፣ ይሁን እሺ ይህንን እንኳ ለኋላ እናቆየው። እንዳው ያሳባችን ደጋፊ መሆንሽን ባንጠራጠርም ሃሳብሽን ካንቺው ሳንሰማ የእናትሽን ቤት ለቀን ልንሄድ እንዴት ይሆናል ሙሉነሽ?» ሲል ዲንቃ ወጥሮ ያዛት። የምትናገረው ይጠፋታል ብለው እንኳ እንደማያስቡ እሷም ታውቀዋለች።

«በበኩሌ አሁንም ሆነ ወደፊት ይህንን አድርጊ በዚህ በዚህ ትጠቀሚናለሽ ካላችሁኝ ፈጽሞ ወደ ኋላ አልልም፡፡ የመብት ጉዳይ ብዙ ትግል እንደሚጠይቅ ገብቶኛል፡፡ የገባኝም ባለፈው ሥራ ያቆምን ጊዜ የደረሰብንን ካየሁ በኋላ ነው፡፡ አሁንም ብዙ ስትነጋገሩ ከሰማሁት ያገኘሁት ትምህርት ብዙ ነው፡፡ ባለፈው ካሠሪዎቻችን ጋር ታግለን፣ ሥራ አቁምን፣ ታሥረንና ተደብድበን ሳይሆንልን የቀረው ብቻችንን ስለተነሳን፣ አሠሪዎቻችን ግን ብዙ አጋር ስላሏቸውና ከእኛ ይበልጥ ጉልበተኞች ስለሆኑ ነበር፡፡ ሆኖም ተስፋ ከመቁረጥ ይልቅ እኛም ከድሆች ወገኖቻችን ከየፋብሪካው ሠራተኛ ሁሉ ጋር ተባብረን ብንነሳ አንድ ነገር እንደማናጣ ገብቶኛል፡፡ ከልቤም የማምነው ባንድነት መነሳት እንደሚያስፈልግ ነው፡፡ ሰው አመፅ አመፅ የሚለውና ሽፍቶም ከዱር የሚገባው እኮ አንዳንዴ ሳስበው እውነት አለው የሚያሰኝ ነው፡፡ እኛ ጉልበታችን እስኪደክም እየሰራን፣ ለበሽታና አደጋ እየተዳረግን፣ በዚህ ላይ ኑሯችን ከድህነት ፈቅ ሳይል ምን ይቀርብናል ብለን ወደ ኋላ እንላለን? እኔ በበኩሌ የኢንዶን ቱጃሮች ለመታገል የሚበጀው በዚህ ዘዴ ነው፣ አንቺም በዚህ በዚህ ልትረጂን ትችያለሽ ብላችሁ ካላችሁኝ ሳላመነታ ከእናንተ ጋር እሰለፋለሁ፡፡ ቅድም ጋሼ ግርማና ደሜ እንደተናገሩት ሠራተኛ ሲባል በያለበት መብቱን እየጠየቀ ነው ያላችሁት እጅግ ደስ የሚያሰኝ ነው፡፡ እኛ ራሳችን አምስተኛ ፖሊስ ጣቢያ በነበርን ጊዜ ከጣቢያው አዛዥ ሁኔታ የተረዳነው ይህንኑ ነበር፡፡ የጋራዥ ሠራተኞችን አሳምፀሃል ተብሎ ከፖሊስ ጣቢያው ያገኘነውም ወጣት ያጫወተን እኛ እዚህ ከምንለው ብዙ የተለየ አይደለም፡፡ መሪ ከማጣት የተነሳ ሠራተኛው አንገቱን መድፋቱን ሲነግረን መልሶ መላልሶ ያረጋገጠልን በየጋራዡ ያሉ ሠራተኞችም ቢሆኑ የሚያነሳሳቸውና የሚያስተባብራቸው ካገኙ መብታቸውን ለመጠየቅ ወደኋላ አይሉም የሚል ነበር፡፡ ይህ እንግዲህ ቆይቷል፡፡ አሁንም እንደምንሰማው ከሆነ በየጠቅላይ ግዛቱ ሳይቀር ሠራተኛው በቋፍ ነው ያለው አሉ፡ እዚህ ኢንዶም ቢሆን እንዳው መሪዎቻችንን በማጣታችን ለጊዜው አንገታችንን ደፋን እንጂ ውስጥ ውስጡን መንገብገባችን አልቀረም፡፡ እነ ጋሼ ሲማን ካባረሩ በኋላ ሠራተኛው እንዲታገስ አሠሪው ያልገባው ቃል አልነበረም፡፡ ነገር ግን የህብረት ስምምነቱ ሲከበር አላየንም፡፡ የደሞዛችን ጉዳይ በዛሬ ኑሮ ውድነት ካለበት ንቅንቅ አላለም፡፡ የሕክምናም ሆነ የአሹራንስ፣ የፈቃድ ጉዳይ ያው እንደዱሮው ነው፡፡ ምንም የተለወጠ ነገር የለም፡፡ ሁላችንም ጊዜ ነው እንጂ የምንጠብቀው ለአመፅ የሚጠራን ካገኘንና እግዜሩም አጋፍጦን

ዞር ለማይል አመራር ካልዳረገን በስተቀር መነሳቱ አይገደንም። እኔም እንደሆነ ለዚህ ጉዳይ ታስፈልጊያለሽ ካላችሁኝ ከመተባበር ወደኋላ አልልም።»

ሙሉነሽን ሁሉም ከልብ አደመጧት። እመት ጌጤነሽ ሳይቀሩ ከልጅ ልጃቸው የወጣውን ቃል አንድ ሳይቀር ከጓዳቸው ሆነው አዳመጡ። የጓዳቸውን ጉዳይ ተወት አድረገው በምትሰነዝራቸው ቃሎች ሰውነታቸው ስቅጥጥ እያለው ሲሰሙ ሰው ወዳለበት ብቅ ማለቱንም ጠልተውት እዚያው ከነበሩበት እንዳዘኑ ቀሩ። እርግጥ በግርማ ሰብሳቢነት የተጀመረው ስብሰባ ማሠሪያ ተበጀለት። በአንድ በኩል የኢንዶ ወዛደሮች ለጊዜው ያጡትን ተገቢ የማሕበር አመራር እነርሱ አንድ አካል ሆነው በየጊዜው እየተገናኙ በመመካከር በከፊልም ቢሆን ለማቃለል ተስማሙ። በሌላ በኩል የኢሠአማን አመራር ለመታገል በኢሠአማ ጀርባ ሃይል ለማሰባሰብና ለማደራጀት በተያዘው አገር አቀፍ የሠራተኛ ፍላጎት እነርሱም የሚጠበቅባቸውን ድርሻ ማበርከት እንዳለባቸው አመኑ። ግርማ ከጓደኞቹ ሁሉ የላቀ የትግል ልምድ ያለው በመሆኑ እንደ አስፈላጊነቱ እያሰበሰባቸው አመራር እንዲሰጣቸውና በየጊዜው ተለዋዋጭ የሆነውን የትግል አቅጣጫ እንዲያሳያቸው በኢንዶዎች ስም ደሜ፣ ዲንቃና ሙሉነሽ ጠየቁት። ከሁሉም የፈለቀ አንድ ሃሳብ ቢኖር የእዚህ ዕለት ውይይታቸውም ሆነ በተነጋገሩበትና በተስማሙባቸው ነጥቦች ላይ አንድ አካል ሆነው የመሥራታቸው ጉዳይ በሚስጥር መያዝ እንዳለበት ነበር። ግርማ ወደፊት ሌሎች ወንድሞቻችን በተገኙበት ብዙ ቁም ነገር መወያየታችን ስለማይቀር ሥራችን ሁሉ ሚስጥር መሆን አለበት አላቸው። የሩቁን ዓላማችንን የሚቀይሱልን አጋሮች በማናስባቸውና በማንጠረጥራቸው ሥፍራዎች ሁሉ ሊገኙ ስለሚችሉ እነርሱ ባሉበት ብርቱ ጉዳዮችን ለመወያየት ሚስጥራችንን በሆዳችን መያዝ አለብን አላቸው።

ሙሉነሽ ይህ የተማሩ ሰዎች እየተባለ በተደጋጋሚ እየተነሳ የምትሰማው ነገር ከነከናት። በእሷ በኩል የደበቀቻቸው ሚስጥር እንዳለና እንደምትጠየቅም በቀልድ አስመስለው የነገሯት ሁሉ በጭንቅላቷ ውስጥ ተብላላ። «ያ ቅድም የምንጠይቅሽ ነገር አለ፣ ከእኛ ሚስጥር መደበቅ ጀምራሻል ያላችሁኝ ጉዳይ ምንድን ነበር?» ብላ ልትጠይቃቸው አለችና ካፏ መለሰችው። እነርሱ ገፍተው ነገሩን ካላነሱባት፣ እሷ አስታውሳ ማንሳት እንደሌለባት መልሳ አመነችበት።

ለማንኛውም እነኚያ ከቢሮ ጠርተው ያነጋገሯት ሰዎች ግን ከሠራተኛው አንድ ጉዳይ ቢኖራቸው ነው የሚል ሃሳብ መጣባት፡፡ ነገር ግን ውሎ አድሮ የሚታወቅን ነገር ከመጀመሪያው በጥንቃቄ መያዙ እንደማይጎዳ ያስተማራት ያለ ይመስል፣ ለምታምናቸው ለነደሜና ዲንቃ እንኳን ቸኩላ ከምታነሳላቸው እነርሱ ራሳቸው ተመሳሳይ ነገር ገጥሟቸው ከሆነ እስኪገልፁላት ድረስ መጠበቅ እንዳለባት አመነች፡፡ ሁሉም ከመሰነባበታቸው በፊት ሙሉነሽን ለብርቱ ጉዳይ እንፈልግሻለን ብለው ከቤት ወደ ደጅ ይዘዋት ወጡ፡፡

እሷም እመት ጌጤነሽ የማይሰሙት ጉዳይ ምን ይሆን ብላ አሰበች፡፡ ደሜ፣ ዓሊጋዝና ዲንቃ፤ ግርማንና ሙሉነሽን ለብቻቸው ለመተው የፈለጉ ይመስል ለየት ብለው ወደፊት ራመድ ማለት ጀመሩ፡፡ ግርማ አንድ የሚያነሳላት ጉዳይ እንዳለ ሙሉነሽ ታውቋታል፡፡ እስኪጀምርላትም ተጣደፈች፡፡ ሁሉም ባንድ ቃል እንፈልግሻለን ካሉ በኋላ የግርማ ከእሷ ጋር መቅረትና የደሜና የዓሊጋዝ ተነጥሎ ወደሌላ መሄድ የተፈለገበት ጉዳይ እውነትም ከበድ ሳይል እንደማይቀር ተሰምቷታል፡፡

«የፈለግንሽ ለብረቱ ሚስጥራዊ ሥራ ነው» ሲል ግርማ ጀመረላት፡፡ አንድ እርምጃ ያህል ከሷ ቀደም ብሎ ራመድ አለና መሬት መሬቱን እያየ «ስለምናምንብሽ፣ በሴትነትሽ ወደኋላ ሳትይ ያሳየሽው የጥንካሬና የቆራጥነት መንፈስ ላቅ ላለ ሃላፊነት የሚያበቃሽ መሆኑ ስለታመነበት አሁን ለምንነግርሽ ዓላማ መርጠንሻል፡፡ የሠራተኛው አጠቃላይ የሥራ ማቆም ውሳኔ በሚቋጠርበት ስብሰባ እንድተገኚ ተመርጠሻል፡፡ ይህም የተወሰነው በሴትነትሽ ያንቺን ዱካ በጥርጣሬ የሚከተል አይኖርም ብለን ስላመንን ጭምር ነው፡፡ ስለዚህም ለዚህ ጥንቃቄና ቆራጥነት ለሚጠይቅ ዓላማ መርጠንሻል፡፡ በዚህ የሚስጥር ስብሰባ ለመገኘት መስማማት ያለብሽ በውዴታ ብቻ ነው፡፡ እንደ ግዴታዬ ልውሰደው ካልሽም መብትሽ ነው፡፡ ምን ይሰመስልሻል?»

ሙሉነሽ ልቧ ክፉኛ ደነገጠባት፡፡ ያላሰበችውና ያልጠበቀችው ዱብ ዕዳ ሆነባት፡፡ ትንፋሿ ቁርጥ ቁርጥ ይል ጀመር፡፡ እንዳቀረቀረች ማዳመጧን ቀጠለች፡፡

እሷን ያስደነገጣት ለዚህ ጉዳይ መታጨቷ ነው፡፡ ለራሷ የነበራት ግምት ዝቅተኛና ለዚህ ዓይነቱ ውድ ዓላማ እመረጣለሁ ብላ አላሰበችም፡፡ ቢበዛ አንዳንድ ኢንዶን የሚመለከት ጥቃቅን ጉዳይ

እንድትፈፅምላቸው፣ በሠራተኛው መሃል እየተሽሎከለከች መልዕክት እንድትስተላልፍላቸው እንደሆን እንጂ ከዚያ ያለፈ ቁም ነገር የምትፈልግ አልመሰላትም። ለዚህ ጉዳይ ታስፈልጊያለሽ ካላችሁኝ ለመተባበር ወደኋላ አልልም ማለቷም ሥር ሥሩን በኢንዶና አካባቢው ከመላላክ የማያልፈውን ጉዳይ አስባ ነው። ከዚያ በላቀው ቁም ነገር ለመገኘት ብስለት፣ ዕድሜና ልምድ የሚያንሳት አድርጋ ገምታለች። ያላስተዋለችው ጉዳይ ቢኖር ያገሪቱ ምድር እሷንና እሷን ከመሳሰሉ ወጣቶች በስተቀር ለመብትና ለውጥ የሚታገል ሌላ ታጋይና ተሚጋች ያላበቀለች መሆኗን ነው። በተገኘው ሰው የተገኘውን ያህል ብስለትና ልምድ አገናኝቶ በተፈጠረው ሁኔታ በድፍረት ተደባልቆ መብትን መጠየቅ የማይታለፍ ጉዳይ መሆኑንና ሁኔታውም ሆነ ዕድሉ ካመለጠ ተመልሶ በቀላሉና በቅርብ ጊዜ ውስጥ እንኳን እንደማይገኝ ሙሉነሽ አልተገነዘበችውም። እሷ እንዳቀረቀረች በሃሳብ ስትዋዥቅ ግርማ ለብቻዋ በሚያነጋግራት ጉዳይ ቀጠለበት።

«በነገሬ ላይ ባለፈው ሰሞን ትፈለጊያለሽ ብለው ከሥራ ገበታሽ ላይ አስጠርተው ያነጋገሩሽን ሰዎች አትፍሪያቸው። የእኛን ወገንነት የመረጡ ናቸው። ካቃቂ ያለፈ ባዲሳባም ጭምር በርካታ የሠራተኛ ማህበር መሪዎች ጋር፣ የውስጥ ለውስጥ ትውውቅ ያላቸው ስለሆነ ብዙ የሚረዱን ናቸው።»

ሙሉነሽ ግርማን ቀና ብላ እያየች መልሳ ዓይኗን ከመሬት እንደተከለች ማዳመጧን ቀጠለች። የኢንዶ ቴክኒክ ክፍል ሃላፊና የቴክኒሺያኑ ጉዳይ መልስ ስላገኘላት ደህና አድርጋ ተነፈሰች። ስለ ሰዎቹ ግን ተጨማሪ ነገር ለማወቅ ጥያቄ የምታቀርብ መስሎት ግርማ ጠብቆ ነበር። አልጠየቀችውም።

«የሠራተኛ ማህበር ተወካዮች ስብሰባ በሚስጥር ይደረጋል። በዚያ ስብሰባ ላይ ተገኝተሽ የሚነገርና የሚወሰነውን ይዘሽልን ትመጫለሽ፣ የእኛን አቋም በፅሁፍ አዘጋጅተን ስለምንገኝ ይህንኑ ፅሁፍ ይዘሽ ሄደሽ በስብሰባው ላይ እንዲነበብ ታደርጊያለሽ። ባጭሩ የምንነግርሽ ነገር ቢኖር በዚች አገር ያለ ሠራተኛ መብቱን ለማስከበር ቆርጦ የተነሳበት ወቅት አሁን መሆኑን ነው። ባንዳንድ ፋብሪካዎች፣ ጋራዦችና ወደቦች እንዲሁም የእርሻ ወዛደሮች በተገኙበትም እንደ ወንጂ፣ መተሃራና አሚባራ በመሳሰሉትም አሠሪና ሠራተኛ እንደተፋጠጠ መሆናቸውን ሰምተናል። አዲሳባ በሚደረገው ሚስጥራዊ ስብሰባ በእኛ ስም

እንድትካፈይ ያደረግነው ውሳኔ ትክክል ይመስለናልና አንቺም የሚመስልሽን ግለጭልኝ» ሲል ግርማ ከሙሉነሽ ያለውን ጉዳይ ደመደመ:: እሷ ግን ምን እንደምትመልስ ጠፍቷት ለጊዜው ዝም ብላ ቆየች:: ግርማ ቢጠብቅ ቢጠብቅ ምላሽ ያጣ ቢመስለው መልሶ መላልሶ ሃሳቧን ይጠይቃት ጀመር::

«ምን የምል ይመስልሃል? አይ አይሆንልኝም የምል መስሎህ ነው? ሙያ በልብ ነው:: ሌላ ለመብታችን የሚከራከርልን የተማረ፣ ብስለት ያለውና የዕድሜም የእውቀትም ባለፀጋ የሆነ ሰው በብዛት ያገሪቱ ምድር ገና እንዳላበቀለች እነኚያም ኢንዶ በድብቅ ያስጠሩኝ ሰዎች አንተም ደግመህ ደጋግመህ ተናግረኸዋል:: እንግዲህ የተገኘነው እኛ ከሆንን፣ ማለቴ እንደ እኔ አይነቱ ከሆነ ምርጫ የለንም:: ሠራተኛው ባሠሪዎችና በባዕድ በዝባዦች ላይ ባንድነት ለመነሳትና የመንግሥትንም ባላንጣነት በጋራ ለመመከት በቂ ዝግጅት ማድረግ እንደሚያስፈልገው ታምኖበት በዚህ በማስተባበሩ ጉዳይ እኔም እንደ ሰው ተቆጥሬ የምፈለግ ከሆነ ወደኋላ አልልም::»

ሙሉነሽ ይህንን መልሳለት በሌላ ቀን ቀጠሮ ተገናኝተው የመጨረሻውን ውይይታቸውን እንደሚያደርጉ ተስማምተው ከመለያየታቸው በፊት ግርማ አንድ ነገር ጠቆመላት:: በስም እንጂ ባካል ማንነታቸውን ስለማያውቀው ወንድ አያቷ ባሻ ቢተው የሰማውን አነሳላት:: ለእሳቸው ያለውን አድናቆት ከገለፀላት በኋላ ካርበኝነታቸው በስተርጅና ባገር ጉዳይ ቀድሜ እገኝ ብለው የደረሰባቸውንና በመጨረሻም በወህኒ ቤት ህይወታቸው ያለፈበትን ምክንያት ሲሰማው ቢውል እንደማይሰለቸው ገለፀላት:: እሷም እንደ መልካም ቅርስ የወረሰችው መሆኑንና፣ ድፍረቷንና ቆራጥነቷን እያነሳ አወሳላት:: ከግርማ እንደምትሰማው የእሷ ለአመፅ መቀስቀስ ለራሷ አዲስ ባይሆንባትም፣ በልጅነት የሥጋጃ ፋብሪካ ከዚያም በኢንዶ ጨርቃ ጨርቃ ወዛደርነት ያሳለፈችው ሕይወት የጭቆናንና ብዝበዛን ምንነት እንዳሳወቃት ይሰማታል:: የእሷና የሌሎች በዚህ ተመሳሳይ ሕይወት ውስጥ ያሉ በየትም ሥፍራና በየትም አለም የሚኖሩ የሰው ልጆች ዕጣ፣ አንድና የተቆራኘ መሆኑን የነገራት የለም:: መፅሐፍ እየገለጠ፣ ታሪክ እየጠቀሰ ያስማራትና ያስጠናት የለም:: ባገር አቀፉ የሠራተኛ ሥራ ማቆም አድማ ዝግጅት ተሳታፊ መሆን ማለት ከታሰረችበት የብዝበዛና የጭቆና ሰንሰለት ለመላቀቅ ዋስትና መሆኑንና አለመሆኑን ራሷን አልጠየቀችም:: የተሻለ ቀን እንጂ የባሰ እንደማይመጣ ግን

ተስፋ አድርጋለች።

ሙሉነሽ እንግዶቿን ሸኝታ ስትመለስ እመት ጌጤነሽ በደንብ አላነጋገሯትም።

እሷም ነገራቸው ስለገባት ጥላቸው ከማድቤቱ ገብታ መንጎዳጎዱን ያዘች። እሳቸው ከጓዳቸው ሆነው እሷ ከነግርማ፣ ደሜና ዓሊጋዝ ጋር የያዘችውን ጨዋታ ሰምተው ሰውነታቸው ፍርሃት ፍርሃት እንዳለው እንደገና ከደጅ ወጥታ ያንን ያህል ሰዓት ሚስጥር ነገር አውርታ ከቤት መመለሷን አልወደዱትም። የእሷን ነገር «እንደ እሳት ራት ቀደም ቀደም ማለት» በሚል ተርጉመውታል። ከሰሞኑ ደግሞ ያመጣችውን «የፋፍሪካ አመፅ» አዲስ ቋንቋ ሰውነታቸው አለቅጥ እንደፈራው እሷን ባዩ ጊዜ በፊታቸው ላይ በሚነበበው ስሜት ያስታውቅባቸዋል። ለብቻቸውም የሚያናግሯቸው ያሉ ይመስል «የምን አመፅ እቴ? እኮ የት ለመድረስ? እንዳው ደርሶ በራስ ላይ መከራ ለማምጣት! እንዲህ ሰው ይካለባል? የዲማው ጊዮርጊስ ምን አልኩህ? በስንቱ ልቀጣ እኔስ?» ይላሉ። ቀጠል ያደርጉና «የዘሬን ብተው ያንዘርዝረኝ እኮ ነው እናንተው! የባሻዬ ልጅም አይደለች ምን ታርግ?» ብለው መፅናኛ ይፈልጉና መልሰው ደግሞ «በባሻዬ የደረሰው የዕድሜ ልክ መጠጠቻነቱ አልበቃ ብሎ በዚህች አንዲት ፍሬ ህጣን መከራው ያገኘኝ እንደሆን ሰውም አልሆን። አምላኬ ዘር ማንዘሬን ለቅጣት ቢፈጥረው ነው» እያሉ ሰው ሳያያቸው የባሻ ቢተው ትዝታ ጭምር እየተቀሰቀሰ ሆድ ብሶታቸውን ተወጡት። ባይናቸው ጥግ ዕንባቸው እየወረደ።

ለእመት ጌጤነሽ የልጅ ልጃቸው ሙሉነሽ አሁንም አንዲት ፍሬ ልጅ ነች። የእሷን አመፅ ከዘር የተወረሰ ይሉታል። ኢንዶ ተቀጥራ ከነሲማና ደሜ፣ ግርማና ዓሊጋዝ ጋር መግጠሟን ካጉል ሰዎች ከመግጠም ጋር ባያመሳስሉትም እነኚህንም ሰዎች እንደልጃቸው የሚወዷቸው ደግና የተባረኩ ቢሏቸውም፣ የልጅ ልጃቸው አዲስ የአመፅ ቋንቋ፣ ከባዕድ ዲታዎች ጋር ከመጋጨት ያለፈ ከመንግሥት ጋር ግብግብ እስከ መግጠም የማይመለስ እልህ ተምራ መግባቷን እንደፈሩት ሌላ የሚያስገመግም ወሬ ካዲሳባ እየነፈሰ አቃቂ በሰቃ ደረሰ። ያን ጊዜ ነው የእሳቸው ፍርሃት አለቅጥ የሆነ። ባዲሳባ የግርግር መንፈስ ማየሉን ሲሰሙት፣ በዚያ ሰሞን ያንን የመሰለ የከረረ የቀትር ፀሀይ እንደ መጨለም ያደረገው ወዲያው ደግሞ ከዚህ መጣ

ሳይባል የጠቆረና በረዶ የቀላቀለ ዝናብ ላንዳፍታው ይጥልና ብዙም ሳይቆይ እንደብራ የከጀለው መስሎ መልሶ ደግሞ እንደዶፍ ሲያወርደው የዋለውን ዕለት «ሐምሌ ነሐሴ አይደል በየካቲት ደሞ ምን ልሁን ብሎ ነው?» እያሉ አጋጣሚውን በክፉ ቀን መምጣት መተርጎማቸው አለ ምክንያት እንዳልነበር ታወቃቸው:: እሳቸው የፈሩት የንጉሥ ዙፋን መደፈሪያው የቀረበ፣ መንግሥት በመንግሥት ላይ፣ ሕዝብም በሕዝብ ላይ የመነሳቱ ትንግርት የመፈፀሚያው የደረሰ መስሏቸው ነው፤ ስምንተኛው ሺህ ማለት ይኸው የደረሰ መሰላቸው:: የባላቸው ባላንጣ የሆነው መንግሥት ቢፈርስ፣ የንጉሡ ነገሥቱም ሥልጣን ቢደፈር የሚጠሉት ባይሆንም የእሳቸው ፍርሃት የእግዜር ቁጣ የመድረሱ የሆነ እንደሆነ ሰላም ጠፍቶ ዘረፋና ሁከት፣ ሰው በሰው የማይራራበትን፣ አንዱ ባንዱ ላይ ተነስቶ መጠፋፋት የሆነ እንደሆነ ብለው ነው:: ገና ባፍላ ሙሽርነታቸው ዘመን ኢጣልያ ፋሽስት አገር መውረር የደረሰው ያገሬው ሕዝብ እርስ በርሱ ተለያይቶና አንድነት አጥቶ እንደነበር ሲታወሳቸው የሰሞኑን ግርግር ማመሳሰያ ያገኙ ይመስላቸውና መልሰው ደግሞ «ያሁኑስ ግፍ በዝቶ እግዜር ለቅጣት ያመጣው እንጂ የሰው ሥራስ አይመስለኝም» ይሉና አንዱ ሃሳባቸው ሌላውን ያፈርስባቸዋል:: ግራ እንደተጋቡ ይታወቃቸዋል፣ እመት ጌጤነሽ::

ምዕራፍ አምስት

ፈጠነ ከሥራው ወደ ቤት ተመልሶ አንድ ቦታ መቀመጥ አቅቶት ይንቆራጠጣል:: ከቤት ደጅ. ከደጅ ቤት ይላል:: ከስምንት ሰዓት በላይ በሥራ የደከመ ሰውነቱን ማሳረፍ አልቻለም:: መንፈሱም ረፍት አልሰጥህ እንዳለው ነው:: ሁነኛው የፈጠነን ሁኔታ አላስተዋለም:: እሱም በዲያባኮ የጥጥ ፋብሪካ የጥጥ ኩንታል ሲሸከም የደከመ ጉልበቱን ለማሳረፍ በጆርባው ከፍራሹ እንደተንጋለለ ነው:: ፈጠነ አለወትሮው የተጨነቀና የከበደ ሃሳብ የገባው መሆኑን ሁነኛው ልብ አላለም እንጂ እንደወትሮው ከተንጋለለበት ቀና ብሎ «ምን ገጠመህ ጓዴ ምን ሃሳብ ገባህ? በሃሳብ የባከንክስ ትመስላለህ?» ማለቱ አይቀርም ነበር:: ፈጠነ ሃሳብ የገባውና አንድ ችግር ባጋጠመው ቁጥር አብሮ የሚወድቅ የሚነሳ ያው ሁነኛው ነው::

«ሴትዬይቱ የቤቱን ኪራይ ብላለች!» ሲል ሁነኛው ከዚያው ከፍራሹ ሆኖ ተናገረ:: ቀጠለና ደግሞ «አልሰማኸኝም መሰል ጓዴ? ሴትዬይቱ አላስገባ አላስወጣ ብላለች የቤቱን ኪራይ እያለች» አለው ከፍራሹ ቀና ብሎ እሱን እሱን እየተመለከተ::

«ወር ሳይሞላ ሁለት ጊዜ የቤት ኪራይ አንከፍልም ብኋል በላት» አለውና ወደ ደጃፉ ራመድ ብሎ የመዝጊያውን ክፈፍ ተደግፎ ውጭ ውጭውን ይመለከት ጀመር::

«እውነትክን እኮ ነው:: እኛም እኮ! ወር ሳይሞላ ደመወዛችንን የሚያቀምሰን የለም::»

«ታዲያ እንዲህ ብለህ አትነግራትም ኖሯል?»

«ምን እኮ እንዳው ቸግሮኝ ዕቁብ ጎድሎብኝ የሚሉት መላ አላት::»

«ሲቸግራት ዕቁብ ሊጎድልባት ይችላል:: በዚህ ላይ የልጆች እናት እንደሆነችም እናቃለን፣ የሚረዳት እንደሌላት ነግራናለች:: ለእኛም እኮ ችግር የሆነብን ወር ሳይደርስ ደመወዛችንን የሚያቀምሰን አለመኖሩ ነው:: ተርፎን ደሞ የምናስቀምጥ አይደለንም፤ ካኖርንበት አውጥተን እንዳንሰጣት:: የኔ ደመወዝ ቢሻሻልም ቀዳዳችን ደሞ፣ ያንኑ ያህል በርክቶ ነው ጠበቀን::ወሩን አሳልፈንባት አናውቅም:: ግን

ግደሞ ከወሩ አስቀድመን ልንሰጣት አንችልም፣ አንተን አላስገባ አላስወጣ ካለች እኔ ላስረዳት እሞክራለሁ» አለውና ፈጠነ ከደጃፉ ወደ ውስጥ ተመልሶ ከእንጨት ሳጥኑ ጫፍ ላይ ቁጭ እንደማለት አለና አንድ ነገር ይፈልግ ይመስል ጣራውንና ወለሉን ይመለከት ጀመር:: አንዳንድ ጊዜ ዓይን ቢያይ ልብ ካላየ ምን ያደርጋል የሚባለው አባባል ሃሰት የለውም:: ሁነኛው ሌላ ጊዜ ቢሆን የፈጠነን ፊት አይቶ፣ ፊታ አለማለቱንና ሃሳብ ገብቶት ገባ ወጣ ማለቱን ተመልክቶ «ምን ነካህ ጓዴ? ምነው አለወትሮህ ፊትህ እንደመጨፍገግ አደረገው? ምነው ምን ገጠመህ? ደሞ ምን ተፈጠረ? ምን ችግር ገጠመህ?» እያለ በጥያቄ አስጨንቆ ይይዘው ነበር:: እሱም በልቡ የገባው የቤታቸው አከራይ በገባ በወጣ ቁጥር ስለቤቱ ኪራይ የያዘችው ጭቅጭቅ ሆነና የፈጠነን ሁኔታ ሊያስተውለው አልቻለም::

ሁነኛው በራስጌው በኩል ፍራሹን ገለጠና አንዲት ሙዳይ ቢጤ ከፈተና ከውስጧ ያኖረውን ፊትል አውጥቶ በረጅሙ ተረተረና በእግርና በእጁ እያፍተለተለ ያከረው ጀመር:: ከዚያም ከግድግዳው ላይ የተሻጠ መርፌ በዳበሳ አገኘና የተቀደደ ሱሪውን ለመጥቀም፣ ፊትሉን በመርፌው ጫፍ ለማስገባት ብርሃን ፍለጋ ከነበረበት ቀና አለ::

«እንግዲያው ከዚህ የተሻለ ቤት ፈልገን ብንለቅ ምን ይመስልሃል ጓዴ?» ሲል ጠየቀው ዓይኖቹ በመርፌው ላይና በፊትሉ ላይ እንደተተከሉ::

«በዚያ ሰሞን ኪራዩ የማይጎዳ የወይዘሮ ማሚቴ አሽከር የነበረ እመቴይቱ በደህና ጊዜ በሰጡት ቦታ ላይ ቤት ሰርቶ እንደሚያከራይ አውቃለሁ» አለው ቀጠለና::

«ይሄ ቤት ያለውን ጥቅም ከሌላ ቤት አናገኘውስ እንደሆን?» ሲል ፈጠነ መለሰለት፣ ጥያቄውን በጥሞና የተመለከተው መስሎ::

«ምን ጥቅም አለው ብለህ ነው ጓዴ?»

«አሳቻ፣ ደባቃና ዓይን የማይስብ አካባቢ የሚገኝ መሆኑ እኮ ጥቅም አለው::»

ሁነኛው ዲሪቶውን ከፍራሹ ጣል አድርጎ መርፌውን ከሱሪው ላይ ሻጠውና በፈጠነ መልስ ግራ የተጋባ መሰለ::

«እንዴት ጓዴ አሳቻ ሥርፋ ሁሉ ጥቅም አለው አልክ? እኛ ቀማኞች አይደለን? ከሰው ተሸሽገን አሳቻ ሥርፋ የምንኖር?»

«ቀማኛ ብቻ ሳይሆን ዛሬ የተቀማም ጭምር ተሸሽጎ የሚኖርበት አካባቢ ያስፈልገዋል ብዬ ብነግርህ ምን ትመልሳለህ?» ሲል ሊናገር የፈለገውን ጉዳይ የፌዝ አነጋገር አስመስሎ ጣል አደረገበት:: ሁነኛው ከነበረበት ቀና ብሎ፣ እንደመንጠራራት እያደረገው የፈጠነን አባባል አሰላሰለው::

«እንግዲያስ ይኸ አነጋገርህ አልገባቶኝም:: ቅኔ ነው መሰለኝ የተናገርከ?»

«እንኳን ቅኔ ልናገር ያማርኛ ሰዋሰው እንደከበደኝና የኔታማ አናት አናቴን እየነዱሉኝ ነው ትምህርቴን ካራተኛ ክፍል አቋርጩ ግሪስ ቦይ ሆኜ የጋራዥ ሥራ የጀመርኩት:: ደህና እናት አባት ያለው ነው ለትምህርት የታደለ:: እንደሰማሁት ቅኔ የሚቀኝም የደላው ነው ይባላል:: እርግጥ አነጋገሬ ጨዋታ ለማምጣት ያህል ነው:: እንዳልከው አነጋገሬ ሚስጥር ያለበት ቢመስልህ አልተሳሳትክም» ሲል መለሰለት::

ሁነኛው ግን የቅኔ ነገር ሲነሳ የራሱን የሕይወት ታሪክ ያስታወሰው መሰለ:: ወዲያው ደግሞ ወደ ቤታቸው ጉዳይ ተመለሰ:: ፈጠነ በቀልድ አስመስሎ ሊጀምርለት የተዘጋጀበትን ቁም ነገር አጨናገፈበት::

«እኔማ ባገሬ ድቁና ተቀብዬ ቅዳሴ እንደጀመርኩ ቅኔ ቤት ሳልገባ ነው አባቴን ተከትዬ ካገሬ የወጣሁ:: ቅኔስ አልተምሬውም እንጂ ብማረውስ መች ይጠፋኝ ብለህ ነው ጓዴ? ይልቅስ የወይዘሮ ማሚቴ አሽከር የሠራውን ቤት እንከራየው ነው የምልህ:: የእሱም ቤት እንዳልከው አሳቻ ነው:: ያልከው አይነት ጥቅም አለው:: አንዱን ቤት ከሌላው የማትለየው መውጫ መግቢያው የማይታወቅ ነው:: እዚያ ብንከራይ በየት ገቡ? በየት ወጡ? አንባልም:: ኪራዩም ቢሆን ይጎዳን አይመስለኝም:: የእመቴይቱ አሽከር እንዲህ እንዳይመስልህ:: እመቴይቱ የጠገቡ ሀብታም ነበሩ አሉ:: ውሃ ስንቁ ሠፈር የእሳቸው ነበር አሉ:: ከብት አርደው በልተው የተረፋቸውን ለሰው መስጠት አይወዱም ስለሚባል ሰው ከሚበላው ጉድጓድ አስቆፍረው ያስቀብሩ ነበር ይባላል:: በዚህ ላይ በቂጣቸው ትልቅነት ባዲሳባ የምትወዳደራቸው ሴት ወይዘሮ አልነበረችም እየተባለ ይወራ ነበር:: እንዲያውማ የወይዘሮ ማሚቴን ቂጥ ይስጥሽ የተባለ እንደሆነ

ከምርቃት ይልቅ እርግማን ያህል ነበር ይባላል:: ታዲያ ምን ያረጋል በመጨረሻ እመቴይቱ ደህይተው፣ ያ ሁሉ ቂጥ የት እንደገባ ሳይታወቅ አንዲት ገረዳቸው የነበረች ኮማሪት ለነፍሷ አስጠግታቸው መልሰው ላያገኙት ላለፈ ላገደመው ሁሉ «ከጃንሆይ ጋር ኤጀርሣ ጓሮ አንድ ቀን ነው የተወለድኩት» ቢሉ የሚያዝንላቸው፣ የሚመፀውታቸው አጥተው፣ ይኸ አሽከራቸው አንድ ቀን እመቤቴ ብሎ ዞር ብሎ ሳያያቸው እንደ እኛው እንደድሆቹ ከደሳሳ ጎጆ ሞተው ተገኙ እልሃለሁ:: እርግጥ የሬሣ ማውጫ የከፈለ ይኸ አሽከራቸው ቤቱን እንከራየው የምልህ ነው:: ይኸው ዛሬ የወይዘሮ ማሚቴ አሽከር ደህና ቤቱን እያከራየ ይኖራል እልሃለሁ:: ለኛም የሚሆን ቤት ያጣልን አይመስለኝምና ብንጠይቀው ክፉ አይመስለኝም::»

ሁነኛው ምኑም ከምን አያይዞ የቱን ከየት አገናኝቶ ባወራለት ታሪክ ፈጠነ ተገርሞ ትክ ብሎ ተመለከተው:: ሱሪውን መጠቆም ትቶ የወይዘሮ ማሚቴን ታሪክ ሲያወራው «የነበረና የቀበረ ምስጋን ይንሳው» የሚያሰኝ ነው::

«ደግሞ የምን ታሪክ አመጣህ?» ሲል ጠየቀው::

«ሌላማ ታሪክ የት ብዬ ተምሬ አውቃለሁ? የሰማሁትን ልንገርህ ብዬ ነው እንጂ::»

«እመቤቲቱ ደህይተው አሽከሩ ጌታ ሆነ ለማለት ነው ይህን ሁሉ ታሪክ ያመጣኸው?»

«ይኸው ነው ጓዴ! ይኸው ነው:: የጊዜ ነገር እንዲያ ነው:: አያልፍም የተባለው ያልፋል:: ይደኸያሉ የማይባሉት ወይዘሮ ማሚቴ ደኽይተው ያለቀባሪ ቀሩ መባልን ስሰማ፣ አያልፍለትም የተባለው አሽከራቸው ይኸው አልፎለት ቤት አከራይ ሲሆን! ምነው አይገርመኝ ፈጠነ?»

ፈጠነ ጭንቅላቱ የሚችለውን ያህል ያዳመጠ ይመስል ከተቀመጠበት ተነስቶ ወደ በራፍ ወጣ አለ:: ወዲያው ደግሞ ተመልሶ ወደ ቤት ገባ ወጣ፣ ጎርደድ ጎርደድ አደረገው::

«ግድየለህም ሁነኛው! ለእኛም ያልፍልናል ባይ ነኝ:: የእኛ ግን አግኝተው እንዳጡት ወይም አጥተው እንዳገኙት በጥቂት ዘመን ተከናውኖ የምናይ አይመስለኝም:: እርግጥ አንድ የማምንበት ጉዳይ አለ:: ይኸውም የሰው ዕድል አብሮት እንደማይወለድ ነው::

ሳያልፍልን እንኳ ብንሞት ድህነትም እንደ ዘመን የሚያልፍ መሆኑን ለይተናልና አይቆጨንም፡፡ ነገር ግን በርትተን ለመብታችን ካልታገልን ይህንን ክፉ ቀን ልናሳልፈው አንችልም» እያለ ሁነኛው ወዳለበት ራመድ አለ፡፡ እሱ ሱሪውን መስፋት ትቶ አንጋጦ እየተመለከተው ሳለ ፈጠነ ትከሻውን መታ አደረገው፡፡ የሀብታሞች ሀብት፣ ያሠሪዎች ግፍና ጭቆና፣ የሀይለኞችም ጉልበትና ሥልጣን በእኛ በሠራተኞች ዓመፅ እንደሚያልፍ የቀሰምነው ትምህርት እንዲሁ ከንቱ እንደማይቀር ተሰምቶኛል፡፡ መዘጋጀትም ያለብን ይህንኑ ትግል እዳር ማድረሱ ላይ ነው፡፡ ጊዜው በያለበት መብት የመጠየቂያ እየሆነ ነው፡፡»

ፈጠነ ከእናካቴው ከሁነኛው ፍራሽ የኋሊት ፈንገል አለ፡፡ ከእጆቹም ላይ መጥቀም የያዘውን ልብስ፣ መርፌና ክሩ ሳይቀር ተቀበለና ወደጎን አደረገው፡፡ ሁነኛው ነገሩ ሁሉ የእብደት ይሁን የጤንነት ግራ ገብቶት እንደፈዘዘ ቀረ፡፡

«እንዳው ለመሆኑ ከቤታችን አንዳንድ ሰዎች እየመጡ ሚስጥር የሆነ ነገር ብንነጋገርና ቤታችንም መሰብሰቢያ ብናደርገው ምን ይመስልሃል?» ሲል ሁነኛውን ጠየቀው፡፡

«እንዴት ያለ ሚስጥር?»

«ያው የእኛኑ፣ የየፋብሪካውን፣ የየኩባንያውን ሠራተኞች የሚመለከት ነዋ! ሌላማ ሚስጥር የት አለን? አንተም እንደምታውቀው በያለበት ያለ ሠራተኛ መነሳሳት እንደጀመረ ይሰማል፡፡ ሠራተኛው ችግሩና ብሶቱ እያየለበት በመሄዱ የዓመፅ ክንዱን ለማሳት ወደ ኋላ እንደማይል አንተም የምታውቀውና ሰሞኑንም ስንነጋገርበት የቆየነው ጉዳይ ነው፡፡ እንደ ቀድሞው በየፋብሪካው፣ በየእርሻ ቦታው፣ በየወደቡና በየጋራዡ በተበታተነ መልክ ሥራ በማቆም ሳይወሰን እንደ አንድ ሰው ሆኖ ባሠሪዎች፣ የሠራተኛው ጠላት በሆኑ የኢሠአማ መሪዎችና የእነርሱ ደጋፊ በሆኑት ባለሥልጣኖች ላይ ጭምር ለመነሳት ሠራተኛው የሚጠብቀው የሚያስተባብረውና የሚመራው አካል ነው፡፡ ለዚህም አጠቃላይ የሥራ ማቆም እርምጃ በቅርቡ ይጠራል፡፡ ይህንንም ለማሳካት በየቀጠናው የተያዘው ምክክር በእኛም ቤት እንዲቀጥል የቀረበ ሃሳብ አለ፡፡ የእኛ ቀጠና የሠራተኛ ማህበር መሪዎችና የሥራ ማቆሙን አድማ እንዲያስተባብሩ የተመረጡ ወንድሞችና እህቶች በነገው እሁድ እኛ ቤት በሚስጥር ተገናኝተው ለመመካከር ወስነዋል፡፡ እንደምታውቀው አሠሪዎችና የመንግሥት

ሰዎች ሠራተኛው እየተገናኘ ስለችግሩ መነጋገሩን አይወዱትም:: እየተከታተሉ በእንጭጩ ለመቅጨት ታጥቀው ተነስተዋል:: ከዚህ የተነሳ ሠራተኛው ዘዴ መፈለግና ለመውሰድ የሚዘጋጅበትንም እርምጃ በሚስጥር ማጠናቀቅ ግድ ሆኖበታል:: ዛሬ ከሠራተኛው ጥያቄዎች መሃል ዋነኛዎቹ ኢሠአማን እንመራለን የሚሉ ያሠሪዎችና የመንግሥት ተሿሚዎች፣ ከሥልጣናቸው እንዲወርዱና ሠራተኛው ይሆኑኛል የሚላቸውን መሪዎች በምትካቸው ይምረጥ የሚል ነው:: መኢሠማዎች ሠራተኛው እንደተነሳባቸው ስላወቁት ካሠሪዎች ፌዴሬሺንና ከሕዝባዊ ኑሮ ዕድገቶች ጋር ሆነው፣ ሠራተኛው በእነርሱ ጀርባ የያዘውን መደራጀት በነጭ ለባሽ ሃይል ለማክሸፍ በመሯሯጥ ላይ ይገኛሉ:: እንደምታየው የእኛ ቤት ይህንን ለመሰለ ሚስጥራዊ ስብሰባ ያመቸ ነውና የንፋስ ስልክና ያቃቂ ቀጠና ሠራተኞች ተወካዮች ስብሰባ በነገው ዕለት እኛ ቤት ልናደርገው ተስማምተናልና ምን ይመስልሃል? እርግጥ የኔ ፈቃድ ያንተ ፈቃድ መሆኑን ለቀጠናችን የሠራተኛ ተወካዮች ተጠሪ ነግሬዋለሁ:: ቢሆንም እንዳው ያንተን ሃሳብ ብትገልፅልኝ ለማለት ነው::»

ሁነኛው እንደፈዘዘ ቀረ:: የሚናገረው የጠፋው መሰለ:: በመሃላቸው ዝምታ ነገሠ:: አንዳቸው አንዳቸውን ቀና እያሉ ከማየት በስተቀር የጀመሩትን ውይይት መቀጠል ሳይችሉ ቆዩ::

«ኧረ እንዳው ፈጠነ! እንዴት በዚህ ጉዳይ የማልስማማ ይመስልሃል?» ለየትና ሞቅ ያለ መንፈስ ከፊቱ ላይ እየተነበበና ባነጋገሩም መነቃቃት እያየለበት «የኔው የራሴ ጉዳይ ማለት አይደለም እንዴ? ምነው ጓዴ? እንኳን ቤቱን ምኔንስ ብሰጥ ምን ይከፋኝ ብለህ ነው? የእኛ የዲያባኮው ማህበር መሪስ በዚያ ሰሞን የነገረን ይኸው አንተ ካልከው ሃሳብ ጋር አንድ እኮ ነው:: እኔስ ቢሆን ከነገ ዛሬ ካሠሪዎቻችን ጋር የመረረ ግጥሚያ እንደምንገጥም ነግሬህ የል? የዲያባኮም ሠራተኛ ቶሎ ቁርጡን ንገሩን፣ ቀነ ቀጠሮውንም እንወቀው እያለ እኮ ነው ማሕበሩን እየጠየቀ ያለ:: ታዲያ ቁምነገሩ የሚቋጭ ከእኛ ቤት መሆኑን እኔ መች አውቄው? እሱም ማለፊያ ነው:: ቶሎ ብቻ የምናደርገውን ንገሩን:: ሥራ አቁሙ ብትሉን እናውቅበታለን:: ምሬታችንን የምንወጣው ያው ባለን ኃይል መሆኑ መቼ ይጠፋኝ ብለህ ነው ፈጠነ:: የነገው እሁድ ስብሰባ በቤታችን ቢደረግ ዕድለኛ አድርጌ ነው ራሴን የምቆጥር:: አንተም ሁነኛው ከእኔ ፈቃድ አይወጣም ብለህ መንገርህ ደግ አድርገሃል::»

ፈጠነ ከሁነኛው ፍራሽ ፈንጠር ብሎ ተነሳና ወደደጃፉ ራመድ አለ። ወደ ውጭ እየተመለከተ ሁነኛውን ማናገር ቀጠለ።

«ከቤታችን የምንቀበላቸው እንግዶች ለግብዣ ለፈንጠዚያ ለመብልና መጠጥ የሚመጡ አይደሉም። እኛ በበኩላችን በራችንን ከፍተን ከመቀበል በስተቀር ሌላ ዝግጅት ማድረግ አያስፈልገንም። እንዲህ የመሰለ ሚስጥራዊ ስብሰባ ከመደረጉ በፊት ለሚመለከታቸው ሁሉ አስቀድሞ አይነገርም። አንድ ሁለት ቀን ሲቀረው ነው የሚነገረው። ይህም ለምንድነው ያልከኝ እንደሆነ ሚስጥራዊነቱን ጠብቆ ለማቆየት እንዲረዳ ነው። ላንተም ቀደም አድርጌ ያልነገርኩህ እኔም ያወቅሁት ከሰሞኑ ስለነበር ነው። አጠቃላይ ሥራ ማቆም አድማ ሲመታ በማድረግና በመንገር መሃል የጊዜ ርቀት ሊኖር እንደማይገባ ለኔም ተነግሮኛል። አለበለዚያ የመንግሥት ነጭ ለባሾች የመንቀያ ጊዜ እንዲኖራቸው ያደርጋል። በቤታችን የሚደረገው የሚስጥር ስብሰባ በጥብቅ ሚስጥር የሚያዝ ብቻ ሳይሆን፣ ከነገ ጀምሮ የቤታችንን አካባቢ አላፊ አግዳሚውን በሚገባ መመልከትና መጠበቅ ይኖርብናል» አለው።

ሁነኛው በሚሰማው ቃል ከመደነቅ ያለፈ፣ ፈጠነ የወታደር ስነ ሥርዓት አይነት ጭምር ተምሮ የመጣ መሰለው እንጂ እውነትስ የጥንቃቄው ጉዳይ ይህን ያህል የሚያስፈልግ መሆኑ አልታየውም። ቢሆንም ለጓደኛው ያለውን ታማኝነት በተግባር ማረጋገጥ እንደሚያስፈልግ አመነበት። የመላ አገሪቱ ሠራተኛ ሥራ ማቆም ውሳኔ ሲጠበቅ የኖረ እንደሆነ ሁነኛው የሚያውቀው ጉዳይ ነው። እሱም አይኑን ሳያሽ ከዲያባኮ ወዛደሮች ጋር አብሮ መክሮበታል። ዓይኑን የማያሽበት ጉዳይ መሆኑን የማሕበራቸው መሪ ሳይቀር እንደሚያውቀለት ይናገራል። ድህነት፤ ተዋራጅነትና ከሰው በታች ዝቅ ተደርጎ ተረግጦ መገዛትን የማይጨምርና የሰውነት ክብር የማያዋርድ ቢሆን፣ ድህነቱን አልጠላውም ነበር ሲል ሁነኛው ዘወትር የሚናገረው ጉዳይ ነው።

«ሰማህ ወይ ፈጠነ?» አለው ሁነኛው፣ የሚጠቁመውን ጨርቅ ጨርሶ ክሩን ከመርፌው ላይ እየጠቀለለ «መጭው ጠቅላላ የሥራ ማቆም አድማ የደመወዝ ጭማሪ ቢቀር እንደ ሰው ልጅ ማንነታችን ታውቆ የምንከበርበትን ቀን አቅርቦልን እንኳ ቢያልፍ ትልቅ ነገር ነበር!» ሲለው እንደተኮረኮረ ያህል ይስቅበት ጀመር። ሁነኛው ዕጢው ዱብ

ያለው የእዚህ ጊዜ ነው:: ምነው ምን የሚያሳፍረኝና እንዲህ የሚያስቅብኝ ንግግር ተናገርኩ? ብሎ ከተቀመጠበት ሊነሳ የነበረው ሰው እዚያው ከነበረበት ደርቆ ቀረ::

«ትልቅ አባባል እኮ ነው የተናገርከው ሁነኛው!» ሲለው ከድንጋጤው ተንፈስ አለ:: የሚያሳፍረው ንግግር እንዳልተናገረ ተሰማውና ፈጠነ የጀመረውን ንግግር እንዲቀጥልለት አፍ አፉን ይመለከተው ጀመር:: እሱም ቀጠለና «የሰውነት ተፈጥሯችን የተከበረ የሚሆንበት ቀንማ እንደ መጨረሻዋ የፅድቅ ቀን ገና ሩቅ ናት:: ገና ምን ተይዞ! እየቀረበ የሚሄደው የደመወዝ ጭማሪው፣ የሥራ ሰዓቱ፣ የሕብረት ስምምነቱ ሲከበርና እየዋለ እያደረ እኛም እያወቅን፣ አንድነታችንን እያጠበቅን ስንሄድ እኮ ነው:: ለዚህ ለታቀደው የሥራ ማቆም አድማ አሠሪውና መንግሥት እንዴት ሊቋቋሙን እንዳሰቡ ገና ሳናውቀው ብዙ ተስፋ ባናደርግ ይሻላል:: የምናገኘውን ድልና የምንከፍለውን መስዋዕትነት ገና ስለማናውቅ የወደፊቱን ዕድላችንን እርግጠኛ ለመሆን ገና የብዙ ዘመን ትግል የሚጠብቀን ይመስለኛል::»

በዚያ ሰሞን ባዲሳባና ባካባቢዋ የሚገኝ የፋብሪካ፣ የትራንስፖርት የእንጨት ሥራ፣ የጋራዥ፣ የዳቦ ጋጋሪ፣ የወደብና የሌሎችም ጥቃቅን የማምረቻ ድርጅቶች ውስጥ የሚገኝ ሠራተኛ እንደ አንድ ሰው ሆኖ ለመብቱ ሊታገል የተዘጋጀበት መስሎ ሰነበተ:: ካዲሳባና ካካባቢው ራቅ ባለው ሥፍራ ከአሰብ ወደብ ከድሬዳዋ ጨርቃ ጨርቅና ሲሚኒቶ ፋብሪካ አንስቶ እስከ ወንጂና መተሐራ፣ እንደ አሚባራና መልካ ሰዲ በመሳሰሉት ትላልቅ የእርሻና ኢንዱስትሪ ተቋሞች ሥር የሚገኙ ሠራተኞችም ለትክክለኛ የሠራተኛ መብት መከበር ክንዳቸውን ለማንሳትና፣ በተለይም በኢትዮጵያ ሠራተኞች አንድነት ማህበር አመራር ላይ ያላቸውን ጥብቅ ተቃውሞ ባላቸው አንድ አማራጭ ለመግለፅ እንደተዘጋጁ በሰፊው ይወራ ጀመር:: በምፅዋና አሰብ የወደብና የመርከብ ሠራተኞች ማህበር በሥሩ ያሉትን ወዛደሮች ጠንከር ባለ የሠራተኛ መብት ጥያቄ ላይ ከማንቀሳቀሱም በላይ በኢሠአማ አመራር ላይ አጣዳፊ ለውጥ እንዲደረግ ሲጠይቅ ከቀረው ሠራተኛ ጋር በመተባበር በማንኛውም ፀረ ሠራተኛ ወገን ላይ ክንዱን ለማንሳት እንደዛተ ወሬው አዲሳባ ደረሰ:: ይኸ ሁሉ የሠራተኛ ቁጣ የራሱን ወገናዊነት የመረጠ አጠቃላይ አመራር በማጣቱና ኢሠአማም ከሥሩ የተቀሰቀሰው የሠራተኛ አመፅ እንዳያጠፋው የትግል ጥሪ ከማድረግ ትግሉ የሚታፈንበትን ተንኮል በፀረ ሠራተኛ ወገኖችና

ከመንግሥት ጋር በመተብተብ ላይ ቢገኝም፣ የሰሞኑ የሠራተኛው በያለበት መንቀሳቀስ ምንም ሃይል ያግደዋል ተብሎ ሊገመት አልተቻለም:: በዚያው ሰሞን እንደ ባንክ፣ ኢንሹራንስ፣ አየር መንገድ፣ ምድር ባቡርን በመሳሰሉት እንዲሁም አንዳንድ ፋብሪካዎችን ጨምሮ ሠራተኛው በአድር ባይ የማሕበር መሪዎች አፋኝነት ከመደብ ወገኖቹ ጋር እንዳይተባበር ደባ ቢፈፀምበትም፣ ከመሳፍንት የማሕበር መሪዎች የቁጥጥር መዳፍ እያፈተለከ መብቱን ከመጠየቅ ወደ ኋላ እንዳላለ ይታይ ጀመር:: ለሠራተኛው ጥቅም የቆሙ ምሁራንም አገር አቀፉ የሥራ ማቆም እርምጃ እንዲሳካ ሠራተኛው ራሱን በየቀጠናው ከፋፍሎ እየተገናኘ በሚመካከርበት ጊዜ ሁሉ እነርሱም በመሀሉ በመገኘት አብረው ሲመክሩ ሰነበቱ:: የጊዜውን ትክክለኛ የትግል አቅጣጫ ለማስጨበጥ ሲጣደፉ ከረሙ::

የንፋስ ስልክና ያቃቂ ቀጠና የሠራተኛ ተወካዮች ሚስጥራዊ ስብሰባ በእነ ፈጠነ ቤት የሚጀመርበት ሰዓት ተቃረበ:: ከየፋብሪካው፣ ማምረቻና ማከፋፈያው የተመረጡት ተወካዮች ይጠበቃሉ:: የቀጠናው ተጠሪ ሺበሺ የሚቼል ኮትስ ሠራተኛ ማህበር መሪ ቀድሞ ከእነፈጠነ ቤት ተገኝቷል::: ከየትኛው ፋብሪካና የማምረቻ ድርጅት፣ እነማን በስበሰባው ላይ እንደሚገኙ ያውቃል:: በዚህ ሚስጥራዊ ስብሰባ ከምሁራኑ አካባቢ የወቅቱን ፖለቲካዊና ኢኮኖሚያዊ ሁኔታ በመገምገም ሠራተኛው የራሱን ሙያ ነክ ጥያቄዎች ግልፅ ባለ መንገድ ለማሳወቅ እንዲችል ለመርዳት እነማን እንደሚገኙ ለሺበሺ ቀደም ተብሎ ተነግሮታል::

ሺበሺና ፈጠነ ከቤት ሆነው የተወካዮቹን መምጣት ይጠባበቃሉ:: ሁነኛው ከግቢው ወጣ ብሎ አላፊ አግዳሚውን እንዲያስተውልና አጠራጣሪ የሆኑ ሁኔታዎች ሲገጥመው ምልክት ለመስጠት ከሚችልበት ሥፍራ ላይ ይገኛል::

«ቤቱ የሚጠፋቸው ይመስልሃል?» ሲል ፈጠነ ሺበሺን ጠየቀው::

«ኧረ አይመስለኝም» ብሎ መለሰለትና ሰዓቱን ተመለከተ::

«ያጀንዳውስ ነገር እንዴት ነው? ስብሰባችን ወዳልታሰበ አቅጣጫ እንዳያመራ ምን የታሰበ ነገር አለ?»

«ረቂቅ አጀንዳ እንዳቀርብ የተሰጠኝን ይገኙ መጥቻለሁ:: ባጀንዳዎቹ ላይ መነጋገር፣ የሚለወጥ ነገር ካለ መለወጥና ቀደም ተከተሉን

ያንዲት ምድር ልጆች፣ ቅፅ ፩ ገፅ 297

ማስተካከል ነው ሌላ ለማድረግ መብት የለንም::»

«የውሳኔ አወሳሰድስ እንዴት ይሆናል ተብሎ ይሆን የታሰበው?»

«እንዴት ማለት?»

«ተወካዮች ሁሉ እኩል ድምፅ ይኖራቸዋል ወይስ በሚወክሉት ሠራተኛ ቁጥር ብዛት ይወሰናል? ምናልባት አንዳንድ ተወካዮች ያንድና ሁለት ፋብሪካ ወይም ማምረቻ ድርጅት ውክልና ይዘን መጥተናል ቢሉ በውሳኔ አወሳሰድ ላይ እንዴት ነው የሚሆነው?»

«ስለዚህ አልተነገረኝም:: እኔም ራሴ ያላሰብኩበት ነጥብ ነበር:: አሁን ገና አንተ ስታነሳው ነው የታየኝ:: ቢሆንም ካሁኑ የሚታየኝ ሃሳብ የለምና አንተ ግን ነጥቡን ካነሳኸው አይቀር ምን መፍትሄ አለህ?» ሲል ሺበሺ ፈጠነን ጠየቀው:: ከእሱ የበለጠ የሞያ ማህበር ልምድ ባይኖረውም ከእሱ ጋር ባሳለፈው ጊዜ ብዙ ነገሮችን በመማሩ ውሳኔ አወሳሰድንና የጉባዔ ስርዓትን በሚመለከቱ ያላስተዋላቸውንና ያላሰበባቸውን ነጥቦች ጭምር ፈጠነ ማንሳቱ ሺበሺን አስገረመው::

«እኔም በበኩሌ ያሰብኩበት መፍትሄ የለኝም:: ምናልባት አጀንዳዎቹን ለውይይት ክፍት ከማድረግ በፊት የውሳኔ አወሳሰድን ጉዳይ የሥነ ሥርዓት ጥያቄ አድርጎ በማቅረብ ሃሳብ እንዲሰጥበትና በመጨረሻም አጠቃላይ ስምምነት ላይ እንዲደረስ ማድረግ ቢቀድም የሚሻል ይመስለኛል:: ብዙ ሠራተኞች የሚወክሉት ባንድ አይነት ስነ ሥርዓት በእኩል ድምፅ ውሳኔ እንዲያስተላልፉ ያልን እንደሆነ ችግር እንዳያመጣብን ፈርቼ ነው::»

«ይመስልሃል ፈጠነ? እኔ እንኳን እንዲህ አይነት ችግር የሚነሳ አይመስለኝም:: ለማንኛውም በቅድሚያ ልንወያይበት እንችላለን:: ስምምነት ከጠፋ ሁሉም ተሳታፊ ከምሁራኑ በስተቀር በእኩል ደረጃ የውሳኔ መብት እንዲኖረው ማድረግ ነው:: ምሁራኑ ከማማከር በስተቀር የሚወክሉት ወዛደር የለምና በዚህ በኩል ችግር አይኖርም:: አርቀህ ማሰብህ እርግጥ ጥሩ ነገር ነው» አለው ሺበሺ::

ተወካዮች በተባለው ሰዓት አንድ አንድ እየሆኑና ነጠል እያሉ አንዳቸው ከሌላኛቸው ቀረት እያሉ፣ ለእያንዳንዳቸው በተሰጣቸው የመተዋወቂያ ምልክት እየተያዩ ሁነኛው ከፊት ሆኖ ወደ ቤት እየመራ ለፈጠነ ሲያስረክባቸው ፈጠነ ደግሞ በተራው እየተቀበለ ወደ ስብሰባው ክፍል

ያስገባቸው ጀመር:: ሁለት ጢማቸውን ረዘም አድርገው ያሳደጉና ፀጉራቸውን ያጎፈሩ ሰዎችም ምሁራን ተብለው ቀደም ብለው ደርሰው ኖሮ ከወለሉ ላይ በተነጠፈው ፍራሽና ሰሌን ላይ በተዘጋጃላቸው ሥፍራ ተቀምጠዋል:: አንድ ሁለት የፋብሪካ ተወካዮችም ወደ ኋላ ቀረት ብለው ኖሮ እነርሱም ደርሰው ቦታቸውን ያዙ::

«አንዲት ተወካይ ትቀራለች» ሲል ሺበሺ ስብሰባውን ለመምራት የሚመረጠው የጉባዔ ሊቀመንበር ሥፍራ ላይ ሆኖ ተናገረ:: ተወካዮች በሙሉ እርስ በርሳቸው ተያዩ:: ማን ትሆን እያሉ አንዱ ሌላውን የማይጠይቅ የለም::

«የምትጠበቀው ተወካይ ሴት ነች እንዴ?» ሲል አንዱ ከመሃል የተቀመጠው በድንገት ጠየቀ::

«አዎን ሴት ነች» አለና ሺበሺ መለሰለት::

«አይ እንዳው ለማወቅ ያህል ብዬ ነው» አለና ይኸው ጠያቂ መልሶ ተናገረ::

«ስትመጣ ታያት የል? አይዞህ ያደርስሃል» ሲል ሌላው ተወካይ አከለበት::

«ሰዓት አላከበረችም እንጂ ማየቱንም ስትመጣ ማየቴ የት ይቀራል!»

«ሴትነቷ ነው መሰለኝ እሱ ጓዴን ያሳሰበው» በማለት ሌላው ደሞ ጨመረበት::

የሴቷ ተወካይ ነገር መወያያና መዝናኛ ሆነ::

«ወንድ ከሌለበት ፋብሪካስ እንደሆን የምትመጣው በምን ይታወቃል?» ብሎ አንዱ ጠና ያለው ወዛደር ተናገረ::

«የሴቷ ተወካይ ወንድ ከሌለበት ወይም ወንድ ከጠፋበት የምትመጣ አይደለችም:: ከወንድ የማታንስ ፆታዋ ከእኛ የማያሳንሳት በወዛደርነቷ ተመርጣ እንደናንተው የተላከች ብትሆን ነው የሚል እምነት አለኝ:: ባላውቃትም አሁን የተናገርኩትን መመዘኛ የምታሟላ ባትሆን ይህንን በመሰለው ስብሰባ የመደብ ጓደኞቿን ወክላ እንድትገኝ የሚልካት ያለ አይመስለኝም:: ወዛደርነት ፆታ አይመርጥም:: ከብዝበዛና ጭቆና መላቀቅ የእዚች ምድር ልጆች ሁሉ የሚፈልጉት፣ በዕድሜ፣ በፆታ፣

በዘርም ሆነ ሃይማኖት ሳይለያዩ ባንድነት የሚነሱበት ጉዳይ ነው:: ለዚህስ አይደለም እንዴ በመላው ዓለም «ተነሱ እናንት የረሃብ እሥረኞች፣ ፍትህን ስሚት ትጮኻለች፣ ባህር ውቅያኖስ ተራራ አቆራርጣ ስትጣራ፣ ባለፈው መታሰር ይብቃ ወዛደር ሆይ በቃ ንቃ...» እየተባለ «ኢንተርናስዮናል» ሲዘመር የኖረው ...» ብሎ ጢሙን ዝርገግ ያደረገው ከሁለቱ ምሁራን አንደኛው የጀመረውን ዜማ የታከለበት አነጋገር ገና ሳይጨርስ ሁነኛው ድንገት ከደጅ ወደ ቤት ፈጥኖ ገብቶ ንግግሩን አቋረጠው::

«ኧረ አንዲት ሴት ከቅድም ጀምሮ ከወዲያ ማዶ ቆማ ወደዚህ ትመለከታለች» ሲል ሁነኛው ነገራቸው::

«ምን አይነት ሴት?» ሲል ሺበሺ ከተቀመጠበት እንደመነሳት እያለ ጠየቀው::

«ኧረ ልጅ እግር ቢጤ ነች::»

«ሌላስ?»

«ቀይ ሻሽ ቢጤ ነው ያሠረች::»

«ታዲያ ዝም አልካት?»

«እህ ታዲያ ምን ልበላት? ልጅነቷ አልመስል አለኛ! በዚህ ላይ በጀርባዋ ያዘለችው ነገር አላት ጓዴ:: ልጅ አይሉት ገንቦ አይሉት፣ ግራ የገባ ሆነብኝ:: የምትጠበቀው እሷ አልመስል አለችኝ:: በዚህ ላይ ሽክሟ አስፈራኝ:: ባናቷ በኩል ሾጠጥ እያለ ይወጣና የአልቤን ዘንግ የመሰለ ነገር ከጫፉ ብቅ ብሏል!»

ሺበሺ ተከትሎት ወደ ደጅ ወጣ:: ከደጅ ቆም እንደማለት እያለች ባይኖቿ ሰው የምትፈልግ የምትመስለው ለካስ ሙሉነሽ ኖራለች:: ሺበሺ ወደ ቤት ይዟት ገባ:: ሁሉም ወንዶች ብቻ ሆኑባትና የምታውቀው ሰው ባይኗ ትፈልግ ይመስል ከዳር ዳር የተቀመጡትን ባይኗ ስታማትር የፈጠነ ዓይን በሷ ላይ የሷም በእሱ ላይ ሲያርፍ አንድ ሆነ:: ተገጣጠመ:: ወዲያው ደግሞ የሷም ዓይን በሱ፣ የሱም በሷ ላይ ማረፉ ለትልቅ ቁምነገር በተሰበሰበው ወዛደር መሃል የሚያሳፍር መሰላቸውና ሁለቱም አንገታቸውን እየደፉ አንዳቸው ሌላኛውን ለመሸሽ ይሞክሩ ጀመር:: ግን እርቆ የሚሸሽበት ስፍራ

በዚያች ጠባብ ክፍል አለመኖሩ ብቻ ሳይሆን ለምንስ አንዱ የሌላውን ዓይን እንደሚሸሽ አልገባ ብሏቸው መላ ይፈልጉ ይመስል ሁለቱም ከዚያ በፊት የተያዩበት ሥፍራ መኖርና አለመኖሩን ለመነጋገር አንድ አንድ ተባባሉ:: ጊዜው ምንም ቢረዝም ሁለቱም ሠራተኛ አሳድማችኋል ተብለው አምስተኛ ፖሊስ ጣቢያ ተይዘው መጥተው በነበረ ጊዜ ተያይተውና የእስር መዝገብ ተሞልቶ እሱ ወደ ማረፊያ ክፍሉ ከመወሰዱ በፊት ቃል ለቃል ተለዋውጠው እንደነበር አስታወሱ:: ይህንኑ በስብሰባው የተገኙት ሁሉ ሲሰሙት የፈጠነንና የሙሉነሽን ጉዳይ ለየት ያለ ትርጉም ሊሰጡት የሞከሩት ተጠጋግተው መንሾካሾክ ያዙ:: ከምሁራኑ አንዱ የሚታየውና ሳይናገር የቆየው ጢሙን አሸት እያደረገ «ለሠራተኛ ህዝብ መብት ብሎ መነሳት ከነጠላ ግለሰቦች ባሻገር ገና ሌሎች ብዙሃንን እንደ አንድ ቤተሰብ ማገናኘቱ አይቀርምና የፈጠነና የሙሉነሽም እንዲህ እዚህ መሃላችን የሚተዋወቁ ሆኖ መገኘት አይገርምም» ሲል በዚህ በድንገተኛ ጉዳይ የተወጠረ የመሰለውን የሰውን መንፈስ የሚያረግብ አነጋገር ተናገረ:: ሺበሺም ቀበል አደረገና «ለዚያውስ ሁላችንም የዚችው ያንዲት ምድር ልጆች አይደለን?» የእዚህ ጊዜ ነው በቤቱ የነገሠው ዝምታ ተንፈስ ያለው::

ሙሉነሽ በጀርባዋ እንደ ልጅ ያዘለችውን ብትፈታው ለካስ በሚስጥር ተዘጋጅቶና ተባዝቶ በሚስጥር መሰራጨት ያለበት ፅሁፍ ኖሯል:: ከየቀጠናው ተወክለው የተገኙትም የወዛደር ወኪሎች እነኚህ ፅሁፎች እንደሚጠብቋቸው በየሥራ መደባቸው ለማሰራጭት ድርሻ ድርሻቸውን ይዘው እንደሚሄዱ ቀድመው የሚያውቁት ነገር አልነበረም:: ሙሉነሽ ሸክሟን በዚህ አይነት ካራገፈች በኋላ ከሰሌኑ አረፍ ብላ የስብሰባውን ሂደት መከታተል ጀመረች:: አልፎ አልፎ ግን የእሷም ዓይን በፈጠነ፣ የፈጠነም ዓይን በእሷ ላይ ማረፉ አልቀረም:: የትኛውም ህግ የማያግደውና ሊያግደውም የማይገባ ግብታዊ ዕይታ እንጂ ሁለቱም አስበውና ተጠባብቀው ያደረጉት አልነበረም:: እሷ ፈጠነ የደብሪቱ ልጅ መሆኑን ጠርጥራ እሱም ሙሉነሽ የባሻ ቢተውና የእመት ጌጤነሽ የልጅ ልጅ፣ እናቷ ከእናቱ ዕድሏ የገጠመ የዚያች የበላይነሽ ልጅ መሆኗን የሚያውቅበት መላ ኖሮትም አይደል:: የተገጣጠመ ነገር ቢኖር ሁለቱም የየራሳቸውን የህይወት ታሪክ በጀርባቸው አንግበው ይኸው ዕድላቸው የወሰነባቸውን ለመፈፀም ባንድ ማዕድ መገናኘታቸው ነው:: በዚያ የትግል ማዕድ የተገናኙ ሁሉ፣ ህይወት ታሪካቸውን አለመነጋገራቸው እንደሆን እንጂ፣ ያንዱ ካንዱ መመሳሰሉም ሆነ አንዱ ባንዱ መካተቱ አይቀርም::

የሚለያይበት ቢኖር የማሽብሪቂያው ዝርዝር፣ የየሰው መልክና ቁመና እንጂ በድህነት ያለፈ ሁሉ ብዙም የሚለየው የለም። በተለይ ሙሉነሽና ፈጠነ ከአንድ ተመሳሳይ ህይወት ፈልቀው፣ በአንድ አይነት ሁኔታና ተመሳሳይ አካባቢ ውስጥ አድገው፣ ከአፍላ የልጅነት ዕድሜያቸው ጀምሮ የብዝበዛንና ጭቆናን ገፈት ቀምሰዋል። ይህቺን ክብ የሆነች ምድራዊ ዓለም አንደኛው ባንዱ አቅጣጫ፣ ሌላኛቸው ደግሞ በሌላ አቅጣጫ ሲዞሩ የኖሩ ይመስል እዚህ ቦታ፣ የእዚህ ልጅ፣ የእዚያች ልጅ፣ የእዚህ ዘር የእዚያ ዘር ተባብለው ሳይቆጣጠሩ ድንገት ተገናኙ። የተዋራጅነትን ቀንበር ከላያቸው ላይ አሽቀንጥረው ለመጣል ባንድ መድረክ መገናኘታቸው ባንድነትም ሆነው በነፃነትና እኩልነት ለመኖር፣ የተሰፋውን ጭላንጭል ለመጨበጥ ምርጫ ማድረጋቸው ሙሉነሽንና ፈጠነን የተለየ አደረጋቸው።

ስብሰባው እንደታሰበው በተወሰነለት አጀንዳ ተነጋገረና የሚጠበቅበት ውሳኔ ላይ ደረሰ። ሺበሺ በማጠቃለያው ላይ ያነሳው ነጥብ የሚቀጥለው የስብሰባ ቦታ የት እንደሚሆን ከአሁኑ መወሰን በደህንነት ላይ የሚያመጣውን ችግር በመጠቆም ነበር። ነጭ ለባሹ እንደ አሸን በፈላበት ሰዓት የመጨረሻው የሠራተኛው የሥራ ማቆም አድማ በከፍተኛ ደረጃ ተወስኖ እንዴትና በምን መስመር ወደታች የወዛደሩ ህዋስ ማሕበራት እንደሚደርስ እዚያው መወያየቱን ማቆየት እንደሚያስፈልግ ገለፀላቸውና ስብሰባው ተበተነ። ሙሉነሽ ያቃቂ በሰቃን አውቶቡስ ይዛ ወደ ቤቷ ለመሄድ ስትዘጋጅ ሺበሺ ከዚህ አካባቢ ራቅ ካለው ሥፍራ ሄድ ብላ ብትሳፈር ባካባቢው ደጋግማ እንዳትታይና የሰው ዓይን እንዳይከተላት ለማድረግ እንደሚረዳ ጠቆመላት። ሙሉነሽም «ታዲያ ራቅ ብሎ የሚከተል ሸኚ አድርጉልኛ! እኔ እንደሆን የመጣሁበትን እንጂ ሌላ አሳቻ መንገድ መኖሩን አላውቅ» አለች ሳቋ ንግግሯን እያወላከፈው። አባባሏ ምን ትርጉም እንደሚሰጥ የገባት መናገር ከጀመረች በኋላ ሆነና ልትቆርጠው ፈልጋ ቸገራት።። እንዳመጣላት ተናገረች።

«እሱማ ፈጠነ አለ አይደል» ብለው ሙሉነሽ ገና ለስበሰባው እግሯ ከመርገጡ ከፈጠነ ጋር ዓይን ለዓይን መጋጠሟን ታዝበው አጋጣሚውን ይጠብቁ ይመስል የቀሩት ወዛደሮች ባንድ ቃል መለሱላት። እሱም ተቻኩሎ መነሳቱን አላጠበትም። መንገድ ለመምራት መፍጠኑን ሺበሺ ታዘበና «ስምን መላክ ያወጣዋል የሚባለው እኮ ሀሰት አይደለም» ብሎ ቀለደበት። እሱ ግን ሳቅ

ከማለትና ከመጣደፍ በስተቀር መልስ አልሰጠም። እንደ አገሩ ልማድ ወንድ ከፊት ሴት ከኋላ ሳይሆን መንገድ ለመምራት እንዲመች እሱ ከፊት እሷ ከኋላ ሆነው አብረው መታየታቸው የነጭ ለባሽ ጥርጣሬ እንዳይስብ ብለው በመሃላቸው በቂ ርቀት ጠብቀው መሄድ ጀመሩ። ጥቂት ሄድ እንዳሉና ከዋናው መንገድ መዳረሻ ላይ መድረሳቸውን ተመለከቱና የቤቷን አቅጣጫ ያስጨበጣት መሰለውና ሙሉነሽ ቀድማው እንድትሄድ ምልክት ሰጣት። እሷስ የመሰላት ቆም አድርጎ የሚያነጋግራትና ከመለያየታቸው በፊት ከመብት ትግል ውጭ ሌላ የሚናገረው ቋንቋ እንዳለው ለመስማት ነበር። እሱ ግን ዝም ብሎ አሳለፋት። በሸቀችበት። እሱ ግን በልቡ ያለው እሷን እንደተከተለ የደረሰችበት ደርሶ በል ተመለስ እስክትለው ድረስ ያቃቂ በሰቃንም አውቶብስ ጭምር ተሳፍሮ አብሯት ለመሄድ ነበር። እሷም ተከታትሎ ጉዞ አብቅቶ ከጎኗ ተጠግቶ አብሯት እንዲሄድ የምትሻ ይመስል ዐይኗ ዞር እያለ ይመለከተው ጀመር። ይህንን ልብ እንዳለ ፈጠነ ሙሉነሽ ላይ ለመድረስ ርምጃውን ፈጠን አደረገው። ሙሉነሽም ካሁን አሁን በደረሰብኝ የምትል ይመሰል ዘገም ትል ጀመር። ወዲያው ደግሞ «እማዬ ብታየኝ ሰውም አታደርገኝ የምን ወንድ ደሞ አስከተልሽ? ብትለኝ ምን እመልስላታለሁ?» አለች በልቧ። የፈጠነ ልብ በትክክል ምን እንደሚያስብ የምታውቀው ነገር የለም። እንደ እሷው አይነት ነገር ከልቡ ሳያስገባ እንደማይቀር ጠርጥራለች። ፈጠነ ከራሱ ጋር ማውራቱን ቀጠለ። «አውቶቡሱ እስኪመጣ ከፌርማታው መቆሟ አይቀር! ያን ጊዜ ጠጋ ብዬ አነጋግራታለሁ። ድፍረት እንዳይሆንብኝ በአጠቃላይ የሥራ ማቆሙ አድማ ሲመታና ኢሠአማ ቢሮ ድረስ ተሰልፈን ጥያቄያችንን ለማሰማት ስንሄድ አብረን ጎን ለጎን እጅ ለእጅ ተያይዘን ብንሰለፍ ምን ይመስልሻል? እላታለሁ። ያን ጊዜ በሁኔታዋ አውቀው የል?» ብሎ ከራሱ ጋር አውርቶ ሙሉነሽ ላይ ለመድረስ ሲጣደፍ ድንገት አንዲት ጠና ያሉ ሴት መንገድ ለመጠየቅ አስቆሙት። ሃሳቡንና ምኞቱን አሰናከሉበት። በግማሽ ልብ ለጠየቁት መልስ ለመስጠት እየሞከረ ዓይኑ ሙሉነሽን መከተል ያዘ። «አንቺ ሴት ሌላ ሰው ጠይቂ አላውቅልሽም» ብሎ ወደ ሙሉነሽ ርምጃውን አያፈጥን ነገር የሴትዮዋ ሁኔታ፣ አንደበትና ቁመና ልቡን ትርክክ አደረገው። ካለበት እንደደረቀ ቀረ። ብንን ለማለት እንደሚሞክር ሰው ይቃጣውና ዓይኖቹን ወደ ሙሉነሽ ጣል ቢያደርግ ለካስ ያቃቂ በሰቃ አውቶቡስ ከየት መጣ ሳይባል ከቸች ብሏል። የሙሉነሽ ሁኔታ አሮጊቷን ትተህ ወደ እኔ ቶሎ ድረስ የምትል ይመስል ለመሳፈር ተራ

የሚጠብቀውን ሰው ሁሉ እያሳለፈች ፈጠነ ይደርስ እንደሆን ብትጠብቅ እሱ ከሴትዮዋ ጋር እንደቆመ ዐይኑ ብቻ እሷን እሷን እያየ ካለበት አልነቃነቅ አላት:: ቢቸግራት ከተጨናነቀው አውቶቡስ ተሳፈረች:: አይኗ ባውቶቡስ አሾልቆ ቢመለከት ልታምነው የሚያስቸግር ትርዒት ገጠማት:: ፈጠነ ከባልቴቲቱ ጋር ተቃቅፎና ተናንቆ ተመለከተች:: አውቶቡሱ ተነቃነቀ:: የእሷ ዐይን ወደ ውጭ እንዳየ ወደ አቃቂ ጉዞዋን ቀጠለች:: ፈጠነ ግን የሴትዮዋን አንገት አንቆ እዬዬውን አቀለጠው:: ብዙም ሳይቆይ «ለመሆኑ የማን ለቅሶ ለመድረስ ነው? ሟቹስ ማን ይባላሉ? እኔስ እርሶ ዘንድ በነበርኩ ጊዜ የማስታውሳቸው ሰው ይሆኑ?» እያለ ይጠይቃቸው ጀመር:: ሴትዮዋ ግን «በምን አወቅሽኝ ልጄ? እውነትም ልጅ በልጅነቱ ያየውን አይረሳም የሚባለው እኮ እውነት ነው:: ቸሩ ፈጣሪ መች ያልቅበታል?» ይሉ ጀመር ወይዘሮ አገኘሁሽ:: ፈጠነን በስድስት ዓመቱ ከበረንዳ አዳሪነት አንስተው፣ እናትም አባትም ሆነው ባለ አቅማቸው ለጥቂት ዓመታትም ቢሆን አሞላቀው ያሳደጉት ሴት ናቸው:: ዘመዶቻቸው «ይህችን መሃን ሊወርሳት ነው:: የተወለድናት እያለን ይህን ዘር ማንዘሩ የማይታወቅ ልጅ በምን አስወደዳት?» እያሉ ቁም ስቅሉን ቢያሳዩት ወይዘሮ አገኘሁሽ እግራቸው ወጣ ባለ ቁጥር የዘመዶቻቸው እርግማንና ኩርኩም ቢያንገፈግፈው፣ እዚህ ቦታ ሳይል እንደወጣ ቀረ:: እሳቸውም ፈልገውና አፈላልገው የደረሰበትን ሳያውቁ ቀርተው እንደ ወለደች እናት እርማቸውን አውጥተው፣ የሰው ልጅ በሰው ልጅነቱ ብቻ ሊወደድ ሲገባው ከእኔ ዘር አልተወለድክም፣ እንኳን በማደጎ በጉርብትናም ዓይንህን ማየት አንፈልግም ብለው ካስኮበለሉት ዘመዶቻቸው ተቆራርጠው ኖረው እንዲህ በድንገት ከፈጠነ ጋር መገናኘታቸውን እንደ ተዓምር ቆጠሩት:: «አንድዬ ላንተ ምን ይሳንሃል! ታምራትህን ለማሳየት ከፈለግህ ደቂቃም አይፈጅብህ!» እያሉ መልሰው ደግሞ ስለ ፈጠነ ለማወቅ ጥያቄያቸውን ወደ እሱ አዞሩ:: ፈጠነም ርቃ ከሄደችው ሙሉነሽ መንፈሱን እያሰባሰበ፣ ከወይዘሮ አገኘሁሽ ተመልሶ የመገናኘቱ ተዓምር መላ ሰውነቱን እያነዘረው ትክ ብሎ ተመለከታቸው:: ከዚያም «ከሙሉነሽ ጋር እንደሆነ አንዴ በወዛደራዊ ህይወት ተገናኝተናል:: የወደፊቱ ትግል እንደገና ያገናኘን ይሆናል:: መስዋዕትነቱንም ሆነ ድሉን አብረን እንቃመስ ይሆናል:: ከዚያ የተረፈው ግን የእግዜር ጉዳይ ነው» የሚል መፅናኛ በመንፈሱ አሳደረ:: የወላጅ እናቱ የደብሪቱ ምትክ ሆነው ፍቅርና መውደዳቸውን፣ ቸርነትና ልግስናቸውን በልጅነቱ ያቀመሱትን

አገኘሁሽን ዓይን ዓይን መመልከቱን ቀጠለ፡፡ ጠቁረውበታል፣ ሰውነታቸውም እንደ መገርጀፍ፣ ዕድሜውም እንደመጫጫን ብሏቸዋል፡፡ ያ የተላጠ ብርቱካን የሚመስለው ፊታቸው ማዲያት አደባይቶታል፡፡ ሀዘን ከፊታቸው ላይ ይነበባል፡፡ ፈጠነ ሰው ሆኖ ራሱን ችሎ ሠርቶ ማደሩ፣ የእጅ ሙያ ተምሮ የወር ደመወዝተኛ መሆኑ ፈካ ቢያደርጋቸውም በልባቸው የገባውን ሀዘን ፈጠነ ጠርጥሮ ሊደርስበት የማይችለው መሰለው፡፡ መጠየቁም ከበደው፡፡

እዚያው ከቆሙበት አንድ አንድ ሲባባሉ ቆዩና በመጨረሻ ወይዘሮ አገኘሁሽ «እኔስ ልጄን አገኘሁ ልበል፡፡ አንተም እናቴን አገኘሁ የምትል ከሆነ በል እንግዲህ ተከተለኝ፡፡ አንድዬ፣ እንደሆን አያልቅበት!» አሉና የሰሞኑ ግርግር፣ የታክሲ ነጂው፣ የወታደሩ፣ የሠራተኛው፣ የሴቱ፣ የሙስሊሙ፣ የክርስትያኑ፣ የገጠሩ ሕዝብ በባለሥልጣኖችና በንጉሠ ነገሥቱ ላይ ለማመፅ ዳር ዳር ማለቱን የፈሩት ይመሰል «እስቲ ደግሞ አገራችንን ሠላም አድርግልን፡፡ በልቦናችን ርህራሄን፣ ይቅርባይነትን አሳድርብን፣ ከክፉ መከራ ጠብቀን፣ ያንን የጠላት ወረራን የመሰለ ክፉ ቀን መልሰህ አታምጣብን» አሉ፡፡ ወጣቱ ትውልድ የነፃነትና የፈንጠዚያ አድርጎ የሚጠባበቀውን ዕለት እሳቸው በጥርጣሬ ማየታቸው ፈጠነን አስደነገጠው፡፡ እሱም ሊከተል ከቤቱ የወጣበት ጉዳይ ሌላ ነበር፡፡ የሰው ፈቃድና አጋጣሚው የማያገጣጥሙ ሆነበትና ወይዘሮ አገኙሁሽን መከተሉን ረስቶ፣ እሳቸው የእሱን እጅ እንደያዙ እሱም ነገሩ ሁሉ ህልም ሆኖበት ከዚያው ከመንታው መንገድ ላይ እንደፈዘዘ ቀረ፡፡

ተፈፀመ

የቃላት መግለጫ

ቃል	መፍቻ
ካቻንኮሎ	ከኢጣልያኖች የተወረሰ የስድብና ሠራተኛን እስከመደብደብ የሚያደርስ የማዋረጅያ ስድብ
ባፋን ኩሎ	ከኢጣልያኖች የተወረሰ የስድብና ማዋረጅያ ስድብ
ዲስክራሲያቶ	ከፍ ብሎ እንደተመለከተው ዓይነት የስድብና የማዋረጂያ ስድብ
ስቱኮ	የተገለበጠና የተጋጨ መኪና ከተቀጠቀጠ በኋላ ቀለም ከመቀባቱ በፊት የሚለሰን ሲሆን ይህንን የልሰና ሥራ በመሥራት ለተካነው ሰው የተሰጠ የማቆላመጫ ስም
ሶልዳቱራ	ብየዳ ወይም በብይዳ ሥራ ለሰለጠነ ሙያተኛ የተሰጠ ቅፅል ስም
ሞተሪስት	በመኪና ሞተር ለሰለጠነ ሙያተኛ የተሰጠ ቅፅል ስም
ሁነኛው መራ	መርካቶ ከጣልያን ወረራ በፊት ጀምሮ በሸቶ ንግድ ይታወቁ የነበሩ፣ ባለብዙ ደጃፍ ንግድ የነበራቸው፣ ከጣቃ ንግድ አንስቶ የቤተ ክርስቲያን ጥላና አልባሳት በመሸጥ ይታወቁ የነበሩና አካባቢው በስማቸው ይታወቅ የነበሩ ሃብታም ነጋዴ
ሽልጦ	ሙልሙል ነጭ ዳቦ ወይም በዘመኑ የፈረንጅ ዳቦ

ቃል	መፍቻ
ካቻ ቢቴ	መፍቻ
ፓሎኒ ኳስ	ከፕላስቲክ ተስርቶ የሚሸጥና ወንዶች ልጆች የሚጫወቱበት እግር ኳስ
ፖርቴሪ	ከኢጣልያን ቋንቋ የተወረሰ፤ ለግብ ጠባቂ የሚሰጥ መጠሪያ
ትሬንታ	ከኢጣልያንኛ የተወረሰ ለከባድ የጭነት መኪና የተሰጠ መጠሪያ
አዶላ	ክብረ መንግሥት በመባል ለሚጠራው ደቡብ ክልል ውስጥ ለሚገኝ ግዛት መጠሪያ የነበረና በወርቅ ማዕድን ሥፍራነቱ ይታወቅበት የነበረ ሲሆን በቀዳማዊ ኃይለ ሥላሴ ዘመን ሥራ አጡ በወርቅ ማዕድን ቆፋሪነት እንዲያገለግል እየታፈሰ የሚሄድበት 'አገር' ነበር። የከፋውም ለመሰደድ ሲሞክር "ግፋ ቢል አዶላ ነው፤ ወርቅ እንደሆን ባካፋ ነው" ይል ነበር። ወርቅ ቆፋሪውም ወርቅ ሰርቆ እንዳይወጣ ለዕረፍት ራቅ ብሎ ከመሄዱ በፊት ኮሶና እንቆቆ እንዲጠጣ ይደረግ ነበር ይባላል።
ፓስታ ሹታ	ይህም ከጣልያን የተወረሰ ፓስታ፣ ስፓጌቲ ለማለት
ሜዞ	ትርጉም ቅፅ አንድ ላይ ይመልከቱ
ኢሠአማ	ኢትዮጵያ ሠራተኞች ማኅበር

ቃል	መፍቻ
ሞዲፊካ	ዋናውን ጥሬ ዕቃ ወይም የመኪና መለዋወጫ አስመስሎ እንደ መስራት ያህል ለማለት ከኢጣልያንኛ የተወረሰ አነጋገር
ራስ አበበ አረጋይ	በኢጣልያን ወረራ ጊዜ በአርበኝነታቸው ይታወቁ የነበሩና ከኢጣልያን ወረራ በኋላ የመከላከያ ሚኒስትር የነበሩ እና በመንግሥቱ ንዋይ የመንግሥት ግልበጣ ሙከራ ከተገደሉት መኳንንታትና ባለሥልጣናት አንዱ የነበሩ
ክቡር ዘበኛ	ለቀዳማዊ ኃይለ ሥላሴ በዘብና ሕይወት ጠባቂነት የቆመና ልዩ እንክብካቤ ይደረግለት የነበረ የሠራዊት ክፍል። ቁመተ ረጃጅም ይመለመል ስለነበረ፤ አንገተ ረጅም የነበረ የጠላና ጠጅ ብርጭቆም በዚሁ ክቡር ዘበኛ እየተባለ ይጠራ ነበር
ጩጬ	ሕፃን ለማለት ከተሜው ይጠቀምበት የነበረ መጠሪያ
ጣጤ	ሰካራም ወይም አልኮል መጠጥ ሳይቀማምስና ስካር ሳይጫጫነው ቤቱ የማይገባ አባ ወራ
ሁለት ገበሬ	ሁለት ብር ለማለት ሲሆን የቀድሞው የኢትዮጵያ ብር፤ የገበሬ ምስል ስለነበረው፣ አንዳንድ ብሮችም አንድ ገበሬ፣ ሁለት ገበሬ እየተባሉ ይጠሩ ነበር

ቃል	መፍቻ
ማትሪክ	ወደ ዩኒቨርስቲ ለምግባት የሚሰጥ የአሥራ ሁለተኛ ክፍል መልቀቂያ ፈተና
ወዛደራዊ ምሁር	ለወዛደሩ መብትና ጥቅም የቆሙ በሶሺያሊስት ፍልስፍና ያመኑና ሰራተኛውን ክፍል ከሙያ ማኅበር ያለፈ፤ የሥርዓት ለውጥ ድረስ የሚያደርስ ለውጥ፣ በትግሉ እስካልጨበጠ ድረስ ሙሉ ነፃነቱን ለመጎናፀፍ አይበቃም ብለው የሚሰብኩ፣ መሰረታቸው ከመካከለኛው ወይም ከገዥው ክፍል ጭምር የሆኑ የመሠረታዊ ለውጥ አቀንቃኞች። በዘመኑ አብዮታዊ ምሁር የሚለው ስያሜም ከዚህ ጋር በተወራራሽነት ይነገር ነበር
"ኢንተርናሽናል"	ፓሪስ ኮሚዩን (Paris Commune) በመባል የሚታወቀው የሠራተኛው ክፍል ዓመፅ በ1871 በፈርንጅ አቆጣጠር በተቀሰቀሰበት ወቅት በፈረንሳዊው ኡጀን ፑዋትዬ (Eugene Potier) የተደረሰውና በኋላም በመላው ዓለም የሚገኙ ወዛደሮች (ላብ አደሮች) የትግልና የድላቸው ማብሰሪያ አድርገው የሚዘምሩት መዝሙር

www.ingramcontent.com/pod-product-compliance
Lightning Source LLC
LaVergne TN
LVHW081813080526
838199LV00099B/4333